இலட்சிய இந்து ஓட்டல்

அனைத்திந்திய நூல்வரிசை

இலட்சிய இந்து ஓட்டல்

விபூதிபூஷண் பந்தோபாத்யாய

தமிழாக்கம் : த.நா. சேனாபதி

nbt.india
एकः सूते सकलम्

நேஷனல் புக் டிரஸ்ட், இந்தியா

முதல் பதிப்பு 1980
இரண்டாம் பதிப்பு 2024 (சக 1946)

வெளியீடு: இயக்குநர், நேஷனல் புக் டிரஸ்ட், இந்தியா
நேரு பவன், 5 இன்ஸ்டிடியூஷனல் ஏரியா, ஃபேஸ்-II
வஸந்த் குஞ்ச், புதுதில்லி – 110070
வலைதளம் : www.nbtindia.gov.in

அகர்தலா • பெங்களூரு • சென்னை
கட்டாக் • குவாஹாத்தி • ஹைதராபாத் • கொச்சி
• கொல்கத்தா • மும்பை • பட்னா • லக்னோ

© தாராதாஸ் பானர்ஜி
தமிழாக்கம் © நேஷனல் புக் டிரஸ்ட், இந்தியா

அனைத்து உரிமைகளும் பதியப்பெற்றவை. பதிப்பாளரின் அனுமதி இல்லாமல் இந்த நூலின் எந்தப் பகுதியையும் நகலெடுப்பதோ, இயந்திரம் அல்லது மின்னணு அல்லது ஒலிப்பதிவு/ஒளிப்பதிவு அல்லது வேறெந்த வகையிலும் மறுபதிப்புச் செய்வதோ, பகிர்வதோ, மீட்டு எடுக்கக்கூடிய எந்தவொரு ஊடகத்திலும் சேமித்து வைப்பதோ கூடாது.

ISBN 978-93-5743-618-2

₹ 340.00

Adarsha Hindu Hotel (*Bangla original*)
Ilatchiya Hindhu Hotel (*Tamil translation*)

Typeset at Capital Creations, Udumalaipettai, Tamil Nadu
and printed at Magic International Pvt. Ltd., Greater Noida

முன்னுரை

அபராஜிதன் (அல்லது சிறுவன் அபு) சம்பந்தமான மூன்று தொடர் நாவல்களை (பதேர் பாஞ்சாலி, அபராஜித, அபுர் ஸம்ஸார்) அடிப்படையாகக் கொண்டு சத்யஜித் ரே எடுத்த திரைப்படத்தை உலகத்திலேயே சிறந்த திரைப் படமாக அமெரிக்க ஐக்கிய நாடுகளிலிருந்து வெளிவரும் பிரபல ஆண்டு வெளியீடு குறிப்பிட்டிருக்கிறது. ஆனால் அதில் உலக இலக்கியக் கர்த்தாக்களைப் பற்றிய பகுதியில் விபூதிபூஷண் அவர்களைப் பற்றி எந்த விவரமும் இல்லை. இதில் வியப்படைய ஏதும் இல்லை! அவருடைய சொந்த மாநிலமான வங்காளத்துக்கு அப்பால் அவருடைய பெயர் பரவியதற்கே இந்தியாவின் தலைசிறந்த சினிமா டைரக்டரான ரே-தான் காரணம். அதைப் படமாக ரே எடுத்த பிறகுதான் அது பற்றி வெளியாருக்குத் தெரியவந்தது. ஆனாலும் இதிலிருந்து, சிறப்பு மிக்க வங்காள எழுத்தாளரான விபூதி பாபுவின் முக்கியப் படைப்புகள் வங்காளியரல்லாத வாசகர்களுக்குத் தெரியும்படியாகப் பெருமுயற்சி ஏதும் எடுக்கப்படவில்லை என்று எண்ணிவிடக்கூடாது. 1953இல் சாகித்ய அகாதமியை நிறுவியதும் விபூதிபூஷணின் இரண்டு நாவல்களான 'பதேர் பாஞ்சாலி' (வழிக்கூத்து), 'ஆரண்யக' (வனத்தின் வரலாறு) என்பனவற்றைப் பிற மொழிகளில் ஆக்குவது என்று திட்டம் போட்டிருந்தார்கள். இது தவிர, அகாதமியின் சிபாரிசுப்படி யுனெஸ்கோ (ஐக்கிய நாடுகள் சபை) நிறுவனம், 'பதேர் பாஞ்சாலி'யைத் தன்னோடு கூட்டு முயற்சியாக இந்திய மொழிபெயர்ப்பு வரிசையில் வெளியிடும் பொறுப்பை ஏற்றது. ஆனாலும், விபூதிபூஷணைப் பற்றி – அவர் இன்னார், இன்னவெல்லாம் எழுதியிருக்கிறார் என்பது பற்றி – வங்காளத்துக்கு வெளியே மிகவும் குறைவாகத்தான் தெரியும். எனவே, இங்கே அவருடைய வாழ்வு பற்றிச் சிறு குறிப்பு வெளியிடுவது பொருத்தம் என்றே தோன்றுகிறது.

காஞ்ச்ராபாராவுக்கு அருகில் மூரதிபூர் என்ற கிராமத்தில்

மகாநந்த பானர்ஜி-மிருணாளினி தம்பதிக்கு மூத்த மகனாக 1894இல் பிறந்தவர் விபூதிபூஷண். அது அவருடைய தாயின் ஊர். விபூதி பாபுவின் முன்னோர் ஆதியில் பாஸிர்ஹாட்டிலுள்ள பானீஹார் என்ற ஊரைச் சேர்ந்தவர்கள். அவருடைய கொள்ளுப் பாட்டனார் ஆயுர்வேத வைத்தியர். வனகாம் பகுதியில் உள்ள பாரக்புர் என்ற கிராமத்தில் வைத்தியம் பார்த்துவந்தார். அதுமுதல் பாரக்புரிலேயே அவர்கள் தங்கிவிட்டார்கள்.

மகாநந்தர் தம் தந்தையின் தொழிலைப் பின்பற்றாமல் புரோகிதராக இருந்தார். ஆனாலும் அவருக்குக் கதா காலட்சேபம் நடத்துவதிலேதான் ஈடுபாடு. இதிகாச புராணங்களிலிருந்து பாடல்களை எடுத்துச் சொல்லிப் பிரவசனம் செய்துவந்தார். சமஸ்கிருதத்தில் ஆழ்ந்த புலமை இருந்ததோடு, குரலும் நன்றாக கணீர் என்று இருக்கும். அத்துடன், பாடல்களும் ஒரு வகையான நாடகங்களும் எழுதும் ஆற்றல் அவருக்கு உண்டு. ஆனால் ஊர் ஊராகச் செல்லும் பழங் கவிராயர்களின் உள்ளம் படைத்தவரானதால் இப்படி வெளியூர்களில் கதா காலட்சேபம் செய்வதிலேயே ஈடுபட்டிருப்பார். அப்படியும் குடும்பத்தை நடத்தப் போதுமான வருவாய் அவருக்குக் கிடைக்கவில்லை. மிருணாளினி மிகவும் கடுமையாக சிக்கன வாழ்வைக் கடைப்பிடித்து, தன் ஐந்து குழந்தைகளுக்கும் உணவூட்டி வளர்க்க வேண்டியிருந்தது. அது மட்டுமன்று; தன் கணவரின் உறவான விதவைக் கிழவி ஒருத்தியைக் கவனித்துக்கொள்ளும் பாரத்தையும் ஏற்க வேண்டியதாயிற்று.

1900 வாக்கில் விபூதிபூஷண் பாரக்புரில் இருந்த ஒரு பாட சாலையில் கல்வி பயிலத்தொடங்கினார். 1908இல் வனகாம் உயர் நிலைப்பள்ளியில் இடம் கிடைக்கும் வரையில் அவர் தம் தாயோடுதான் தங்கியிருந்தார். தொலைவிலும் அருகிலும் ஊர் தோறும் சென்று பிரவசனம் செய்து வந்த மகாநந்தர், நடுநடுவே - பெரும்பாலும் பண்டிகை நேரங்களில் - திடீரென்று வீட்டுக்கு வருவார்; குடும்பத்தைப் பராமரிப்பார். மறுபடியும் வெளியூர்ப்பயணம் போகிற வரையில், புரோகிதத் தொழிலைக் கவனிப்பார்... இப்படியொரு சந்தர்ப்பத்திலேதான் மகாநந்தர் சிறுவன் விபூதிக்கு சமஸ்கிருதப் பயிற்சி அளிக்கலானார். அங்கங்கே ஊர்களுக்குப் போய் வந்த விவரங்களையும் சொல்லி அவனை மகிழ்விப்பார்; சில சமயம் அவனையும் வெளியூருக்கு அழைத்துப் போவார்.

வனகாம் உயர்நிலைப்பள்ளியிலேதான் விபூதிபூஷண் முறையாகப் படிக்கத்தொடங்கினார். முதலில் பகல் நேர வகுப்பில் படித்து வந்தவர் அங்கேயே விடுதியில் தங்கினார். ஒருநாள் தந்தை வெளியூரிலிருந்து கடுங்காய்ச்சலுடன் வீடு வந்தார். அப்போது வனகாம் பள்ளிக்கூட விடுதியில் இருந்தார் விபூதிபூஷண். காய்ச்சல் முற்றித் தந்தையின் உயிருக்கே உலை வைத்துவிட்டது. மகாநந்தர் காலமானதும் குடும்பமே வறுமையால் வாடியது. பள்ளியின் தலைமையாசிரியர் மட்டும் அக்கறை எடுத்துக்கொண்டு சமயத்தில் உதவியிராவிட்டால் விபூதிபூஷணின் படிப்பே திடீரென நின்றுவிட்டிருக்கும். தம்மை ஆதரித்த அந்தப் பெரியவரின் நன்றிக்கடனைத் தீர்ப்பதுபோல் மெட்ரிகுலேஷனில் முதலாவதாகத் தேறினார் விபூதிபூஷண்.

பிறகு அவருக்கு ரிப்பன் கல்லூரியில் இடம் கிடைத்தது. கல்லூரி விடுதிக்கு மாறும் வரை தனிப்பட்ட உணவு விடுதி ஒன்றில் தங்கியிருந்தார். 1916இல் முதலாவதாக இன்டர் பரீட்சையில் தேறினார். இரண்டு ஆண்டுகளுக்குப் பின் பி.ஏ. பரீட்சையில் சிறப்பாகத் தேறினார். இதற்கிடையே அவருக்குத் திருமணமாயிற்று. அப்போது அவருக்கு வயது 23. அவருடைய மனைவி கௌரியோ 14 வயது இளஞ்சிறுமி. பி.ஏ. தேறியதும் எம்.ஏ. தத்துவ வகுப்பில் அவருக்கு இடம் கிடைத்தது. அதே சமயம் சட்டக்கல்லூரியிலும் சேர்ந்தார். அதற்குச் சில நாளைக்கெல்லாம் கௌரி நிமோனியாக் காய்ச்சல் கண்டு இறந்து போனாள். அவளது திடீர் மரணத்தால் அவருடைய வாழ்வின் திட்டமெல்லாம் சீர்குலைந்தது. படிப்பை நிறுத்திவிட்டு, முதலில் கங்கீபுரத்திலும் பின்பு ஹரிநாபியிலும் பள்ளி ஆசிரியராகச் சேர்ந்தார். ஹரிநாபியிலேதான் ஏதோ பொழுதுபோக்காக 'உபேஷிதா' (வெறுக்கப்பட்டவள்) என்ற முதல் சிறுகதையை எழுதினார். பிரபல (வங்காளிப்) பத்திரிகையான 'ப்ரபாஸி'யில் அது வெளிவந்தது. முதுபெருங்கிழவரான பிரஃபுல்ல சந்திர ராய் (இராசயன இயல் மேதை) அவரைப் பாராட்டி ஒரு கடிதம் எழுதினார்.

1922இல் ஹரிநாபியில் தம் தாய் மிருணாளினி காலமானதும் விபூதிபூஷண் பள்ளி ஆசிரியர் தொழிலைக் கை விட்டார். கால்நடைகளைப் பராமரிக்கும் மார்வாரிச் சங்கம் ஒன்றின் சுற்றுப்பயணப் பிரசாரகராக அவருக்கு வேலை கிடைத்தது. அவர் வழக்கமாகப் பார்த்து வந்த சூழ்நிலையிலிருந்து தப்பி

வாழ இது அவருக்கு வாய்ப்பளித்தது. இந்தச் சங்கத்தில் இருந்த சில மாதங்களில் பெரும்பகுதியை இப்போது பங்களாதேஷாக இருக்கும் பிரதேசத்தில் (வங்க தேசம்) பயணம் செய்வதில் கழித்தார்.

1923 முதல் 1941 வரை தொடர்ந்து கல்கத்தாவிலுள்ள காலாத் சந்திரகோஷ் எஸ்டேட்டில் வேலை பார்த்தார். அப்போது பிரைவேட் ஆசிரியராகவும், செயலாளராகவும், பௌபாஜாரில் அவர்களது நிர்வாகத்தில் இருந்த மெமோரியல் பள்ளியில் ஆசிரியராகவும் பலவகையில் பணிபுரிந்தார். பிஹாரில் பாகல்புரை அடுத்து இந்த எஸ்டேட்டுக்குச் சொந்தமான காட்டுப்பகுதி ஏராளமாக உண்டு. 1924இல் விபூதிபூஷண் பாகல்புரில் பாராபாஸா என்ற இடத்தில் இருந்த எஸ்டேட் அலுவலகத்தில் வேலைக்கு அமர்ந்தார். காட்டுப் பகுதியில் இருந்த மாளிகையில் முகாம் போடாத சமயங்களில் இதுதான் அவருடைய தலைமை இடமாக இருந்தது. இலக்கியத்தொண்டில் ஈடுபட்ட அவரது வாழ்வில் அது மறக்கமுடியாத பகுதியாகும். பாராபாஸாவில் தனிமையிலே மகிழ்ந்து வாழ்ந்த சமயம் பழைய நிகழ்ச்சிகளெல்லாம் நினைவுக்கு வரும். இவைதாம் அவருடைய சிறந்த கதைகளிலும் நாவல்களிலும் பயன்படுத்தப்பட்ட பொருளாக அமைந்தன. காட்டு மாளிகையைச் சார்ந்த பகுதியில் அவர் நேரில் பார்த்த விஷயங்களே 'ஆரண்யக' (வனத்தின் வரலாறு) என்ற நாவலுக்கு உதவின. நடுநடுவே நேரம் வாய்த்தபோதெல்லாம் அவர் பாகல்புரில் வசித்துவந்த இலக்கிய நண்பர் குழுவினருடன் பழக நேர்ந்தது. கடைசியாக அங்கிருந்தவர்களில் பிரபல கதாசிரியரான சரத்சந்திர சட்டர்ஜியும் ஒருவர். அந்த நண்பர் குழுவின் தலைவராக உபேந்திரநாத் காங்குலி இருந்தார். பின்னால் காங்குலி 'விசித்ரா' என்ற மாத இதழைத் தொடங்கினார். அதிலேதான் 'பதேர் பாஞ்சாலி' (வழிக்கூத்து) 1928-29 வாக்கில் தொடர்கதையாக வெளிவந்தது. பாகல்புரில் விபூதிபூஷண் கதையை எழுத எழுத, அவ்வப்போது காங்குலியிடம்தான் படித்துக் காட்டுவார்.

1929-ன் பிற்பகுதியில் 'பதேர் பாஞ்சாலி' புத்தக வடிவில் வெளியாயிற்று. முதல்முதலாக தாம் எழுதிய இந்த அரும்பெரும் நவீனத்தினால் விபூதிபூஷண் திடீரென ஒரே இரவில் பெயரும் புகழும் எய்தினார். அந்தச் சமயத்தில்தான் அவர் கல்கத்தாவில் அந்த எஸ்டேட்டின் நிர்வாகத்தில் இருந்த மெமோரியல் பள்ளியில் தம்மை ஆசிரியராக மாற்றும்படி கேட்டுக்கொண்டு

அவ்விதமே வேலைக்காலம் முடிய பணியாற்றிவந்தார். 1942இல் இரண்டாம் உலகப் போரின்போது கல்கத்தா நகரை விட்டு மக்கள் எல்லாருடனும் வெளியேறும் சமயமும் தொடர்ந்து அந்தப் பள்ளியின் ஆசிரியராகவே இருந்தார். 1940இல் மறுமணம் செய்து கொண்டார். மனைவி கல்யாணி (ரமா). இவர்களுக்கு தாராதாஸ் (பாப்லு) என்ற மகன் பிறந்தான். தம் வாழ்நாளின் கடைசிப் பத்து ஆண்டுகளில் ஒரு பகுதியைப் பாரக்புரிலுள்ள தம் கிராம இல்லத்திலும், மறுபகுதியைச் சாத்சிலாவில் இருந்த புது இல்லத்திலும் கழித்தார். இங்கேதான் திடீரென ரத்தம் உறைந்து போய் 1950 நவம்பர் 1ஆம் தேதி உயிர் நீத்தார்.

எளிமையான வாழ்வுடன் உயர்ந்த சிந்தனையைக் கடைபிடிப்பதில் உறுதியான நம்பிக்கை கொண்டவர் விபூதிபூஷண். அதனால் எளிய விஷயங்களில் ஈடுபாடும் பரந்த கல்வியும் உள்ளவராக அவர் விளங்கினார். கிராமப்புறத்தில் இருந்த தம் இல்லத்தின்மேல் மிகுந்த பற்றுக்கொண்டவர்; மாநிலத்தின் உட்பகுதியெல்லாம் எங்கெங்கோ மூலை முடுக்குகளில் சுற்றிப் பார்ப்பதிலே தம் தந்தையைப் போலவே பேரார்வம் உடையவர் அவர். அங்கங்கே வாழும் மக்களுடனும் இயற்கையுடனும் நெருங்கிப் பழகுவதில் அடங்காத ஆசை கொண்டவர். தம்மையொத்த நற்பண்புள்ளவர்களோடு சகஜமாகப் பொழுது போக்குபவர் என்றாலும், கள்ளங்கபடில்லாமல் பேசி வாழும் ஏழை எளிய மக்களோடும் இப்படி கிராமப்புறத்தில் சுற்றிப் பார்க்கும்போது நெருங்கிப் பழகி நட்புக் கொண்டார்.

1922லிருந்து 1950க்குள் தழுவல், நூற்சுருக்கங்கள் உட்பட 70க்கு மேற்பட்ட நூல்களை விபூதிபூஷண் எழுதியிருக்கிறார். இவற்றில் பெரும்பகுதி சிறுகதைகளும் நாவல்களுமாகும். மற்றவை பயணக்குறிப்புகள், நினைவுகள், கடிதங்கள், சுயசரிதம், வெளிநாட்டுக் கதைகள், மொழிபெயர்ப்புகள் ஆகியவை. வங்கமொழி இலக்கண நூல் ஒன்றும் இவற்றுள் அடங்கும்.

ஆயினும் மொத்தத்தில் 'பதேர் பாஞ்சாலி'தான் அவருடைய முக்கியமான நூல் என்று சொல்லவேண்டும். தலைசிறந்த இந்த நாவலில் அவரது இலக்கியத்தின் தனிப்பண்பு முழுவதும் – அமைதியாக உணர்ச்சிகளை வெளியிடும் ஆற்றல், நடை, சொல்லமைப்பு, எழுத்தாளன் என்ற முறையில் அவருடைய கோட்பாடு, இவை யாவற்றையும் விட வங்க இலக்கிய வரலாற்றில் பொதுவாக ஆராயும்போது அவர் பெற்றுள்ள இடம்,

யாவும் அப்படியே பிரதிபலிக்கின்றன. அவரது இலக்கியத்தின் தனிப்பண்புகள் இவைதாம்: உலக வாழ்வில் காண்பவற்றை உள்ளூற அனுபவித்து வியத்தல்; இது ஒரு பகுதி கவியுள்ளமும் மறுபகுதி குழந்தையுள்ளமும் கொண்டது. இயற்கையில் ஆழ்ந்த ஈடுபாடு; சாமான்ய மக்களின் வாழ்வில் ஓர் அழகும் இனிமையும் காணும் நோக்கு; இயல்பாகவே மரணத்துக்குப்பின் வாழ்வின் ரகசியம் இன்னது என அறிய விழையும் உணர்வு.

விபூதிபூஷண் மனிதப்பண்பும் கலைப்பண்பும் இணைந்த மனிதர். தம் சொந்த வாழ்வில் பல அனுபவங்களிலிருந்து ஏற்பட்ட உணர்வுகளை நினைவுகூர்ந்து அவற்றைத் திறம்பட எடுத்துக் கூறும் முறை காரணமாக, அவருடைய பெரும்பாலான கதைகளிலும் நாவல்களிலும் உண்மை அப்பட்டமாக ஒளிர்வதைக் காணலாம். இந்தச் சுய அனுபவப்பண்பு 'பதேர் பாஞ்சாலி'யிலும், பின்னால் அவர் எழுதிய நூல்களிலும் சிறப்புற்று நம்முன் நிற்கின்றன.

ஆடம்பரமற்ற அவரது எளிய வசனத்தின் போக்கும் நடையின் சிறப்பும், அவர் இலக்கியத்திலும் பிற துறைகளிலும் இன்ன தன்மை படைத்தவர் என்பதை அப்படியே எடுத்துக் காட்டுகின்றன.

'பதேர் பாஞ்சாலி', விபூதிபூஷண் என்ற எழுத்தாளர் இன்ன கோட்பாடுள்ளவர் என்பதையும் விளக்குகிறது. திலீப் குமார் ராய் (மகான் அரவிந்தரின் பக்தர்) அவர்களுக்குத் தாம் எழுதிய ஒரு கடிதத்தில் விபூதிபூஷண் இதைப் பின்வருமாறு விளக்கியுள்ளார்: "பெரிய பெரிய நிகழ்ச்சிகளில் எனக்கு நம்பிக்கை கிடையாது. அன்றாட வாழ்வில் எளிமையாகக் காணும் இன்பதுன்பங்களிலேதான் உண்மையான 'சரக்கு' இருக்கிறது; கிராமத்திலே சின்னஞ்சிறு ஓடை நிதானமாகவும் அதேசமயம் நீடித்தும் ஓடுவது போன்ற இயல்புடையது அது. அந்தர்பல்டி, கரணம் அடித்தல் இவைபோல் செயற்கையான முறையில் நிகழ்ச்சிகளையும் சந்தர்ப்பங்களையும் புகுத்தி எழுதுவதெல்லாம் எனக்குப் பிடிக்காது. கற்பனையே என்றாலும் இப்படியெல்லாம் செய்துகாட்ட வேண்டுமா என்ன? அன்றாடம் காணும் அரும் பேருண்மைகளை ஒதுக்கித் தள்ளிவிட்டு பொய்யையும் புரட்டையும் வைத்துத் திரித்துத்தான் கதை சொல்லியாக வேண்டுமா? இப்படிப் பொய் கூறிப் பெயர் சம்பாதிக்க என் மனம் ஒப்பாது. நலமுடனும் சோம்பலின்றியும் விழிப்புடன் பலவகையிலும் ஆராய்ந்துணரும் ஆர்வம் படைத்த உள்ளத்துக்கு இவை திருப்தி தரமாட்டா."

இப்படி விபூதிபூஷண் தம் எழுத்திலுள்ள அடிப்படையான அம்சங்களை அறிவிக்கும் முறையில் 'பதேர் பாஞ்சாலி' முற்பட்டு விளங்குவது ஒருபுறம் இருக்க, வங்க இலக்கிய வரலாற்றில் மொத்தத்தில் அதன் சிறப்பான பண்பைப் பிரமாதம் என்றே கூறவேண்டும்; ஒருவிதத்தில் பார்த்தால், முதல் உலகப் போருக்குப் பின் இங்கிலாந்தின் வழியே ஐரோப்பாக் கண்டத்திலிருந்து இறக்குமதியான போலி இலக்கியம் என்னும் வெள்ளம் வங்காளத்தை அடித்துக்கொண்டு போகாதபடி அப்பண்பு தடுத்தது எனலாம். உள்ளது உள்ளபடியே வங்காள கிராமப்புற வாழ்வை எடுத்துக்காட்டி முன் எப்போதும் கண்டிராத வங்க வாசகர்களின் இதய நரம்புகளைத் தொட்டுப் பிழிந்து உலுக்கியது 'பதேர் பாஞ்சாலி'. மறைமுகமாக ஓர் உண்மையையும் அது உணர்த்தியது. அதாவது, பால் உணர்ச்சியும் இடதுசாரிப் போக்கும் கொண்டு, ஏதோ சுரங்கத்திலும், தொழிற்சாலைகளிலும், பட்டணப்பகுதிகளிலும்தான் மக்கள் எல்லாரும் அல்லல் படுவதாக எழுதுவதெல்லாம் 'புத்தம்புதுமை மோகத்தில் எழுந்த நடைமுறைச் சித்திரங்கள்; கிராமப்புறங்களிலேதான் நூற்றுக்குத் தொண்ணூறு பங்கு மக்களின் வாழ்க்கைப் போக்கைக் கண்டுணர முடியும்' என்பதைத் தெளிவாக்கியது. இதற்குமுன் தம் கதைகளில் கிராம சமூகத்தின் பல அம்சங்களைக் கூர்ந்து ஆய்ந்திருக்கிறார் சரத்சந்திரர்; அதேபோல் தம் 'கதைக்கொத்து'களில் ரவீந்திரநாதர் கிராம வாழ்வின் சின்னஞ்சிறு சித்திரங்களைத் தெளிவாகவும் அழகுறவும் எழுதியிருக்கிறார். ஆனாலும் இங்கே 'பதேர் பாஞ்சாலி'யில் கிராம வாழ்வு, உண்மைக் காட்சிகளை அப்படி அப்படியே படம் எடுத்துக் காட்டும் முறையில் அமைந்துள்ளது. "நேர்மை என்னும் உறுதியான அடிப்படையில் இது அமைந்திருக்கிறது" என்று ரவீந்திரநாத் தாகூரே இந்த நாவலின் தனிச்சிறப்பைச் சரியானபடி எடுத்துக் கூறியுள்ளார். அதோடு நம் இலக்கியத்தில் நமக்கு வெகு காலமாகப் பழக்கமாகி ஊன்றி விட்ட வங்க மக்களின் வாழ்வுமுறைக்கு நம்மை மீண்டும் அழைக்கும் புதிய அம்சம் அதில் அமைந்திருப்பதையும் அவர் பாராட்டியிருக்கிறார். இப்படித் தனிச்சிறப்பான ஒன்றை நமக்கு விபூதிபூஷண் அளித்ததுதான் 20ஆம் நூற்றாண்டு வங்க வசன இலக்கியப் பரம்பரையில் அவருக்கு என்றென்றும் அழியாத கௌரவமான இடத்தை அளித்திருக்கிறது எனலாம்.

சொந்த அனுபவத்தால் தூண்டப்பெற்று விபூதிபூஷண்

எழுதியுள்ள நாவல் வகையை ஓரளவேனும் ஒத்ததுதான் ‘ஆதர்ச ஹிந்து ஹோட்டல்’ நாவலும். ஆசிரியர் தம் வாழ்வில் நேரில் பார்த்துப் பழகிய ஓர் ஆளை மாதிரியாகக் கொண்டுதான் ‘ஹஜாரி டாகுர்’ என்ற பாத்திரத்தைப் படைத்திருக்கிறார். தம் நாட்குறிப்பில் ஒன்றான ‘ஊர்மி முகுர்’ (அலை எழுச்சி) என்பதில், தற்செயலாக இப்படி ஓர் எளிய ஆத்மாவை நேரில் கண்டு அளவளாவியதை எழுதியிருக்கிறார். தன் திறமையை உணர்ந்து அதில் பெருமை கொண்ட சமையற்கலை நிபுணன் அவன். இன்னும் ஒன்றும் தெரிகிறது: ‘விபூதிபூஷணைப்போல் உணவு விடுதிகளிலும் ஓட்டல்களிலும் பழகி, அனுபவப்பட்ட ஒருவர்தாம் இதை எழுத முடியும்; மற்றவர்களால் முடியாது’ என்பதுதான் அது.

இந்த நாவல் ‘மாத்ருபூமி’ என்ற பத்திரிகையில் 1939-40 வாக்கில் தொடர்கதையாக வெளியாயிற்று. கடைசிப் பகுதி வெளிவந்த இரண்டு மாதங்களில் புத்தக வடிவில் வந்துவிட்டது. இதை நாடக உருவில் அமைத்து 1953இல் கல்கத்தாவிலே பொது அரங்க மேடை ஒன்றில் அரங்கேற்றினார்கள். ஆனாலும் அந்த முயற்சி அப்படி வெற்றி பெற்றதாகச் சொல்வதற்கில்லை.

விபூதிபூஷணின் நூல் தொகுதி 4ஆம் பகுதியின் முன்னுரையில் கோபால் ஹால்தர் (என்ற திறனாய்வாளர்), “ஹஜாரி டாகுர் சாதாரணமான ஆள் என்ற வகையிலே அசாதாராணமானவன். இத்தகைய ஒருவன் இருக்கிறான் என்றால், இந்தியாவில் காணும் சாமானிய மக்களிடையேதான் இவனைக் காணமுடியும்; வேறெங்கும் முடியாது. இதில் விசேஷம் என்ன தெரியுமா? இப்படி ஒரு சாமானிய மனிதனும் தன் சமையற்கலைத் திறனாலும் நேர்மையாலும் தனக்கென ஓர் இடம் பெற்று வாழ்வான் என்பதுதான். தனக்குப் போட்டியாக இருந்தவர்களை அழுத்தி நசுக்காமல், தான் முன்னுக்கு வரமுடியும் என்று அவன் காட்டுகிறான். ஆனால் இதில் வெற்றி கண்டும் அவனுக்குத் தலைக்கிறுக்கோ, அவனது வாழ்வின் நோக்கிலே அப்படி ஏதும் மாறுதலோ ஏற்பட்டு விடவில்லை. அவன் மேல் வேலைக்காரி பத்மாவுக்கு இருந்த பழைய வெறுப்பு திடீரென மிகுந்த நன்றியாக மாறும்போதும், ஹஜாரி இந்தத் திடீர் மாறுதலைக் குறித்துக் கர்வம் கொள்ளவுமில்லை. அதற்கு மாறாக அவளது உள்ளத்தில் ஏற்பட்ட இந்த முழு மாற்றத்தால் தன் வாழ்வின் லட்சியம் நிறைவு பெற்றதாகவே கருதுகிறான். இன்னும் ஒன்று: ஹஜாரியைக் கவனித்தால் மொத்தத்தில் காந்தி காட்டிய வழியில்

நடப்பவன் என்றே படுகிறது. 'இதெல்லாம் என்ன? விநோதமாக இருக்கிறதே! இப்படியும் நேருமா?' என்று தோன்றலாம். ஆனால் குழந்தையுள்ளம் படைத்த நடுத்தர வயதுள்ள எளிய ஓர் ஆளின் உருவத்தை நமக்கு ஆசிரியர் எடுத்துக்காட்டும் முறை, 'இது நடக்கக் கூடியதுதான்' என்பதை நமக்கு உணர்த்துகிறது. அவனது நேர்மையும் எளிமையான இயல்பும் மூன்று பெண்மணிகளின் உள்ளத்தில் அவனிடம் நம்பிக்கை வைக்கலாம் என்ற உணர்வை ஊட்டுகின்றன. இவர்களில் ஒருத்தி செல்வச் செழிப்புடன் பட்டணத்தில் வளர்ந்தவள். இவர்கள் மூவரும் தாங்கள் சேமித்து வைத்ததைச் சிறிதும் தயங்காமல் அந்த ஆளிடம் கொடுக்கிறார்கள்! ஹஜாரி ஒரு தந்தைக்குரிய பண்பு கொண்டவனாக இருந்ததாலேயே இவர்கள் அப்படிக் கொடுத்திருக்க வேண்டும்; இல்லாவிட்டால் இவர்கள் செய்தது பொருத்தமானது என்று நமக்குப் படுமா, சொல்லுங்கள்!" என்று குறிப்பிட்டிருக்கிறார்.

உள்ளபடி சொல்வதாக இருந்தால் இலட்சிய ஹிந்து ஹோட்டலில் விபூதிபூஷண் 'சாதாரண மனிதனிடம் காணும் அசாதாரணமான பண்பு' என்னும் தம் லட்சியத்தைத்தான் தலைசிறந்ததாக எடுத்துக் காட்டியிருக்கிறார். அவருடைய மற்ற நாவல்களில் உள்ளதுபோல் இதில் கவிதை நோக்கு, உலகப்போக்கில் நமக்குப் புலனாகாத ஒரு ரகசியம் பொதிந்து கிடப்பது, இயற்கையிடம் ஆழ்ந்த அன்பு முதலான அம்சங்கள் இராதிருக்கலாம். ஆனால் 'பதேர் பாஞ்சாலி', 'ஆரண்யக' (இவை இரண்டும் பல மொழிகளில் ஆக்கப்பெற்று வெளியாகியுள்ளன) என்பவற்றையொட்டி அவர் எழுதிய இந்த நூலில் நாவலாசிரியரின் அன்புள்ளத்தை – எளியோரையும் தாழ்வுற்றோரையும் சிறப்பித்துப் போற்றியிருக்கும் பண்பை – நாம் பார்க்கலாம்.

நேஷனல் புக் டிரஸ்ட், சாமானியன் ஒருவனைப் பற்றிய இந்தக் கதையைத் தங்கள் மொழிபெயர்ப்புப் பரிமாற்றத் திட்டத்தில் சேர்த்துக்கொண்டது பாராட்டுக்குரியதே.

க்ஷிதீஷ் ராய்

இலட்சிய இந்து ஓட்டல்

ராணாகாட் ரயில் நிலையத்தருகில், கடைவீதியிலே இருந்தது பேச்சூ சக்ரவர்த்தியின் ஓட்டல். அது ராணாகாட்டிலேயே முதல் இந்து ஓட்டல் என்பது, அந்த ஓட்டலின் வாயிலில் கொட்டை எழுத்துக்களில் எழுதப் பெற்றிராவிட்டாலும் எல்லாருக்கும் தெரிந்ததே. இந்தச் சில ஆண்டுக்குள்ளாக ராணாகாட் ரயில் நிலையத்தையொட்டிய கடைவீதியில் வியாபாரம் எக்கச்சக்கமாக முன்னேறிவிடவே, ஓட்டலின் நிலையும் மாறி, அது உயர்ந்து ஓங்கிவிட்டது. இப்படி இந்தப் பத்து ஆண்டுகளுக்குள் ஓட்டல் நல்ல வசதியுள்ள கட்டிடமாகிவிட்டது; நாலு சமையல்காரர்கள் மும்முரமாக வேலை செய்ய, ஓட்டலில் உணவு உண்ண வந்தபடி இருந்தது கூட்டம்.

பேச்சூ சக்ரவர்த்திக்கு வயது ஐம்பதுக்கு மேல் இருக்கும். சிவப்பு என்று சொல்வதற்குமில்லை; கறுப்பு என்பதற்குமில்லை; சற்று தாட்டியான உடம்பு. தலைமயிர் கறுப்பும் நரையும் கலந்திருந்தது. ஓட்டலின் முன்பக்க அறையின் நாற்காலியில் அமர்ந்து, பணப்பெட்டி வைத்த மேஜை மேல் முழங்கையை ஊன்றியபடி இருந்தார். காலை மணி பத்து. வனகாம் போகும் ரயில் அப்போதுதான் வந்து நின்றது. சில பிரயாணிகள் வெளிக் கிராதிக் கதவு வழியாகக் கடைவீதிப் பக்கம் வரத் தொடங்கினார்கள்.

பேச்சூ சக்ரவர்த்தியின் ஓட்டலில் வேலை செய்யும் மதி என்ற ஆள் தெருப்பக்கம் வந்து நின்றுகொண்டு, "இந்தப் பக்கம் வாங்க! சுடச்சுட சாப்பாடு தயார். மீன்குழம்பு, பருப்பு, கறிகாய் வகை எல்லாம் உண்டு... இந்து ஓட்டல், ஐயாமார்களே! வாங்க!" என்று கூவினான்.

அருகில் இருந்த ஜது பாண்டுஜ்ஜேயின் ஓட்டல் ஆள் பரிவுடன் அழைப்பதையும் கவனியாமல், இரண்டு பேர் பேச்சூ சக்ரவர்த்தியின் ஓட்டலுக்குள்ளேயே நுழைந்தார்கள்.

"மூட்டை முடிச்சுகளை இதோ இங்கே வச்சுட்டு வாங்க. இதோ இங்கே நின்று சாப்பாட்டுச் சீட்டு வாங்கிக்கொள்ளுங்க.

எந்த ரகம் வேண்டும்? முதல் ரகம் என்றால் ஐந்தணா; இரண்டாம் ரகம் என்றால் மூன்று அணா!"

இந்த ஓட்டலில் வழக்கம் என்னவென்றால், காசைக் கொடுத்து, பேச்சு சக்ரவர்த்தியிடமிருந்து சீட்டு (ஒரு துண்டுத் தாளில் எண்ணும் ரகமும் குறிப்பிட்டிருக்கும்) வாங்கிக்கொண்டு உள்ளே போக வேண்டும். அங்கே பரிசாரகன் ஒருவன் இருப்பான். அந்தச் சீட்டை அவன் வாங்கிக்கொண்டு குறிப்பிட்ட இடத்தில் அவரை உட்கார வைப்பான். உணவுக்கூடம் தட்டியால் இரண்டாகத் தடுக்கப்பட்டிருக்கும். ஒரு பக்கம் முதல் ரக உணவும், மறுபக்கம் இரண்டாம் ரக உணவும் பரிமாறுவார்கள். வந்தவர்கள் உணவு அருந்திவிட்டுப் போனதும் அவர்கள் கொடுத்த சீட்டுக்கள் பேச்சு சக்ரவர்த்தியிடம் போய்க் குவியும். அதைக் எண்ணி, எவ்வளவு உணவு செலவாகியிருக்கிறது, எத்தனை பேர் சாப்பிட்டார்கள் என்று கணக்கிடமுடியும். பரிசாரகர்கள் திருடாமலிருக்கவே இந்த ஏற்பாடு.

வேலையாள் உள்ளே வந்து, "மொத்தம் நாலுபேர் வந்தார்கள். இரண்டுபேர் அந்த ஓட்டலுக்குப் போய்விட்டார்கள்" என்றான்.

பேச்சு சக்ரவர்த்தி சொன்னார்: "சரி, போகட்டும்! நீ சற்றே முந்திப் போய் நின்றிருக்கவேண்டும். அதோ சாந்திபுர் ரயில் வண்டி வருகிற நேரமாகிறது. அதில் நாலைந்துபேர் வருவார்கள்... உம்... உள்ளே போய்ப் பரிசாரகனிடம் சொல்லு. சாந்திபுர் வண்டி வருவதற்கு முன்னால் அரிசியைப் பொங்கப்போட வேண்டாம். ஒரு சின்னத் தவலை மட்டும் இருக்கட்டும்; அதை வைத்துக்கொண்டு ஓட்டட்டும்!"

அப்போது ஓட்டலிலே வேலை செய்யும் பத்மா என்ற ஆள்காரி உள்ளே நுழைந்து, "காசு கொடுங்கள்! தயிர் இல்லை; வாங்கிவர வேண்டும்" என்றாள்.

பேச்சு, "தயிர் எதற்கு?" என்றார்.

பத்மா சிரித்தபடி, "முதல் ரகச் சாப்பாடு தேவை, எனக்குச் சொல்லியனுப்பியிருக்கிறார் ஒருத்தர். தயிர், வாழைப்பழம் இரண்டும் வேண்டுமாம்" என்றாள்.

பேச்சு, "யார் என்று சொல்லேன்? வழக்கமாகச் சாப்பிட வருகிறவங்களா?" என்றார்.

"சாப்பிட வருகிறவங்கதான்; காசு கொடுத்துத்தான் சாப்பிடுவார்... பின்னே என்னவாம்? என் அண்ணன் மகன்தான் வருகிறது ஊரிலேயிருந்து – இதோ சாந்திபுர் வண்டியிலே!"

"ஓகோ...! அப்படியானால் காசு வேண்டாம்... இரண்டொரு நாள் தங்குவார். அவரிடம் காசு வாங்குகிறதாவது! சரி; தயிருக்குக் காசு வாங்கிக்கொள்... இந்தா!"

பேச்சூ இப்படி தாராளப்போக்கில் எவருடனும் பேச மாட்டார். ஆனால், வேலைக்காரி பத்மா என்றால் அவரது போக்கே தனி! பத்மா சொன்னபடிதான் இங்கே எல்லாம் நடக்கும் – இந்த ஓட்டலில் அப்படி ஒரு வழக்கம். அதற்குமேல் பேச்சுக்கே இடம் இல்லை! இதனால் வம்புக்காரப் பேர்வழிகள் சிலர் கண்டபடி பேசிக்கொள்வது உண்டு. ஆனால் அதைக் காதில் போட்டுக் கொண்டு பயன் இல்லை.

சாந்திபுர் ரயில் வரும் சத்தம் கேட்டது.

ஓட்டலின் ஆள்காரன் பயணிகளை உணவு அருந்த அழைத்து வர ரயில் நிலையத்துக்குப் போய்க்கொண்டிருந்தான். அப்போது பேச்சூ சக்ரவர்த்தி, "நிறையப் பேரைச் சாப்பிட இட்டுவர வேண்டும். இல்லையென்றால் உன்னை வேலையில் வைத்துக் கொள்ள முடியாது; நினைவிருக்கட்டும். எனக்கு ஆகிற செலவைச் சரிக்கட்டிக்கொண்டு போக முடியாவிட்டால் வீணாக ஆள் அம்பு எதற்கு? போனவாரம் நீ இட்டு வந்தவங்க மொத்தம் இருபத்துமூன்று பேர். இதிலே ஓட்டல் நடத்திக்கொண்டிருக்க முடியுமா?" என்றார்.

பத்மா சொன்னாள்: "ஏன் சாமி, உன்கிட்டே எத்தனைதரம் சொல்கிறேன்; நீ கேட்டால்தானே? மூன்று அணா என்பதைக் கொஞ்சம் ஏற்று; மேலே பத்துப் பதினைந்து பைசா இருக்கட்டும். அப்புறம் முதல் ரகம் அது இது என்று பார்க்காதே! விட்டுவிடு! அப்படி எத்தனை பேர் முதல் ரகச்சாப்பாட்டுக்கு வருகிறாங்க...? ஐது பாண்டுஜ்ஜேயின் ஓட்டலிலே விலையைக் குறைத்து விட்டாங்க தெரியுமா?"

பேச்சூ, "மெள்ளப்பேசு. ஏன் உரக்கச் சொல்கிறாய்? யார் காதிலேயாவது இது விழுந்தால் இப்போதே..." என்று இழுத்தார்.

அப்போது இரண்டு பேரை அழைத்துக்கொண்டு வேலையாள் மதி திரும்பி வந்தான்.

"வாருங்கள், வாருங்கள்! இதோ இப்படி மூட்டை முடிச்சுகளை வையுங்கள்... எந்த ரக உணவு? – அஞ்சணாவா, மூன்றணாவா?" என்றார்.

வந்தவர்களில் ஒருவன், "அதுதான்... அந்தச் சமையல்கார ஐயா இருக்கிறாரா? அவர் கைச்சமையலைச் சாப்பிட வேண்டும்

என்றுதான் வந்தேன்... முன்னே வந்திருந்தபோது சாப்பிட்டதை மறக்க முடியவில்லை... மாமிசம் உண்டா?" என்றான்.

"இல்லைங்க; சமைக்கறதில்லை...ஆனாலும் நீங்கள் ஆர்டர் பண்ணினீங்களானால் இரவுச் சாப்பாட்டுக்கு..."

வந்த பயணி, "நாங்கள் ஒரு வழக்கு சம்பந்தமாக வந்திருக்கிறோம். ஆண்டவன் மனசு வைக்கவேண்டும். வழக்கில் ஜெயிப்பதோ மற்ற எதுவோ அவன் கையில்தான் இருக்கிறது. இன்றைக்கு இரவுச் சாப்பாட்டுக்கு மூன்று சேர் மாமிசம் தேவை. ஆனால் ஒன்று; அந்தச் சமையல்கார ஐயாவே இதைச் சமைத்துப் போடவேண்டும். இல்லை என்றால் நாங்கள் வேறு இடம் போக வேண்டியிருக்கும்" என்றான்.

இவர்கள் சீட்டுக்குக் காசு கொடுத்து அதைப் பெற்றுக் கொண்டு உள்ளே நுழைந்த சமயம், பத்மா, "அந்தப் பாழாய்ப் போன மனுஷனின் காதில் இது விழாதிருக்க வேண்டும். எதற்காக அவன் சமையலை இப்படிப் புகழுகிறாங்களோ, அதுதான் எனக்குப் புரியவில்லை! கருமாந்தரச் சமையல்!" என முணுமுணுக்கலானாள்.

பேச்சு, "உள்ளேயிருந்து சீட்டுகளை வாங்கிவா! இது வரைக்கும் ஆனதைக் கணக்குப் பார்க்கவேண்டும். இனிமேல் வண்டி எதுவும் இல்லை, ஒரு மணி வரைக்கும். அப்புறம் அந்த முடோகாசா லோக்கல் வண்டி வரும்..." என்று இழுத்தார்.

பத்மா, "ஏன், அசாம் மெயில்...?" என்றாள்.

"அசாம் மெயிலில் அப்படி எத்தனை பேர் வந்துவிடப் போகிறாங்க? முன்னெல்லாம் அசாம் மெயிலில் எட்டு பத்துப் பேர் வந்து இறங்குவாங்க; அந்த அளவுக்கு விற்பனையும் ஆகும்.... இப்போது ஊரில் வியாபாரம் ஏன்தான் இந்த நிலைமைக்கு வந்துவிட்டதோ தெரியவில்லை!"

பத்மா, பரிசாரகனிடமிருந்து சீட்டை வாங்கிவர உள்ளே போனாள். வாங்கி வந்ததும், "முதல் ரகச் சாப்பாட்டுக்கு வைத்திருந்த பருப்பெல்லாம் தீர்ந்தாயிற்று! ஹஜாரி பண்ணுகிற அமர்க்களந்தான் என்ன...! இந்தச் சமயம் பார்த்துச் சாப்பிட வந்தவங்க அவனைத் தலையில் தூக்கி வைத்துக்கொண்டு கொண்டாடுகிறாங்க... இதைச் சமை, அதைச் சமை என்றெல்லாம் வேறே கேட்கிறாங்க. இதென்ன இழவு, பார்க்கச் சகிக்க முடியவில்லை! இப்போது பருப்புக்கு என்ன செய்வது?" என்றாள்.

"பருப்பு எவ்வளவு இருக்கிறது, பார்த்தாயா?"

"என்ன இருக்கும்? கிட்டி முட்டி மூன்று பேருக்கு வரும்."

"முதல் தரச் சாப்பாட்டுக்குப் பத்துப் பேருக்கென்று மூணு சேர் பருப்புத் தனியாகக் கொடுத்தேன்; மீன்கறிக்குப் போடத்தான். இரண்டாந்தரச் சாப்பாட்டுக்கு முப்பது பேருக்கென்று முசூரியும் கேசரி பருப்பும் (மட்டரகம்) கலந்து...?"

"ஹஜாரியை இப்படி வரச்சொல்லு..."

பத்மா உள்ளே போய்த் தன்னோடு ஹஜாரியை அழைத்து வந்தாள். ஒல்லியான உடம்பு. கறுப்பு நிறம். பார்த்தால் அப்பாவியான மனிதனாகத்தான் பட்டது.

பேச்சூ சக்ரவர்த்தி, "ஹஜாரி, பருப்பு ஏன் போதாமல் போய்விட்டது?" என்றார்.

ஹஜாரி, "எப்படி என்று சொல்கிறதுங்க? தினமும் வருகிறவங்களுக்கு எப்படிப் போடுகிறேனோ அதற்கு மேல் போடவில்லை. போதாமல் போய்விட்டால் நான் என்ன செய்கிறது சொல்லுங்க!" என்றான்.

பத்மா உறுமினாள்: "அயோக்கியத்தனம் உன் உடம்பிலே எலும்பு வரைக்கும் ஊறிக்கிடக்கிறதே...! நான் என் கண்ணாலே பார்த்தேன்! வந்தவங்க வாயாலே உன்னைப் புகழக் கேட்டதுமே நீ அவங்க இலையிலே பருப்புப் போட்ட மீன் கறியைக் கொட்டினாயே! இனாம் கூடக் கொடுத்தாங்க போல இருக்கிறது!"

ஹஜாரி, "இந்த ஓட்டலிலே எனக்கு இனாம் என்ன கிடைக்கிறதென்று உனக்கே தெரிந்திருக்கும். ஒரு பீடி கொடுப்பாங்க; அவ்வளவுதான்! இந்த அஞ்சு வருஷமாக இங்கே இருக்கிறேன்; நான் இனாம் வாங்குகிறேன் என்று நீதான் சொல்கிறாய். இத்தனை வருஷமாகப் பார்த்தும் இப்படிச் சொல்கிறாய்!" என்றான்.

பத்மா, "இப்படியெல்லாம் எதிர்த்து வாயாடாதே! பத்மா யாருக்கும் அஞ்சுகிற பெண்பிள்ளை இல்லை; முதல்ரகச் சாப்பாடு சாப்பிடுகிற பெரிய மனுஷங்க (தசராப்) பண்டிகையின் போது உனக்கு அரைக்கைச் சட்டை வாங்கித் தரவில்லை?" என்றாள்.

"பிரமாதமாகத்தான் வாங்கிக் கொடுத்துவிட்டாங்க...பழைய சட்டை!"

பேச்சூ சக்ரவர்த்தி, "சரி; போ! போ! வாய்க்கு வந்ததை உளறாதே! ஏராளமாக வந்துவிடறாங்கில்லையா சாப்பிட! பருப்புக்குச் செலவான காசை உன் சம்பளத்திலிருந்துதான் கழித்துக் கொள்ளப் போகிறேன்" என்றார்.

"ஏன், என் சம்பளத்திலிருந்து கழிக்க நான் என்னங்க தப்புப் பண்ணினேன்? பத்மா அம்மா எட்டுப் பேருக்கென்று கொடுத்தாங்க. அதை வைத்துக்கொண்டு பதினோரு பேருக்குப் பரிமாறினேன்."

பத்மா இப்போது ஹஜாரியின் முன்வந்து, கையையும் முகத்தையும் ஆட்டிக் கண்சிவக்க, "என்னது... எட்டுப் பேருக்கு வேண்டியதைத்தான் கொடுத்தேனா...? மோசக்காரா! கஞ்சா அடிக்கிற பயல்தானே? பத்துப்பேருக்கென்று பத்து அரை - அஞ்சு உழக்குப் பருப்பு உன்கிட்டக் கொடுக்கலே?" என்று கத்தினாள்.

அதற்கு மேல் அவளை எதிர்த்துப் பேச ஹஜாரிக்குத் துணிச்சல் இல்லை.

பத்மாவோ அவ்வளவு இலேசில் விடுபவளாக இல்லை! ஆனால் இதற்குள் பலர் சாப்பிட வந்ததால் அவள் அதோடு நிறுத்திக் கொண்டு வெளியேறினாள். ஹஜாரி உள்ளே சென்றான்.

மணி இரண்டரை இருக்கும்.

அசாம் மெயில் வந்து போய் வெகுநேரமாகிவிட்டது.

ஹஜாரி தன்னந்தனியாக உணவு அருந்த அமர்ந்தான். பெரிய தவலையில் இரண்டே பிடி சோறும், வாணலியில் ஒரு பிடியளவு காய்கறியுமே மிஞ்சியிருந்தன. பருப்பு, மீன்கறி, குழம்பு இவற்றையெல்லாம் வேலைக்காரி பத்மாவுக்கு அவளுடைய பெரிய தட்டில் வைத்துக் கொடுத்தாயிற்று. அவள் அன்றாடம் ஒன்றரை மணிக்குச் சமையற்கட்டில் மிஞ்சிக் கிடக்கும் பருப்பு, காய்கறி, குழம்பு எல்லாவற்றையும் தன் வீட்டுக்கு எடுத்துச் சென்று விடுவது வழக்கம். பரிசாரகர்களுக்கு இருக்கிறதோ இல்லையோ, அதுபற்றி அவளுக்கு அக்கறையே இல்லை!

ஹஜாரியுடன் பரிசாரகத் தொழிலில் ஈடுபட்டிருக்கும் மற்றொருவன் ஒரியாக்காரன். அவன் பெயர் ரத்தன் டாகுர். அவன் ஓட்டலில் சாப்பிடுவதில்லை. வீடு அருகில் இருந்தது. அவனும் சோறு, கறிகாய், கூட்டு இவற்றை எடுத்துப் போய்விடுவான்.

ஹஜாரிக்கு உறவு என்று இங்கே யாருமே இல்லை. அவன் ஓட்டலிலேயே தங்கி அங்கேயே உண்டுவந்தான். அன்றாடம் அவனுக்குக் கிட்டியது இவ்வளவுதான்! இரண்டரை மணிவரை வெறும் வயிற்றுடன் இருந்துவிட்டுக் காய்ந்து வறண்ட சோறு இரண்டு பிடி... என்றாவது வெறும் பருப்பு மட்டுமோ, சிலநாள் அதுவுமே கூட இல்லாமலே கிடக்கவேண்டியதுதான்; அவ்வளவுதான் அவன் கொடுத்து வைத்தது! தவலையில்

சோறு சற்றுக் கூடுதலாக மிஞ்சியிருந்தால், பத்மா, "அவ்வளவு மிகுந்துவிட்டதே? யார் சாப்பிடப் போகிறாங்க? மூன்று பேருக்குக் காணுமே! என் தட்டில் இன்னும் இரண்டு கரண்டி சோறு போடு" என்பாள்.

ஹஜாரி சாப்பிட அமரும்போது தினமும் நினைத்துக் கொள்வான் – இன்னும் இரண்டு பிடி சோறு இருந்தால் நன்றாக இருந்திருக்குமே! தொட்டுக்கொள்ள ஒன்றும் இல்லாவிட்டாலும் வெறும் புளியையாவது சேர்த்துக்கொண்டு சாப்பிடலாம். இந்தத் திருட்டுக் கழுதை பத்மா இருக்கிறாளே, இவளுக்கு யார் வயிறாரச் சாப்பிட்டாலும் பார்க்கவே சகிக்காது! ஐது பாண்டுஜ்ஜேயின் ஒட்டலில் பதினோரு மணிக்கெல்லாம் பரிசாரகன் ஒரு தட்டு நிறைய சோறு வைத்துக்கொண்டு சாப்பிடுவான். இங்கே அதற்கு வழி உண்டா?

அப்பப்பா! எசமானுக்கேற்ற எசமானி! (பத்மாவை 'எசமானி' என்று மனதுக்குள் குறிப்பிடும்போது ஹஜாரிக்குத்தான் எவ்வளவு குறும்பும் குதூகலமும்! வெளிப்படையாகச் சொல்ல முடியாவிட்டாலும் மனசுக்குள்ளேயே சொல்லி மகிழ்வான்!)

உண்டபின் இரண்டரை மணி நேரந்தான் ஓய்வெடுத்துக் கொள்ள முடியும். மறுபடி சரியாக ஐந்து மணிக்கெல்லாம் உலை நீர் வைக்க வேண்டியதுதான்.

ரத்தன் இதற்குள் வீட்டுக்குப் போய் ஒரு தூக்கம் போடுவான். ஆனால் ஹஜாரியோ சூர்ணி ஆற்றங்கரைக் கோயில் அல்லது மரத்தினடியில் உள்ள ராதாவல்லபர் (பஜனை மண்டபத்தோடுள்ள) கோயிலிலோ தன்னந்தனியே அமர்ந்து பொழுது போக்குவதில் பொருள் இல்லாமல் இல்லை; அதை வீண் என்பதற்கில்லை.

இப்போதுதான் அவன் நின்று நிதானமாகச் சிந்தித்துப் பார்க்கும் நேரம். இதை விட்டால் இப்படி தனிமையில் சிந்திக்க நேரம் இருப்பதில்லை. மாலை ஏழு மணி வரை சமையற்கட்டில் உழைப்பதும், இரவு பதினொரு மணி வரை சாப்பிட வருபவர்களுக்கு வேண்டிய உபசரணைகள் செய்வதும், பன்னிரண்டு மணிவாக்கில் தானும் தன்னைப் போன்றவர்களும் உணவு கொள்வதும், அதன்பின் எசமானிடம் அரிசி, பருப்புக்குக் கணக்குக் கொடுத்துத் தீர்ப்பதுமாக நேரம் போய்விடும். இரவு ஒரு மணிக்குப் படுத்துக் கண்ணயரவே நேரம் இராதபோது, இரண்டு நிமிஷம் தனியே எண்ணமிட நேரம் எங்கே இருக்கும்? சூர்ணி ஆற்றங்கரைப் பக்கம் வந்தால் நிம்மதியாக இருக்கும்.

அக்கரையில் சாந்திபுர் போகும் செப்பனிடாத மண்பாதை. படகேறி அக்கரை போய்க்கொண்டிருப்பார்கள் மக்கள். கிராமத்து மூங்கில் தோப்பு, இலவமரம், மைதானம், வாழைத்தோப்பு, ஆமணக்கு மரம், வேலியாக அமைந்த குடியானவர்கள் வீடுகள்.

ஹஜாரி பீடி ஒன்றைப் பற்றவைத்துக்கொண்டு சிந்தனையில் மூழ்கினான்.

பேச்சூ சக்ரவர்த்தியின் ஓட்டலில் அவன் வேலைக்குச் சேர்ந்து ஐந்தாண்டு காலமாகிறது.

முதல்நாள் ராணாகாட்டுக்கு வந்து இந்த ஓட்டலில் சேர்ந்தது இன்றும் அவனுக்கு நினைவில் இருந்தது. காங்நாபுரிலிருந்து ராணாகாட்டுக்கு வந்து முதன்முதல் பேச்சூ சக்ரவர்த்தியின் ஓட்டலிலேதான் வேலை கேட்டான்.

முன்பக்க அறையில் எசமான் அமர்ந்திருந்தார்: "என்ன வேண்டும்?" என்று கேட்டார்.

ஹஜாரி, "சமையலுக்கு ஆள் தேவைங்களா? அதற்காகத்தான் வந்தேன், நாலு இடம் சுற்றிப்பார்க்கவும் நோக்கம். ஐயாவின் ஓட்டலில் வேலை கிடைக்குமா?"

"உன் பெயர் என்ன?"

"ஹஜாரிதேவ சர்மா. சக்கரவர்த்தி என்பது குலப்பெயர்."

அவனுடைய தந்தை இப்படி பதில் சொல்ல அவனைப் பழக்கியிருந்தார்.

"வீடு எங்கே?"

"காங்நாபுர் ஸ்டேஷனில் இறங்கி அங்கிருந்து எண்டோ சோலா கிராமத்துக்குப் போகவேண்டும்."

"நன்றாகச் சமைப்பாயா?"

"ஒருநாள் பண்ணிக்காட்டுகிறேன். மாமிசம், மீன் எது வேண்டுமானாலும் சமைப்பேனுங்க!"

"சரி; மூன்று நாள் சமையல் பண்ணிக் காட்டு! அப்புறம் மாசச் சம்பளம் ஏழு ரூபாய்க்கு வேலையில் வைத்துக்கொள்ளுகிறேன். சாப்பாடும் உண்டு. சம்மதமானால் இன்றைக்கே வேலையில் சேர்."

அன்றுமுதல் இன்று வரை அந்த ஏழு ரூபாய்க்கு மேல் ஒரு பைசா கூடச் சம்பள உயர்வு இல்லை. ஆனாலும், உண்ண வருபவர்கள் எல்லாரும் அவன் சமையலைப் புகழ்கிறார்கள். இத்தனைக்கும் வேலைக்காரி பத்மாவின் வாயிலிருந்து அவனைப் பாராட்டி நல்லதாக ஒரு வார்த்தை வந்து அவன் கேட்டதில்லை.

அவள் அவனைப் பாராட்டவேண்டாம்; இப்படிக் குத்திக்குதறி அடிக்க வேண்டுமா? பாவம், அவனோ பரம ஏழை. இந்த இடத்து வேலையை விட்டு அவன் வேறு எங்கேதான் போவான்? அது கிடக்கட்டும்; அதைப் பற்றி அவனுக்குக் கவலை இல்லை; அவனுடைய மனசில் ஒரு பெரிய ஆசை இருந்தது; ஆண்டவன் என்றாவது நிறைவேற்றினால்...! அப்புறம் அவனுடைய வருத்தமெல்லாம் போய்விடும்!

- ஓட்டல் வேலையில் அவன் கைதேர்ந்துவிட்டான்.
- தானே ஓர் ஓட்டல் வைக்கவேண்டும்.
- ஓட்டலுக்கு வெளியே பலகையில் இப்படி எழுதியிருக்கும்.

ஹஜாரி சக்கரவர்த்தி இந்து ஓட்டல், ராணாகாட்
கனவான்கள் மலிவான கட்டணத்துக்கு
உணவு பெற்று ஓய்வு கொள்ளலாம்!
வாருங்கள்! வந்து பாருங்கள்!
ஒருதரம் சுவைத்துப் பாருங்கள்!

எசமானைப் போல் நாற்காலியில் சாய்ந்து அமர்ந்து உணவுக் கட்டணச்சீட்டு விற்கலாம். சமையல்காரனும் வேலைக்காரியும் தன்னைச் 'சாமி' என்று அழைப்பார்கள்! தானே கடைவீதிக்குப் போய்க் கறிகாய், மீன் எல்லாம் வாங்கிவருவான். இந்த ஓட்டலில் நடப்பதைப்போல் வேலைக்காரியிடம் அந்தப் பொறுப்பை விட்டுவிட்டு அவன் சும்மா இருந்துவிடமாட்டான். உண்ண வருபவர்களுக்கு நல்ல பண்டமாகப் பரிமாறி அவர்களை மகிழ்வித்துத்தான் காசு பெறுவான். இந்தச் சில ஆண்டுகளாக அவன் தன் அனுபவத்தில் கண்டது இதுதான். நல்ல பண்டம், நல்ல சமையல் என்றால் இரண்டு பைசா மேலே போட்டுத் தர யாரும் சிணுங்க மாட்டார்கள்!

இதோ இந்த ஓட்டலில் நடப்பதுபோல் சூதுவாது வழிக்கு அவன் போகமாட்டான்! முசூரி பருப்பு வகையோடு விலை மட்டமான கேசரி பருப்பைக் கலக்கமாட்டான். கடைவீதியில் பூச்சிபுழு துளைத்த கத்தரிக்காய் விற்கிறதே, அதையோ, ரயில் வண்டியில் மலிவான விலைக்குப் பனிக்கட்டியில் வைத்து அனுப்பும் மீன் வகையையோ தேடிக்கொண்டு போய்த் தன் ஓட்டலுக்காக வாங்கவும் மாட்டான்!

இங்கே வந்து போகிறவர்கள் தங்க வசதி ஏதும் இல்லை. அப்படி ஓய்ந்து போகிறவர்கள் எவரேனும் வந்தால், எசமானின்

நாற்காலியில் அமர்ந்து ஒன்று அரை பீடி குடிப்பார்கள். ஆனால் ஹஜாரிக்கு என்ன தோன்றியது என்றால், "ஓய்வு எடுத்துக் கொள்ள வசதி இருந்தால் இங்கே நிறையப்பேர் வருவார்கள். அநேகம் பேர் உண்டதும் சற்றுத் தலை சாய்க்க வேண்டுமென்றுதான் விரும்புவார்கள்" என்பதுதான். எனவே தன் ஓட்டலில் உண்ண வருபவர்கள் சிலர் இப்படி ஓய்வெடுத்துக் கொள்ள ஓர் அறை ஒதுக்கிவைக்க வேண்டுமென்று எண்ணினான்.

அங்கே பெரிய பெஞ்சிலே ஜமுக்காளம் விரித்துப் போர்வையும் போட்டிருக்கும்; தலையணை இருக்கும். தாம்பூலம் புகையிலை போடவும், ஹுக்கா குடிக்கவும் வசதி இருக்கும். சற்று உறங்கலாம் என்று எவரேனும் விரும்பினாலும் உறங்கலாம். உணவு, ஓய்வு, தாம்பூலம்-புகையிலை போடுவது, மறுபடியும் ஓய்வெடுத்துக்கொள்வது, பிறகு புறப்படுவது - ராணாகாட்டில் எந்த ஓட்டலிலும் இப்படி ஒரு வசதி இல்லை. ஐது பாண்டுஜ்ஜேயின் ஓட்டலில்கூட இல்லை? தொழிலை நல்லபடியாக நடத்துவதென்றால் இந்த மாதிரி ஏற்பாடெல்லாம் அவசியமாகும். இப்படி ஏதும் இல்லாமல் ரயில் வண்டி வருகிற சமயத்தில் நிலையத்துக்குப் போய், சும்மா, "வாருங்கள் ஐயா! அசல் இந்து ஓட்டல்!" என்று கூவினால், உண்ண வருவார்களா மக்கள்?

உண்ண வருபவர்கள் நல்ல வசதியுள்ள இடமா, உணவும் நன்றாக இருக்கிறதா என்றுதான் தேடி வருவார்கள். யார் இப்படி வசதி செய்து தருகிறார்களோ, அவர்களை நாடித்தான் மக்கள் போவார்கள்.

ஹஜாரிக்கு இது நன்றாகத் தெரியும்; இன்று எந்த ஓட்டலிலாவது ஓய்வெடுக்கும் அறை என்ற வசதி அமைத்தால், நாளைக்கே பார்த்துக் கொண்டிருக்கையில் ராணாகாட் கடைவீதியிலுள்ள இந்து ஓட்டல்களிலெல்லாம் ஓய்வெடுக்க வசதியாகத் தாங்களும் அறை அமைத்து விடுவார்கள். எப்படியாவது உண்ண வருவோரை வளைத்துக் கட்டினால் போதும் என்றுதானே பார்ப்பார்கள்!

அப்படியும் ஒருதரம் இந்த மாதிரி வசதியை யார் முதலில் ஏற்படுத்திக் கொடுத்தார்களோ அவர்கள் பெயர்தான் ஓங்கும். இதுமட்டுமா, இப்படி இன்னும் எத்தனையோ திட்டங்கள் ஹஜாரியின் மனசில் குடிகொண்டு அவன் மூளையில் வேலை செய்தன! வழக்கு நிமித்தம் வருபவர்கள் நாள் முழுவதும் நீதி மன்றத்தில் உழன்றுவிட்டபிறகு, உண்டு இளைப்பாறி சீட்டாட்டம்

ஆட விரும்பலாம் இல்லையா? அதற்கும் வசதி செய்து தரலாம். ஏன், தாம்பூலம், புகையிலைக்கென்று அவர்கள் எதுவும் தரவும் வேண்டியதில்லை. தாங்களே மடித்துப் போட்டுக்கொண்டாலும் சரி; வேலைக்காரனையே மடித்துக் கொடுக்கச் சொன்னாலும் சரி, சம்மதந்தான்.

சூர்ணி ஆற்றங்கரையில் தன்னந்தனியாக அமர்ந்து எண்ணமிடும்போது அவனது மனசில் என்னென்னமோ திட்டமெல்லாம் தோன்றும். இவை எப்போதாவது நிறைவேறுமா? அவனது மன விருப்பம் பூர்த்தியாகுமா? வயசோ ஆகிவிட்டது, நாற்பத்தாறுக்கு மேல். வாழ்நாள் முழுவதும் ஏதும் செய்து முடிக்க இயலவில்லை. ஏழு ரூபாய்ச் சம்பளத்துக்கு மேல் இன்னும் ஏறவில்லை! பாவம், மிகவும் அடக்கமான மனுஷன், ஏழை! என்னது செய்தால் இன்னது நடக்கும் என்று எண்ணமிட்டு ஒரு முடிவும் காண அவனால் இயலவில்லை.

பின்னே தினந்தோறும் இதையே இந்தச் சூர்ணி ஆற்றங்கரையில் அமர்ந்து எண்ணிக் கொண்டிருப்பானேன்? நாற்பத்தாறு என்பது அப்படி ஒன்றும் அதிக வயதில்லை. இன்னும் ஆயுள் உண்டு. வேலையில் அவனுக்கு ஆர்வம் இருக்கிறது. எப்படியாவது ஓர் ஓட்டலைத் தொடங்கி, எவ்விதம் நல்ல பெயர் எடுக்க முடியும் என்று நாலு பேருக்குக் காட்டவேண்டும். அப்படி ஓட்டல் வைத்து நஷ்டப்பட்டாலும் பரவாயில்லை; அவன் வருத்தப்படமாட்டான்... நேரமாகிக்கொண்டே வந்தது.

இன்னும் அதிக நேரம் அங்கே உட்கார்ந்திருந்தால் சரிப்படாது. இத்தனை நேரத்துக்கு வேலைக்காரி பத்மா உலைநீர் வைக்க அடுப்பை மூட்டியிருப்பாள். தாமதமாகப்போனால் அவளிடம் திட்டுக் கேட்கவேண்டியிருக்கும். இன்னும் என்ன என்ன குறைகள் சொல்லுவாளோ? எசமானிடம், 'சமையல்கார ஹஜாரி கஞ்சா குடிக்கிறான்' என்று கோள் மூட்டியிருக்கிறாள்! இத்தனைக்கும் அவன் அதைத் தொட்டதும் இல்லை!

திரும்பும் வழியில் சின்னக்கடைவீதியில் ராதாவல்லபர் பஜனை மண்டபக்கோயில்.

இங்கேதான் நாள்தோறும் இந்த நேரத்தில் பக்தியுடன் அவன் ஆண்டவனை வணங்கி வழிபடுவது வழக்கம்.

"என் அப்பனே ராதாவல்லபா! உன் காலில் விழுந்து கேட்டுக் கொள்கிறேன். என் விருப்பத்தை நீதான் நிறைவேற்ற வேண்டும். இனியும் வேலைக்காரி பத்மாவின் துடைப்பக்கட்டை

அடியை என்னால் பொறுத்துக்கொண்டிருக்க முடியாது! இந்த எசமானுடைய ஓட்டலுக்குப் பக்கத்தில் நான் ஓர் ஓட்டல் வைக்க வேண்டும். அருள்புரி” என்று வேண்டிக்கொண்டான். ஓட்டலுக்குத் திரும்பி வந்து பார்த்தால் ரத்தன் டாகுர் இன்னும் வரவில்லை. பத்மா உலைநீர் வைக்க அடுப்பை மூட்டிவிட்டுப் போயிருந்தாள்.

பேச்சூ சக்ரவர்த்தி பகல் தூக்கம் போட்டுவிட்டு எழுந்து வீட்டிலிருந்து வந்ததும் வராததுமாக, ஹஜாரியைக் கூப்பிட்டுச் சொன்னார்: “இதோ பார்! இன்றைக்கு இங்கே சிலபேர் வருகிறார்கள். அவங்களுக்கு மாமிசம் தயார் பண்ணவேண்டும். ஏதோ விருந்துக்கு ஏற்பாடு பண்ணியிருக்காங்க. சீக்கிரம் எல்லா வற்றையும் கவனித்து முடித்தாக வேண்டும். அவங்களெல்லாம் மூர்சிதாபாத் வண்டியிலே திரும்பிப் போறாங்க... தெரிந்ததா... ரத்தன் இன்னும் வரவில்லையா?”

ஹஜாரிக்கு வருத்தம். ‘பேச்சூ சக்ரவர்த்தி நம் சமையல் மிகவும் நன்றாக இருக்கிறது என்று வெளிப்படையாக ஏன் சொல்ல மாட்டேன் என்கிறார்? இத்தனைக்கும் மாமிசம் சமைப்பதில் தேர்ந்தவன். அப்படியும் வாய்விட்டு ‘உன் சமையல் வெகுஜோர்!’ என்று இவர்கள் யாவரும் சொல்வதில்லையே!’... இது அவனுக்குத் தெரியாமல் இல்லை. இப்படிச் சமையல் செய்யக் கற்க அவன் எவ்வளவு பாடுபட்டிருக்கிறான்.

எப்படி இந்த மாதிரி நன்றாகச் சமையல் செய்யக் கற்றுக் கொண்டான் என்பதே பெரிய ராமாயணம்!

ஹஜாரிக்குப் பழைய நிகழ்ச்சிகளெல்லாம் நினைவுக்கு வந்தன. அவன் வாழும் எண்டோசோலா கிராமத்தில் பழைமை யான பிராமணக் குடும்பம் ஒன்றைச் சேர்ந்த விதவைக் கிழவி இருந்தாள். அப்போது ஹஜாரிக்கு வயது ஒன்பது அல்லது பத்து இருக்கும். சமையற்கலையில் அந்தக் கிழவி, வெறும் பெயரில்லை... பிரமாதமாகப் பெயரெடுத்தவள்! அந்தக் கிராமத்துக்கு வெளியிலும் அவளைப் பற்றி நன்றாகத் தெரியும்.

ஹஜாரியின் தாய் அவளிடம், “சித்தியம்மா! உங்களுக்கோ வயசாகிறது. எப்போது என்ன நேருமோ, யார் கண்டார்கள்! உங்கள் வித்தையை எனக்குக் கற்றுக்கொடுங்களேன்!” என்றாள்.

அந்தக் கிழவி, “சரி! உனக்கு ஒன்று கற்றுக்கொடுக்கிறேன். சச்சடி – அதுதான் காய்கறிகளை வதக்கிப் பொரியல் பண்ணும் விதத்தைக் கற்றுக் கொடுத்துவிட்டுப் போகிறேன்” என்றாள்.

கிழவி, ஹஜாரியின் தாய்க்கு இந்த ஒரு பண்டம் பண்ணக்

கற்றுக் கொடுத்தாலும் கொடுத்தாள்; அந்த ஒன்றைக் கொண்டே ஹஜாரியின் தாய் அந்தப் பக்கத்தில் எட்டு, பத்துக் கிராமங்களில் பெயர் எடுத்து விட்டாள்! கேட்பதற்கு எளிமையான செய்திதான்; வெறும் கறிகாய்களை வதக்கிப் பொரித்த பண்டம்! இதில் அப்படி என்ன இருக்கிறது! ஆனால் இதற்கு விளக்கம் வேண்டுமானால் ஹஜாரியின் தாயே தன் கையால் செய்த இந்தச் 'சச்சடி'யைச் சுவைத்துப் பார்த்தாக வேண்டும்!

ஆனால் துரதிர்ஷ்டவசமாக ஹஜாரியின் தாய் இப்போது உயிரோடு இல்லை; முந்தைய ஆண்டுதான் போய்விட்டாள்.

தன் தாயின் இந்தச் சிறப்பான சமையல் முறையை அவளது வாரிசாக இருந்த ஹஜாரி கற்றுக்கொண்டுவிட்டான். மாமிசம், மீன், எதுவாக இருந்தாலும் நன்றாகச் சமைப்பான். அதிலும் அவன் 'சச்சடி' செய்யும் விதம் சிறப்பானது! பேச்சூ சக்ரவர்த்தியின் ஓட்டலில் ஒருதரம் அதை ருசி பார்த்தவர்கள் மறுபடியும் மறுபடியும் இங்கேயே வருவது வழக்கம். ரயிலடிக் கடைவீதியில் அத்தனை ஓட்டல்கள் இருந்தும், வருபவர்கள் வேறெங்கும் போகமாட்டார்கள்; இந்த ஓட்டலுக்குத்தான் வருவார்கள்.

இன்றும் மாமிசம் சமைக்கும் பொறுப்பு ஹஜாரிக்குத்தான். வந்தவர்கள் மாமிச உணவு புசித்துவிட்டு அபாரமாகப் புகழவும் புகழ்ந்தார்கள். ஆனால் உண்மையில் இதனால் ஹஜாரியைப் பொறுத்தவரை லாபம் ஏதும் இல்லை – வெறும் புகழ்ச்சியைத் தவிர! வேலைக்காரி பத்மா ஒரு வார்த்தை கூடப் பாராட்டிப் பேசவில்லை. பேச்சூ சக்ரவர்த்தியும் அப்படியேதான் இருந்தார்.

இரவு வெகுநேரமாயிற்று. ஹஜாரி உணவு உண்ண அமர்ந்தான். தான் தன் கையால் இவ்வளவு நன்றாகச் சமைத்த மாமிசம் அவனுக்குக் கிட்டவில்லை! இருந்த கொஞ்சநஞ்சத்தில் பெரும் பகுதியை எசமான் தமது வீட்டுக்கு அனுப்பிவிட்டார். மீதி இருந்ததையும் வழித்து எடுத்துக்கொண்டு போய்விட்டாள் பத்மா!

இரவு உண்ணும்போது இத்தகைய சங்கடந்தான் தினமும் ஏற்படும். அவனுக்கென்று துளியும் கிட்டாது. மீனும் மாமிசமும் கிடக்கட்டும். சில நாள்களில் சோறுகூடக் குறைவாகவே கிட்டும். வயசு நாற்பத்தாறு ஆனாலும் ஹஜாரி வயிறார உண்ணக் கூடியவன்தான்; உண்ணவும் பிடிக்கும்; ஆனால் முக்கால்வாசி நாள் அவனது வயிறு நிரம்புவதேயில்லை, பாவம்!

இரவு பன்னிரண்டரை மணி. எசமான் கணக்குவழக்கு

களைச் சரிபார்த்து முடித்து விட்டுப் புறப்பட்டுப் போய்விட்டார். ஓட்டலில் ஹஜாரியையும் வேலையாள் மதியையும் தவிர இரவு எவரும் தங்குவதில்லை. பத்மா போய் வெகுநேரமாகிவிட்டது. இங்கே இரவு பத்து மணிக்குமேல் அவள் என்றும் இருந்ததில்லை.

வேலையாள் மதி, "வருகிறீங்களா! சின்னக்கடை வீதியிலே தெருக்கூத்து நடக்கிறது. போய்ப் பார்க்கலாம்." என்றான்.

"இவ்வளவு நேரத்துக்குமேலே தெருக்கூத்தா! பைத்தியமா என்ன? நாள் முழுவதும் உழைத்துவிட்டு இந்தப் பொழுதுபோக்கு வேடிக்கையெல்லாம் வேண்டியிருக்கிறதா... நான் வரவில்லை. நீ வேண்டுமென்றால் போய்வா! வந்ததும் உக்கிராண* அறைக் கதவைத் தட்டு! நான் வந்து திறக்கிறேன்" என்றான் ஹஜாரி.

வேலையாள் மதி, வாலிபன்; அவனுக்கு இந்தப் பொழுது போக்கு, வேடிக்கையெல்லாம் வேண்டியிருந்தது. அவன் வெளியே கிளம்பிவிட்டான்

ஆனாலும் அவன் வெளியேறிய சிறிது நேரத்துக்கெல்லாம் யாரோ வந்து கதவைத் தட்டவே, ஹஜாரி எழுந்துபோய்க் கதவைத் திறந்தான். இதென்ன, பக்கத்து ஓட்டல் முதலாளி ஜது பாண்டுஜ்ஜேதான் வந்திருந்தார்! வாயிற்படிக்கு வெளியே அவர் நிற்பதைக் கண்டதும் ஹஜாரி வியப்புற்றான். ஜது பாண்டுஜ்ஜேயின் ஓட்டலுக்கும் இவர்கள் ஓட்டலுக்கும் இடையே போட்டா போட்டி வியாபாரம்! அவர்போய் இரவு இந்த நேரத்தில் இங்கே எதற்காக வந்தார்? இப்படி எப்போதும் வந்ததில்லையே! ஹஜாரி பெருமை பொங்க அவருக்கு வணக்கம் தெரிவித்தான். ஜது பாண்டுஜ்ஜே ஓர் ஓட்டலுக்கு முதலாளி. ஆகவே, ஹஜாரி அவரைத் தன் எசமானுக்கு ஈடாகவே எண்ணி வரவேற்றான்.

ஜது பாண்டுஜ்ஜே "இன்னும் யாராவது உள்ளே இருக்கிறாங்களா?" என்றார்.

அவர் எதற்காக வந்தார் என்று புரியாமல் ஹஜாரி விழித்தான். பணிவுடனேயே "யாரும் இல்லைங்க, ஐயா! நான் மட்டுந்தான் இருக்கிறேன்... மதி இருந்தான். இப்போதுதான் சின்னக்கடை வீதிக்குத் தெருக்கூத்துப் பார்க்கப்போனான்..." என்றான்.

ஜது, "வா! உள்ளே போய் உட்காரலாம். உன்னோடு ஒன்று பேசவேண்டும்" என்றார். உள்ளே நுழைந்து அவர் பேச்சூ சக்ரவர்த்தியின் ஆசனத்தில் அமர்ந்து ஒருமுறை நாற்புறமும்

★ பொருட்களை வைக்கும் அறை (ஸ்டோர் ரூம்).

நோட்டம் விட்டு, "இங்கே உனக்கு எவ்வளவு தருகிறாங்க?" என்றார்.

"மாசம் ஏழு ரூபாயும் சாப்பாடும்."

"துணிமணி தருகிறாங்களா?"

"உம். வருஷத்துக்கு இரண்டுதரம் துணி வாங்கித் தருவாங்க."

ஐது பாண்டுஜ்ஜே கனைத்துத் தொண்டையைச் சரிப்படுத்திக் கொண்டு "இதைக்கேள். என் ஓட்டலில் நீ வேலைக்கு வந்து விடுகிறாயா? உனக்குப் பத்து ரூபாய் சம்பளம் தருகிறேன்; சாப்பாடும் உண்டு. வருஷத்துக்கு மூன்று தடவை துணி வாங்கித் தருகிறேன். சலவை, சவரம், எண்ணெய், புகையிலை எல்லா வசதியும் உண்டு. வருகிறாயா?" என்றார்.

ஹஜாரி உண்மையிலேயே வாயடைத்து நின்றான். அவனால் சற்று நேரம் பதிலே பேச முடியவில்லை. பிறகு, "ஐயா! இப்போதே சொல்வதற்கில்லை. யோசித்துச் சொல்லுகிறேன்." என்றான்.

"இன்னும் யோசிப்பானேன்? நான் சொன்னால் சொன்னபடி நடப்பவன். நீ நாளைக்கே இந்த ஓட்டலை விட்டுவிட்டு என்னுடைய ஓட்டலுக்கு வந்துவிடு. நாளையிலிருந்தே உன்னை வேலைக்கு வைத்துக் கொள்ளத் தயார். இருந்தாலும் பேச்சூ சக்ரவர்த்தியோடு மனஸ்தாபப்படாமல் பார்த்துக்கொள்ளவேண்டும்! அவரும் வியாபாரி, நானும் வியாபாரி பார்!"

ஹஜாரியின் தலை சுழன்றது. தாங்கள் இருவரும் பேசுவதை யாரும் பார்த்திருப்பார்களோ! பத்மா எங்காவது ஒளிந்து கொண்டு ஒட்டுக் கேட்கிறாளா... அவன் பரபரப்புடன், "இப்போது ஒன்றும் சொல்வதற்கு இல்லைங்க... நாளைக்கு யோசித்துப் பார்த்துச் சொல்லுகிறேன். நாளை இரவு இந்நேரத்துக்கு வாருங்கள்" என்றான்.

ஐது பாண்டுஜ்ஜே புறப்பட்டுப் போய்விட்டார்.

ஹஜாரி கஞ்சாவே சாப்பிடுவதில்லை என்பது முழு உண்மையாக இல்லாவிட்டாலும் அதை மிகச் சிறிதளவுதான் - அதுவும் பத்துப்பேர் அறியாமல்தான் - சாப்பிடுவான். இன்று இந்தப் பேச்சு நடந்தபின் அதில் ஒரு சிறு உருண்டையாவது உருட்டி வாயில் போட்டுக்கொள்ளாமல் இருக்க அவனால் முடியவில்லை. இந்த உலகத்தில் இதுவரை யாரும் அவனை நல்லவன் என்றோ, சாது என்றோ ஒப்புக்குப் பாராட்டினாலும் இனாமாக ஏதும் அவனுக்குக் கொடுத்ததில்லை. உண்ண வருபவர்களின் பாராட்டுகளால் வயிறு நிரம்பிவிடுமா?

ஐது பாண்டுஜ்ஜே அவனைத் தேடிக்கொண்டு தாமே வந்தார். அவனுக்குப் பத்து ரூபாய் சம்பளம் (அதோடு சாப்பாடு, சலவை, சவரம் இனாம் வேறு) அளிக்க முன்வந்திருக்கிறார்!

இத்தனை நாளாக இங்கே ராணாகாட் கடைவீதியிலேதான் இருக்கிறான். அவன் யாரோடும் எப்போதும் பழகுவதில்லை, பழகவும் அவனுக்கு விருப்பமில்லை. அவனது வாழ்நாள் லட்சியம், பத்துப் பேரோடு சேர்ந்து அரட்டை அடிப்பதாலோ, கஞ்சா குடிப்பதாலோ நிறைவேறிவிடுமா? அவன் உழைத்தாக வேண்டும்; கடைகண்ணி நிலவரம் எப்படி என்று தெரிந்தாக வேண்டும். நல்லதாக ஓர் ஓட்டல் நடத்துவதற்குரிய மூலதனம் தேடித் திரட்டவேண்டும். இந்த உலகில் முன்னேற வேண்டுமானால், பத்துப்பேர் முன்னால் 'பெரிய மனுஷன்' என்று பெயர் எடுக்க வேண்டுமானால், பிறர் வாயால் தன் பெயரையும் புகழையும் கேட்கவேண்டுமானால், அதற்காக அவன் முயன்றுதான் ஆகவேண்டும். சிரமப்பட்டுத்தான் தீரவேண்டும்! பத்துப் பேரோடு கூடி அரட்டை அடித்துக்கொண்டும் கஞ்சா குடித்துக்கொண்டும் திரிந்தாலோ, வேலைக்காரன் மதியைப் போல் சின்னக்கடை வீதியில் திருவிழாவையொட்டி நடக்கும் தெருக்கூத்தைப் பார்த்துக் கொண்டிருந்தாலோ என்ன பயன்?

இரவு வெகுநேரமாயிற்று... மூளையில் சூடேறிவிட்டது. தூக்கம் வருவதாகத் தெரியவில்லை. அப்போது கதவைத் தட்டும் ஒலி கேட்டது. ஹஜாரி எழுந்து வந்து கதவைத் திறந்தான். வேலையாள் மதிதான் வந்துவிட்டான் என்று முன்பே தெரியும் அவனுக்கு. மதி உள்ளே நுழைந்து, "இன்னுமா தூங்கவில்லை, ஐயா! முழிச்சிக்கிட்டிருக்கீங்களே!" என்றான்.

ஹஜாரி கஞ்சா உருண்டையை மறைத்து வைத்து விட்டுத்தான் மதிக்குக் கதவைத் திறந்தான். "எப்படித் தூங்குவது? ஒரே புழுக்கம்! நாள் முழுவதும் நெருப்பிலே வேக வேண்டியிருக்கிறது. தெருக்கூத்தைப் பார்த்தாயா?" என்று கேட்டான்.

"அங்கே நிற்கக்கூட இடம் இல்லை. ஏகக்கூட்டம்! திரும்பி வந்துவிட்டேன். வேறு ஓர் இடத்துக்குப் போய்வரலாமா?"

"எங்கே?"

"நம் பேட்டைக்குள்ளேதான். தூக்கம் வரவில்லை என்றால், சற்றே சுற்றிவிட்டுத்தான் வரலாமே! நீங்கள்தான், பாவம், என்றைக்குமே எங்கேயும் போகிறதில்லையே?"

ஹஜாரி, "நீங்களெல்லாரும் இளம் பிள்ளைகள். எனக்கோ வயசு நாற்பத்தாறு ஆகிறது. உன் தகப்பன் வயசுக்கு ஈடு. என்னோடு ஏனப்பா இந்தப் பேச்செல்லாம்? உன் விருப்பம்போல் செய். நீ பேய்வா!" என்றான்.

"முதலாளிகிட்டேயும் பத்மா அக்காகிட்டேயும் ஒன்றும் சொல்லாதீங்க ஐயா! உங்கள் காலிலே விழுந்து கும்பிடுகிறேன்."

மதி இப்படிச் சொன்னதும், ஹஜாரியின் மனசில் நேர்மாறான ஒரு புதிய எண்ணம் தோன்றியது ஆச்சரியந்தான்! உயர்ந்த லட்சியம் ஒன்று உண்டு ஹஜாரிக்கு. வேலைக்காரன் மதியைப் போல் இரவு முழுவதும் மனம் போனபடி திரிந்து நேரத்தை வீணாக்கினால் ஆண்டவன் தன்மீது இரக்கப்படமாட்டான் என்று பட்டது அவனுக்கு... மதிக்கும் என்ன தோன்றியதோ, அவன் வெளியே கிளம்பவில்லை. பாத்திரம் பண்டம் வைக்கும் ஒட்டு அறையில் போய்ப் படுத்தான். ஓட்டலின் பித்தளை வெண்கலத்தட்டு, பாத்திரம் இவை சமையலறையருகில் ஒரு பீரோவில் இருக்கும். அவ்வப்போது இவற்றை வெளியில் எடுத்துப் பயன்படுத்துவதால் 'பற்றுப்'பட்ட இவற்றைத் துலக்கித் துடைத்து, எல்லாம் சரியாக இருக்கின்றதா என்று தாமே நின்று எண்ணிப் பார்த்து பீரோவில் அடுக்கிவைத்துப் பூட்டிக்கொண்டு சாவியைக் கையோடு எடுத்துப் போவது பேச்சூ சக்ரவர்த்தியின் வழக்கம். ஹஜாரியும் அங்கேதான் படுப்பான்; அவன் இன்று வெளி மேடை பெஞ்சியில் அங்கே தன் பழைய கோரைப் பாயை விரித்துப் போட்டுப் படுத்தான்.

ஊஹும்... ஐது பாபுவின் ஓட்டலுக்கு அவன் போக மாட்டான்! எந்த ஓட்டலில் வேலை செய்தாலும் சமையற்காரன் உழைத்துத்தான் ஆகவேண்டும்! இந்த ஓட்டலில் பத்மா இருக்கிறாள். இதேமாதிரி அந்த ஓட்டலில் யார் இருப்பார்களோ, யார் கண்டார்கள்! அதுவும் தவிர, பேச்சூ ஐயா ஐந்தாண்டுகளாக அவனை வேலைக்கு வைத்துக்கொண்டு சோறு போடுகிறார். அற்பத்துக்கு ஆசைப்பட்டு, இத்தனை நாளாகச் சோறுபோட்டுக் காத்தவரைக் கைவிட்டுப் போவது நல்லதில்லை என்றுதான் அவனுக்குப் பட்டது.

ஆகவே, தானே சொந்தமாக ஓர் ஓட்டல் வைப்பது என்பதுதான் அவனது லட்சியமாக இருந்தது. சமையல்காரனாக இருந்தாக வேண்டும் என்ற நிலையில் இந்த ஓட்டலிலேயேதான் அவன் இருக்க வேண்டும். வேறு எங்கும் போகக்கூடாது. அப்புறம் ராதாவல்லபன் மனம் வைத்தானானால் அது வேறு

சங்கதி; அப்போது பார்த்துக்கொள்ளலாம் என்ற முடிவுக்கு வந்தான் ஹஜாரி.

மறுநாள் விடியற்காலையில் வேலைக்காரி பத்மா வந்து கூவினாள்: "டாகூர், கதவைத்திற! இன்னுமா தூங்குகிறாய்? அப்பப்பா! கும்பகர்ணன் கூட உன்கிட்ட தோற்றுவிடுவான் போல் இருக்கிறதே!"

ஹஜாரி பரபரவென்று பெஞ்சிலிருந்து எழுந்து, தன் கிழிசல் பாயைச் சுருட்டி வைத்துவிட்டுக் கதவைத் திறந்தான். சற்று நேரத்துக்கெல்லாம் பேச்சூ சக்ரவர்த்தியும் வந்துவிட்டார். வாயிற்படி, நாற்காலி, மேஜை, காசு வைக்கும் பெட்டி இவற்றின் மேலெல்லாம் கங்கை நீரைத் தெளித்து விட்டு, அந்தப் பெட்டியின் மேல்மூடியையும் துளி கங்கை நீரால் துடைத்ததும் பத்மாவிடம், "சாம்பிராணி தூபம் போடு...உம்...நேரமாகிவிட்டது. இன்றைக்குச் சந்தைநாள் வேறே! வியாபாரிகளெல்லாம் வந்து கூடுவார்கள். சீக்கிரமாக அடுப்பை மூட்டு. அதோடு அன்றைக்குச் செய்த மாதிரி ஊளைத்தயிர் கியிர் கொண்டு வந்து வைக்காதே! அப்புறம் நம் பெயரே கெட்டுவிடும்! கடைசியில் சானிடரி இன்ஸ்பெக்டரின் கண்ணில் பட்டதோ மாட்டிக்கொள்வோம். அதெல்லாம் எதற்கு?" என்றார்.

அவர் வியாபாரிகள் என்று குறிப்பிட்டவர்கள் குக்கிராமத்துக் குடியானவர்கள்தாம். அவர்களுக்குத் தயிர் என்றால் மிகவும் பிடிக்கும் என்பதால், ஒவ்வொரு வாரமும் சந்தை நாளன்று இவ்வளவு பானைத்தயிர் தருவிப்பது என்று ஏற்பாடு செய்திருந்தார். இந்தத் தயிரை பத்மா தன் வீட்டிலேயே தயாரித்து ஓட்டலுக்கு விற்று இரண்டு காசு லாபம் சம்பாதிப்பாள். எனவே, முதல் தரமான தயிரைக் கொண்டு வரமாட்டாள் என்று சொல்லத் தேவையில்லை!

பத்மா முகத்தை ஒரு திருப்புத்திருப்பி, "என்ன சாமி, இவ்வளவு மட்டமாகப் பேசுகிறீர்களே நான் கொண்டு வந்த தயிரைப் பற்றி 'இது ஊளைத்தயிர், அது அழுகிப்போன மீன்' என்று! யார் சொன்னது இதெல்லாம்? அந்த எரிமூஞ்சிச் சமையல்காரன் ஹஜாரிதானே? அவன் ஆக்குகிற கருமாந்திரச் சோறும் அவனும்...!" என்று கூவினாள்.

இப்படித் தயிரைப் பற்றிப் பேச்செடுத்தவன் ஹஜாரிதான்.

ஆனாலும், 'இது ஊளைத்தயிர்' என்றோ 'நல்ல தயிர்' என்றோ அவன் சொல்லவில்லை! வருகிற விவசாயிகள், 'இந்த மாதிரி மோசமான தயிரை எங்களுக்கு ஊற்றினால் பதினாலு பைசாவுக்குப் பதிலாகப் பன்னிரண்டு தான் கொடுப்போம்...அதற்கு மேலே பெயராது' என்றார்கள். இதைத்தான் அவன் சொன்னான்.

பத்மா, சமையலறை வாயிற்படியில் கால் வைத்தபடி சண்டைக்குத் தயாராக உரத்த குரலில், "ஏன் ஐயா! அந்தத் தயிர் ஊளைத்தயிர் என்று உனக்கு யார் ஐயா சொன்னார்கள்?" என்றாள் கோபம் பொங்க.

ஹஜாரி மென்று விழுங்கியபடி, "சாது மண்டலும், அவனுடைய தம்பி மகனும் வாரத்தில் ஒவ்வொரு சந்தை நாளிலும் இங்கேதானே சாப்பிடுகிறாங்க; அவங்கதான் சொன்னாங்க!" என்றான்.

"அவங்க சொன்னாங்களா? உன் மென்னியைப் பிடித்துச் சொன்னாங்களில்லையா? உன்னைப்போல் குட்டிக் கலகம் பண்ணுகிற பொறாமைக்கார ஆசாமியை நான் பார்த்ததேயில்லை! நான் தயிர் கொண்டு வருகிறேன் என்று உனக்குப் பொறாமை வெடித்துக்கொண்டு வருகிறது; எனக்குத் தெரியாதா என்ன? உன் தொடுப்பு குஸுமா இருக்கிறாளே, அந்த இடைச்சியின் கள்ளப் பெட்டியில் காசு குவியாவிட்டால் உன் மனசு நிம்மதியாகுமா? உன்னைப்போல் கஞ்சா குடிக்கிறவன் எங்கேயிருந்து வந்து சேர்ந்தாயோ தெரியவில்லை!"

ஹஜாரி நாக்கைக் கடித்தபடி, "சீச்சீ! பத்மா, நீ என்ன இப்படியெல்லாம் பேசுகிறாய்? நன்றாகவே இல்லை! குஸுமாவின் தகப்பன் வீடு எங்கள் ஊரிலேதான் இருக்கிறது. என்னைப் பெரியப்பா என்றுதான் கூப்பிடுவாள் அவள். நான் அவளை என் மகளாகத்தான் எண்ணி வருகிறேன். அவளை நீ இப்படிச் சொன்னால் மகாபாவம்!" என்றான்.

இதற்கு பத்மா சொன்ன பதிலை எழுத்தால் எழுதி வெளியிட முடியாது.

ஹஜாரியின் கண்களினின்று நீர் பெருகியது. குஸுமாவை உண்மையிலேயே அவன் தன் மகளாகவே எண்ணி அவளிடம் அன்பு செலுத்தினான். அவனது ஊரைச் சேர்ந்த ரசிகலால் கோஷ் என்பவனின் மகள் குஸுமா. ராணாகாட்டில் இருந்தது அவளது புக்ககம். இளவயதிலேயே விதவையாகிவிட்டாள். இப்போது பால், தயிர் விற்றுத் தன் இரண்டு சின்னஞ்சிறு புதல்வர்களை

வளர்த்து வந்தாள். மாமியார்க்கிழவி ஒருத்தியைத்தவிர அங்கே வேறு யாரும் இல்லை.

திடீரென்று ஒருநாள் ஹஜாரியும் அவளும் வழியில் சந்திக்க நேர்ந்தது.

"பெரியப்பாவா! சற்று நில்லுங்கள்; காலைத்தொட்டுக் கண்ணில் ஒற்றிக் கொள்ளுகிறேன்... எங்கே இந்தப்பக்கம்?"

"அடேடே! நீ எங்கே இந்தப் பக்கம் வந்தாய்?"

"இங்கேதான் என் மாமனார் வீடு... சின்னக்கடை வீதி பஜனை மண்டபத்துக்குப் பக்கத்திலேயே! ஊரிலிருந்து இப்போதுதான் வந்தீங்களா?"

"இல்லையம்மா! ரயிலடிக் கடைவீதியிலுள்ள ஓட்டலில் வேலை செய்கிறேன். ஆறேழு மாச காலம் ஆகிறது!"

உள்ளூரில் பழக்கமானவர்கள் இரண்டு பேரும் இப்படி வெளியூரில் ஒருவரையொருவர் காண நேர்ந்தது இருவருக்குமே மகிழ்ச்சியாக இருந்தது. குஸுமா அதுமுதல் ஹஜாரி இருந்த ஓட்டலில் பால், தயிர் விற்று வரலானாள். அவள் பாவம், ஏழை என்று ஹஜாரி பலசமயம் ஓட்டலில் சமைத்த பண்டங்களை ஒளிவுமறைவாக ஒரு தட்டில் எடுத்துக்கொண்டு வந்து தருவான். பால், தயிர் விற்று விட்டுத் திரும்பும்போது குண்டு என்பவனின் ஜவுளிக்கடை இருக்கும் இடத்தில் சந்தில் காத்திருந்து அவற்றைக் கையில் வாங்கிக்கொண்டு செல்வாள் குஸுமா. இப்படி இவர்கள் நெருங்கிப் பழகுவது பத்மாவின் கண்ணில் படாமல் இல்லை. அவள் ஏன் குத்திக் காட்டாமல் இருப்பாள்?

வழக்கம்போல பிற்பகலில் ஹஜாரி சூர்ணி ஆற்றங்கரைப் பக்கம் சென்றிருந்தான். அப்போது குஸுமாவைக் காண நேர்வது உண்டு.

குஸுமா தயிர்ப்பானையைக் கையில் தொங்கவிட்டுக் கொண்டு வீடு திரும்பிக் கொண்டிருந்தாள். அவளுக்கு வயசு இருபத்து நாலு அல்லது இருபத்தைந்து இருக்கும். ஆரோக்கியமான உடற்கட்டு. கறுப்பு நிறந்தான்; மிகவும் அமைதியான முகத்தோற்றம். ஹஜாரி கேட்டான்: "இவ்வளவு நேரத்துக்கா வீடு திரும்புகிறாய்?"

குஸுமா, "பெரியப்பா! ரொம்ப நேரந்தான் ஆகிவிட்டது. என்னிடம் பால் இல்லை. கணக்குப்பிள்ளைகள் தெருவிலிருந்து வாங்கி வந்து விற்றுவிட்டு வீடு திரும்ப வேண்டியிருக்கிறது. எங்கள் வீட்டுக்கு வந்துவிட்டுப் போங்களேன்!" என்றாள்.

“வேண்டாம்! இப்போது எங்கே வரமுடியும்? நீ போய்ச் சாப்பிட்டு விட்டு உன் வேலையைக் கவனிக்க வேண்டாமா? போய்வா அம்மா!”

குஸுமா அவனை அவ்வளவு எளிதில் விட்டுவிடுவாளா? “பெரியப்பா! என் சாப்பாட்டைப் பற்றிக் கவலை இல்லை. மாமியார் செய்து வைத்திருப்பாங்க. போய்ச் சாப்பிட்டுக் கொள்வேன்... எத்தனை நேரம் ஆகப்போகிறது? வந்துட்டுத்தான் போங்களேன்... வர மாட்டீங்களா!” என்றாள்.

அதற்கு மேல் என்ன செய்வது? ஹஜாரி அவளுடன் போகவேண்டியிருந்தது. தட்டிகள் போட்டுத் தடுத்த பெரிய குடிசை வீடு. அங்கே குஸுமாவின் மாமியார் இருந்தாள். இன்னொரு பகுதியில் நாலாகத் தடுத்த சின்னக் குடிசை வீட்டில் குஸுமா தன் இரண்டு சின்னப் புதல்வர்களுடன் இருந்துவந்தாள். மாமியாரோடு அவ்வளவாக ஒட்டுதல் இல்லை குஸுமாவுக்கு.

அவள் தன் அறையில் ஹஜாரியை அழைத்துப் போய் அமர வைத்தாள். அங்கே ஒரு பெஞ்சில் படுக்க ஒழுங்காக ஜமுக்காளம் விரித்திருந்தது. பெஞ்சின் கீழே பழைய உருளைக் கிழங்கு குவித்து வைத்திருந்தது. ஒரு மூலையில் பல சிறு பானைகளும், பெரிய பானை ஒன்றும் இருந்தன. மூங்கில் கழியில் உலர்த்திய சில துணிமணிகள். ஒருபக்கம் பளபளவென்று தேய்த்து வைத்த பித்தளை-வெண்கலப் பாத்திரங்கள். அறையை ஒரு நோட்டம் விட்டதும் ஹஜாரி, ‘குஸுமா நன்றாகத்தான் வீட்டை வைத்துக்கொண்டிருக்கிறாள்’ என்று மனசுக்குள்ளேயே சொல்லிக்கொண்டான்.

குஸுமா, “வெற்றிலை போட்டுக்கொள்கிறீர்களா, பெரியப்பா?” என்றாள்.

“கொண்டுவா...! நீ போய் முதலில் சாப்பிடு. நேரமாகிறது பார்!”

ஆனால் குஸுமாவோ சாப்பிடுவதாகத் தெரியவில்லை. ஹஜாரியிடம் வெற்றிலைப் பாக்குக் கொண்டுவந்து கொடுத்து விட்டு எதிரே அமர்ந்து வளவளவென்று பேசத் தொடங்கிவிட்டாள்.

சுமார் ஒரு மணிநேரம் இப்படியே கழிந்துவிட்டது. அப்படியும் அவள் நகருவதாகத் தெரியவில்லை. இதைப் பார்த்ததும் ஹஜாரி பரபரப்புடன், “நீ சாப்பிடப் போகமாட்டாய்? நான் இதோ புறப்படுகிறேன். மறுபடியும் ஓட்டலுக்குப் போய்ச் சீக்கிரம் அடுப்பு மூட்டியாகவேண்டும்.” என்றான்.

குஸுமா, "இதோ போகிறேன் சாப்பிட" என்றாள். அப்புறமும் அவள் போகாமலேதான் இருந்தாள்...

அவள் அப்பா போய்விட்டாராம்; உடன்பிறந்தவர்கள் அவளை ஏழை என்பதாலோ, அல்லது தங்கள் மனைவிமார் ஏதாவது எண்ணிக் கொள்ளப்போகிறார்களே என்றோ, பிறந்த வீட்டுக்கு அழைத்துப் போகவில்லை. தானே இரண்டொரு தடவை போனாள்; ஆனால் அதிக நாள் அங்கே நிலைக்க முடியவில்லை. அண்ணிமாரின் போக்கு நன்றாக இல்லை... ஹஜாரியோடு குஸுமா இவற்றைக் குறித்துத்தான் பேசிக்கொண்டிருந்தாள். சிறுவயதில் கிராமத்தில் என்ன செய்துகொண்டிருந்தாள் என்பதைப் பற்றிப் பேசிப்பேசி ஓயவில்லை!

"இங்கே சோளத்தட்டை விலைகொடுத்து வாங்க வேண்டியிருக்கிறது. அங்கே ஊரிலே ஜுகிபாடா வயல் வெளியில் நாங்கள் சோளத்தட்டை பறிக்கப்போனோம், பெரியப்பா! அப்போது எனக்கு வயது ஒன்பது இருக்கும். நானும் பானை செய்யும் சாது ஐயாவின் மகள் ஆதர் என்பவளும் ஆக இரண்டு பேரும் சேர்ந்து, சோளத்தட்டை பறித்து வரப்போனோம். அங்கே ஒருத்தன் இளஞ் சோளத்தட்டையைப் பறித்துப் பறித்து தின்றுகொண்டிருந்தான். எங்களைப் பார்த்தானோ இல்லையோ எகிறிக் குதித்து என்னமாக ஓடினான் தெரியுமா? நாங்கள் சிரித்துச் சிரித்து மாய்ந்து போனோம்! எங்கள் வயல் தெரியும் இல்லையா உங்களுக்கு, அங்கேதான்!" இப்படிச் சொல்லி வாயிலே சேலைத்தலைப்பை மூடிக்கொண்டு கவிழ்ந்து விழுந்து விடுவதுபோல் அவள் பகபகவென்று சிரித்தாள்.

ஹஜாரி பார்த்தான். 'இவளுடைய குழந்தைத்தனமான பேச்சைக் கேட்டுக்கொண்டிருந்தால் நாம் நம் ஓட்டல் போய்ச் சேர நேரமாகிவிடும். பத்மா வேறே மூஞ்சியைக் கோணிக்கொண்டு நமக்கு வெறுப்பூட்டுவாள்' என்று பட்டது அவனுக்கு.

அவன் எழுந்து புறப்படத் தயாரானான். அப்போது குஸுமா, "இருங்கள், பெரியப்பா! உங்களுக்கு ஒரு பண்டம் வைத்திருக்கிறேன். அதைத் தரவேண்டுமென்றுதான் உங்களை இங்கே அழைத்து வந்தேன்." என்றாள். இப்படிச்சொல்லிவிட்டு, ஒரு துணி மூட்டையைத் திறந்து பின்னல் வேலைப்பாடால் அமைந்த ஒரு விரிப்பை வெளியிலே எடுத்தாள். அதை ஹஜாரியின் எதிரே பிரித்துக்காட்டி, "எப்படி இருக்கிறது விரிப்பு?" என்றாள்.

"அடாடா! அற்புதம்!"

குஸுமா அந்த விரிப்பை மடித்தபடி புன்முறுவலுடன், "நீங்கள் இதை இனிமேல் ராத்திரி விரித்துப்போட்டுப் படுத்துக் கொள்ளுங்கள்! பாவம், நீங்கள் ஓட்டலில் வெறும் பாயில் படுப்பீர்கள். பல நாளாக உங்களுக்கு ஒரு விரிப்புப் பின்னித் தரவேண்டுமென்று எனக்கு ஆசை. அதனால்தான் இரண்டு மூன்று மாசமாகக் கொஞ்சங் கொஞ்சமாக இதைப் போடத் தொடங்கி ஐந்தாறு நாளுக்கு முன்னேதான் போட்டு முடித்தேன்" என்றாள்.

ஹஜாரிக்கு ஒரே மகிழ்ச்சி!

குஸுமாவின் தந்தை ரஸிக கோஷும் இவனும் சம வயது. குஸுமாவை இவன் தன் மகளாகவே கருதி வந்தான். ஒரே கிராமத்தில் வாழ்பவர்கள். இருந்தாலும் எல்லாருமே இப்படி ஒத்தாசை செய்கிறார்களா? இன்னும் எத்தனை பேர் ஊரில் இல்லை? அவர்கள் செய்வார்களா?

வாயார அவளை வாழ்த்தினான் ஹஜாரி: "நெடுங்காலம் நீ சுகமாக வாழவேண்டும், அம்மா! பெற்ற மகளாக இராவிட்டாலும் இப்படி நீ என்னைத் தகப்பனாக எண்ணி அன்பு காட்டுகிறாய்; இது ஏன்? இந்த மாதிரி யார் இருக்கிறாங்க, சொல்லு...! விரிப்பும் அற்புதமாக இருக்கிறது! இனிமேல் பிழைத்தேன். இதை விரித்துப் போட்டு நிம்மதியாகப் படுப்பேன். விரிப்பு ரொம்ப அற்புதம்! பிரமாதம்!"

குஸுமா, "பெரியப்பா! சொந்த மகளாக இராவிட்டாலும் இப்படி அன்பு காட்டுகிறாய் என்று சொல்கிறீர்களில்லையா? ஒன்று சொல்லுகிறேன் நானும். பெற்ற தகப்பனாராக இல்லா விட்டாலும் நீங்கள் சாப்பிட வேண்டிய சாப்பாட்டைக்கூட தட்டில் மறைவாக எடுத்துவந்து என்னிடம் கொண்டு வந்து தருகிறீங்களே, இப்படி யார் இருப்பார்கள்? போன சிராவண (ஆவணி) மாசம், கொட்டுகிற மழையில்..." என்று சொல்லும்போது அவளுடைய கண்களில் நீர் வழிந்தது. இடது கையால் சேலைத் தலைப்பைக் கொண்டு கண்களைத் துடைத்துக் கொண்டாள். மௌனமாகத் தரையை நோக்கியபடி நின்றாள். சற்று நேரங்கழித்து மீண்டும் பேசலானாள்: "அதோ மேலே இருக்கிறானே அந்த ஆண்டவனுக்குத்தான் தெரியும்; வேறு யாருக்கும் தெரியாது. நீங்கள் எனக்காக எவ்வளவெல்லாம் ஒத்தாசை செய்கிறீங்க! நீங்க மேல்சாதிக்காரர். உங்களைத் தெய்வமாக மதிக்கிறேன். நானோ தாழ்ந்த குலம். பெரியவங்க எதிரே துணிச்சலாகப் பேசக்கூடாது. ஆனால் மேலே இருந்து கொடுக்கிறானே, அந்த ஆண்டவன்

இந்தச் சாப்பாட்டுத் தட்டுக்குப் பதில் உங்களுக்குத் தங்கக்காசு குவித்த தங்கத்தட்டாகத் தரவேண்டும். அந்தக் காட்சியைப் பார்த்துவிட்டுத்தான் நான் சாக வேண்டும். அதுவரைக்கும் நான் இருந்தாகவேண்டும்'' என்றாள்.

பிறகு அவள் ஹஜாரியின் முன்னால் வந்து, சேலைத் தலைப்பைக் கழுத்தில் முடிந்தபடி அவனுடைய காலில் விழுந்து வணங்கினாள்.

அன்று மழை கொட்டு கொட்டென்று கொட்டியது.

நாற்காலிகள் போட்ட முன் அறையில் பல கனவான்கள் அமர்ந்திருப்பதைக் கண்டான் ஹஜாரி. இதற்கு முன் இப்படி இந்த ஓட்டலில் சாதாரணமாக இத்தகைய பெரிய மனிதர்கள் வந்து அவன் பார்த்ததில்லை. அதனால் அவன் வியப்புற்று நின்றான்.

பேச்சூ சக்ரவர்த்தி, "ஹஜாரி! இப்படி வா!" என்று அழைத்தார். அவன் அந்த அறையின் கதவருகே வந்து நின்றதும், கனவான்களில் ஒருவர், "இவர்தான் ஹஜாரியா?" என்றார்.

பேச்சூ சக்ரவர்த்தி, "ஆமாம், ஐயா! இவர் பெயர்தான் ஹஜாரி!" என்றார்.

அதே கனவான், "இவரைப் பற்றிக் கேள்விப்பட்டேன்... ஏன், ஐயா, இன்றைக்கு மழை பெய்கிறது, பார். சூடாக எங்களுக்குப் புலாவ் சாப்பாடு மாமிசம் கலந்து சமைத்துப் போடவேண்டும், முடியுமா? அதற்கென்று தனியாக உனக்குத் தொகை கொடுத்து விடுகிறேன்!" என்றார்.

பேச்சூ, "அப்படித் தனியாகவெல்லாம் ஏதும் கொடுக்கத் தேவையில்லை. உங்கள் தயவால் எங்கள் ஓட்டலின் பெயர் வெகுதூரம் வரை பலபேருக்குத் தெரிந்திருக்கிறது; அதுவே போதும்! இவர் ஓட்டலில் வேலை பார்ப்பவர்தான். தனியாக தொகை தரத் தேவையில்லை. நீங்கள் இட்ட கட்டளையை அப்படியே நிறைவேற்றி வைப்பார் ஹஜாரி!" என்றார். அப்போது பத்மா, பேச்சூ சக்ரவர்த்தியின் அறையில் நுழைந்தாள்.

பேச்சூ சக்ரவர்த்தி ஏதோ சொல்வதற்குள், வந்திருந்த கனவான்களில் ஒருவர், "மழைக்காலம் பார்! சற்றே சூடாக எங்களுக்கு டீ போட்டுக்கொண்டு வா, அம்மா! இல்லாவிட்டால், வேறெங்காவது டீக்கடையிலிருந்து வாங்கிவா! என்ன சக்ரவர்த்தி ஐயா! உங்கள் ஓட்டலின் பெயரும் புகழும் வெகுதூரம் வரை

பரவியிருக்கிறது; இது பொய் இல்லை...! இன்று நாங்கள் வேட்டைக்குக் கிளம்பினபோது எங்கள் அத்தைப்பிள்ளை, ‘ராணாகாட்டுக்குப் போகிறீர்களே, வேட்டையாடிவிட்டுத் திரும்புகிறபோது வழியில் ரயிலடிக் கடைவீதியில் பேச்சூ சக்ரவர்த்தியின் ஓட்டலில் ஹஜாரி ஐயாவின் கையால் சமைத்த மாமிசம் கலந்த புலாவ் அரிசிச் சோற்றை ருசிபார்த்துவிட்டு வாருங்கள்’ என்றான். அதனால் இன்று முழுவதும் சதுப்பிலும் ஏரியிலும் பறவை வேட்டையாடிக் கொண்டே வந்தபோது, ‘ராத்திரி பத்து மணிக்குத்தானே திரும்பி வருகிற வண்டி? இந்த மாதிரி மழைக் காலத்திலே சுடச்சுட மாமிசம் சாப்பிட்டுவிட்டுத்தான் போவோமே!’ என்று பட்டது. ஏன் அதிகமாக ஒன்றும் தர வேண்டாம் என்கிறீர்கள்? சக்ரவர்த்தி ஐயா! இவர் எங்களுக்குச் சமைத்துப் போடட்டும்; இவரைத் திருப்திப்படுத்தி விட்டுப் போகிறோம். இவருக்காகத்தானே இங்கே வந்தோம்!” என்றார்.

இதைக் கேட்டதும் ஹஜாரிக்கு ஒரே மகிழ்ச்சி! ‘சக்ரவர்த்தி ஐயா காதில் இந்தச் சேதி விழுந்ததே! நம் பதவி உயரும்’ என்று அதையும் விட மகிழ்ச்சி! எசமான் தயவு மட்டும் இருந்தால் அப்புறம் எதுதான் நடக்காது? தனக்கு இருந்த மகிழ்ச்சியில் அவன் ஒன்றைக் கவனிக்கவில்லை. அவனைப் பிறர் புகழ்வதைக் கேட்டுப் பொறாமையால் பத்மாவின் முகம் கறுத்து விட்டதைத்தான்!

வந்திருந்த கனவான்கள் ஓட்டல் பண்டத்தையே நம்பி வரவில்லை. தங்களுக்கு வேண்டியதைத் தாங்களே வாங்கி வந்தார்கள். மாமிசம் கலந்து சமைக்கும்போது ஹஜாரி அதைப் பக்குவம் பண்ணும் முறையே தனிப்பட்டது! மாமிசத்தில் துளியும் நீர் கலக்காமல் நேபாளி முறையில் சமைக்க அவனுக்குக் கற்றுக் கொடுத்திருந்தாள், நேபாளம் போய்வந்த டாக்டர் சிவசரண் காங்குலியின் மனைவி. ஆனால் இந்த ஓட்டலில் அன்றாடம் சமைக்கும் உணவுப் பண்டப்பட்டியலில் மாமிசம் இருந்ததில்லை. ஆனாலும் வாடிக்கைக்காரர்களின் மனத்திருப்திக்காக மாதத்தில் ஒரு முறையோ இரண்டு முறையோ மாமிசச் சமையலுக்கு ஏற்பாடு செய்வது உண்டு. ஒருவர் இந்தச் சமையலில் அப்படித் தம் சொந்தத் திறமையைக் காட்டினாலும் சரிப்படாது. எனவே, ஹஜாரிக்கும் அதில் அவ்வளவு ஈடுபாடில்லை – பாட்டை நன்றாக ரசிக்கக்கூடிய ஒருவர் இல்லாவிட்டால் பாடகருக்கு நன்றாகப் பாட உற்சாகம் இருக்காதோ அப்படித்தான்!

ஹஜாரி, ‘இனிமேல் பத்மா நம்மைக் கண்ணெரிச்சலுடன்

அப்படிப் பார்க்கமாட்டாள்... நாம் இன்று அப்படி எல்லாரும் நம்மைப் பாராட்டும்படி மாமிசம் சமைத்துப் போடவேண்டும்; பத்மாவின் கண்ணில் விரலை விட்டு, “நீ என்னை வெகு மட்டமாகத்தானே நினைத்தாய்? அப்படி ஒன்றும் நான் மட்டமில்லை பார்” என்று காட்டவேண்டும், நாமும் மனுஷப் பிறவிதானே; பெரிய ஆசாமிதான்; யாருக்கும் குறைந்து விடவில்லை’ என்று எண்ணிக்கொண்டான்.

நல்லபடியாக முன் ஏற்பாடுகள் செய்யாவிட்டால் சமையல் சரிப்பட்டு வராது. பத்மா ஒரு முயற்சியும் எடுத்துக்கொள்ள மாட்டாள் என்பது தெரிந்ததுதான். அந்த இன்னொரு ஒரியாப் பரிசாரகனை இப்படிச் சமைக்கச் சொல்லவும் முடியாது. அந்த ஆள் ஏதோ சுமாராகச் சமைப்பவன்தான்.

ஒருதரம், ‘குஸுமாவை வரவழைக்கலாமா?’ என்று எண்ணினான். மறுகணமே, ‘அதற்கு அவசியமில்லை... நாலுபேர் ஏதாவது சொல்கிறார்களோ இல்லையோ, ஆள்காரி பத்மா சும்மா இருக்கமாட்டாளே! குஸுமாவைக் கண்டதுண்டமாக நறுக்கிச் சிதைத்து விடுவாளே...! சரி நாமே செய்து முடிக்கலாம்!’ என்று பட்டது அவனுக்கு.

நேரமாகிவிட்டது. கடைவீதியிலிருந்து வாங்கி வந்த கறிகாய், மாமிசம் இவற்றை ஹஜாரி தானே நறுக்கி எடுத்துக்கொண்டு சமையலில் ஈடுபட்டான். இமயமலையையே பிளப்பதுபோல் இடியும் புடையுமாக மழை கொட்டத் தொடங்கியது. விறகோ நனைந்து கிடந்தது. இருந்தாலும் கரியடுப்பு மூட்டி மாமிசம் சமைக்க அவனுக்கு விருப்பமில்லை; அந்த நெருப்பில் தான் திட்டமிட்டபடி மாமிசம் பக்குவமாகாது என்பது அவனுக்குத் தெரியும்.

சமைத்து முடிப்பதற்குள் வெகுநேரம் ஆகிவிட்டது. அப்புறம் அந்தக் கனவான்கள் வந்து உணவருந்த ஆரம்பித்தார்கள். மாமிசத்தை இலையில் பரிமாறுவதற்கு முன்பே, தான் இந்தக் கலையில் கைதேர்ந்தவன் என்ற பெருமையும் தன்னம்பிக்கையும் ஹஜாரிக்கு இருந்தது. இன்று, தான் இதைத் தயாரித்திருக்கும் விதம் எத்தகையது, இது நன்றாக இல்லாமல் போகாது என்பது அவனுக்கு உறுதியாகத் தெரியும். அப்படியேதான் ஆயிற்று.

கனவான்கள் பேச்சு சக்ரவர்த்தியைக் கூப்பிட்டு, ஹஜாரியைப் பிரமாதமாகப் பாராட்டியதைக் கேட்டதும் சக்ரவர்த்திக்கேகூட என்னவோபோல் ஆகிவிட்டது. தன்கீழே ஊழியம் புரிபவனை

மட்டந்தட்டி வைத்தால்தான் எசமானுக்குத் திருப்தியாக இருக்கும். 'ஊழியனைத் தூக்கிவைத்தால் அவன் நம்மேல் ஏறிவிடுவான்!' என்பதுதான் அவரது எண்ணம்.

வெளியே கிளம்பும்போது வந்தவர்களில் ஒருவர் ஹஜாரியை மறைவில் அழைத்துப்போய், "உனக்கு இங்கே என்ன சம்பளம் கொடுக்கிறாங்க?" என்று கேட்டார்.

"ஏழு ரூபாயும் சாப்பாடும் உடுக்க உடையும் தருகிறாங்க."

"இந்தா! இந்த இரண்டு ரூபாயை இனாமாகத் தருகிறோம். சமையல் ரொம்ப ரொம்ப அற்புதம்! மறுபடியும் இந்தப் பக்கம் வந்தால், நீயே சமைத்துப்போடு... சரியா?"

ஹஜாரிக்கு ஒரே மகிழ்ச்சி. இனாம் ஏதாவது கொடுப்பார்கள் என்று அவனுக்கு நம்பிக்கை உண்டு. ஆனாலும் இரண்டு முழு ரூபாய் கொடுப்பார்கள் என்று அவன் நினைக்கவே இல்லை!

புறப்படும்போது அந்தக் கனவான்கள் மறுபடியும் ஒருதரம் பேச்சூ சக்ரவர்த்தியின் எதிரில் ஹஜாரியின் சமையலைப் புகழ்ந்துவிட்டுப் போனார்கள். "சீக்கிரமே மற்றொருமுறை வேட்டைக்கு வருவோம் இந்தப் பக்கம். அப்போது ஹஜாரி ஐயாவின் கையால் சமைத்து மாமிசத்தைச் சாப்பிடாமல் போக மாட்டோம்...! சக்ரவர்த்தி ஐயா! நீங்கள் ஓட்டல் நடத்தும் முறையைப் பாராட்டுகிறோம்."

பேச்சூ சக்ரவர்த்தி பணிவுதோன்ற, "நீங்களெல்லாம் பெரியவங்க! உங்களுக்கு இது தெரிகிறது. இந்த ராணாகாட் ரயிலடிக் கடைவீதியில் எத்தனையோ ஓட்டல்தான் இருக்கு. ஆனால் உங்களைப் போன்ற பெரியவங்க வந்தால் இந்த ஏழையின் குடிசையில் காலெடுத்து வைத்துவிட்டுப் போகவேண்டும். உங்கள் கால்தூசு இங்கே படவேண்டும்... சரி; வாருங்கள். உங்களுக்கு எப்போது விருப்பமோ கொஞ்சம் முன்னாலேயே ஒரு கடிதாசு போட்டுவிடுங்கள். எல்லாம் தயாராக இருக்கும்...கல்கத்தா திரும்பியதும் உங்களுக்குத் தெரிந்த இரண்டொருவரிடம், இந்தப் பக்கம் வந்தால் நம் ஓட்டலிலேயே வந்து இறங்கச் சொல்லுங்கள்...! ஹி...ஹி...எங்கள் சமையல்காரருக்கு ஏதோ தருவதாகச் சொன்னீங்களே, ...உம்..." என்று இழுத்தார்.

"எவ்வளவு தரவேண்டும்?"

"தாருங்களேன்.... ஒருவேளைக்கு... எட்டணா!"

கனவான்கள் மேலும் ஓர் எட்டணாவை ஹஜாரியின் கையில் கொடுத்துவிட்டுச் சென்றார்கள்.

ஹஜாரியைக் கூப்பிட்டு பேச்சூ சக்ரவர்த்தி சொன்னார்: “இன்றைக்கு வெளியே எங்கும் போக வேண்டாம். அதிக நேரமாகிவிட்டது... இன்னும் கொஞ்ச நேரத்திலேயே அடுப்பு மூட்ட வேண்டியிருக்கும்... பத்மா எங்கே?”

“பாத்திரம், தட்டுக்களையெல்லாம் கழுவி எடுத்து வைக்கிறாள்... கூப்பிடட்டுமா?”

அவள் இன்று முகத்தைத் தொங்கப்போட்டுக்கொண் டிருப்பதை ஹஜாரி கவனித்தான்.

இன்றைக்கு ஓட்டலில் எல்லார் முன்பும் அவனைப் பாராட்டி விட்டுப் போனார்களே, அந்தக் கனவான்கள்; அப்படியும் அவனுடைய மனசில் மகிழ்ச்சி உண்டா? பத்மாவைத் திருப்தி செய்ய அவளுடைய தட்டில் அவன் நிறைய சோறும் கறிகாயும் மாமிசமும் அள்ளிக் கொடுத்தான். அப்படியும் அவளது முகம் சிறிதும் மலர்ந்ததாகத் தெரியவில்லை. முன்போலவே இருந்தது!

சோற்றுத்தட்டை எடுத்து வைத்துக்கொண்டு, அவள் திடீரென்று ஒரு கேள்வி கேட்டாள். “சமைத்த மாமிசம் இன்னும் எவ்வளவு இருக்கிறது?”

இப்படிக் கேட்டதும் கலத்துக்குள் இருந்த மாமிசத்தைக் கவனித்தான்... அருமையாகப் பக்குவம் செய்த மாமிசத்தில் கொஞ்சம் குஸுமாவின் வீட்டில் கொடுத்துவிட்டு வரலாம் (இடைச்சாதி விதவை மீனோ மாமிசமோ உண்பதில் தடை இல்லை) என்று எண்ணி அந்தக் கலத்தில் முக்கால் அளவுக்கு மாமிசம் மிகுத்து வைத்திருந்தான் ஹஜாரி. பத்மா அதைப் பார்த்து விட்டாள்! ஆகவே, ஹஜாரி, “ஏதோ கொஞ்சம் இருக்கிறது” என்றான்.

“அது எதற்கு உனக்கு...? நீதான் மாமிசம் தின்பதில்லையே!” என்றதும், “என் அக்காள் மகன் வருகிறான்... இப்படிக்கொடு” என்றாள்.

குஸுமாவுக்காக வைத்திருந்த மாமிசத்தைப் பத்மாவுக்குக் கொடுக்க வேண்டுமென்ற நிலை! – எவள் முகத்தைத் தான் ஏறிட்டுப் பார்க்க விரும்பவில்லையோ அந்த வேலைக்காரி பத்மாவுக்குக் கொடுக்கவேண்டியிருக்கிறதே! – ஹஜாரி அப்படி ஒரேயடியாக மாமிசம் உண்ணாதவன் என்பதற்கில்லை... ஆனாலும் ஓட்டலில் மாமிசம் சமைக்கும் போதெல்லாம் அவன் தன் பங்குக்கு உள்ளதைக் குஸுமாவுக்குத் தருவது வழக்கம். பத்மாவுக்கும் இது தெரியும். அதனால்தான் அவனைக்

குத்திக்காட்டிப் பழிதீர்த்துக்கொள்ள வேண்டுமென்ற எண்ணம் அவளுக்கு உண்டு என்பதும் அவனுக்குத் தெரியும்.

"உனக்குத்தான் கொடுத்தேனே அம்மா... ஏதோ கொஞ்சம் மட்டும் இருக்கிறது பாத்திரத்தில்... அது எதற்கு உனக்கு?" என்றான் ஹஜாரி.

"எதற்கா? அதுதான் சொன்னேனே, உன் காதில் விழவில்லை? அக்கா மகன் வந்திருக்கிறான் என்றேனே! நீ கொடுத்தது போதுமா அதற்கும் சேர்த்து...? இப்படி அதையும் வழித்துப்போடு!"

ஹஜாரி முகம் சுண்டி, "எனக்கென்று கொஞ்சம் வைத்திருக்கிறேன்... அது இருக்கட்டுமே!" என்றான்.

பத்மா ஒரு சுழல் சுழன்று, குரலில் கேலி தெரிய, "எதற்கு? நீயோ மாமிசம் தின்னுவதில்லை, யாருக்குத் தரப்போகிறாய்?" என்றாள்.

"தரத்தான் வைத்திருக்கிறேன்... ஒருத்தர் கேட்டாங்க." என்றான்.

"அது யார், அந்த ஒருத்தர்?"

"இருக்காங்க...உனக்குத் தெரியாது அவங்க யாரென்று!"

பத்மா, சோற்றுத்தட்டைக் கீழே வைத்துவிட்டுக் கையை ஓர் ஆட்டு ஆட்டிச் சொன்னாள்: "எனக்குத் தெரியாதுதான்... அது யாராயிருந்தாலும் எனக்குத் தெரிந்தாக வேண்டுமென்ற அவசியமில்லை. ஓட்டல் பண்டத்தை நீ யாருக்கும் கொடுக்கக் கூடாது என்று எத்தனை நாளாக உனக்குச் சொல்லிக் கொண்டிருக்கிறேன்... சரி; எனக்குத் தராவிட்டால் போ! சக்ரவர்த்தி ஐயாவின் மச்சான் இன்றைக்குக் கல்கத்தாவிலிருந்து வந்திருக்கிறார். அவருக்கென்றாவது ஒதுக்கி வைத்துத்தான் ஆகவேண்டும். பிறகு வந்து சாப்பிடுவார் தெரிந்ததா? எனக்குக் கிடைக்காவிட்டால் போகட்டும். அவர் நம் ஓட்டல் முதலாளிக்குச் சொந்தக்காரர்; அவருக்கும் தேவைதான்!"

பேச்சூ சக்ரவர்த்தியின் இந்த மைத்துனனை ஹஜாரி பல தடவை பார்த்திருக்கிறான். ஒரு மாசத்தில் பத்து நாள் அக்காள் புருஷன் வீட்டிலேயேதான் விழுந்துகிடப்பான்! கறுப்புக் கரை போட்ட வேட்டி கட்டிக்கொண்டு அதட்டலும் மிரட்டலுமாய் ஓட்டலுக்கு வருவான். எல்லார் மேலும் அதிகாரம் செலுத்துவான். வார்த்தைக்கு வார்த்தை ஓட்டல் பரிசாரகர்களை மட்டந்தட்டுவான். கண் சிவக்கப் பார்ப்பான், தானே ஓட்டலின் முதலாளி போல!

ஹஜாரியின் கிராமத்தைச் சேர்ந்த பெண் குஸுமா, பாவம்,

ஏழை! ஏதோ அரை வயிறு சோறு கிடைக்கும் அவளுக்கு. பல சமயம் அதுவும் கிடைக்காமல் பட்டினி கிடக்க வேண்டியதுதான். இத்தகைய ஒருத்திக்காகப் பத்திரப்படுத்தி வைத்திருந்த மாமிசத்தையும் கடைசியில் பருந்து போல வந்த இந்த அயோக்கிய மச்சான்காரன் வயிற்றுக்குக் கொட்ட வேண்டியிருக்கிறதே! இதுதான் ஹஜாரிக்கு முற்றிலும் பிடிக்கவில்லை. ஆனால் அவனோ பாவம், சற்று பயந்த சுபாவக்காரன். அவர்கள் ஓட்டல், அவர்கள் சாப்பிட விரும்புகிறார்கள்... ஹஜாரி அதை எடுத்து வைக்காமல் இருந்துவிட முடியுமா? வேறு வழியின்றி அவன் பத்மாவின் முன் ஒரு பித்தளைப் பாத்திரத்தில் இருந்த மாமிசத்தை வழித்துக் கொட்ட வேண்டியிருந்தது. அதோடு சமையலறை அலமாரியில் தட்டுகளைச் சாத்திவிட்டுப் போகநேர்ந்தது.

கொஞ்சம் ஓய்வு நேரம் இருந்தது. அந்த நேரத்திற்குள் ஹஜாரி ஆற்றங்கரையோரம் திறந்த வெளியிலே உலாவி வரப்போனான்.

இன்று அவனுடைய மனசில் தன்னம்பிக்கை மிகுந்துவிட்டது. இரண்டு விஷயங்களை அவன் தெரிந்துகொண்டான்; முதலாவது, நல்ல சமையல் செய்வதை அவன் மறக்கவில்லை. கல்கத்தா பெரிய மனிதர்கள்கூட அவனது சமையலைச் சுவைத்துப் பாராட்டி விட்டுப் போயிருக்கிறார்கள்!

இரண்டாவது, பிறரிடத்தில் வேலை செய்தால் மனுஷன் ஈவிரக்கம் எல்லாவற்றுக்கும் முழுக்குப் போடவேண்டியதுதான்! இன்று இப்படிச் சமைத்த அருமையான மாமிசத்தை அவன் குஸுமாவுக்குச் சாப்பிடக் கொடுக்க முடியாமல் போயிற்றே! அதை யாருக்குக் கொடுக்கவேண்டியிருந்தது? - அவன் ஏறெடுத்துப் பார்க்க விரும்பாதவர்களுக்கு! குஸுமா தன் கையால் பின்னிய விரிப்பை அவனுக்குத் தந்தாளே, அன்றிலிருந்து அவனுக்குத்தான் அவளிடம் எத்தனை பரிவும் பாசமும் மூண்டுவிட்டன!

சிறுவயது நிகழ்ச்சிகள் ஹஜாரியின் நினைவுக்கு வந்தன. அவனுடைய தாய், கங்காசாகர சங்கமத்துக்கு - கங்கை கடலோடு கலக்கும் இடத்துக்கு யாத்திரை புறப்படத் தயாராக இருந்தாள். அந்தப் பேட்டையைச் சேர்ந்த பல முதிய விதவைகளுடனும் நடுத்தர வயது விதவைகளுடனும் போக இருந்தாள். ஹஜாரிக்கு அப்போது எட்டுவயது. அவன் தானும் வருவதாகப் பிடிவாதம் பிடித்து அழுதான். ஆனாலும், அவனை அழைத்துப் போகும் பொறுப்பை ஏற்க எவரும் முன்வரவில்லை; தட்டிக்கழிக்கவே பார்த்தார்கள். எல்லாரும், "உன் பிள்ளையை யாரடியம்மா

கவனித்துக் கொள்வார்கள்? அவ்வளவு சிறுபிள்ளை. அதோடு அங்கே பல தொல்லைகள் இருக்கும்... அப்படியானால் நீ கூட வரவேண்டாம்!" என்று சொல்லிவிட்டார்கள்.

மகனை விட்டு வரமுடியாது என்ற காரணத்தால் அவனுடைய தாயும் யாத்திரைக்குப் புறப்படாமல் வீட்டிலேயே தங்கிவிட்டாள். அப்புறம் வாழ்வில் அவள் அதைப் பார்க்கக் கொடுத்து வைக்கவேயில்லை. ஆனால் ஹஜாரியின் மனசில், 'அம்மா நமக்காகத் தன் விருப்பத்தை நிறைவேற்றிக் கொள்ளாமலே இருந்துவிட்டாளே; அவளுடைய தியாகமே தியாகம்!' என்ற எண்ணம் தெள்ளத் தெளிவாகப் பதிந்துவிட்டது.

ஹஜாரி, "சரி; போகட்டும்! நானே ஓட்டல் வைக்கிறதாக இருந்தால், அதற்கு முன் இந்த ராணாகாட் கடைவீதியிலேயே பத்மாவின் கண்ணெதிரே சொல்லிக்காட்டுகிறேன், பார்! 'நீ எங்கே, நான் எங்கே? நான் இதுவரை கையில் காசில்லாமல் திண்டாடினேன். இதோ கிடைத்துவிட்டது; நாளைக்கே ஓட்டல் வைத்துக் காட்டுகிறேன்' என்பேன். குஸுமாவுக்கு நாள்தோறும் நல்ல நல்ல பண்டம் பண்ணித் தின்னக் கொடுப்பேன்; என் சொந்த ஓட்டலில்!" என்று தனக்குள் சொல்லிக்கொண்டான்.

சில வேலைகளில் அவன் அநுபவப்பட்டுத் தேர்ந்துவிட்டான் - இது அவனுக்கேகூடத் தெரிந்திருந்தது! கடைவீதிக்குப் போய் பேரம் பேசி சாமான் வாங்குவது என்பது மிகவும் முக்கியமான விஷயம்; பொறுப்பான வேலையுங்கூட. நல்ல பண்டமாக வாங்குவதைப் பொறுத்தே ஓட்டலின் செல்வாக்கும் அமையும். பண்டம் வாங்குவதென்றால், மலிவான விலைக்கு நல்லதாக வாங்குவதென்றே அர்த்தம். நல்ல பண்டம் இல்லாவிட்டாலும் அதற்கு பதில் மலிவான பண்டம் - ஆனாலும் பார்வைக்கு கெட்டுப்போனது என்று சொல்ல முடியாததாய் தேடிப் பிடிக்க வேண்டியிருக்கும். குறிப்பிட்ட இளம் மீன் வகை அன்று கடைவீதியில் வாங்கத் தகுதியற்றது என்றால், அதே தினத்தில் சேர் ஆறணாவுக்கு விற்கிற, ரயில் மூலம் வரும் பெரிய வகை மீன்களை வாங்க வேண்டும். முதலில் குறிப்பிட்ட வகை இளம் மீன் குட்டி, இன்னதுதான் வேறுவகை மீன்குட்டி என்று கண்டுபிடிப்பது சிரமம்!

மறுநாள் ஹஜாரி சூர்ணி ஆற்றங்கரைப் படித்துறைக்குப் போய் அங்கே வெகுநேரம் அமர்ந்திருந்தான். அவனுடைய மனசு காலை முதல் சரியாகவே இல்லை. பத்மா அவனிடம் எப்போதுமே

நன்றாக நடந்து கொண்டதில்லை; அப்படி நடந்து கொள்வாள் என்றும் அவன் எதிர்பார்க்கவில்லை. ஆனாலும் முந்திய நாள் ஏதோ கொஞ்சம் மாமிசம் மிகுந்தது; அந்த அற்பத்துக்காக பத்மா என்ன அமர்க்களம் பண்ணி விட்டாள்! இதுதான் அவனுக்குப் பெருத்த மனவேதனையாக இருந்தது. அயலாரிடம் ஊழியம் செய்யப்போனால் இப்படித்தான் நேரும்! குஸுமாவுக்கு அந்தக் கொஞ்சம் மாமிசத்தைக் கொடுக்கமுடியாமல் போனது அவனுக்கு மிகவும் வருத்தமாயிருந்தது. இந்த மாதிரி அற்புதமாகச் சமையல் செய்து வெகு நாளாகிறது. இப்படிச் செய்ததைக் குஸுமாவிடம் கொடுத்திருந்தால் அவனுடைய மனசுக்கு எவ்வளவோ மகிழ்ச்சி யாக இருந்திருக்கும்!

நன்றாக உழைத்தும் மேலுக்கு வருவது அரிதாக இருப்பது கிடக்கட்டும்; பாராட்டக்கூட இவர்களுக்குத் தெரியவில்லையே! அது மட்டுமா? பேச்சுக்குப் பேச்சு அவனை மட்டந்தட்டுகிறார்களே! ஒவ்வொரு சமயம், 'ஜது பாபுவின் ஓட்டலில் போய் வேலையில் சேர்ந்துவிடலாமா?' என்று தோன்றும் அவனுக்கு. ஆனால் அங்கேயும் இங்கே இருக்கிற மாதிரி சூழ்நிலை ஏற்படாது என்பதற்கு ஆதாரம் உண்டா என்றால், அப்படி இருப்பதாகத் தெரியவில்லை! அங்கேயும் பத்மா போல் ஒருத்தி வந்து விட்டால்...? என்ன செய்வதென்றே அவனுக்குப் புரியவில்லை!

நேரம் ஆகிக் கொண்டிருந்தது. இன்னும் அதிக நேரம் இங்கேயே அமர்ந்திருக்க முடியாது. எவ்வளவு பாவம் செய்து அவன் இந்த ஓட்டலில் சமையல் தொழில் செய்ய வந்தானோ? இல்லாவிட்டால், இதற்கு யார் வருவார்கள்? இப்போதே போய்த் தவலையில் உலைநீர் வைக்காவிட்டால், வேலைக்காரி பத்மாவிடம் திட்டு வாங்கிக் கட்டிக்கொள்ள வேண்டியதுதான்! இத்தனை நேரத்துக்கு அடுப்பு மூட்டி இருக்கும். ஆனால் திரும்பும்போது அவனுக்கு என்ன தோன்றிற்றோ, குஸுமாவின் வீட்டுக்குப் போனான்.

குஸுமா பாயைப் போட்டு அவனை அமரச்சொன்னாள்: "வாருங்கள், பெரியப்பா! எதிர்பாராதபடி உங்கள் கால் தூசு இங்கே படுவதற்குக் கொடுத்து வைத்தேன்."

ஹஜாரி சொன்னான்: "இதோ பார் குஸுமா! உன்னோடு ஒரு விஷயமாகக் கலந்து பேசலாம் என்று வந்தேன்."

குஸுமா ஆவலுடன் அவனது முகத்தை நோக்கி, "என்ன அது பெரியப்பா?" என்றாள்.

"எனக்கென்னவோ வயசு நாற்பத்தாறு ஆகிறது! ஆனால் என்னைப் பார்த்தால் அப்படித் தோன்றாது... என்ன சொல்கிறாய், குஸுமா? இன்னுங்கூட நன்றாக வாழமுடியும் என்ற நம்பிக்கை இருக்கிறது. நீ என்ன சொல்கிறாய்?" என்றான் ஹஜாரி.

ஹஜாரி எதைக் குறித்துப் பேசுகிறான் என்று புரியாமல் குஸுமா சற்று வியப்பும், சற்று ஆவலும் கலந்து குரலில், "அதுதான்...அதுசரிதான்... வயசு உங்களுக்கு அப்படி என்ன ஆகிவிட்டது? எதற்காகச் சொல்லுகிறீர்கள்" என்றாள்.

குஸுமாவின் மனசில் இன்னும் ஒரு விஷயம் பட்டது: 'பெரியப்பா மறுபடியும் கல்யாணம் பண்ணிக்கொள்ளப் போகிறாரோ என்னவோ?'

அப்போது ஹஜாரி சொன்னான், "எனக்குப் பெரிய ஆசை - சொந்தமாக ஓர் ஓட்டல் தொடங்கவேண்டுமென்றுதான்! என்றைக்காவது கையில் காசு சேர்ந்தால், நிச்சயமாக அப்படிச் செய்யத்தான் போகிறேன் தெரியுமா? அயலாரிடம் துடைப்பக் கட்டை அடிவாங்கிக் கொண்டிருக்க எனக்குப் பிடிக்கவில்லை. நான் இந்தப் பத்து வருஷமாக ஓட்டலில் வேலை செய்து பழக்கப்பட்டிருக்கிறேன். கடையில் போய் பேரம் பேசிச் சாமான் வாங்குவது எப்படி என்று அனுபவப்பட்டுத் தெரிந்து கொண்டிருக்கிறேன். சக்ரவர்த்தி ஐயாவை விட என்னால் நன்றாக பேரம் பேசி சாமான்களை வாங்கி வரமுடியும். மாகம்புர் சந்தையிலிருந்து ஒவ்வொருத்தர் பேரம் பேசிக் கறிகாய் வாங்கி வருகிறதில்லையா? இங்கே ராணா கடைத்தெருவில் விற்பதை விட ரூபாய்க்கு நாலணா, ஆறணா, விலை மலிவாகக் கிடைக்கும் அங்கே. ஓட்டல் நடத்துகிறவங்களுக்கு இது கொஞ்சநஞ்சம் லாபம் இல்லை; பிரமாதம் என்றுதான் சொல்லவேண்டும். பேரம் பேசிப் பண்டம் வாங்குவதிலேதான் ஓட்டல் வியாபாரத்தில் பாதி லாபம் இருக்கிறது. எனக்கு உள்ளுக்குள்ளே நல்ல ஆர்வம் இருக்கிறது, குஸுமா! கையில் காசு மட்டும் கிடைத்தால் நான் நடத்துகிற ஓட்டல் முதல் தர ஓட்டலாக அமையும், தெரிந்துகொள்!" என்றான்.

குஸுமா, ஹஜாரியின் இந்தச் சொற்பொழிவை வாய் திறவாமல் வியப்புடன் கேட்டுக்கொண்டிருந்தாள். அவள் ஹஜாரியைத் தன் தந்தையாகக் கருதி, தானும் மகளைப் போல் அவனை எல்லா நற்பண்பும் குடிகொண்ட மகாபுருஷனாகக் கருதினாள். ஓட்டல் தொழில் பற்றி அவளுக்குத் தெரியுமோ,

தெரியாதோ, பெரியப்பா நல்ல அறிவாளி என்பதை அவனுடைய இந்தப் பேச்சிலிருந்து புரிந்து கொண்டாள்.

சிறிது நேரத்திற்குப் பின் என்னவோ யோசித்து, "என்னிடம் ஒரு ஜோடி தங்கவளையல் இருந்தது. என் சின்ன மகனுக்குப் போன வருஷம் உடம்பு நன்றாக இல்லாதபோது, அதில் ஒன்றை விற்று விட்டேன். இன்னும் ஒரு வளையல் இருக்கிறது. அதை விற்றால் அறுபது-எழுபது ரூபாய் கிடைக்கும்; ஏன் பெரியப்பா, நீங்கள் அதை எடுத்துக்கொள்கிறீர்களா? அந்தப் பணத்திலே நீங்கள் ஓர் ஓட்டல் நடத்துங்களேன்!" என்றாள்.

ஹஜாரி சிரித்துவிட்டு, "போடி பைத்தியம்! அறுபது ரூபாயில் ஓட்டல் எப்படி நடத்த முடியும்?" என்றான்.

"எவ்வளவு ரூபாய் இருந்தால் நடத்த முடியும்?"

"குறைந்தபட்சம் இருநூறு ரூபாய்க்குக் கம்மியாக இருக்கக் கூடாது... ஏன், அந்தத் தொகையிலுங்கூட நடத்த முடியாது!"

"சரி, கணக்குப் போட்டுப் பார்த்துச் சொல்லுங்களேன், பெரியப்பா!"

"கணக்குப் போட்டுப் பார்ப்பானேன்? எல்லாம் எனக்கு மனப்பாடம் ஆயிற்றே! கவனித்துக்கொள்; இரண்டு பெரிய தவலை; சின்னச் சின்ன அண்டா மூன்று; தட்டுமுட்டுப் பாத்திரம் தேவை – பெரிய கரண்டி, இரும்பு உலக்கை, தோசைத்திருப்பி, கைக்கரண்டி, டீ செட்டு, வெளிப்பக்க அறையில் ஒரு பெஞ்சு, படுக்கை, திண்டு, கணக்கு வைத்துக்கொள்ள இரண்டு நோட்டுப் புத்தகம், வாளி, லாந்தர், ரொட்டி இடுகிற கல், அப்பளக்குழவி – இந்த மாதிரி அதற்குத் தேவையான கருவிகள் வாங்குவதற்கே கூட இருநூறு ரூபாய் கையைவிட்டுப் போய்விடும். அஞ்சுநாள் சாமான் வாங்குகிற அளவுக்குப் பணம் கையில் வைத்துக் கொண்டுதான் தொழிலில் இறங்கவேண்டும். வேலையாள், பரிசாரகன் இவர்களுக்கு இரண்டு மாசமாவது சம்பளம் தரக்கூடிய அளவுக்குப் பணம் கையில் இருந்தாகவேண்டும். முதல் இரண்டு மாசமாவது நடத்தினால்தான் அவர்களுக்கும் தொடர்ந்து சம்பளம் கொடுக்கக் கட்டுபடியாகும். இல்லாவிட்டால் பணம் எங்கிருந்து வரும்? அது இருக்கட்டும்... உன் பணத்தை நான் ஏன் வாங்கிக் கொள்ளவேண்டும், சொல்லு!"

குஸுமாவுக்குத் தாங்கவில்லை; அவள் வருத்தம் தொனிக்கும் குரலில், "என்னிடம் இருந்தால் நீங்கள் ஏன் வாங்கிக் கொள்ளக் கூடாது? உங்களைப் போல் பெரியவர்களுக்குத் தொண்டு

செய்ய அந்தப் பணம் உதவாவிட்டால் அதனால் என்ன பலன்? கொடுத்து வைக்கவேண்டுமே இப்படி உதவ? அந்த மாதிரி ஒரு கொடுப்பினை இருந்தால் நிச்சயம் நடக்கும்! என்னிடம் அவ்வளவு ரூபாய் இல்லாதபோது நான் எப்படித் துணிந்து பேசமுடியும்? இருப்பதைத் தரத் தயார்! உங்களுக்கு எப்போதாவது தேவைப்பட்டால் - உங்கள் மகளாக எண்ணி - நான் உங்கள் மகளாக இருக்கக்கூடாதா? - தெரிவியுங்கள்!" என்றாள்.

ஹஜாரி எழுந்தான்; இன்னும் இங்கே அமர்ந்து நேரம் போக்கினால் சரிப்படாது. அவன், "வேண்டாம், அம்மா குஸுமா. இதை வைத்துக்கொண்டு என்ன செய்வது? இதோ நான் கிளம்பவேண்டும்!" என்றான்.

குஸுமா, "ஊஹூம்... உங்கள் மகள் வீடில்லையா இது? நீங்கள் கொஞ்சமாவது சாப்பிடாமல் போகக்கூடாது... எப்படி எழுந்திருக்கிறீங்களோ, பார்க்கிறேன் பெரியப்பா...! சற்று உட்காருங்கள். இதோ வந்துவிட்டேன்" என்றாள்.

குஸுமா அறையிலிருந்து வெளியேறிய வேகத்தில் ஹஜாரிக்கு மறுத்து பதில் சொல்லக்கூட அவகாசம் இல்லை. சற்று நேரத்துக்கெல்லாம் அவள் அறையில் நுழைந்து ஒரு நாற்காலியை எடுத்துப்போட்டு மேஜை மேல் ஈரக்கையால் துடைத்துவிட்டு மீண்டும் வெளியேறினாள். சிறிது நேரங்கழித்து ஒரு கோப்பைப் பால், ஒரு தட்டில் துண்டு போட்ட பப்பாளிப்பழம், சின்னச் சின்னதாக நறுக்கிய மாம்பழம், இரண்டு சந்தேஷ்* இவற்றைக் கொண்டுவந்து அவனது நாற்காலிக்கு எதிரே மேஜையின் மேல் வைத்தாள்; "சாப்பிடுங்கள், நன்றாக உட்கார்ந்து. குடிக்கத் தண்ணீர் கொண்டுவருகிறேன்" என்றாள்.

ஹஜாரி நாற்காலியில் அமர்ந்தான். பளபளவென்று மெருகேற்றிய ஒரு பீங்கான் கோப்பையில் தண்ணீர் கொண்டு வந்து தட்டருகில் வைத்துக்கொண்டு இவனெதிரே நின்றிருந்தாள் குஸுமா.

சாப்பிடும்போதும் ஹஜாரியின் மனதில் அன்று மாமிசம் பற்றி நடந்த நிகழ்ச்சி நினைவுக்கு வந்தது. தன் மகளைப் போல் எண்ணி குஸுமாவுக்கென்று அவன் எவ்வளவு பாசத்துடன் அதை எடுத்து வைத்திருந்தான்! அப்புறம் அதைச் சக்ரவர்த்தி ஐயாவின் படுபாவி மச்சானுக்கு - கஞ்சா குடிக்கிற அந்தப்

★ இனிப்புப் பண்டம்.

பயலுக்கு – பத்மாவின் சொல்லுக்குப் பயந்து கொடுத்துவிட வேண்டியதாயிற்று! ஒருவருக்கு அடிமையாக இருந்தால் காணும் இன்பம் இதுதான்.

ஹஜாரி, "நீ என் மகளைப் போலவே பரிவு காட்டுகிறாய்?" என்றான்.

குஸுமா சிரித்துக்கொண்டே, "மகளைப்போல என்ன... மகளாகவேதான் இருக்கிறேன், பெரியப்பா!"

"உண்மைதான்; மகளாக இராவிட்டால் இப்படி என்னைத் தகப்பனாக எண்ணி யார் எனக்காக இவ்வளவும் செய்வார்கள்?"

"அப்படி என்ன செய்துவிட்டேன்? அந்த மாதிரி ஒரு பாக்கியம் செய்ய ஆண்டவன் தயவு இருக்கவேண்டுமே! இப்போது செய்ததையா இப்படிப் பாராட்டுகிறீர்கள்? சரி, நான் கொடுத்த பின்னல் விரிப்பைப் போட்டுக்கொண்டு படுத்துக் கொள்கிறீர்களா, பெரியப்பா!"

"படுத்துக்கொள்கிறேன், அம்மா! படுக்கப்போகும்போது தினமும் உன் நினைவுதான் வருகிறது, குஸுமாதானே இதை நமக்குக் கொடுத்தாள் என்று எண்ணுகிறேன். பிய்ந்துபோன கோரைப்பாய் முதுகிலே குத்திக் குத்திப் புண்ணாகியிருந்தது. இப்போது உன் விரிப்புக் கிடைக்கவே பிழைத்தேன்!"

"என்ன, இப்படி ஒரேயடியாகப் புகழ்கிறீர்கள்... இதோ இந்த இரண்டு சந்தேஷையும் சாப்பிட்டுவிடுங்கள்... வீணாக்க வேண்டாம்! கெஞ்சிக் கேட்டுக் கொள்கிறேன் உங்களை!"

"குஸுமா, உனக்கென்று இல்லாமல் நான் எப்படியம்மா இதைச் சாப்பிடுவேன்? அதனால்தான் தொடவில்லை இந்த இரண்டையும்.!"

குஸுமா கூச்சமுற்று அமைதியாய் இருந்தாள். ஹஜாரி நாற்காலியை விட்டு எழுந்திருக்கவே, குஸுமா, "வெற்றிலை பாக்குக் கொண்டு வருகிறேன்; சற்று இருங்கள்" என்றாள்.

பிறகு எதிரே வாயிற்படி வரைக்கும் அவனைக் கொண்டு விட்டுப் போக வந்தாள்: "நான் சொன்னேனே, அந்த வளையல் ஒன்று இருக்கிறதென்று. உங்களுக்காக அதை வைத்திருக்கிறேன். எப்போது வேண்டுமானாலும் கேட்டு வாங்கிக் கொள்ளுங்கள். உங்கள் மகள் என்று நினைத்துக்கொள்ளுங்கள்; போதும்!" என்றாள்.

இலட்சிய இந்து ஓட்டல்

அன்று ஹஜாரி ஓட்டலுக்குத் திரும்பி வந்து பார்த்தால், சுமார் இருபது சேரோ* அரை மணங்கோ தெரியாது, அவ்வளவு மைதா மாவை வேலைக்காரனும் பத்மாவுமாகச் சேர்ந்து பிசைந்து கொண்டிருந்தார்கள்.

ஹஜாரி, "என்ன விஷயம்? இவ்வளவு மைதா யாருக்காக? இத்தனை பூரிகளை யார் சாப்பிடுவாங்க?" என்றான்.

பத்மா சிடுசிடுவென்று எரிச்சலுடன் சொன்னாள், "போய் முதல்லே அடுப்பைக் கவனி! கறி, கூட்டு, சோறு சமைக்கிற வேலையை முடிச்சுடு. அப்புறம் இந்த பூரியைப் பொரிக்கவேண்டும். ஆசாரியப்பேட்டை மகாதேவ கோஷால் வீட்டுக்குப் போகவேண்டும் இவ்வளவும். அவங்க ஆர்டர் கொடுத்திருக்கிறாங்க. ஒன்பதரை மணிக்குள்ளே அனுப்பிவிட வேண்டும், தெரிந்ததா?" என்றாள்.

ஹஜாரி வாயடைத்துப்போனான். "ஒன்பதரை மணிக்குள் இந்த அரை மணங்கு மைதாவிலும் பூரி பொரித்தாக வேண்டுமா? இதோ, ஓட்டல் சாப்பாடு வேறே சமைத்தாக வேண்டுமே! இதென்ன அம்மா, எப்படி முடியும்? ரத்தனிடம் சொல்; பூரி பொரிக்கட்டும். நான் ஓட்டல் சாப்பாட்டைச் சமைக்கிறேன்" என்றான்.

பத்மா கண்சிவக்க அவனை கவனித்தாள். முதலில் ஒன்றும் பேசவில்லை. பிறகு சூடேற, "நீ நினைத்தபடியெல்லாம் இங்கே வேலை நடக்காது! இது எசமான் உத்தரவு. அவர் என்னிடம் சொல்லிவிட்டுப் போனார். உன்கிட்டச் சொல்லியாயிற்று; அவ்வளவுதான்! அவர் பெரிய கடை வீதிப்பக்கம் போயிருக்கிறார். வர சற்று நேரம் ஆகும். அப்பாலே உன் இஷ்டம்! - செய்தால் செய்; இல்லாவிட்டால் சும்மா இருந்துகொள்!" என்றாள்.

அதாவது, செய்யாமல் வேறு வழி இல்லை! இவர்களுடைய அநியாயமான போக்கை எண்ணி ஹஜாரி கண்கலங்கி நின்றான்! அக்கிரமம், மகா அக்கிரமம்! பின்னே என்னவாம்? ரத்தன் டாகுர் என்ற பரிசாரகனைக் கொண்டு இவர்களின் வழக்கமான ஓட்டல் சமையலைப் பண்ணி முடிக்கலாம். ஆனால் பத்மாவுக்கு அதனால் திருப்தி ஏற்படாது. அவளது விஷக்கண் பார்வையில் சிக்கிக்கொண்டு அவன் திக்குமுக்காடுகிறான்! எந்த வழியிலாவது அவனைத் தீர்த்துக்கட்டாமல் அவள் விடப்போவதில்லை!

★ சேர், வீசை, மணங்கு ஆகியவை பண்டைய நிறுத்தல் அளவை முறைகள். 1 சேர் - 85 கிராம், மணங்கு - 3.4 கிலோ.

அந்த விறகடுப்பின் பயங்கர வெப்பத்தின் எதிரே உட்கார்ந்து ரத்தன் டாகுருடன் வழக்கமான அன்றாடச் சமையல் செய்து முடிப்பதற்கே மணி ஒன்பதாகிவிட்டது. அவன் பூரியைப் பொரித்தாக வேண்டும் என்று கடுமையான உத்தரவு போட்டுவிட்டாள் பத்மா. அவள் தான் ஒன்றும் செய்யவில்லை. சாப்பிட வருபவர்களைக் கவனிக்க வேண்டியிருக்கிறது என்ற சாக்கில் அங்கிருந்து கிளம்பிவிட்டாள். அன்று சந்தைத்தினம் வேறு. ரத்தன் டாகுர் அவர்களுக்குப் பரிமாறப் போய்விட்டான். ஹஜாரி ஓர் இணுக்குப் புகையிலையை எடுத்துப் போட்டுக்கொண்டு மறுபடியும் அந்த அடுப்பங்கரை நெருப்பருகில் பூரிகளைப் பொரிக்க அமர்ந்தான்.

அரைமணி நேரத்துக்குப்பின் – ஐந்துசேர் மைதாகூடப் பொரித்தாகவில்லை. பத்மா வந்து, "என்ன பூரி பண்ணியாயிற்றா? அவங்க ஆட்கள் வந்துவிட்டார்கள்!" என்றாள்.

ஹஜாரி, "இன்னும் ஆகவில்லை. சற்றே அக்கம்பக்கம் வேலையிருந்தால் கவனித்துவிட்டு வரச்சொல்; போய்வரட்டும்" என்றான்.

"ஓஹோ! சுற்றிவிட்டு வரட்டும் என்கிறாயா? எதற்கு? ஒன்பதரை மணிக்குள் அவங்களுக்கு வேண்டியதைத் தயாரித்து வைக்க வேண்டுமென்று நான் சொல்லிவிட்டுப் போகவில்லை? சொன்னேனா இல்லையா உன்கிட்ட?"

"சொல்லிவிட்டாலும் முடிந்துவிடுமா? அவசரப்படுகிற காரியமில்லை இது! அரை மணங்கு மைதாவை நிதானமாக பொரித்தாகவேண்டும், வாணலியில்! ஒன்பது மணிக்கு இத்தனை உருண்டையையும் தட்டிப் போட்டாயிற்று, மதியைக் கேட்டுப்பார்!"

"அதெல்லாம் எனக்குத் தெரியாது. சமயத்துக்கு அனுப்ப வில்லை என்று அவங்க ஆர்டரைத் திருப்பிவிட்டாங்களானால், ஐயாவோடு பேசி முறையிட்டுக் கொள்ளவேண்டியதுதான்; அதோடு கணக்குத் தீர்த்தாக வேண்டியதுதான் உனக்கும். உன் சம்பளத்திலிருந்து அரை மணங்கு மைதாவுக்கும் பத்து சேர் நெய்க்குமான காசை ஒரு மாசத்தில் இல்லை, மூன்று மாசத்தில் பிடித்துக்கொள்வாங்க; தெரிந்துகொள்; அவ்வளவுக்கும் கக்கியாக வேண்டும்!"

ஹஜாரி பார்த்தான். சும்மா பேசிக்கொண்டிருப்பதில் லாபம் இல்லை. அவன் மேற்கொண்டு பேசாமல் பூரி பொரிக்கலானான்.

எப்பொழுதுமே வேலையைத் தட்டிக் கழித்துச் சாக்குப்போக்குச் சொல்லும் வழக்கம் அவனிடம் இல்லை! வேலை என்று உட்கார்ந்து விட்டால், அதில் மும்முரமாக ஈடுபட்டுவிடுவான்! பிறர் அவனைக் கண்காணித்தாலும் சரி, கண்காணிக்கா விட்டாலும் சரி; பூரியை நெய்யில் தோய்த்துத் தோய்த்து பரபரவென்று தூக்கி வெளியே எடுத்துப் போட்டுக் காரியத்தை முடித்துவிடலாம். ஆனால் பூரி நன்றாகப் பொரிந்திராது; மாவு அப்படியே இருக்கும். இதனாலேதான் அவன் நிதானமாக வேலை செய்யவேண்டியிருந்தது.

பத்மா, "இவ்வளவு நேரமாக்குவானேன்? பரபரவென்று செய்து முடி! நெய்யிலே அவ்வளவையும் முழுக்கினால் தீர்ந்தது! என்ன பிரமாதம்!" என்றாள்.

ஹஜாரி, "உன்னிடம் நான் சமையல் கற்றுக் கொள்ளத் தேவையில்லை; பூரி அவ்வளவையும் முழுக்கினால் அவை விறைப்பாக இருக்குமா, மெதுவாக இருக்குமா என்று எனக்கு நன்றாகத் தெரியும்" என்று சொல்லலாமா என எண்ணினான். அதோடு ஒரு விஷயமும் அவனுக்குத் தெரியும்; பத்மா ஏன் இப்படிச் சொன்னாள் என்பதுதான்!

பத்து சேர் நெய்யை வாணலியில் கொட்டியிருக்கிறது; பரபரவென்று பூரியைத் தோய்த்து எடுத்துப்போட்டால் நெய் ஏராளமாக மிஞ்சிவிடும்! நெய் அவ்வளவும் பத்மாவுக்குத்தான் போய்ச்சேரும். அவளுக்குத்தான் லாபம்; ஒளித்து மறைத்து வீட்டுக்குக் கொண்டுபோய் விடுவாள். எசமானோ பத்மா விஷயத்தில் கண் இருந்தும் காணாத மாதிரி குருடாகவே நடந்து கொள்கிறார்!

ஹஜாரி, 'இந்த மாதிரி தில்லுமுல்லுகளால்தான் ஓட்டல் பெயரே கெட்டுப்போகிறது! சாப்பிட வருபவர்கள் என்னவோ காசு கொடுத்துத்தான் சாப்பிடுகிறார்கள். அவர்களுக்குப் போய் அரைகுறையாகப் பொரிந்த பூரியைப் பரிமாறுவதா? அப்படிச் சாப்பிட்டாக வேண்டுமென்று அவர்களுக்கு என்ன தலைவிதி! பத்து சேர் நெய்க்கான காசை என்னவோ வசூல் செய்தாகிறது! அப்படியிருக்க அவங்களை வஞ்சிப்பானேன்? அவர்களுக்கென்று போடுகிற பண்டம் நன்றாக இருக்க வேண்டுமில்லையா? அதைக் கவனிக்க வேண்டாமா? இந்த வேலைக்காரி பத்மா தன் வீட்டுக்கு அவ்வளவு நெய்யையும் எடுத்துக்கொண்டு போவதற்கா அவர்கள் காசு கொடுத்தார்கள்; இல்லையே?' என்றுதான் எண்ணலானான்.

அடுத்த கணமே தன்னை மறந்து மனக்கோட்டையில் திரிய ஆரம்பித்தான்:

'இந்த ரயிலடிக் கடை வீதியிலேயே நான் ஓர் ஓட்டல் திறக்க வேண்டும்; அது எனக்குச் சொந்தமானது! தில்லுமுல்லெல்லாம் அங்கே நடக்காது. உண்ண வருகிறவங்க கொடுத்ததிலிருந்து திருடி அவங்களை ஏமாற்ற மாட்டேன். அவங்களுக்குத் திருப்தி ஏற்படும்படி தான் தொழிலை நடத்துவேன்; என் கையாலேயே சமைப்பேன்; எல்லாரும் திருப்தியாக உண்ணும்படி பரிமாறுவேன்; சூதுவாது செய்யமாட்டேன்...'

பூரிகளைப் பொரிக்கும்போது குபுகுபுவென்று கொப்புளிக்கும் நெய்யில் தான் வைக்கப்போகும் ஓட்டலின் கற்பனைக் காட்சிகளைக் கண்டு கொண்டிருந்தான் ஹஜாரி. ஒவ்வொரு நெய்க் கொப்புளத்திலும் இப்படிக் கண்டு மகிழ்ந்தான். பத்மாவும் அங்கே இல்லை; பேச்சூ சக்ரவர்த்தியும், கஞ்சா அடிக்கும் மச்சானும் இல்லை!

வெளியே நாற்காலி போட்ட அறையில் அகன்ற பெஞ்சியின் மேல் நன்றாக விரிப்பு விரித்து இருக்கும்; எத்தனை நேரம் வேண்டுமானாலும் உண்ண வருபவர்கள் அங்கே தம் விருப்பப்படி தங்கி ஓய்வெடுத்துக் கொள்ளலாம். வெற்றிலை, பாக்கு, புகையிலைக்கும் ஏற்பாடு செய்திருப்பான்; இதற்காகத் தனியாக ஏதும் தரவேண்டியதில்லை. தினமும் மீன்; வாரத்திலே மூன்று முறை மாமிசம் உண்டு. இதையெல்லாம் செய்யாமல் சும்மா ரயில்வே நிலையத்துப் பிளாட்பாரத்தில், "இ...இ...இந்து ஓட்டல்! இ...இ... இந்து ஓட்டல்..." என்று கூவித் தொண்டையைக் கிழித்துக்கொண்டால் மட்டும் உண்ண வருபவர்கள் இங்கே வந்துவிடுவார்களா?...

அதே சமயம் பத்மா வந்து, "உனக்கென்ன வந்து விட்டது? மடமடவென்று வேலை செய்கிறதாகத் தெரியவில்லையே? கை அசையவே மாட்டேன் என்கிறதே? பெரிய மனுஷங்க வீட்டிலிருந்து அதோ வந்து காத்திருக்காங்களே!" என்றாள்.

மைதா பிசைந்து வைத்திருந்தது போக பூரிக்காகத் தட்டையாய் தேய்த்து வைத்திருப்பவற்றை – மரத்தட்டில் இருந்தவற்றையெல்லாம் முக்கால்வாசிக்கு வாணலியில் போட்டு எடுத்தாயிற்று. பத்துப் பதினைந்துதான் மீதி இருக்கும். வேலைக்காரன் மதி, பத்மா அங்கே வந்ததைப் பார்த்ததும் பரபரவென்று அப்பளக்குழவியை ஓட்டி பூரிக்குத் தட்டையாக தேய்க்கத் தொடங்கினான்.

பத்மா, “என்ன, கை ஓடமாட்டேன் என்கிறதா? இன்னும் பத்து சேர் மாவு அப்படியே இருக்கிறதே! இப்படி பூரி உருட்டித் தட்டிப் போட்டால் எப்போது ஆகி முடியும்?” என்றாள்.

ஹஜாரி, “அம்மா, பத்மா! இவ்வளவையும் ஒருத்தனாகவே உருட்டித் தட்டி நெய்யில் போட்டுப் பொரிப்பதற்குள் இரவு பதினொன்று மணி ஆகிவிடும்! உருட்டித் தட்ட இன்னும் யாரையாவது துணைக்கு அனுப்பிவை!” என்றான்.

பத்மா முகத்தை ஒரு திருப்புத் திருப்பி, “நான் போய் மிரட்டி உனக்காக ஆளை அனுப்ப வேண்டுமா? அடேயப்பா...! பொரித்தால் பொரி; இல்லாவிட்டால் போயேன்! அவங்க வேண்டாமென்று திருப்பிவிட்டாங்களானால் நம் ஐயாவோடு பேசிக் கணக்கைத் தீர்த்துக்கொள்ள வேண்டியதுதான்!” என்றாள்.

பிறகு அங்கிருந்து போய்விட்டாள்.

வேலையாள் மதி, “நீ எப்படி சாமி, பூரியை நெய்யில் தோய்த்துத் தயார் பண்ண முடியும்? பூரி பொரிய வேண்டாமா? அது மட்டுமில்லை; தட்டில் இருக்கிற இவ்வளவு மைதா மாவையும் உருட்டி ஓட்டித் தட்டி வைக்க என் ஒருத்தனால் எப்படி முடியும்?”

சட்டென்று ஹஜாரிக்கு ஓர் எண்ணம் தோன்றியது. இந்த வேலையிலும் அவனுக்கு உதவக்கூடிய ஆள் உண்டு – குஸுமாதான்! ஆனால் அவள் குடும்பத்துப்பெண் – ஒரு வீட்டின் மருமகள்! அவளை இங்கே வரவழைப்பது என்றால் நடக்காது! அப்படித்தான் சொல்லியனுப்பி இந்த விபரீத நிலையைத் தெரிவித்தால், குஸுமா, உடனே ஓட்டமாக வந்து சேர்ந்துவிடுவாள் – அது உறுதி! ஆனால் அது சாத்தியமில்லை.

பிறகு அரைமணி நேரம் ஹஜாரி வேறு எந்தச் சிந்தனையும் இல்லாமல் நிமிர்ந்துகூடப் பாராமல், தட்டி வைத்த பூரியை வாணலியில் போட்டு எடுப்பதும், கொதிக்கிற நெய்யில் பொரித்த கையோடு தட்டில் எடுத்துப் போடுவதுமாய் இருந்தான். பூரியிலிருந்து நெய் தட்டில் வழிந்து தேங்கியது. அடுப்போ பயங்கரமாகத் திகுதிகுவென்று எரிகிறது! ஒரே வேக்காடு! முதுகு ஜிவ்ஜிவ் என்று வலிக்கிறது! வேர்வை வழிந்து துணி, மேல் துண்டு எல்லாம் நனைந்து விட்டன! ஓர் இணுக்குப் புகையிலையை வாயில் அடக்கிக்கொள்ளக்கூட நேரமில்லை! வாணலியில் பூரியைப் போட்டுப் பொரிய வைப்பதும் நெய் சொட்டச் சொட்ட தட்டில் வைப்பதுமாகவே இருந்தான்!

இரவு மணி பத்து.

மூர்சிதாபாத் ரயில் வண்டி வருகிற நேரம் ஆகிவிட்டது.

வேலையாள் மதி, "நான் ஒருதரம் ஸ்டேஷன் பக்கம் போய்விட்டு வருகிறேன், சாமி! ரயிலுக்கு நேரம் ஆகிவிட்டதே! சாப்பிட வருகிறவங்களை இட்டு வராவிட்டால் நாளைக் காலையிலே நம் எசமான் ஐயா விளாசிவிடுவாரே! ஒரு பீடி குடித்துவிட்டுப் புறப்படுகிறேன்" என்றான்.

உண்மைதான்! அவன் சிறிது நேரம் பிளாட்பாரத்தில் அப்படியும் இப்படியும் போய்வருவான்; "இ...இ...இந்து ஓட்டல்", "இ...இ...இந்து ஓட்டல்" என்று கூவுவான். மூர்சிதாபாத் ரயில் வண்டி வர இன்னும் பதினைந்து நிமிஷ நேரந்தான் இருந்தது.

ஹஜாரி, "ஒருத்தனாகவே பூரியைத் தட்டுவேனா, நெய்யில் பொரிப்பேனா? நீயும் இப்படிப் பண்ணுகிறாயே? உனக்கென்ன பைத்தியமா? இவங்களெல்லாம் பண்ணுகிற கூத்தைப் பார்த்தாயா? ரத்தன் டாகுரோ கிளம்பிப் போய்விட்டார்! பத்மாவும் போய்விட்டாள்; நான் ஒருத்தனாக என்ன செய்யமுடியும்?"

மதி, "பத்மா அம்மாவுக்கு உன்னைக் கண்டாலே ஆகவில்லை! ஒருத்தரிடமும் சொல்லாதே சாமி! எல்லாம் அவள் பண்ணும் கூத்துத்தான்! உன்னைத் தீர்த்துக் கட்டிவிட வேண்டுமென்று தான் இப்படிச் செய்கிறாள்...நான் வருகிறேன்...இல்லாவிட்டால் என் வேலைக்குச் சீட்டுக் கொடுத்துடுவாங்களே!" என்றதும், கிளம்பிவிட்டான். கடைசியாக ஐந்து சேர் மைதா தட்டில் மீதியாகக் கிடந்தது! பூரி தட்ட வேண்டி உருட்டி வைத்திருந்த உருண்டைகளே இன்னும் ஒரு சேர் அளவுக்கு இருந்தன. ஹஜாரி எண்ணிப் பார்த்தான்; பதினாறு உருண்டைகள்! அவற்றைத் தான் ஒருத்தனாகவே கல்லில் உருட்டித் தட்டி, நெய்யில் பொரித்தாக வேண்டும்! - இவ்வளவும் நடக்கிற காரியமா!

மதி போகும்போது ஒரு பீடி கொடுத்துவிட்டுப் போனான். அதைக் குடித்து முடித்தபாடில்லை! அதற்குள் பத்மா எட்டிப் பார்த்து, "சும்மா பீடி குடிக்கிறதுதானா வேலை? இங்கே பெரிய மனுஷங்க வீட்டிலேயிருந்து வந்த ஆளுங்க இரண்டு தரம் திரும்பத் திரும்ப வந்திருக்காங்களே! - அப்போதே நான் சொல்லியிருந்தேன்! - ஹஜாரி கிட்டக் கொடுத்தால் இந்த வேலை நடக்காது என்று...அது சரியாகப் போய்விட்டது! இதோ பார்; பீடியைத் தூக்கி எறிந்துவிட்டு வேலையில் கவனம் செலுத்து, இப்போதே இரவு வெகுநேரம் ஆகிவிட்டது!" என்றாள்.

ஹஜாரி உண்மையிலேயே திகைத்துப்போனான்! பீடியைத் தூர விட்டெறிந்தான். பத்மாவிடம், 'மாவைத் தட்டிக் கொடுக்க யாரும் இல்லையே?' என்று சொல்லக்கூட வாய் வரவில்லை, பாவம், மறுபடியும் தன்னந்தனியே பூரி பொரிப்பதில் ஈடுபட்டான்.

இரவு பதினொரு மணி ஆகிற சமயம்! இதற்கு மேல், அங்கே உட்கார்ந்திருக்க முடியாது என்று பட்டது அவனுக்கு. அப்போது அவனுடைய மனக்கண் முன் இரண்டு முகங்கள் வந்து நின்றன. ஒரு முகம் அவனுடைய மகள் டேம்பியினுடையது; வயசு பன்னிரண்டு. வீட்டில் இருந்தாள்; சுமார் ஐந்தாறு மாசமாக அவளைப் பார்க்கக்கூட முடியவில்லை! மற்றொரு முகம் குஸுமாவினுடையது. அன்று மாலை அவள் அவனை எப்படியெல்லாம் உபசரித்தாள்! அவளுடைய சிரித்த முகம்... டேம்பியின் முகமும் குஸுமாவின் முகமும் இணைந்து ஒன்றாகிவிட்டன! பூரி பொரிகிற நெய்யில் அந்த இருவரின் இணைந்த முகங்கள்தான் அவன் கண்ணில் பட்டன! அவர்கள் இருவரும் இங்கே இப்போது இருந்தால்...? குஸுமா அதோ அந்தப் பக்கம் பூரியைத் தட்டிக்கொடுக்க, இந்தப் பக்கம் டேம்பி பூரிகளைப் பொரிக்க...

"என்ன ஐயா, இது?"

எசமான் சக்ரவர்த்தி ஐயாவே வந்துவிட்டார்! பின்னால் பத்மா! "இந்தக் கஞ்சா அடிக்கிற ஆசாமியால் ஒன்றும் நடக்காது என்று அப்போதே சொன்னேனில்லையா? கஞ்சா அடித்துவிட்டுச் சும்மா குந்திக்கொண்டிருக்கிறான் மனுஷன்! பார்த்தீர்களா? வேலை எப்படி முடியும்?" என்றாள்.

ஹஜாரி பொறுமையுடனும் விரைவாகவும் பூரியை உருட்டித் தட்டிப் போடலானான். அதற்குள் பெரிய மனிதர்களின் வீட்டைச் சேர்ந்தவர்கள் வந்து காத்திருந்தார்கள். எசமானின் முன்னிலையில் பத்மா அவர்களிடம், எவ்வளவு பூரி தயாராயிருக்கிறதோ அந்த அளவுக்கு நிறுத்துக்கொடுத்தாள். இன்னும் ஐந்து சேர் மைதா அளவு பூரி தட்டியாக வேண்டும். ஆனால் வந்தவர்களோ, "இத்தனை நேரம் ஆகிவிட்டது. இனிமேல் மிகுந்ததை நாங்கள் எடுத்துப்போய் என்ன ஆகும்?" என்று சொல்லிவிட்டார்கள்.

பேச்சூ சக்ரவர்த்தி, ஹஜாரியைப் பார்த்து, "இந்த நெய்க்கும் மைதாவுக்கும் ஆன செலவை உன் சம்பளத்திலிருந்து கழித்து விடப் போகிறேன். தெரிந்துகொள். கஞ்சா குடிக்கிறவனுங்களால் எப்படிக் காரியம் நடக்கும்?" என்றார்.

ஹஜாரி, "உங்கள் ஓட்டலிலே எல்லாம் தலைகீழ்ப் பாடமாக இருக்கிறதே, சக்ரவர்த்தி ஐயா! உருட்டித்தட்ட மதியைத் தவிர வேறே யாரும் முன்வரவில்லையே! அவனும் ரயில் வண்டிக்கு நேரமாகிறது என்று ஸ்டேஷனிலிருந்து சாப்பிட வருகிறவங்களை அழைத்துவரப் போய்விட்டான். நான் என்ன செய்கிறதுங்க?" என்றான்.

பேச்சூ சக்ரவர்த்தி, "அதெல்லாம் நடக்காது! இந்த நஷ்டத்தை நீதான் ஏற்றுக்கொண்டாக வேண்டும்! ஆர்டர் கொடுத்தவங்களுக்கு சமயத்தில் தராவிட்டால் அவங்க திருப்பித்தரத்தானே செய்வாங்க? என் வீட்டிலிருந்தா கொடுக்க முடியும்? அதோடு மைதா வேறே மிகுந்துவிட்டது!" என்றார்.

'அப்படி இவ்வளவுக்கும் நாம் கொடுத்தாக வேண்டும் என்றால், பூரியைப் பொரித்து நாமே எடுத்துக்கொண்டால் போகிறது! இரவு பண்ணிரண்டு மணியானாலும் ஆகட்டும்!' என்று எண்ணினான். அவன் வேலைக்கார மதிக்கு ஒரு பங்கு தருவதாகச் சொல்லி ஆசை காட்டி, அவ்வளவு பூரியையும் தட்டி வைத்துப் பொரித்தான். மதி தனக்குரிய பங்கை எடுத்துக்கொண்டு போய் விட்டான். இன்னும் அறுபது பூரி பொரித்தாகவேண்டும்!

பத்மா உள்ளே எட்டிப்பார்த்து, "இன்னுமா குந்திக்கொண்டு பூரி பொரிக்கிறாய்? எனக்கும் கொஞ்சம் கொடுத்துவிட்டுப்போ...!" என்று சொல்லிக்கொண்டே ஒரு கைத்துண்டை எடுத்து விரித்துத் தன் கையாலேயே அள்ளிச் சுடச்சுட இருபத்தைந்து முப்பது பூரிகளை வாரி எடுத்துக்கொண்டு கிளம்பிவிட்டாள். ஹஜாரி வாய்திறந்து ஏதும் சொல்ல முடியவில்லை! அவ்வளவு துணிவு அவனுக்கு இல்லை, பாவம்!

இரவு வெகுநேரமாகியிருக்கும். உறக்கத்திலிருந்து விழித்தெழுந்த குஸுமா, கண்களைத் துடைத்துக்கொண்டு கதவைத் திறந்தாள். அவளெதிரே பெரிய பொட்டணம் ஒன்றைப் பையில் எடுத்துக் கொண்டு வந்து நின்றான் ஹஜாரி. அவனைப் பார்த்ததும் அவள் வியப்புற்று, "இதென்ன பெரியப்பா! ஏன் இப்படி நீங்கள் இந்த நடு ராத்திரியிலே..." என்று இழுத்தாள்!

ஹஜாரி, "இதிலே பூரி இருக்கிறது, அம்மா குஸுமா! ஓட்டலிலே பூரி பொரிக்க ஆர்டர் கொடுத்திருந்தாங்க யாரோ! எனக்கோ பூரி உருட்டித் தட்ட துணை யாரும் இல்லை.

கடைசியில் அங்கே அஞ்சு சேர் மைதா மிகுந்துவிட்டது. அவங்க அதை வேண்டாமென்று சொல்லிவிட்டாங்க... எசமானோ இதற்கான செலவை நான் கொடுத்தாக வேண்டுமென்று சொல்லிவிட்டார். 'சரி, எப்போது இந்தச் செலவுக்கான காசை நாம் கொடுத்துவிடுகிறோமோ நாமே எடுத்துக்கொண்டால் போகிறது' என்று முடிவு பண்ணினேன். 'முன்னே இப்படிக் கொடுக்கவில்லையே உனக்கு. இப்போதாவது கொடுக்கலாமே' என்று கொண்டுவந்தேன்; இரவு வெகுநேரமாகிவிட்டது. தூங்கிப் போய்விட்டாற்போல இருக்கிறது. போய் இந்தப் பையோடு பொட்டலத்தை எடுத்துவை!" என்றான்.

குஸுமா அந்தப் பையை அவனுடைய கையிலிருந்து வாங்கி வைத்தாள். அவளுக்கு ஒன்றுமே புரியவில்லை. 'இதென்ன, பெரியப்பா சுத்தப் பைத்தியமாக இருக்கிறாரே! இல்லாவிட்டால் இரவு இத்தனை நேரத்துக்கு (அவள் ஒரு தூக்கம் போட்டு எழுந்தாயிற்று) இந்த பூரியைப் பொட்டலங்கட்டி எடுத்து வந்திருக்கிறாரே!'

ஹஜாரி, "நான் வருகிறேன், அம்மா! பூரி சூடாகவும் வாய்க்குச் சுகமாகவும் இருக்கிறது. இப்பொழுதுதான் பொரித்தேன். நீ கொஞ்சம் உடனடியாகச் சாப்பிடு. நாளைக் காலை சுருங்கிப் போய்விடும்! குழந்தைகளுக்கும் கொடு, அப்படி என்ன நேரமாகி விட்டது? மணி பன்னிரண்டரை இருக்கும்; அவ்வளவுதான்!" என்றதும் விடைபெற்றுக்கொண்டான்.

ஓட்டலுக்குத் திரும்பியதும் ஹஜாரி துணிச்சலான காரியம் ஒன்று செய்தான்.

வேலையாள் மதி முன்பே படுத்து உறங்கிவிட்டான். அவனை எழுப்பி, "மதி! இரவு மூன்று மணி வண்டியிலே வீட்டுக்குப் போகிறேன். இவ்வளவு பூரியையும் வைத்துக்கொண்டு என்ன செய்வது? வீட்டிலே கொடுத்துவிட்டு வருகிறேன். நீ இங்கேயே இரு. நாளைக் காலை பத்துமணி வண்டிக்கு வந்து சமைக்கிறேன் என்று சொன்னதாக எசமானிடம் சொல்!" என்றான்.

மதி திகைப்புற்று, "இரவு இந்நேரத்துக்கா பூரியை எடுத்துக் கொண்டு வீட்டுக்குப் போகிறீங்க?" என்றான்.

"பின்னே இவ்வளவு பூரியும் என்ன ஆகிறது? இங்கே இருந்தால் நாளைக் காலையில் பூதம் வந்து சாப்பிடுமா என்ன? இனி என் சரக்கு இது. இதை என் வீட்டுக்கு எடுத்துப்போய்க் கொடுத்து விட்டு வருகிறேன். என் வீட்டிலேயும் குழந்தை

குட்டிங்க உண்டு. அவங்களுக்குக் கொடுத்துவிட்டு வருகிறேன். செலவு ஆறு காசு; அவ்வளவுதானே?" என்றான் ஹஜாரி.

அவனுக்குத் தூக்கமே வரவில்லை. டேம்பியைப் பார்க்க வேண்டுமென்று மனசு அடித்துக்கொண்டது. குஸுமா எப்படியோ அப்படியே டேம்பியும்...இன்னும் இரண்டு சின்னக்குழந்தைகள் – ஆண்கள் உண்டு அவனுக்கு. அவர்கள் வாய்க்குக் கிட்டாதபடி வஞ்சித்து இத்தனை பூரியையும் இங்கே வைத்துக்கொண்டு பத்மாவும் எசமானும் தங்கள் வீட்டுக்கு எடுத்துப்போகும்படி விடுவானேன்? அதனால் என்ன லாபம்?

இரவு சுமார் மூன்று மணிக்கு ஸாநாங்புர் ரயில் நிலையத்தில் இறங்கி, ஹஜாரி தன் கிராமத்தை நோக்கி நடக்கலானான். சுமார் நாலு மைல் தொலைவு நடந்து, விடிகிற சமயம் தன் ஊர் போய்ச் சேர்ந்தான்.

எண்டோசோலா என்பது முன்பு வளமான கிராமம். இப்போது அந்தப் பழைய அழகும் செழிப்பும் இல்லை. கிராமத்து ஜமீன்தார்களான கர் வம்சத்தினர் இங்கிருந்து கல்கத்தா போய்விடவே ஊர் ஆரம்பப் பள்ளியின் நிலை சீர்கெட்டுவிட்டது. ஊர்ப்பெரிய குளம் பழுதடைந்து விட்டது. ஊர்ப் பெரிய மனிதர்கள் பலர் இங்கிருந்து ராணாகாட்டுக்கும் கல்கத்தாவுக்கும் போய்விட்டார்கள். வேறு வழி இல்லாதவர்கள் ஊரிலேயே கிடந்தார்கள்.

ஹஜாரியின் மண் வீட்டில் இரண்டு அறைகள். சிறிய முற்றம். ஒரு பக்கம் பலா மரம் ஒன்று. மற்றொரு பக்கம் கொன்றையும் பேரிக்காய் மரமும். இந்தப் பழ மரம் ஹஜாரியின் தாய் தன் கையாலேயே நட்டது. பெரிய பெரிய காய்கள் காய்க்கும். காசியிலிருந்து விதை கொண்டு போட்டு வளர்த்தது.

ஹஜாரி கூப்பிட்டதும் அவனுடைய மனைவி எழுந்து கதவைத் திறந்தாள். இப்படி எதிர்பாராமல் அவன் வரவே, "வாருங்கள்! வாருங்கள்! ஏன் இப்படிப் பின்னிரவு வண்டியில் வந்தீங்க? அவ்வளவு தொலைவு இருட்டிலே நடந்து வரவேண்டுமே! மறுபடியும் இந்தப் பக்கம் பெரிய பெரிய நல்ல பாம்பு நடமாட்டமாக இருக்கிறது. எல்லாருக்கும் ஒரே திகில்! நல்ல பாம்பு கடித்து இரண்டு மூன்று பேர் இறந்து விட்டாங்களே!" என்றாள்.

"நம் ஊரிலேயா?"

"நம் ஊரில் இல்லை. பல்லக்குக்காரர்கள் பேட்டை

புதிதாக ஏற்பட்டதே, அங்கே ஒருத்தரும், பாப்பாரப் பேட்டையிலே ஒருத்தரும் இறந்துட்டாங்க... அவ்வளவு பெரிய பொட்டலத்திலே அது என்ன?"

ஹஜாரி பூரியைப் பற்றிய உண்மை விவரத்தை வெளியிட வில்லை. மனைவி மகிழ்ச்சியுடனும் ஆவலுடனும் கேட்ட கேள்விக்கு, "ஆமாம்...ஒன்று கொண்டு வந்திருக்கிறேன். ஆண்டவன் கொடுத்தான்; எல்லாரும் சேர்ந்து திருப்தியாகச் சாப்பிடலாம். டேம்பிக்கு நிறையக் கொடு. அவள் வயிறாரச் சாப்பிட்டு என் கண்ணாலே பார்க்க வேண்டும்!" என்று மட்டும் சொன்னான்.

அன்று காலை வண்டியில் ஹஜாரி ராணாகாட் திரும்ப முடியவில்லை.

நடுப்பகலுக்கு மேல் ஹஜாரி குஸுமாவின் பெரிய தந்தையின் வீட்டுக்குப் போனான். கோஷ் முன்னே நல்ல நிலையில்தான் இருந்தார். இன்னுங்கூட அவருடைய மாட்டுத் தொழுவத்தில் எட்டு, பத்துப் பசுக்கள் இருந்தன. இரண்டு சின்னஞ்சிறு நெற் களஞ்சியமும் உண்டு.

ஹஜாரியை ஹரிகோஷ் மிகவும் பரிவுடன் வரவேற்று ஈச்சம்பாய் ஒன்றில் அமரச்செய்தார். "எப்போது வந்தீங்க? எல்லாரும் நலமா?" என்று கேட்டார்.

"நீங்களெல்லாரும் நலந்தானே?"

"உங்கள் தயவாலும் ஆசீர்வாதத்தாலும் எப்படியோ ஒருவிதமாக இருக்கிறோம். ராணாகாட்டிலேயேதான் வேலை பார்க்கிறீங்களா?"

"ஆமாம், அங்கிருந்துதான் வந்தேன்."

"எங்கள் குஸுமாவைப் பார்க்கறது உண்டா?"

ஹஜாரிக்குப் பட்டிக்காட்டு மக்களின் போக்குத் தெரியும். தான் குஸுமாவை அடிக்கடி பார்ப்பதாகவோ தங்களுக்குள் பாசமும் ஒட்டுதலும் இருப்பதாகவோ சொல்ல அவனுக்கு விருப்பமில்லை. ஒரு வேளை அதைச் சகஜமாக எண்ணாமலும் போகக்கூடும். ஊரில் இதுபற்றிப் பேச்சு ஏற்பட்டுப் பலபேர் அதற்குத் தப்பர்த்தம் கற்பிக்கப் பார்க்கலாமல்லவா? ஆகவே, "இரண்டொரு சமயம் பார்க்க நேர்ந்தது. நலமாகத்தான் இருக்கிறாள்" என்றான்.

"இந்தத் தடவை பார்த்தீங்களானால், அவளை இங்கே வரச் சொல்லுங்கள். அவளுக்குக் கிராமாந்தரத்தில் வந்து இருப்பதில்

பிடித்தமில்லை. பட்டணத்தில் பால், தயிர் விற்றுப் பிழைக்கிறதிலே ஒரு திருப்தி."

ஹஜாரி இந்தப் பேச்சைத் திசை திருப்ப வேண்டி, "இந்தத் தடவை விளைச்சல் சங்கதியெல்லாம் எப்படி?" என்று கேட்டான்.

"பன்னிரண்டு பிகா* நெல், பாக்கி எல்லாம் கறிகாய் பயிரிடுகிறேன். இரண்டு பிகா பூசணி, உருளைக்கிழங்கு, வெங்காயம் இப்படி... இந்தத் தடவை மழை சரியாகப் பெய்யவில்லை. நெல்பயிர் சாவியாகும்போல்** இருக்கிறது!

கறிகாய் என்றதும் ஹஜாரிக்குத் தான் உள்ளூற எண்ணி வந்தது - அந்த அந்தரங்க ஆசை - நினைவில் வந்தது. கறிகாயைத் தன் கிராமத்திலிருந்து வாங்கினால் ராணாகாட் கடைவீதியில் வாங்குவதைவிட மலிவாக இருக்கும். 'சரி; இங்கிருந்தே வாங்கிப் போகலாம்' என்று தோன்றியது.

ஹரிகோஷிடம், "நல்லது... உங்கள் நிலத்தில் உருளைக் கிழங்கு எத்தனை மணங்கு விளைச்சல் காணும்?"

"அதெப்படித் திட்டமாகச் சொல்ல முடியும்? ஏறத்தாழ முப்பது, நாற்பது மணங்குக்குக் காணும்."

"உங்கள் நிலத்தில் விளையும் உருளைக்கிழங்கை எனக்குக் குத்தகைக்கு விடமுடியுமா? ரொக்கமாகக் கையில் கொடுத்து விடுகிறேன்."

ஹரிகோஷ் ஆவலுடன், "என்ன ஐயா, இப்போது சரக்குப் பிடிக்கும் தொழிலில் இங்கியிருக்கிறீங்களா என்ன?" என்றான்.

"இன்னும் அதில் ஈடுபடவில்லை. ஆனால் ஈடுபட வேண்டுமென்று பார்க்கிறேன். ஒருநாள் வந்து சொல்கிறேன்" என்று சொல்லிவிட்டுப் புறப்பட்டான் ஹஜாரி.

இடைத்தெருவிலிருந்து வீட்டுக்குப் போகும் வழியில் ஒரு பெரிய மூங்கில் தோப்பு வழியாகச் செல்லவேண்டும். இங்கே வீடு, வாசல் ஏதும் இல்லை. ஏன், எண்டோசோலா கிராமத்திலேயேகூட வீடு வாசல் அதிகம் இல்லை. முன்னே பலபேர் இருந்தார்கள். மலேரியா பல உயிர்களைப் பறிக்கவே, மக்கள் தொகை குறைந்துவிட்டது. பெரிய பெரிய மாமரங்களும் பலா மரங்களும் அடர்ந்த தோப்புகளும், மூங்கிற்காடுகளும் ஏராளமாக இருந்தன.

★ நில அளவையில் ஒரு பிகா என்பது கால் ஹெக்டேர். 2500 சதுர மீட்டர்.
★★ நெற்பயிரில் கதிர்கள் உருவாகாமல் வீணாகிப்போகும் நிலை.

இந்த மூங்கில் தோப்புக்குள் ஆதிநாளில் பாலித் குடும்பத்தார் வீடு வாசலுடன் வாழ்ந்துவந்தார்கள். தன் சிறுவயதில் அவர்களைப் பார்த்திருக்கிறான் ஹஜாரி. அந்தக் கிராமத்தில் பாலித் குடும்பத்தார் மிகவும் வளமாகத்தான் இருந்தார்கள். பூஜை, பெரிய திருவிழா, ஊஞ்சல் உற்சவம், துர்க்கா பூஜை இப்படிப் பல நல்ல பணிகளுக்கு ராஜேன் பாலித் குடும்பத்தார் செலவிடுவார்கள். இப்போது அந்தத் தோப்பில் இருந்த அவர்கள் வீடு பாழடைந்து கிடந்தது. பகலிலேயேகூடப் புலி பதுங்கியிருக்கலாம்.

உலர்ந்த மூங்கில் உராய்வதால் 'கடமட'வென்று ஓசை. இருண்ட நிழல்; மூங்கில் இலைச் சருகின் சலசலப்பும், இலவம்பஞ்சு வெடிக்கும் ஓசையும் கேட்டன. கரிக்குருவியும் மற்றப் பறவை வகையும் கீச்சுக் கீச்சென்று கத்தும்போது, ஓட்டலில் அடிமைத் தொழில் செய்வதிலிருந்து இன்றாவது சற்று மீண்டு வந்தோமே என்றுதான் தோன்றியது ஹஜாரிக்கு. ஓட்டலில் பயங்கரமான அந்த அடுப்பங்கரை வெப்பத்தில் அமர்ந்து இன்று அவன் எந்தப் பாத்திரத்திலும் சோறோ, பருப்போ, கறியோ சமைக்க வேண்டியதில்லை! பத்மாவின் கடுமையான கட்டளையையும் அதிகாரத்தையும் பொறுத்துக்கொண்டு இருக்க வேண்டாம்! மூங்கிலின் நிழலில் அமைதியாக மணிக்கணக்கில் தூங்கலாம்! யாரும் ஒன்றும் சொல்ல மாட்டார்கள்!

இந்த விடுதலைய நன்றாக அனுபவிக்க விரும்பியே இன்று அவன் 'நாமே ஓட்டல் திறக்க வேண்டும்!' என்று எண்ணமிடலானான்.

அவனுக்கு இப்போது இந்தத் தொழிலில் நல்ல அனுபவம் ஏற்பட்டிருந்தது. கொஞ்சம் காசு கையில் சேர்ந்தால் ராணாகாட் கடை வீதியில் அவனே ஓர் ஓட்டல் திறந்துவிடுவான்! ஹஜாரி உண்மையாகவே இதுபற்றித் தீவிரமாகச் சிந்திக்கலானான். எங்கிருந்து, யாரிடமிருந்து கடன் வாங்கலாம் என்றுதான் யோசனை. அருகே ஒரு கிராமத்தைச் சேர்ந்த கோஸ்வாமி குடும்பத்தார் பெரிய பணக்காரர்கள். ஆனால் அவர்கள் எல்லாரும் கல்கத்தாவில் இருந்தார்கள். இங்கே, வயதான அவர்களின் பாட்டனார் கேசவ கோஸ்வாமி மட்டுமே இருந்தார். ஆனால் அவர் மிகவும் கஞ்சர். ஹஜாரியைப் போன்ற ஏழைக்கு, அடைமானமாக எதையாவது வைக்காமல், உத்தரவாதம் இல்லாமல் பணம் தருவாரா? ஹஜாரிக்காக யார் உத்தரவாதம் தர முன் வருவார்கள்? அவனுடைய நிலையோ மிகவும் மோசமாக

இருந்தது. இரண்டே இரண்டு அறைகள் கொண்ட ஓலைக்கூரை போட்ட மண்வீடு. சமையலறை, போன ஆண்டு மழையிலே சரிந்து விழுந்து விட்டது. கையில் காசு இல்லாததால் அதைச் சரி செய்ய முடியவில்லை. முற்றத்தில் மாமரத்தடியில் சமைக்க வேண்டியிருந்தது. இப்போது மழைக் காலமாக இல்லை என்பதால் கொஞ்சம் சிரமம் குறைவாக இருந்தது...

நேரமாகிக்கொண்டே இருந்தது.

ஹஜாரி வீடு திரும்பி வந்தான். அங்கே வீட்டின் முன்பக்கச் சார்ப்புக்கூரையின் கீழே அமர்ந்து டேம்பி கம்பளி நூல் பின்னல் போட்டுக் கொண்டிருந்தாள். அவள் தகப்பனைப் பார்த்து, "நீ உட்காரக் 'குஷன்' ஒன்று பின்னுகிறேன், அப்பா! நாளைக்கு நீ இங்கே இருந்தாயானால், அதற்குள்ளே பின்னி முடித்துவிடலாம்... நீ உன் கூடவே எடுத்துப் போகலாம்" என்றாள்.

ஹஜாரி தனக்குள்ளேயே சிரித்துக்கொண்டான். பேச்சூ சக்ரவர்த்தியின் ஓட்டலில் அவன் இப்படி வர்ணக் கம்பளத்தின்மேல் அமர்ந்து உண்ணுகிறான்! – காட்சி பிரமாதம்தான்...! அப்போது பத்மா என்ன சொல்வாள்?

மகளைப் பார்த்து, "எதோ பார்க்கலாம், இப்படிக்கொடு... அப்பா! அபாரம்! எங்கிருந்து இப்படிப் பின்னக் கற்றுக் கொண்டாய்?" என்றான்.

டேம்பி சொன்னாள்: "முகுஜ்ஜே வீட்டு நீலா அக்கா, அதஸி அக்கா இவங்கதான் கற்றுக்கொடுத்தாங்க. நான் தினமும் அவங்க வீட்டுக்குப் போய் வருகிறேனே! பின்னல் வேலையும் கற்றுத் தருகிறாங்க!!"

"அவங்க இங்கேயேதான் இன்னும் இருக்காங்களா? ஹரிசரண் ஐயா இன்னும் கல்கத்தா புறப்பட்டுப் போகவில்லை?"

"இந்த மாசம் இருப்பாங்க போல் இருக்கிறது. இருந்தால் எனக்கும் நல்லது. நான் இந்தப் பின்னல் வேலையைக் கற்றுக் கொள்வேன். அதஸி அக்கா என்ன அருமையாகப் பாடுகிறாங்க, தெரியுமா? இன்றைக்குப் போய்க் கேட்கலாமா அப்பா?" என்றாள் டேம்பி.

"நீ ஏதாவது பாட்டுக் கற்றுக்கொண்டாயா?"

டேம்பி சற்றே கூச்சத்துடன் சொன்னாள்: "இரண்டொன்று கற்றுக் கொண்டேன். அது ஒன்றும் பிரமாதம் இல்லை. அதஸி அக்கா பாடுவதைக் கேட்டாயானால் கிராமபோனிலே பாடுகிற மாதிரியே இருக்கும். அவங்க வீட்டில் பெரிய கிராமபோன் ஒன்று

இருக்கிறது. தினமும் சாயங்காலத்துக்கு மேலே வைக்கிறாங்க. எத்தனையோ விதமான பாட்டு... வருகிறாயா சாயங்காலத்துக்கு மேலே போய்க் கேட்போம்? அதஸி அக்காள் தானே அதைப் போடுகிறாள்! நானும் உன்னோடு வருகிறேன். அதஸி அக்காவிடம் சொல்லுகிறேன். 'எங்கள் அப்பா வந்திருக்கிறார், நல்ல பாட்டுப் போடுங்கள்' என்கிறேன்... என்ன?"

ஹஜாரி, "சரிதான், அம்மா; வருகிறேன். ஹரிசரண் ஐயாவுக்கு உடம்பு எப்படி இருக்கிறது? தேவலையா?" என்றான்.

"அதென்னவோ தெரியாது. ஆனால் அவர் தினமும் அவங்க வீட்டு வெளியறையில் உட்கார்ந்துகொண்டு எல்லாரோடும் சாதாரணமாகப் பேசிக்கொண்டுதான் இருக்கிறார்; ஒருநாள் அங்கே கிராமபோனில் பாட்டு வைத்துக்கொண்டிருந்தார்கள். ரொம்ப அற்புதம்! நல்ல பாட்டு!'

இசைக் கலையில் ஹஜாரிக்கு அப்படி ஏதும் ஈடுபாடில்லை. 'ஹரிசரண் ஐயாவிடம் கேட்டு எப்படியாவது இருநூறு ரூபாய் கடன் வாங்கிக் கொண்டால் போதும்' என்பதுதான் அவன் மனதில் இருந்தது.

ஹரிசரண் முகுஜ்ஜே இந்தக் கிராமத்திலேயே நல்ல நிலையில் இருக்கும் கனவான்; படித்தவர். அவருடைய குடும்பத்தார் இந்தக் கிராமத்து ஜமீன்தார்கள். ஆனால் கிராமத்தை விட்டுப்போய் வெகுநாள் ஆகிறது. பெரிய மூன்று கட்டு வீடு அப்படியே கிடந்தது. இரண்டொரு சிற்றன்னைகள், அத்தைமார்களைத் தவிர அங்கே இத்தனை நாளாக வேறு யாருமில்லை.

சமீபத்தில் நாலைந்து மாசங்களுக்கு முன் ஹரிசரண் முகுஜ்ஜேயின் ஒரே மகன் கல்கத்தாவில் பெரியம்மை கண்டு இறந்துவிட்டான். அதற்குப் பிறகு இந்த மூன்றுமாத காலமாக ஹரிசரண் தம் குடும்பத்தோடு ஊருக்கே வந்துவிட்டார் என்ற செய்தி ஹஜாரிக்குத் தெரியாது. இதுமட்டும் தெரியும்: அவர் கிராமத்து வடக்குப்பக்க வெளியில் குளம் ஒன்று வெட்ட ஜில்லா நிர்வாகத்திடம் ஏராளமான தொகை நன்கொடையாக அளித்திருக்கிறார்; தம் மகனின் பெயரால் இலவச மருத்துவ மனை ஒன்று திறந்துவைக்கப் போகிறார் என்பதுதான் அது. அவர் யாருடைய வீட்டுக்கும் போவதில்லை. தம் அறையிலேதான் எல்லா நேரமும் இருப்பார். அவருடைய மகளும் மனைவியும் இங்கேதான் இருந்தார்கள். இவர்களைத் தவிர வேலையாட்கள், இரண்டு காவல்காரர்கள்.

மாலைநேரம். ஹஜாரி மனசை திடப்படுத்திக்கொண்டு ஹரிசரணரின் அந்தப் பழங்காலத்து பங்களாவுக்குப் போனான். முன்பக்கம் வந்து நின்றான். வெளியறைப் பகுதியின் முன்பக்கம் பெரிய பெரிய தூண்கள் அமைத்து வெள்ளைச் சலவைக்கல்லால் கட்டிய வராந்தா. வராந்தாவின் முன்பகுதியில் நடுத்தரமான ஓர் அறை அருகிலேயே இன்னும் சிறு அறை ஒன்று. இதை இவர்களுடைய தாயாதி* ஒருவர் தமக்காகக் கட்டி வரவேற்பறையாகப் பயன்படுத்திவந்தார். அவர் இருபத்தைந்து ஆண்டுகளுக்கு முன் குழந்தை ஏதும் இல்லாமல் இறந்துவிட்டார். இந்த வரவேற்பறை இப்போது வைக்கோல் நிரப்பி வைக்கப் பயன்பட்டது.

ஹஜாரியும் டேம்பியும் ஹரிசரணரின் வீட்டுக்குப் போய்ச் சேர்ந்தார்கள். டேம்பி, "அப்பா! நீ இங்கே உட்கார், நான் அதஸி அக்காவிடம் போய், நீ கிராமபோன் பாட்டுக் கேட்க வந்திருப்பதாகச் சொல்கிறேன்... இப்போதே பாட்டு வைக்கிறாள் பார்!" என்றாள்.

வெளியறைக்கு எதிரே ஹஜாரியை நிற்க வைத்துவிட்டு டேம்பி அருகில் இருந்த சின்னக் கதவைத் திறந்து கொண்டு உள்ளே சென்றாள்.

வெளியறையில் நாலுகால் பதித்து எண்ணெய் இட்டுத் திரியிட்ட விளக்கு ஒன்று எரிந்துகொண்டிருந்தது. இது பழங்கால ஏற்பாடு. இன்னும் இதை இவர்கள் கடைப்பிடித்து வந்தார்கள். உள்ளே போகலாமா, வேண்டாமா என்று வராந்தாவில் நின்றபடி இப்படியும் அப்படியும் பார்த்தபடி இருந்தான் ஹஜாரி. அந்தச் சமயத்தில் அறையினுள்ளிருந்து ஹரிசரணரே அங்கே வந்தார். ஹஜாரியைப் பார்த்து, "யார் அது?" என்றார்.

ஹஜாரி பணிவாகக் கைகுவித்துத் தலைவணங்கியபடி, "ஐயா! நான்தான்...ஹஜாரி..." என்றான்.

"ஓ! ஹஜாரியா! என்ன தயக்கம்? வெளியே நிற்பானேன்? வா உள்ளே! இரண்டு மூன்று மாசமாக உன்னைக் காணவில்லையே! உன் மகள் நடுநடுவே இங்கே வருகிறாள்; பார்த்தேன்; என் மகள் அதஸியுடன் பழக்கம்!"

ஹரிசரணருக்கு வயது ஐம்பத்தைந்து ஐம்பத்தாறு இருக்கும். நல்ல வெளுப்பு. நெடிய தோற்றம். கண்கள் தீர்க்கமானவை.

★ தந்தைவழி உறவினர்.

குரல் கம்பீரமாக இருந்தது. அவர் ஒழுங்காகவும் நாசுக்காகவும் இருப்பவர். இந்த வயதிலும் மகன் இறந்த பிற்பாடும் அப்படியேதான் இருந்தார் - வெளியில் கிளம்புவதற்கு முந்தி மட்டுமில்லை, வீட்டுக்குள்ளேயும்தான்!

ஹஜாரி வந்த காரியமோ, பணம் கடனாகக் கிடைக்குமா என்று கேட்கத்தான். ஆனால் அந்த வெளியறையில் நுழைந்து அங்கிருந்த பெரிய நிலைக்கண்ணாடியின் முன், தலைமுதல் முழங்கால் வரையுள்ள தன் தோற்றத்தைப் பார்த்ததும் அவனுக்கு இருந்த துணிச்சலெல்லாம் போய்விட்டது.

ஹரிசரணர் சொன்னபடி நாற்காலியில் அமர்ந்தான். அவர், "டீ சாப்பிடுகிறாயா?" என்றார்.

ஹஜாரி தயங்கியபடியே, "உம்...நான்...டீ... இருக்கட்டும், இருக்கட்டும். ஏன் வீண் சிரமம்?" என்றான்.

ஹரிசரணர், "போச்சு! இதிலென்ன சிரமம்! நான் இதோ டீ சாப்பிடப் போகிறேன்... இரு... கொண்டுவரச்சொல்லுகிறேன்" என்றார்.

அந்தச் சமயம் டேம்பி வெளியறையின் உள்கதவருகே வந்து நின்றாள். ஹரிசரணரை அங்கே பார்த்தும் சகஜமாகவே, "அப்பா! சற்றே இரு! அதஸி அக்கா கிராமஃபோன் ரிக்கார்டு வைக்கப் போறாங்க...நான்தான் சொன்னேன்; 'எங்கள் அப்பா உங்கள் வீட்டில் கிராமஃபோன் பாட்டுக் கேட்க வந்திருக்கிறார்' என்று" என்றாள்.

ஹரிசரண் பாபு, "கிராமஃபோன் பாட்டுக் கேட்கவா வந்தாய்? இதற்கு எங்களை வேறு கேட்டுத்தான் ஆகவேண்டுமா? தாராளமாக வந்து கேள்... உன்னைப்போல் நாலைந்து பேர் வந்து போகிறதே எனக்கு எவ்வளவு மகிழ்ச்சியாக இருக்கிறது தெரியுமா? ஊரே வெறிச்சென்றிருக்கிறது, ஆள் நடமாட்டம் குன்றிப்போய்... குழந்தை! உன் அப்பாவுக்கும் எனக்குமாக இரண்டு கோப்பை டீ கொண்டுவரச் சொல், உன் அதஸி அக்காவை!" என்றார்.

ஹஜாரிக்கு உள்ளுக்குள் கோபம்! - இந்த அசட்டுப்பெண் துரதிர்ஷ்டம் பிடித்தது - தன்னுடைய திட்டத்தையெல்லாம் பாழாக்கி விட்டாளே! யார் இவளிடம் முகுஜ்ஜே வீட்டில் தான் கிராமஃபோன் பாட்டுக் கேட்க வந்திருப்பதாகச் சொல்லச் சொன்னார்கள்? இதற்குப் பின் பணத்தைப் பற்றிப் பேச்செடுப்பது நன்றாக இருக்குமா? சே! சிறுபிள்ளை விவகாரமாகிவிட்டதே! - இப்படித்தான் அவன் எண்ணினான்.

ஹரிசரணரின் மகள் அதஸி அப்போது இரண்டு கோப்பை டீயை கையில் எடுத்துக்கொண்டு உள்ளே நுழைந்தாள். முதலில் ஹஜாரியின் முன் மேஜையின்மேல் ஒரு கோப்பையை வைத்தாள். மற்றதை ஹரிசரணரிடம் கொடுத்தாள். அதஸிக்குப் பதினெட்டு, பத்தொன்பது வயசு இருக்கும். நல்ல சிவப்பு; லட்சணமான முகம். பெரிய பெரிய கருவிழிகள். ஒரே வார்த்தையில் சொன்னால் அதஸி நல்ல அழகி! சுத்தமாகவும் ஒழுங்காகவும் உடுத்தியிருந்தாள். ஆனாலும் ஆடம்பரம் ஏதுமில்லை. கையில் சில தங்கவளையல்கள்; காதில் தங்க வளையம். இவற்றைத் தவிர அப்படி அதிகமாக ஏதும் அலங்காரம் இல்லை.

ஹரிசரண், "ஹஜாரி சிற்றப்பாவுக்கு நமஸ்காரம் செய், அதஸி!" என்றார்.

அதஸி ஹஜாரியின் எதிரில் வந்து தன் தலை தரையில் பட வணங்கி, அவனது காலைத் தொட்டுக் கண்ணில் ஒற்றிக் கொண்டாள். ஹஜாரியோ கூச்சத்துடன், "இருக்கட்டும்; இருக்கட்டும் அம்மா! மகாராசியாக வாழவேண்டும்! எல்லா மங்களமும் உண்டாக வேண்டும்" என்று வாழ்த்தினான்.

அதஸியிடம் ஹரிசரணர், "ஹஜாரி சிற்றப்பா பாட்டுக் கேட்க வேண்டுமாம்! கிராமஃபோனை இப்படிக் கொண்டுவா!" என்றார்.

அதஸியோடு டேம்பி மிகவும் நெருங்கிப் பழகினாள். தன் தோழியான டேம்பியின் தகப்பனாரை – ஹஜாரியை – அதஸி இன்றுதான் முதல்முதலாகப் பார்க்கிறாள்! 'நம் தோழியின் தந்தை எப்படி இருக்கிறார்?' எனறு ஆவலுடன் அவனையே பார்த்துக் கொண்டிருந்தவள் தன் தந்தை சொன்னதைக் கேட்டதும் உள்பக்கம் போய்ச் சிறிது நேரத்துக்கெல்லாம் வேலையாளின் கையில் கிராமஃபோன் பெட்டி, இசைத் தட்டுக்களை வைக்கும் பெட்டி இரண்டையும் அனுப்பிவைத்தாள். ஹரிசரணர் வேலையாளிடம், "சரி, யார் ரிகார்டு வைக்கப் போகிறார்கள்? அதஸியம்மா வரவில்லை?" என்றார்.

"அதஸியம்மா உங்களை வைக்கச் சொன்னாங்க!"

"எனக்குக் கண் சரியாகத் தெரியவில்லை...அவளையே அனுப்பிவை!" என்றார்.

சற்று நேரத்துக்கெல்லாம் அதஸியும் டேம்பியும் அந்தப் பேட்டையைச் சேர்ந்த இரண்டு மூன்று பெண்களும் அறையில் நுழைந்தார்கள். கிராமஃபோன் பாட்டுத் தொடங்கியது. இரண்டு

மணி நேரம் இப்படியே கழிந்தது. இன்னும் ஒருதரம் டீ கொண்டு வந்து கொடுத்துவிட்டுச் சென்றான் வேலையாள். ஆனால் அதை வழங்கியவள் அதஸிதான்.

எல்லாம் முடிய இரவு ஒன்பது மணி ஆகிவிட்டது. ஹஜாரிக்கோ இருப்புக் கொள்ளவில்லை. பாட்டுக் கேட்கவா அவன் இங்கே வந்தான்...? இல்லையே!

பாட்டு முடிந்ததும் அதஸி, டேம்பி, மற்றப் பெண்கள் யாவரும் உள்பக்கம் போய்விட்டார்கள். அப்போது ஹஜாரி சற்றுத் துணிவு பிறந்தவனாய், "உங்களிடம் ஒன்று சொல்லவேண்டும்; ஒரு வேண்டுகோள்!" என்றான்.

ஹரிசரணர், "என்ன, சொல்லேன்?" என்றார்.

"எனக்குக் கொஞ்சம் பணம் தேவை. கடனாகக் கொடுத்தால் போதும். என்னுடைய வெகு நாளைய ஆசை நிறைவேறும்."

"மகளுக்குக் கலியாணம் செய்யப் போகிறாயா?"

"இல்லைங்க. ஒரு தொழிலில் ஈடுபடப் போகிறேன்."

"என்ன தொழில்?"

"உங்களுக்குத் தெரிந்திருக்குமே, நான் ஓட்டலிலே வேலை செய்கிறேனென்பது...உங்களிடம் ஒளிப்பானேன்? நானே ஓட்டல் வைக்கலாம் என்று பார்க்கிறேன். அதற்குத்தான் பணம் தேவை."

"எவ்வளவு பணம் தேவைப்படும்?"

"தயவுபண்ணி இருநூறு ரூபாய் கொடுத்தால் போதும்; என்னுடைய பலாத்தோட்டத்தை – வாய்க்கால் கரையில் இருப்பதை உங்களிடம் அடைமானம் வைக்கிறேன். ஒரு வருஷத்துக்குள் கடனை அடைத்துவிடுகிறேன்."

ஹரிசரணர் சற்று யோசித்துவிட்டு, "தோட்டத்தை அடைமானம் வைத்துக்கொண்டு கொடுப்பதற்கில்லை... கொடுப்பதாயிருந்தால் உனக்கு இப்போதே கொடுக்க வேண்டும் என்பதுதான் என் எண்ணம். ஆனால் கையில் அவ்வளவுக்கு ரொக்கம் இல்லையே!" என்றார்.

அதற்குப் பின் ஹஜாரிக்கு வேறு எதுவும் பேசத் தோன்றவில்லை. முக்கியமாக ஒன்று அவனுக்குத் தெரியும். ஹரிசரணர் உதாரகுணம் படைத்தவர்; சத்தியசந்தர்; கையில் பணம் இருந்தால் கொடுக்கக்கூடியவர்; இல்லையென்று சொல்லவே மாட்டார்.

அதஸி அங்கே வந்து, "சிற்றப்பா! நீங்கள் சற்று இருங்கள். டேம்பி சாப்பிடுகிறாள். அம்மா விடமாட்டேன் என்று

சொல்லி விட்டாள். பாட்டுக் கேட்க வந்தாங்களே, அந்தப் பெண்களெல்லாரையுமே கூடச் சாப்பிடச் சொல்லியிருக்கிறாள்! சாப்பிடாமல் சும்மா போக அவர்களை விடமாட்டாள் எங்கள் அம்மா...! சற்று நேரம் ஆகும். நீங்கள் வேண்டுமென்றால் புறப்பட்டுப் போங்கள். நான் வேலைக்காரியிடம் சொல்லி டேம்பியை அவளோடு அனுப்பி வைக்கிறேன்" என்றாள்.

ஹரிசரணர், "அப்படி விசேஷ அலுவல் ஏதும் இராவிட்டால் சற்றே இருந்துவிட்டுத்தான் போயேன், ஹஜாரி! உன்னோடு சற்றுப் பேசிக்கொண்டிருப்பேன்... அப்படி யாரும் இங்கே அதிகமாக வந்து போகிறதில்லையே!" என்றார்.

ஹஜாரி மறுபடியும் நாற்காலியில் அமர்ந்தான்.

"நீ எந்த ஊரில் யாருடைய ஓட்டலில் வேலை செய்கிறாய்?"

"ராணாகாட்டிலே பேச்சூ சக்ரவர்த்தியின் ஓட்டலில்... ரயிலடிக் கடைவீதியில் இருக்கிறது."

"சம்பளம் எவ்வளவு?"

"அதை என்னவென்று சொல்றதுங்க? சாப்பாடும் ஏழு ரூபாயும் தருகிறார்... அதனால்தான் பிறத்தியாரிடம் வேலை செய்யக்கூடாது என்று பட்டது... வயசும் ஆகிறதே;... நானே ஓட்டல் வைத்து நடத்த முடியும்."

"உம்...அப்படி நடத்த முடியும் என்கிறாயா?"

"உங்கள் ஆசீர்வாதத்தால் ஒருவிதமாக இந்தத் துறையில் அனுபவப்பட்டிருக்கிறேன். கடைவீதியில் போய் பேரம் பேசிச் சாமான் வாங்குவதும் சமையல் பண்ணுவதும் ஓட்டல் தொழிலில் பொறுப்பான பெரிய வேலைகள். இந்த இரண்டையும் தெரிந்து கொண்டவர்கள் ஓட்டல் வைத்தால் லாபம் அடைவார்கள். நான் பல நாளாக அநுபவப்பட்டு இந்த இரண்டையும் கற்றுக் கொண்டேன். சாப்பிட வருகிறவங்களுக்கு எது பிடிக்கும் என்பதும் தெரியும். சமையல் தொழில்தான் செய்கிறேனுங்க. அப்படியென்றாலும், உங்கள் பெரியவங்க ஆசீர்வாதத்தாலும் உங்கள் ஆசீர்வாதத்தாலும் அக்கறையோடு வேலை செய்து பிழைக்கிறேன்."

"பேஷ்! நல்லது!"

அவர் இப்படி உற்சாகப் படுத்தவே, தான் வெகு நாளாகத் திறக்க வேண்டும் என்று விரும்பிய 'இலட்சிய இந்து ஓட்டல்' பற்றிப் பேசலானான். சூர்ணி ஆற்றங்கரையில் அமர்ந்து ஓய்வு கிடைத்த போது அந்த ஓட்டலைப் பற்றித் தான் கனவு கண்டதை எல்லாம் ஒளிக்காமல் சொன்னான். தன் சமையலைச்

சுவைத்து விட்டுக் கல்கத்தா கனவான்கள் கூட எப்படியெல்லாம் பாராட்டினார்கள், ஐது பாண்டுஜ்ஜே தமது ஓட்டலில் சேரத் தன்னை வலுவில் வந்து அழைத்தது - இப்படி ஒன்றையும் விடாமல் சொன்னான்.

ஹரிசரணர், "இதோ பார், ஹஜாரி! உன் பேச்சைக் கேட்கக் கேட்க எனக்கு உன்மேல் உண்மையிலேயே பொறாமை ஏற்படுகிறது. உனக்கு வயசானாலும் ஒரு பெரிய காரியத்தை நடத்திக் காட்ட வேண்டுமென்ற நம்பிக்கை இருக்கிறது. இந்த மாதிரி ஒரு நம்பிக்கைதான் மனுஷனை வாழ வைக்கிறது. என் மகன் இறந்த பிறகு என் வாழ்வில் எல்லாம் போய்விட்டதாகவே ஏக்கம் ஒன்று மூண்டிருக்கிறது. 'இனி ஏதும் செய்வதற்கில்லை; செய்துதான் என்ன ஆகப்போகிறது? யாருக்காக இதெல்லாம் செய்யவேண்டும்?' என்றெல்லாம் தோன்றுகிறது. அதுவும் தவிர, இதுவரை தேவைகளைக் குறித்துக் கவலை ஏதும் இல்லாதபடி நிறைவாழ்வு வாழ்ந்தாயிற்று. பெரியவங்க வைத்துவிட்டுப் போன சொத்து ஏராளமாக இருக்கிறது. புதிதாகச் சம்பாதித்துக் குவிக்க வேண்டுமென்ற ஆவலும் என்றைக்குமே இருந்ததில்லை. 'நமக்கு வயசானால் என்ன நேரும்?' என்ற எண்ணமே உன்னை வேலை செய்யத் தூண்டி வாலிபமாக்கி விடுகிறது. எனக்கு முன்னெல்லாம் தலைமயிர் நரைத்ததில்லை. என் மகன் இறந்த பிறகே வாழ்வில் முயற்சி, ஆர்வம், நம்பிக்கை எல்லாம் போய்விட்டன. அதோடு தலைமயிரும் நரைத்துவிட்டது. இருந்தாலும் என் மகனுடைய பெயரால் ஒரு பள்ளிக்கூடம் திறக்க வேண்டுமென்று விருப்பம் இருக்கிறது. மறுபடியும், 'இந்தப் பள்ளிக்கூடத்திலே யார் படிக்கப் போகிறாங்க? அப்படி இந்த ஜனங்களும் இல்லையே! இதைவிட ஓர் இலவச வைத்தியசாலை ஏற்படுத்தினால் என்ன?' என்று தோன்றுகிறது. முயற்சியே வாழ்வில் முக்கியமானது, யாருடைய வாழ்வில் நம்பிக்கையும் ஆர்வமும் இல்லையோ, யார் இதுவரை செய்ததோடு இனி ஏதும் செய்யவேண்டியதேதுமில்லை என்று நிலையில் இருக்கிறார்களோ அவர்கள் பாடு சிரமந்தான். இந்த மாதிரி ஓர் திரிசங்கு நிலையிலேதான் நானும் இருக்கிறேன். மகன் இறக்காமல் உயிரோடிருந்தால் இன்றைக்கு எனக்கு என்ன கவலை இருந்திருக்கும்? சொல்லு, ஹஜாரி! 'நிலக்கரிச் சுரங்கத்தைக் குத்தகைக்கு எடுக்கலாம்; அது இது...' என்றெல்லாம் எவ்வளவோ ஆவல் இருந்தது. இப்போதோ, 'இதெல்லாம் யாருக்காகச் செய்யவேண்டும் இனி?' என்றுதான் படுகிறது.

அதனால்தான், ‘உன்னைப் பார்த்தால் எனக்குப் பொறாமையாக இருக்கிறது’ என்றேன். உன்னுடைய வாழ்வில் முயற்சியும் ஆர்வமும் நம்பிக்கையும் உண்டு. எனக்கோ அப்படி ஏதும் இல்லையே! இன்னும் ஒன்று சொல்லவேண்டும்; இதோ பார்! இந்தப் பட்டிக்காட்டில் தன்னந்தனியாகக் கிடக்கிறேன். இப்படி இருக்கப் பிடிக்கிறதா? பிடிக்கத்தான் இல்லை! எப்போதுமே இப்படி கிராமத்திலே நான் தங்கியிருந்ததில்லை. ஆனால் வெளியூரில் மட்டும் அந்தச் சந்தடியிலும் இரைச்சலிலும் இருக்கப் பிடிக்கிறதா என்றால் அதுவும் பிடிக்கத்தான் இல்லை! அதோ என் மகள் அதஸி இருக்கிறாள். கிராமஃபோன் பெட்டியைக் கொண்டு வந்திருக்கிறாள். அதை முடுக்கி விடுகிறாள்; ரிகார்டுகளை வைக்கிறாள்...நான் கேட்டுக் கொண்டிருக்கிறேன். இவளுடைய தாயாருக்காக பக்திப்பாடல். அநித்தியமான இந்த உடல் பற்றிய பாடல்களாகத் தேடிப்பிடித்து வாங்கி வந்து கொடுத்தேன்; இதையெல்லாம் கேட்டாலாவது அவளுடைய மனசுக்கு ஆறுதல் ஏற்படும் என்று! பாவம், பெண்பிள்ளையாயிற்றே! அவளுக்குத்தான் தாங்க முடியாத வேதனை!” என்றார்.

அவரது நீண்ட இந்தப் பிரசங்கத்தில் ஹஜாரிக்குப் பெரும்பாலும் புரியவில்லை; மகன் போன வருத்தத்தால் கிழவரின் மூளை குழம்பிவிட்டது என்று மட்டும் புரிந்துகொண்டான்.

அவருக்கு ஆறுதலாக இரண்டொரு வார்த்தை சொன்னான்; வெகு நேரம் சுற்றி வளைத்து அதிகமாகப் பேசி அவனுக்குப் பழக்கமில்லை. ஆனாலும் புத்திர சோகத்தினால் தளர்ந்த பெரியவருக்காக அவன் உள்ளூற அநுதாபப்பட்டான். எனவே, மனசில் பட்டதைச் சொல்லி அவருக்கு ஆறுதல் கூறினான்.

ஹரிசரணர், “இன்னும் கொஞ்சம் டீ சாப்பிடுகிறாயா?” என்றார்.

“வேண்டாங்க! டீ சாப்பிட்டு அதிகப் பழக்கமில்லைங்க... நீங்கள் சாப்பிடுங்கள்” என்றான் ஹஜாரி. அதேசமயம் டேம்பி வந்து, “அப்பா! புறப்படலாமா?” என்றாள்.

ஹஜாரி ஹரிசரணரிடம் விடைபெற்றுக்கொண்டு மகளுடன் கிளம்பினான். நிலா எழுந்து விட்டது. ‘பட்’ குடும்பத்தாரின் வீட்டு முற்றத்தில் சிவப்பு மந்தாரை பூத்திருந்தது. அதன் மென்மணம் கும்மென்று வீசியது. ஸிது பட் தன் வீட்டுச் சார்ப்பின் கீழ் உட்கார்ந்து வலை பின்னிக் கொண்டிருந்தான். “என்ன ஐயா, இரவு இத்தனை நேரத்துக்கு எங்கே போய்விட்டுத் திரும்புகிறீங்க?” என்றான்.

ஹஜாரி, "நம் ஹரிசரண் ஐயா வீட்டுக்குத்தான் போயிருந்தேன். ஐயா கொஞ்சத்தில் கிளம்ப விடவில்லை. 'டீ சாப்பிடு. கிராமஃபோன் பாட்டைக் கேள்' என்று சொல்லிக்கொண்டே இருந்தார். கடைசியில் டேம்பியைச் சாப்பிடாமல் புறப்படக் கூடாது என்று சொல்லி அந்த வீட்டு அம்மா அப்பறந்தான் அனுப்பி வைத்தாங்க" என்றான்.

அவனுக்கு அன்றைய மாலைப் பொழுது நல்லவிதமாகக் கழிந்தது என்றே பட்டது. பெரிய மனிதர்கள் வீட்டு வரவேற்பறையில் இப்படி அமர்ந்து அவன் டீ சாப்பிட்டதில்லை. வலிந்து எந்தக் கனவானும் அவனுடன் இப்படி மனம் விட்டுப் பேசியதில்லை. கிராமஃபோன் பாட்டு வேறு! மகளைப் பார்த்து, "என்ன சாப்பாடு இன்றைக்கு?" என்றான். டேம்பிக்குச் சாப்பாடு என்றால் பிடிக்கும். அதோடு, 'பாவம், ஏழை வீட்டுப்பெண்' என்று உள்ளூற அவளிடம் அதஸியின் தாய்க்கு ஒரு பரிவு உண்டு. அவளைச் சாப்பிட வைக்காமல் அனுப்புவதில்லை. "பரோட்டா, மீன் குழம்பு, சொஜ்ஜி, புடலங்காய் பஜ்ஜி, உருளைக்கிழங்கு பஜ்ஜி..." என்று அடுக்கிக் கொண்டே போனாள் டேம்பி.

ஹஜாரியின் மனைவி சமையலை முடித்துவிட்டு வெகு நேரமாகக் காத்திருந்தாள். "இரவு இத்தனை நேரம் வரை எங்கே போயிருந்தீங்க? இன்னும் ஊர் சுற்றி வந்தபாடில்லையா? நானோ சும்மா குந்திக் கிடக்கிறேன். உறக்கம் வருகிறது!" என்றாள்.

டேம்பி, "நான் சாப்பிட்டுவிட்டு வந்துவிட்டேன், அம்மா! அதஸி அக்காவின் அம்மா கொஞ்சத்தில் என்னை விடவில்லை. எனக்கு இன்றைக்கு ஒன்றும் வேண்டாம். நான் சாப்பிடப்போறதில்லை" என்றாள்.

"ஏன், சாப்பிட்டு வந்துவிட்டாயா? உனக்காகத்தான் அப்பா கொண்டு வந்த பூரி ஏராளமாக இருக்கிறதே! நீ அதைச் சாப்பிட வேண்டாமா?"

வெகுநாட்களாக இவர்கள் குடும்பத்தில் இப்படி நிம்மதியாக ஒருநாள் இருந்ததில்லை - குழந்தைகள் விருப்பம்போல் பூரியைப் போட்டுக்கொண்டு உண்டதில்லை.

டேம்பி, "நீ சாப்பிடு அம்மா! நான் நிறையச் சாப்பிட்டுத் தான் வந்திருக்கிறேன். அங்கேயும் பரோட்டா, மீன் எல்லாம் சாப்பிட்டேன். இன்றைக்குப் பொழுது நல்லபடியாகப் போயிற்று! இல்லையா, அம்மா? காலையிலிருந்து ராத்திரி வரைக்கும் திருப்தியாகச் சாப்பிட்டாயிற்று!" என்றாள்.

உணவை முடித்துக்கொண்டு ஹஜாரி வெளியே அமர்ந்து புகையிலை போடலானான்.

இன்று ஹரிசரணரின் பேச்சு அவனுக்குப் பெரிதும் உற்சாகம் மூட்டிவிட்டது.

'பூரி! டேம்பி எவ்வளவு பூரி சாப்பிட வேண்டுமோ சாப்பிடட்டும்' – தன் குழந்தைகள் நல்ல உணவுக்கு ஏங்கிப் போயிருக்கிறார்கள். அவர்களுக்கு வயிறாரக் கொடுக்கத் தன்னால் முடியவில்லையே! இருந்தாலும் முடிந்தவரை அவர்களுக்கு ஏதாவது செய்யவேண்டுமென்று அதற்கேற்ற வாய்ப்பை எதிர்பார்த்திருந்தான், பாவம்!

ஹரிசரணரிடம் சொத்து இருக்கிறது; ஆனால் ஹஜாரிக்கு இருப்பதைப்போல் 'சோற்றுக்கு ஏங்கும் குழந்தை குட்டிகள்' இல்லை! இந்த நிலையில் அப்படி யார் உண்டு மகிழ வேண்டும் என அவர் தாம் வாழ விரும்புவார்! அவருடைய ஆசைதான் அவலமாகிவிட்டதே!

இன்று ஹரிசரணரிடமிருந்து கடன் பெறாவிட்டாலும், ஒன்றை அவன் தெரிந்துகொள்ள முடிந்தது. அது வெறும் காசு பணத்தை விட மேலானது.

அவனுடைய குடும்பத்தில் குழந்தை உண்டு; மகள் டேம்பியின் முகத்தைப் பார்த்தால் போதும். அவனுக்கு உடம்பில் வலிமையும், மனசில் உற்சாகமும் வந்துவிடும். ஆனால் பாவம், ஹரிசரணருடைய வாழ்வோ முடிந்துவிட்டது! தனக்கு நாற்பத்தாறு வயதானால்தான் என்ன? டேம்பி இளம்பெண். அவனுக்குத் தன் சுகம் என்று ஒன்று எதற்காக? டேம்பிக்காக நல்ல சேலை ஒன்று வாங்கி, அவள் முகத்தில் புன்முறுவல் பூத்தால்தான் அவன் உற்சாகம் பெற்று முன்னேற முடியும்

அப்படி ஒரு நல்லகாலம் வருமா? டேம்பிக்கென்று ஒரு கிராமஃபோன் பெட்டி வாங்கித்தர முடியுமா? பாட்டு என்றால் அவளுக்கு எவ்வளவு பிரியம்? 'ஒருவேளை இதெல்லாம் வீண கனவுதானோ? ஆனால் இப்படி எண்ணுவதேகூட இன்பமாகத் தான் இருக்கிறது...என்ன நடக்கிறதென்று பார்ப்போம்' என எண்ணமிடலானான் ஹஜாரி.

மூங்கில் தோப்பில் 'சொய்ங்! சொய்ங்!' என்று மூங்கில்கள் உராயும் ஒலி. இரவு வெகுநேரம் ஆகிவிட்டது. ஊரே அடங்கி விட்டது. அப்போது ஹஜாரி தன் மனைவியிடம், "என் மேல் துண்டு ரொம்ப அழுக்காக இருக்கிறது. சோடாப்பொடியை

வெந்நீரில் போட்டுத் துண்டை ஊறவைத்து நாளை விடியற்காலை கசக்கிப்போடு. காலையில் எழுந்ததுமே ராணாகாட் போக வேண்டும்!” என்றான்.

“காலையில் என்ன, இப்போதே கசக்கிப் போட்டுவிடுகிறேன். ஈரத்துண்டைப் போட்டுக்கொண்டு எப்படிக் கிளம்புவீங்க? இப்போதே துவைத்துப் போட்டுக் கொடியில் மாட்டினால் ராத்திரிக்குள் காற்றில் உலர்ந்துவிடும்” என்றாள் மனைவி.

விடியற்காலை எழுந்ததும் ஹஜாரி ராணாகாட்டுக்குப் புறப்பட்டுச் சென்றான்.

ஓட்டலில் நுழையும்போது அவனுக்குத் திகில் மூண்டது. எசமானும் பத்மாவும் அவனை என்ன சொல்லப் போகிறார்களோ! ஒரு நாள் ஓய்வு எடுத்துக் கொண்டதற்காக அவனுக்குச் சரியான தண்டனை கொடுக்கப் போகிறார்களோ என்னவோ! அவன் உயிர் போய்விடும்!

அப்படியேதான் ஆயிற்று.

உள்ளே நுழையும்போது பேச்சூ சக்ரவர்த்தியே - சாட்சாத் எசமானே - மேஜையருகில் அமர்ந்திருந்தார். ஹஜாரியைப் பார்த்ததுமே அவர் தம் கையில் இருந்த ஹுக்காவைக் கீழே வைத்துவிட்டுக் கடுமையான குரலில், “நேற்று எங்கே போனாய்?” என்றார்.

ஹஜாரியினால் பொய் சொல்ல முடியவில்லை. வீட்டில் யாருக்கோ உடம்பு சரியில்லை என்றெல்லாம் இட்டுக் கட்டிப் புளுகுகிறவனில்லை அவன். “வெகு நாள் கழித்து வீட்டுக்குப் போயிருந்தேனுங்க...! குழந்தைங்க இருக்குங்களே! அதனால் ஒருநாள்...!” என்று இழுத்தான்.

“இப்படிச் சொல்லாமல் கொள்ளாமல் ஓட்டலை விட்டு ஓடினாயே! இதற்கு என்ன அர்த்தம்? யாரிடத்தில் லீவ் கேட்டுக் கொண்டு போனாய்?”

இந்தக் கேள்விக்கு அவனால் பதில் ஏதும் சொல்ல முடியவில்லை. ‘பூரியைக் கொடுத்துவிட்டு வரப்போனேன்’ என்று சொல்லக்கூட வாய் எழவில்லை. அவன் சும்மா இருந்தான்.

“உன் ஒவ்வோர் எலும்பிலும் போக்கிரித்தனம் ஊறிப்போய் விட்டது. பத்மா சொன்னது சரிதான். பார்த்தால் சாது மாதிரி இருந்தால் மட்டும் ஆகிவிட்டதா? நீ இவ்வளவு பெரிய ஓட்டலில்

சமையல்காரன்! அந்த வேலையை விட்டுவிட்டு ஒரே அடியாக ஆளே மறைந்துவிட்டாயே, யாரிடத்திலும் ஏதும் சொல்லிக் கொள்ளாமல்? ஏதாவது சொல்லப் போனால் மூக்காலேயும் கண்ணாலேயும் நீர் சிந்தி ஊரையே கூட்டிவிடுவாய்! கஞ்சா குடிக்கிற பயல்தானே! தின்ன உப்புக்குத் துரோகம் பண்ணுகிறாயே! எங்கிருந்துதான் வந்து தொலைந்தாயோ? உன் ஏமாற்று, தில்லு முல்லுக்கெல்லாம் வேறு இடம் கிடைக்கவில்லையா?"

பேச்சூ சக்ரவர்த்தியின் உரத்த குரலைக் கேட்டதும் பத்மா என்ன சேதி என்று பார்க்க அங்கே வந்தாள். கதவண்டை எட்டிப் பார்த்ததும் ஹஜாரி இருப்பது தெரியவே, "வந்து விட்டாயா? உன் மனசிலே என்ன என்று எண்ணம்? இப்போதுதான் பொழுது விடிந்ததா? நேற்றே நான் சொன்னேன், எசமானிடம்; 'இனிமேல் அவன் எதற்கு? அந்தச் சனியனுக்குச் சீட்டுக் கொடுத்து அனுப்பி விடுங்கள்' என்று. கஞ்சா அடித்துவிட்டு எங்கே மயங்கிக் கிடந்தாயாம்? மூஞ்சியைப் பார்!"

ஹஜாரி திகைத்தவனாய், சுவரில் ஆணி அடித்த மாட்டியிருந்த சின்னக் கண்ணாடியில் தன் முகத்தைப் பார்க்க முயன்றான். அவன் முகத்தில் பத்மா என்ன கண்டுவிட்டாளோ தெரியவில்லை! கஞ்சா கிடக்கட்டும்; காலையிலிருந்து ஒரு பீடிகூடக் அவன் குடிக்கவில்லை, பாவம்!

"போ! நேற்று நாள்கூலிக்கு ஒரு பரிசாரகனை இட்டு வந்திருக்கிறோம். ஒரு நாளைக்கு ஒரு ரூபாய், தெரிந்து கொள்! சில்லுண்டி நாலணா. இரண்டையும் சேர்த்து உன் அடுத்த மாசச் சம்பளத்திலிருந்து கழித்துக்கொள்ளப் போகிறேன். மறுபடியும் இப்படி ஆயிற்றோ, அன்றைக்கே சீட்டுக் கிழிந்துவிடும்! நினைவு இருக்கட்டும்!" என்று பேச்சூ சக்ரவர்த்தி உத்தரவிட்டார்.

ஹஜாரி திகைத்துச் சோர்ந்த முகத்துடன் சமையலறையில் நுழைந்தான். அங்கேயும் அவனுக்கு நிம்மதி இல்லை, பாவம்! எசமானின் கையிலிருந்து தப்பினாலும், பத்மா அவனுக்குப் பின்னாலேயே உள்ளே நுழைந்து, "உன் வேலையை அவங்களெல்லாம் செய்து வைக்கமாட்டாங்க, பின்னே... ஏன் செய்வாங்க? ஒருத்தனாகச் சோற்றுத் தவலையைத் தூக்கி வை! போக்கிரித்தனத்துக்கு ஏற்ற தண்டனை? ஒருத்தனாகவே பெரிய போகிணியை★ இறக்கி வை! நீயே ரசத்தைக் கலக்கி ஊற்று.

★ பாத்திரம்

நீயே வந்தவங்களுக்கெல்லாம் சோறு பரிமாறு! நேற்று எல்லா வேலையையும் வாய் திறவாமல் அந்தப் பரிசாரகன் ஒருத்தனாகவே செய்திருக்கிறான். நவாபு மகன் என்று நினைத்துக் கொண்டு நீ கஞ்சா குடித்துவிட்டு எங்கே விழுந்து கிடந்தாய்? உனக்காக மற்றவங்களெல்லாம் மாய்ந்து போக வேண்டுமா? போ போ! எங்கிருந்துதான் வந்து சேர்ந்தாயோ?'' என்றாள்.

பத்மாவுக்குக் கோபத்தில் தலைகால் புரியவில்லை; ஒன்றை மறந்துவிட்டாள்! - இப்போதுதான் பேச்சூ சக்ரவர்த்தி, ''நேற்றுத்தான் இன்னொருவனை, புதிய பரிசாரகனை ஏற்பாடு செய்தாயிற்று. அவனுக்குக் கொடுத்த கூலியை ஹஜாரியின் சம்பளத்திலிருந்து கழித்துக் கொள்ளப் போகிறேன்'' என்று சொன்னார்! அதற்குள் இவள்!

ஹஜாரி வாயடைத்து நின்றான். பிறகு, ''ஒருத்தனாக எப்படி முடியும்? இப்போதுதான் நாள்கூலிக்கு ஒரு பரிசாரக ஐயாவை வைத்ததாக எசமான் சொன்னாரே!'' என்றான்.

பத்மா தன்னைச் சமாளித்துக்கொள்ள முயன்றாள். ''ஆமாம்! வைத்துத்தான் இருக்கிறோம். இருந்தால் என்ன? எசமான் உன்னிடம் சொன்னது பொய்யா? அப்படி ஓர் ஆள் கிடைக்கவில்லை என்றால் ஒருத்தனாகவேதான் செய்தாக வேண்டும்...! உன்னோடு வீண் பேச்சுப் பேசிக்கொண்டிருக்க எனக்கு நேரமில்லை. மூர்சிதாபாத் ரயில் வருவதற்கு நேரம் ஆகிறது! இப்போதே ஸ்டேஷனிலிருந்து சாப்பிட வந்துடுவாங்க. பருப்பை உலையிலே போடு! வறுவல் வறு!'' என்றாள்.

மூர்சிதாபாத் ரயில் வண்டி இரைச்சலிட்டுக்கொண்டு பிளாட்பாரத்தில் வந்து நின்றது. இனிமேல் சிலபேர் சாப்பிட வருவார்கள்!

ஹஜாரி சின்னத் தவலையில் கையை விட்டு வெந்த பருப்பைக் கரைத்துக்கொண்டிருந்தான். அந்தச் சமயத்தில் வெளியே நாற்காலிகள் போட்டிருந்த அறையில் பேச்சூ சக்ரவர்த்தி உரத்த குரலில் பேசுவதும் யாருடனோ வாதாடுவதும் கேட்டன. ஹஜாரி சமையலறைக் கதவருகே வந்து நின்று வெளியறைப்பக்கம் கவனித்தான்

ஜதீஷ் பட்சாஜ்ஜே என்பவருடன் எசமான் உரத்துப் பேசிக் கொண்டிருந்தார். ஜதீஷ் பட்சாஜ்ஜே வெகு நாளாக இந்த ஓட்டலில் சாப்பிடுபவர். முன்னெல்லாம் ரொக்கம் கொடுத்துச் சாப்பிட்டு வந்தார். இப்போது ஆறுமாத காலமாக மாதத்துக்கு ஒருதரம்

பாக்கியைச் செலுத்திச் சாப்பிட்டு வந்தார். வயது சுமார் ஐம்பது ஐம்பத்திரண்டு இருக்கும். நோஞ்சலான உடம்பு. தலைமயிர் முக்கால்வாசி நரைத்துவிட்டது. நிறம் முன்பு சிவப்பாக இருந்தது. அரையில் அழுக்கு வேட்டி; உடம்பில் லாங்கிளாத்தால் ஆன அழுக்கேறிய ஜிப்பா; காலில் நிறம் மங்கிய செருப்பு.

பேச்சூ சக்ரவர்த்தி சொல்லிக் கொண்டிருந்தார்: "வேண்டாம்! நீங்கள் வேறிடத்தில் பார்த்துக்கொள்ளுங்கள், பட்சாஜ்ஜி! என்னால் முடியாது! இதோ சொல்லிவிட்டேன்...எதற்காக ஓட்டல் நடத்துகிறோம்? இரண்டு காசு கிடைக்குமென்றுதானே? இங்கே என்ன அன்னசத்திரமா நடத்துகிறோம்?"

ஜதீஷ் பட்சாஜ்ஜே சொன்னார்: "பணத்தைப் பற்றிக் கவலைப்படாதீங்க, சக்ரவர்த்தி ஐயா! ஒரு மாச பாக்கியை மொத்தமாகக் கொடுத்துவிடுகிறேன்."

"வேண்டாம், ஐயா! நீங்கள் வேறு இடம் பார்த்துக் கொள்ளுங்கள்...! போனது போகட்டும்! இனிமேலும் உங்களுக்குச் சாப்பாடு போட நான் தயாராயில்லை."

ஜதீஷ் பட்சாஜ்ஜே மிகவும் கெஞ்சும் அளவுக்குத் தாழ்ந்த குரலில், "அப்படி பாக்கி கொடுக்காமல் போய்விடமாட்டேன். கால் பகுதி கொடுத்துவிடுகிறேன். ஒரு சங்கடத்தில் மாட்டிக் கொண்டுவிட்டேன் ஐயா! அதனால்தான் உங்களைக் கேட்டுக் கொள்கிறேன்; பழையபடியே இங்கே இருந்து வருகிறேன். ஏதோ போட்டதைச் சாப்பிட்டுவிட்டுப் போகிறேன்...வருகிற மாசம் முதல் அல்லது இரண்டாம்..." என்று இழுத்தார்.

"வேண்டவே வேண்டாம், ஐயா! வருகிற மாசம் முதல், இரண்டாம் தேதி இன்னும் தொலைவிலே இருக்கிறது. இனிமேல் இதெல்லாம் நடக்காது! மன்னிக்க வேண்டும்...நீங்கள் வேறு இடம் பார்த்துக்கொள்ளுங்கள்!"

ஜதீஷ் பட்சாஜ்ஜேயின் முகத்தைப் பார்த்ததும் ஹஜாரியின் மனசில், 'பாவம், பசித்துக் களைத்திருக்கிறார்' என்று பட்டது. 'காலையிலிருந்து அவர் ஒன்றும் சாப்பிடவில்லை. இவ்வளவு நேரத்திலே போய் எசமான் அவரை விரட்டியடித்து விட்டாரே, இது நன்றாக இல்லையே! பாவம், ஏதோ கஷ்டம் ஏற்பட்டிருக்கும், இல்லாவிட்டால் இரண்டு பிடி சோற்றுக்கு மனுஷர் இப்படிக் கெஞ்சிக் கூத்தாடுவாரா?' என்றுதான் பட்டது.

ஹஜாரிக்கு இந்த மாதிரி சொல்லலாமா என்றும் தோன்றியது: "எசமான்! நான் வேண்டும் என்றால் இன்றைக்குச் சாப்பிடாதிருந்து

விடுகிறேன். நேற்றுத்தான் ஊரிலே விருந்துச் சாப்பாடு ஒன்றுக்குப் போய் நான் சாப்பிட்டுவிட்டு வந்திருக்கிறேன்; அதனால் வயிறு சரியாக இல்லை! எனக்கு வைத்திருக்கிற சோற்றைப் பட்சாஜ்ஜே ஐயா சாப்பிட்டுவிட்டுப் போகட்டுமே!" – ஆனால் அப்படிச் சொல்வது எசமானை அவமானப்படுத்திய மாதிரி ஆகிவிடும்! அதிலும் முக்கியமாக, பத்மா அவனை இலேசில் விடமாட்டாள்; உண்டு இல்லை என்று பண்ணிவிடுவாள்!

ஜதீஷ் பட்சாஜ்ஜே கடைசியில் சாப்பிடாமலேதான் கிளம்பி விட்டார், பாவம்!

'அடாடா! வெகுநாளாக இங்கே சாப்பிட்டுவருபவர்! இவருக்கு ஒரு தட்டுச் சோறு போட்டால்தான் என்ன? ஓட்டல் திவாலாகியா போய்விடும்? நான் எப்போதாவது ஓட்டல் நடத்தினால் சாப்பாடு என்று வந்தவங்களைத் திருப்பியனுப்ப மாட்டேன். இதனால் என் ஓட்டலே போய்விட்டாலும் சரி, இருந்தாலும் சரி! சோற்றுக்கு எப்படியும் காசு வாங்கத்தான் போகிறோம்; இருந்தாலும், பசி என்று வந்தவங்களை இப்படியா விரட்டுவது?' என்று எண்ணலானான் ஹஜாரி.

ரயில் வண்டியிலிருந்து இறங்கிய பயணிகள் வரலானார்கள். சாப்பாட்டுக் கூடத்தில் கும்பல் இருந்தது. வேலையாள் மதி இன்று பத்துப் பன்னிரண்டு பேரை அழைத்து வந்துவிட்டான்! பத்மா உள்ளே வந்து, "பத்துத் தட்டுச் சோறு பரிமாற வேண்டும். இரண்டு பேருக்குக் காய்கறி கொஞ்சம்; உருளைக் கிழங்கு கூட்டு!" என்றாள்.

அரை மணி நேரத்துக்கெல்லாம் மூர்சிதாபாதிலிருந்து வந்த பயணிகள் புறப்பட்டுப் போய்விட்டார்கள். எதிர்பாராதவிதமாக வனகாம் ரயில் வண்டியிலிருந்து சிலபேர் சாப்பிட வந்தார்கள். மணி ஒன்றரை; இந்தச் சமயத்தில் அப்படி யாரும் வருவதில்லை. பத்மா உள்ளே வந்து, "அஞ்சு தட்டு சாப்பாடு தேவை!" என்று கூவியதும், ஹஜாரி அவளை அருகில் அழைத்துத் தாழ்ந்த குரலில், "கூட்டு கொஞ்சங்கூட இல்லையே! இரண்டு பேருக்குக்கூடக் காணாது போல..." என்று இழுத்தான்.

பத்மா பாத்திரத்தின் அருகில் வந்து குனிந்து பார்த்துத் தாழ்ந்த குரலில், "அடியம்மா! ஒன்றுமே இல்லையே...! இப்போது வந்தவங்களுக்கு எப்படிப் பரிமாறுவது? உன் பேரில்தான் தப்பு! எப்போது கூட்டுப் போதாமல் போய்விட்டதோ – இன்னும் இரண்டு ரயில்வண்டி பாக்கி! – நீ உடனே இங்கே இருக்கிற

வடித்த சோற்றுக் கஞ்சியைக் கலக்கி, இதிலே ஊற்றியிருக்கலாமில்லையா? எத்தனை தரம் சொல்வது உனக்கு? கஞ்சி இருக்கிறதா?” என்றாள்.

ஹஜாரி “இருக்கிறது!” என்றான்.

“இருக்கிறபோது இரண்டு செம்பு இதிலே ஊற்றிக் கொஞ்சம் உப்பையும் போட்டுச் சுடவை...சும்மா விழித்துக்கொண்டு நின்றுகொண்டிருந்தாயானால்...?”

ஹஜாரி இந்தமாதிரி ‘வேலை’ செய்து பழக்கப்பட்டவன் இல்லை. இப்படிச் செய்யவே மனசு கூசியது. அன்று சாப்பாடு உண்மையிலேயே நன்றாகத்தான் இருந்தது. வேண்டுமென்று நல்ல சமையலை இப்படிப் பாழடிப்பதென்றாலோ, சாப்பிட வந்தவர்களை ஏமாற்றுவதென்றாலோ, அவனுக்கு எப்படி மனம் வரும்? ஆனால் பத்மாவின் உத்தரவுப்படி நடக்காமல் வேறு வழி? விதியே என்று அவன் சோற்றுக்கஞ்சியைக் கூட்டோடு கொட்டிக் கலக்கி வந்தவர்களுக்குப் பரிமாற வேண்டியதாயிற்று.

அன்று இரண்டரை மணிக்குத்தான் அவனுக்கு ஓய்வு கிடைத்தது!

சற்றுச் சுருட்டி மடக்கிக்கொண்டு கிடந்தபிறகு, வெயில் இறங்கும் வேளையில் அவன் வழக்கம்போல் சூர்ணி ஆற்றங்கரையோரம் உலாவப்போனான். கொஞ்சநாளாக அவன் அந்தப் பக்கம் போனதில்லை. அவனுக்குப் பழக்கமான அந்த வேப்ப மரத்தின் அடியில் அமர்ந்து அதன்மேல் சாய்ந்தபடி எதிர்ப்பக்கம் படகுத்துறையைக் கவனித்தபடி இருந்தான். சாந்திபுர் செல்லும் பாட்டையின் பக்கம் பார்க்கவில்லை...அந்த இடம் நிம்மதியாக இருந்தது.

இப்படி அங்கே போய் அம்ர்ந்தால்தான் ஹஜாரியின் மனசில் ஓட்டல் சம்பந்தமான பல புதிய எண்ணங்கள் பிறக்கும். மற்ற எந்த இடத்திலும் இப்படி அமைவதில்லை.

இன்று அந்த இடத்தில் போய் அமர்ந்ததும் ஹஜாரிக்கு முதலில் ‘ஓட்டல் என்றால், அங்கே சமையல் எப்படி இருக்கிறது என்பதைப் பொறுத்தது. காசு கொடுத்துச் சாப்பிட வருபவர்கள் நல்ல பண்டத்தைத் தான் சாப்பிட விரும்புவார்கள். வடித்த கஞ்சி கலந்த கூட்டைச் சாப்பிடவா வருவார்கள்?’ என்றுதான் பட்டது.

‘பத்மாவின் அக்கிரமமும் ஆர்ப்பாட்டமும் நீடித்தால் சக்ரவர்த்தியின் ஓட்டல் திவாலாகத்தான் போகிறது. நாமே அதற்குள் சொந்தமாக ஓட்டல் திறந்துவிடலாம். அங்கே தயாராகும்

சமையலின் தரத்தாலேயே அது நன்றாக நடக்கும்' – இப்படி அவன் எண்ணமிட்டுக் கொண்டிருந்தபோது திடீரென ஒரு காட்சி அவன் கண்ணில் பட்டது. ஜதீஷ் பட்சாஜ்ஜே சூர்ணி ஆற்றின் படித்துறையில் நின்றிருந்தார். படகேறி எதிர்க்கரைக்குச் செல்லக் காத்திருக்கிறார் என்றுதான் அவனுக்குப் பட்டது.

"ஓ பட்சாஜ்ஜே ஐயா!"

ஜதீஷ் பட்சாஜ்ஜே திரும்பிப் பார்த்ததும் ஹஜாரி இருப்பதைக் கண்டு அவனருகில் வந்தார்.

"எங்கே போகிறீர்கள்?"

"புலேநப்லாவுக்குத்தான். அங்கே என் மைத்துனன்மார் இருக்கிறார்கள். அவங்க வீட்டுக்குத்தான் போகிறேன்... பார்த்தாயா ஹஜாரி, உங்கள் சக்ரவர்த்தி பண்ணின கூத்தை...! அப்படிப் பேசி விட்டாரே! ரொம்ப மட்டமாக என்னை எண்ணிவிட்டாரே! நான் காசு தராமலா இருந்தேன் இத்தனை நாள்? நட்டநடுப் பகலில் இப்படி ஒரேயடியாகச் 'சாப்பாடு போடமுடியாது, வேறு எங்காவது போய்ப் பார்த்துக்கொள்' என்றாரே! சோற்றுக்கடை வைத்திருக்கிறவன், அதுவும் மேல்சாதிக்காரன் இப்படி இழிவாக நடந்துகொண்டால் அப்புறம் யாரை நொந்துகொள்ள முடியும்? பீடி இருக்கிறதா? இருந்தால் ஒன்று கொடு" என்றார் பட்சாஜ்ஜே.

ஹஜாரியிடமிருந்து பீடி வாங்கிக்கொண்டு அதைப் பற்ற வைத்துப் பிடித்தபடி பட்சாஜ்ஜே, "இந்த ஊரில் இனி இருக்கப் போவதில்லை. நாசமாய்ப்போன ஊர்...! புலேநப்லாவுக்குப் போகப் போகிறேன். என் பெரிய மைத்துனர் பார்வதி சக்ரவர்த்தி இருக்கிறாரே, அவருக்கு அங்கே செல்வாக்கு உண்டு. அவர் ஒரு சமயம் சொல்லியிருக்கிறார்; அவங்க ஊர் ஜமீன் ஆபீசில் ஒரு வேலை பண்ணிவைக்கிறதாக! பால் சவுதுரிகளின் ஜமீன் பெரிய ஆபீஸ் – அங்கேதான் போகிறேன். எப்படியும் ஒரு வேலை கிடைத்துவிடும்!" என்றார்.

ஹஜாரி, "ஒன்று சொல்கிறேன், பட்சாஜ்ஜே ஐயா! தப்பாக நினைக்கக் கூடாது...!" என்று இழுத்தான்.

ஜதீஷ் பட்சாஜ்ஜே, "என்ன? என்னிடம் காசு, பணம் ஏதுமில்லையே! ஆனால் கடன் பாக்கி வைத்துக்கொள்ள மாட்டேன். சாப்பிட்ட பாக்கியை அடைத்துவிட்டுத்தான் பேச்சு! உங்கள் சக்ரவர்த்தி ஐயாகிட்டச் சொல்லிடு!" என்றார்.

ஹஜாரி, "காசு பண விவகாரம் ஏதுமில்லை! நீங்கள் எங்கேயாவது சாப்பிட்டீங்களா இல்லையா?" என்று கேட்டான்.

ஜதீஷ் பட்சாஜ்ஜே, உடனே “இல்லையே! எங்கே சாப்பிடுவது? அவ்வளவு நேரத்துக்கு மேலே சக்ரவர்த்தியின் ஓட்டலிலிருந்து வந்ததும் எனக்காக யார் சோறு வைத்திருக்கப் போகிறாங்க?” என்றார் சோர்வுடன்.

ஹஜாரி சட்டென்று ஜதீஷ் பட்சாஜ்ஜேயின் வலது கையைப் பிடித்துக்கொண்டு, “என்னோடு வாருங்கள், பட்சாஜ்ஜே ஐயா! நான் உங்களுக்குச் சமைத்துப் போடுகிறேன், இன்றைக்கு; வாருங்கள்” என்றான்.

ஜதீஷ் பட்சாஜ்ஜே, “எங்கே? எங்கே? வேண்டாம்! அப்பா ஹஜாரி! இன்றைக்கு வேண்டாம்! நான் ஏதோ டீத்தண்ணீர் குடித்துவிட்டு இன்றைப் பொழுதைப் போக்கிவிடுகிறேன்... இந்த வேளையிலே...” என்று இழுத்தார்.

ஹஜாரியோ அவரை விடுவதாக இல்லை. ‘நாம் வேலை செய்யும் ஓட்டலில் நெடுநாளாகச் சாப்பிட்டு வந்த வாடிக்கைக்காரர் ஒருவர் இன்று தம் கையில் காசு இல்லை என்ற காரணத்தால், பகல் முழுவதும் பட்டினி கிடந்து ராணாகாட்டை விட்டுப் போகிறாரே, பாவம்!’ என்றுதான் பட்டது அவனுக்கு. இப்படி அவர் போவதற்குத் தானேதான் பொறுப்பு என்றுகூடத் தோன்றியது அவனுக்கு.

ஜதீஷ் பட்சாஜ்ஜே சொன்னார்: “நான் உங்கள் ஓட்டலுக்கு வரவில்லையப்பா, இனிமேலே... சரி; நீ இப்போது விடமாட்டேன் என்கிறாயே... டீ, கீ குடித்துவிட்டுப் போகிறேன். இருந்தால் கொடு!”

“ஓட்டலுக்கு எதற்குங்க அழைத்துப் போகிறேன்? நீங்கள் இப்படி வாருங்கள். டீ, கீ இல்லை, சாப்பாடே பண்ணிப் போடுகிறேன்” என்றான் ஹஜாரி.

ஜதீஷ் பட்சாஜ்ஜே பரபரப்புடன், “வேண்டாம், அப்பா! அப்படி என்றால் இன்றைக்கு நான் புலேநப்லாவுக்குப் போய்ச் சேரமுடியாது. இன்றைக்கு எப்படியும் அங்கே போயாக வேண்டும்” என்றார்.

அருகிலேயே குஸுமா வீடு இருக்கவே, பட்சாஜ்ஜேயைத் தான் அங்கே ஏன் அழைத்துப்போகக்கூடாது என்று ஹஜாரிக்குப் பட்டது. இப்படியெல்லாம் யோசித்துப்பார்த்துத்தான் அங்கே அவரை அழைத்துப்போவதென்று அவன் முடிவு செய்தான். நல்ல மனுஷர், பாவம்; பின்னே எங்கே அவன் சாப்பிடச் சொல்லி அழைத்துப்போக முடியும்?

குஸுமாவின் வீட்டுக் கதவைத் தட்டியதும் அவளே வந்து திறந்தாள். ஹஜாரியைப் பார்த்ததும் சிரித்த முகத்துடன் ஏதோ சொல்லப்போனவள், அவனுக்குப் பின்னாலேயே புதியவர் ஒருவர் இருக்கவே, சற்றே கூச்சத்துடன் தலையைத் தாழ்த்தியபடி, "என்ன பெரியப்பா, அவர் யார்?" என்றாள்.

"இவருக்காகத்தான் இங்கே இப்போது வந்தேன். பாவம், பெரியவர். இன்று முழுவதும் சாப்பிடவே இல்லை. எனக்குப் பழக்கமானவர். எங்கள் ஓட்டலில் வெகுநாளாகச் சாப்பிடும் வாடிக்கைக்காரர். இன்றைக்கு இவருடைய கையில் காசு இல்லை என்று எங்கள் எசமான் இவரை பட்டப் பட்டினியாய்த் திருப்பி அனுப்பிவிட்டார்! இவரோ வயிற்றுக்கு ஒன்றுமே சாப்பிடாமல் சாந்திபுருக்குக் கிளம்பிக் கொண்டிருந்தார். என்னைத் தற்செயலாகப் பார்த்தார். இங்கே அழைத்துக் கொண்டு வந்தேன். 'இவரை இப்படிப் பட்டினியா அனுப்பக்கூடாது; ஏதாவது சாப்பிடக் கொடுத்தாக வேண்டும்' என்றுதான் அழைத்து வந்தேன். வெளிப்பக்க அறையைக் கொஞ்சம் திற !"

குஸுமா அவசரம் அவசரமாக வெளியறைக் கதவைத் திறக்கப் போனாள். ஜதீஷ் பட்சாஜ்ஜே சற்றுத் தொலைவில் நின்றிருந்தார். ஹஜாரி அவரை வரவழைத்து அந்த அறையில் அமரச் செய்தான். பிறகு அவன் உள்ளே நுழைந்தபோது குஸுமா பரபரப்போடு "என்ன செய்யவேண்டும்? பெரியப்பா! சமைக்கப் போகிறீங்களா? நான் அதற்கு வேண்டிய ஏற்பாடு செய்கிறேன். அதற்குள் ஏதோ வீட்டில் இருப்பதை அவருக்குக் கொடுக்கலாமில்லையா?" என்றாள்.

ஹஜாரி, "இனிமேல் சமையல் செய்து போடுவதென்றால் நடக்காது, குஸுமா! அவ்வளவு நேரம் அவர் காத்திருக்கவும் முடியாது. புலேநப்லாவுக்குப் போகிறார். நான் இதோ பட்சணக்கடைக்குப் போய் ஏதாவது வாங்கி வருகிறேன். இங்கே சற்று நேரம் இருக்கட்டும் என்றுதான் அழைத்துவந்தேன்" என்றான்.

குஸுமா புன்முறுவலுடன், "பெரியப்பா! உங்களுக்கு ஏன் அந்தக் கவலை? நான் அதற்கு ஏற்பாடு செய்கிறேன். எங்கள் வீட்டில் எல்லாம் இருக்கிறபோது கடைக்குப் போய்த் தின்பண்டம் வாங்கி வருவானேன்? ஒரு பெரியவர் - அதுவும் மேல்குலத்தைச் சேர்ந்தவர் - இங்கே அவருடைய கால்தூசு படக் கொடுத்து வைக்க வேண்டுமே நான்! எங்கள் வீட்டிலேயே எது

இருக்கிறதோ அதைச் சாப்பிடக் கொடுக்கிறேன். இன்னும் ஒரு விஷயம்; நீங்களும் சாப்பிட வேண்டும்! நினைவிருக்கட்டும்!" என்றாள்.

ஹஜாரி, "எதற்கு அம்மா?" என்பதற்குள் அவள் உள்ளே போய் விட்டாள். வேறு வழியின்றி ஹஜாரியும் வெளியறையில் ஜதீஷ் பட்சாஜ்ஜே இருந்த இடத்துக்குத் திரும்பி வந்து சேர்ந்தான்.

ஜதீஷ் பாபு கேட்டார்: "உன் உறவுக்காரங்க வீடா?"

"இல்லைங்க – உறவுக்காரங்க இல்லை. இவங்க யாதவங்க. இவள் என் மகள் மாதிரி – கதவைத் திறந்தாளே இந்தப்பெண்!"

ஒரு பதினைந்து நிமிஷம் கழித்து அறைக்கதவுச் சங்கிலி அசையும் ஓசை கேட்டது. ஹஜாரி உட்பக்கமாகச் சற்று எட்டிப் பார்க்க வந்து நின்றான். முற்றத்துப் பக்கம் கவனித்தபோது அவனுக்கு ஒரே வியப்பு! அவர்கள் உட்கார இரண்டு சின்னப் பாய்கள் ஒழுங்காக விரிக்கப்பட்டிருந்தன. இரண்டு கோப்பை சூடான பால். இரண்டு தட்டுக்களில் பழங்களை நறுக்கி வைத்திருந்தாள்; பெரிய பெரிய பத்தாஸா*! இனிப்புக் கலந்த வெண்ணெய் உருண்டைகள். அப்போதுதான் சீவி வைத்த இளநீர் – இவ்வளவும் இருந்தன. பளபளவென்று துலக்கிய இரண்டு வெண்கலக் கிண்ணங்களில் குடிக்கத் தண்ணீர் பக்கத்திலேயே வைத்திருந்தாள்.

சிரித்த முகத்துடன் குஸுமா, "அவரை வரச்சொல்லுங்கள், பெரியப்பா! வந்து சாப்பிடட்டும். ஏதோ வீட்டில் இருந்ததைக் கொடுக்கிறேன். இரண்டு பேருமாகச் சாப்பிடுங்கள்!" என்றாள்.

"அவர் சாப்பிடட்டும், எனக்கு எதற்கு?"

"உங்கள் மகள் வீடில்லையா இது? சாப்பிடாமல் ஏன் நீங்கள் போகவேண்டும்... அவரைக் கூப்பிடுங்கள்."

ஜதீஷ் பட்சாஜ்ஜே சாப்பிட அமர்ந்தார். அவர் ஆவலுடன் இவற்றைச் சாப்பிடும்போதே, பாவம் அவருக்கு எவ்வளவு பசி இருந்திருக்கும் என்று புரிந்தது. தமக்குப் பரிமாறியிருந்த அந்தத் தட்டில் துளியும் மீதம் வைக்காமல் சாப்பிட்டார். அதற்குப் பிறகு குஸுமா வெற்றிலை பாக்கு மடித்து எடுத்து வைத்து வெளியறையில் கொண்டு வந்து கொடுத்தாள். ஜதீஷ் பட்சாஜ்ஜே விடைபெற்றுக் கொள்வதற்குமுன், "ஹஜாரி! உன் மகளை

★ சர்க்கரையில் செய்த பர்ப்பி போன்ற இனிப்புப் பண்டம்.

இப்படிச் சற்றே வரச்சொல்லு? அவளை மனமார வாழ்த்திவிட்டுப் போகிறேன்" என்றார்.

குஸுமா தன் சேலைத் தலைப்பைக் கழுத்தில் முடிந்து கொண்டு இருவரையும் வணங்கினாள். ஜதீஷ் பட்சாஜ்ஜே, "அம்மா! இன்று முழுவதும் நான் உண்மையில் பட்டினியாகக் கிடந்தேன். நீ வயிறு குளிரச் சாப்பாடு கொடுத்தாய். இப்போது எவ்வளவு திருப்தியாக இருக்கிறது தெரியுமா? உன்னைப் போல் நல்ல மனசு உள்ளவங்களை நான் பார்த்ததில்லை. குழந்தை குட்டிகளோடு நீ நன்றாக வாழவேண்டும். இதுதான் என் ஆசீர்வாதம், அம்மா" என்றார்.

ஹஜாரியும் ஜதீஷ் பட்சாஜ்ஜேயுடன் புறப்பட்டு வந்தான். வழியில், "பட்சாஜ்ஜே ஐயா! நானே ஓர் ஓட்டல் வைக்க வேண்டுமென்று வெகுநாளாக எண்ணிக் கொண்டிருக்கிறேன். நீங்கள் என்ன சொல்கிறீங்கள்?" என்றான்.

"தாராளமாக வை. நல்ல லாபம் கிட்டும்; நீயும் முன்னுக்கு வரலாம். உன் மனசு மிகவும் நல்ல மனசு. ஆனால் ஓட்டல் நடத்தக் காசு வேண்டுமே! எங்கிருந்து கிடைக்கும்?"

"அதனால்தான் சங்கடம். இல்லாவிட்டால் என்றைக்கோ ஓட்டல் வைத்திருப்பேனே...! பார்த்துக்கொண்டுதான் இருக்கிறேன். முயற்சியை விடப் போகிறதில்லை. இந்தப் பெண் குஸுமா, 'என் கையில் காசு இருக்கிறது, கொடுக்கிறேன்' என்றாள். அதை வாங்கிக் கொள்ளலாமா? நல்லதா? பாவம், அவளோ ஏழை? அவள் கஷ்டப்பட்டுச் சேர்த்ததை நான் வாங்கிக்கொண்டால் நன்றாக இருக்குமா என்றுதான் இதுவரைக்கும் வாங்கிக்கொள்ளவில்லை. 'சரி' என்றால், இப்போதே அவள் கொடுத்துவிடத் தயார். ஆனால் ரொக்கம் கொஞ்சந்தான். அதிலே ஓட்டல் வைக்கிறதென்றால் ஆகாது!"

ஜதீஷ் பட்சாஜ்ஜே, சூர்ணி படித்துறையில் படகின் அருகே சென்றுகொண்டே, "சரி, ஹஜாரி! நான் வருகிறேன். நீ ஓட்டல் வைத்தால் உன் ஓட்டலிலேயே தவறாமல் சாப்பிடுகிறேன். இது உறுதி. வேறு எங்கேயும் போகமாட்டேன். உன்னைப்போல் சமைக்கிறவர்கள் யார் இருக்கிறார்கள்? நீ சமைக்கிற கறிகாய், சாதம் எல்லாம் நன்றாக இருக்கிறதால்தான் சக்ரவர்த்தி ஓட்டலிலே சாப்பிட வந்துகொண்டு இருந்தேன். உன் ஓட்டல் நன்றாகவே நடக்கும். உன்னைப் போல் சமையற்காரர்கள் இந்தப் பக்கத்திலே யாருமே இல்லை" என்றார்.

ஜதீஷ் பட்சாஜ்ஜே படகேறிப் புறப்பட்டுப் போய்விட்டார். ஹஜாரியின் மனசில், அவர் சொல்லிவிட்டுப்போன கடைசி வார்த்தைகள் ஒருவித பலத்தையும் புத்துணர்வையும் கொடுத்தன.

அவனுக்கே தன் கைச்சமையல் நன்றாக இருக்கும் என்பது தெரியும். ஆனாலும் சாப்பிட வருகிறவர்கள் இப்படி வாயால் சொன்னால்தானே அவனுக்குத் திருப்தி ஏற்படும்? ‘பெரியவர் – அதிலும் மேல் குலத்தைச் சேர்ந்தவர் – பசியோடு வந்தார். நாம் நம்மால் ஆனதைப் போட்டு அவருடைய மனசைக் குளிர வைத்தோம்’ என்ற நிறைவுடன், புறப்பட்டுப் போகும்போது அவர் சொன்னதும் சேர்ந்து அவனது மனசில் மகிழ்ச்சியையும் உற்சாகத்தையும் அளித்தன. இதுவே அவர் தனக்கு அளித்த விலையுயர்ந்த பரிசாகப் பட்டது ஹஜாரிக்கு.

அவன் ஓட்டலுக்கு திரும்பியபோது நேரம் அதிகமாக வில்லை. ரத்தன் டாகுர் பருப்பு, சோறு இரண்டையும் அடுப்பில் வைத்திருந்தான். வேலைக்கார மதியோ பத்மாவையோ அங்கே காணவில்லை! நாற்காலிகள் போட்டிருந்த வெளியறையில் பேச்சூ சக்ரவர்த்தி யாருடனோ பேசிக்கொண்டிருந்தார்.

சமையலறைக்குள் நுழைந்ததும் ஹஜாரியின் மனதில் புதியதோர் உணர்வும் பலமும் உண்டாயின. ஓய்வு எடுத்துக் கொண்டு வெளியிலே போனால்தான் பல கவலைகளைக் குறித்து எண்ணத் தோன்றுகிறது. பெரிய அடுப்பின் எதிரில் கொதிக்கும் சோற்றுத் தவலையின் முன் அமர்ந்திருக்கும்போது ஹஜாரிக்குத் தான் ஏதோ வெற்றி வீரன் என்பது போன்ற பெருமிதம் ஏற்படும். அப்போது குஸுமாவைப் பற்றியோ, மற்ற எதைப் பற்றியோ எண்ணமிடத் தோன்றாது. ஓய்ச்சலும் கண்டு, கையில் வேலை ஏதும் இல்லாதபோதுந்தான் அவளைப் போய்ப் பார்ப்பான்.

அதே சமயம் ரத்தன் டாகுர் அங்கே வந்தான். ஹஜாரியிடம் மெதுவாக, “ஒரு சங்கதி. எங்கள் ஊரிலிருந்து ஓர் ஆள் வந்திருக்கிறான். என்னோடு இருந்து வேலை தேடப்போகிறான். மிகவும் ஏழை. அவனை உள்ளே சீட்டு இல்லாமலே விட்டுவிட வேண்டும்; சாப்பிட்டுவிட்டுப் போவான். கொஞ்சம் இதைக் கவனித்துக்கொள். நீ ‘சரி’ என்றால் அவனை உள்ளே அழைத்து வருகிறேன்” என்றான்.

ஹஜாரி, “சரி; அழைத்து வா! அதனால் என்ன? ஓர் ஏழை சாப்பிட்டுவிட்டுத்தான் போகட்டும்! எனக்கு ஓர் ஆட்சேபமும் இல்லை” என்றான்.

ரத்தன் டாகுர் மகிழ்ச்சியுடன் திரும்பிச் சென்றான். இரவு அந்த ஆள் அங்கே சாப்பிட வந்தபோது ரத்தன் டாகுர் ஜாடை காட்டி, 'இந்த ஆள்தான்' என்று ஹஜாரியிடம் தெரிவித்தான். ஹஜாரியும் பரிவுடன் அந்த ஆளுக்குப் பரிமாறினான்.

பத்மாவின் கூர்மையான கண்களிலும் தட்டுப்படாமல் அந்த ஆள் சீட்டு வாங்காமலே சாப்பிட்டுவிட்டுப் போனான். யாருக்கும் ஏதும் தெரியாதபடி முடிந்துவிட்டது சங்கதி! இப்படி ஒருநாள் இல்லை; அரை நாள் இல்லை. பத்துப் பன்னிரண்டு நாள் நடந்தது! ஒருநாள் அவன் இன்னும் ஒரு கூட்டாளியையும் அழைத்து வந்துவிட்டான். அவனுக்கும் சீட்டு இல்லாமலேயே - காசு இல்லாமலேயே - சாப்பாடு கிடைத்தது!

விஷயம் அப்படி ஒன்றும் பெரிதில்லை; சாமானியந்தான். ஆனால் இதிலிருந்து ஹஜாரி ஒரு பெரிய உண்மையைத் தெரிந்து கொண்டான். அது அவனுக்கும் ஒரு பாடமாக அமைந்தது. இவ்வளவு கண்காணிப்புக்கு நடுவிலும் கேட்பார் இல்லாமல் இப்படி ஒரு தில்லுமுல்லு நடக்க முடியும் என்பதுதான் அது. பேச்சு சக்ரவர்த்தியின் சீட்டையும், அவருக்குச் சேரும் காசையும் ஒப்பிட்டுப் பார்த்தால் சரியாகத்தான் இருக்கும் கணக்கு. ஆகையால், அவருக்குச் சந்தேகம் தோன்றவே வழியில்லை. வேலைக்காரி பத்மா முன்போலத்தான் இருந்தாள்! இதைப் பற்றி அவளுக்குத் துளிகூடத் தெரியாது. சோறும் கறிகாயும் கொஞ்சம் குறையும். அப்படி நிறுத்துப் பார்த்துக் கண்டு பிடிக்க முடிகிறதா? இந்த மாதிரித் திருட்டைக் கண்டு பிடிக்க வழி இல்லையா?

சில நாட்களாக ஹஜாரி சூர்ணி ஆற்றங்கரையில் படித்துறை யருகில் தன்னந்தனியே அமர்ந்து இந்த விஷயத்தைப் பற்றியே சிந்தித்துக் கொண்டிருந்தான். பரிசாரகர்கள் தமக்குள்ளே ஒத்துப் போய் இப்படி ரகசியமாக ஏற்பாடு செய்துகொண்டு வெளி ஆட்களைச் சாப்பிட உள்ளே விட்டுவிட முடியும் என்பது புரிந்தது. இந்தத் தில்லுமுல்லைக் கண்டுபிடிப்பது எப்படி? பலபடியாக யோசித்துப் பார்த்தபோது, ஒருநாள் மாலை அவனுக்கு ஓர் உபாயம் மனசில் தட்டுப்பட்டது. தட்டில் எண் பொறித்து வைத்திருந்தால் அதனுடன் சீட்டின் எண்ணும் ஒத்துப்போகும் பட்சத்தில், சாப்பிட்ட தட்டை எடுக்கும்போதே விஷயம் அம்பலமாகிவிடும். இன்ன எண் பொறித்த தட்டை வைத்துக் கொண்டு சாப்பிட்டவன் காசு கொடுக்காமல் சாப்பிட்டிருக்கிறான் என்று கண்டுபிடித்துவிட முடியும்.

நடு நடுவே இப்படிக் கண்காணித்து வந்தால் சங்கதி தெரிந்து விடும். திருட்டைக் கண்டுபிடித்து விடலாம். அதுவும் தவிர, தட்டுக்களைக் கழுவும்போது வேலைக்காரன் அல்லது வேலைக்காரியிடமிருந்து அந்த எச்சில் தட்டின் எண்ணைக் கேட்டுத் தெரிந்துகொள்ளவேண்டும் என்ற சங்கதியையும் புரிந்து கொண்டான். ஹஜாரிக்கு ஒரே மகிழ்ச்சி! சரியாகத்தான் கண்டு பிடித்துவிட்டான்! இன்னும் ஒரு விதமாகவும் ஏமாற்றலாம். சாப்பிட வாழையிலை போட்டால் அப்படி ஏமாற்ற முடியும் என்ற விஷயமும் அவனுக்குத் தெரிந்தது. அப்படி எவனாவது எண் போடாத தட்டை வெளியிலிருந்து கொண்டு வந்தால், அவன் தப்ப முடியாது. வேலைக்காரனும் வேலைக்காரியும் இதை கவனித்து விடுவார்கள். அப்படி உள்ளே வந்து விட்டாலும் சாப்பிட்ட தட்டைத் தானே ஓட்டலில் கழுவுவதென்பதும் நடக்காது. யாராவது வாழையிலையில் சாப்பிடுகிறார்கள் என்று வைத்துக் கொண்டாலும் உடனே வேலைக்காரிக்கும் வேலைக்காரனுக்கும் சந்தேகம் தட்டும் என்பதால் வாழையிலையில் சோறு பரிமாறப் பரிசாரகர்கள் முன்வர மாட்டார்கள்.

இருநூறு அல்லது நூற்றைம்பது ரூபாய் இருந்தால் இந்த ரயிலடிக் கடைவீதியிலேகூட உடனே ஓட்டலைத் திறந்து வைக்க முடியும்! யார் கொடுப்பார்கள்?

ஜதீஷ் பட்சாஜ்ஜே சொன்னது ஹஜாரிக்கு நினைவில் வந்தது. பாவம், அவருக்கு இப்போது கஷ்ட காலம். கடைசியாகத் தம் மைத்துனன்மாரின் வீட்டுக்குப் போயிருக்கிறார், தங்குவதற்காக. எவ்வளவு சிரமம் இருந்தால் ஒருத்தர் இப்படி வேலை தேடிப் போவார், பாவம்!

‘அப்படி நாம் ஓர் ஓட்டல் திறப்பதாயிருந்தால் ஜதீஷ் பட்சாஜ்ஜேயை அழைத்து வைத்துக்கொள்வேன். வயதானவர், பாவம்! அவருக்கும் போட்டு நமக்கும் அதனால் இரண்டு காசு கிட்டும். இதற்கு மேல் நமக்கு என்ன தேவை?’ என்றுதான் எண்ணினான் ஹஜாரி.

என்றும் போல் அன்றும் பொழுது போகும் நேரமாகி வந்தது; கடந்த இரண்டு ஆண்டுகளாக இப்படித்தான்! அதே வேப்ப மரம், அதே சூர்ணி ஆற்றங்கரைப் படித்துறை. பால் குடும்பத்தார் நடத்தும் கரிக்கடையில் மூட்டை வாங்கிச் சுமந்து வருவது, அங்கே குமாஸ்தா ஐயாவுடன் சச்சரவு - எல்லாம் பழையபடிதான் நடந்துகொண்டிருந்தன.

நாட்கள் சென்றன. ஆனால் அவனுடைய ஆசை நிறைவேறுவதற்குரிய அறிகுறி ஏதும் தெரியவில்லை. நாளுக்கு நாள் அவனுடைய நிலைமை மேலும் மோசமாகிக் கொண்டுதான் வந்தது.

ஓட்டலில் கிடைப்பதோ சொற்ப ஊதியம். அதைக் கொண்டு என்ன செய்ய முடியும்? வீட்டில் மகள் டேம்பிக்கு நல்லதாக அவள் விரும்பியபடி ஒரு தாவணி வாங்கித் தரமுடிகிறதா? வயிறு நிரம்பவாவது உண்ண முடிகிறதா மனைவி மக்களால்? அதுவும் இல்லை!

டேம்பியின் தாய் ஏழைவீட்டுப் பெண். பிறந்த வீட்டில் எப்படிச் சுகப்பட்டதில்லையோ அதே போலத்தான் கணவனின் வீட்டுக்கு வந்தும் அவதிப்படுகிறாள். குடும்பத்தில் படாதபாடு பட்டுக் குழந்தைகளை வளர்த்து வருகிறாள். வாய்திறந்து கணவனைப் பார்த்து ஒரு பொருள் கேட்டதில்லை. கிழிந்த சேலையைத் தைத்து உடுத்தாள். தான் அரை வயிறு உண்டு, குழந்தைகளுக்கு இரண்டுபிடி அதிகமாகவே பழஞ்சோறு எடுத்துத் தண்ணீரில் வைத்திருப்பாள். காலையில் எழுந்ததும் குழந்தைகள் இதைத்தான் உண்ணவேண்டியிருக்கும். அவள் ஒருநாளும் இதை எண்ணி மனம் சலித்ததில்லை! தன் விதியை நொந்து கொண்டதுமில்லை. ஹஜாரிக்கும் இது நன்றாகத் தெரியும்.

அதனால்தான் அவன் இப்போதெல்லாம் இடைவிடாமல், ‘நம் குடும்பம் முன்னுக்கு வர என்ன செய்யலாம்?’ என்பது பற்றியே எண்ணமிட்டு வந்தான். ‘சக்ரவர்த்தி ஐயாவின் ஓட்டலில் சமையற்காரனாக நாம் வேலைபார்த்து வந்தால் என்றுமே முன்னுக்கு வர முடியாது. பத்மாவின் ‘துடைப்பக்கட்டை’ அடியை – அவளுடைய மோசமான திட்டு வசைகளை வாங்கிக் கொண்டே அவன் மாள வேண்டியதுதான்’ என்று எண்ணமிட்டான்.

‘ஆண்டவன் நமக்கு ஆயுள் கொடுத்திருந்தால், எப்படியாவது ஒரு நாள் நம் கோரிக்கை ஈடேறாமலா போய்விடும்? ஓர் ஓட்டல் திறக்கத்தான் போகிறோம்?’ என்ற நம்பிக்கை மட்டும் அவனுக்கு இருந்தது.

குஸுமாவோடு பழக நேர்ந்தது பற்றி ஹஜாரிக்கு மிகவும் மகிழ்ச்சி. இதைத் தனக்குக் கிடைத்த பெரும்பாக்கியமாகவே அவன் கருதினான். குஸுமா கெட்டிக்காரப் பெண். இங்கே வெளியூரில் குஸுமா அவனுக்கு ஒத்தாசையாக இருந்ததும், அவளுடைய இனிமையான பண்பும் – அவள் இடைச்சாதிப்

பெண்ணாகத்தான் இருந்தால் என்ன? – அவனுக்கு மிகவும் பிடித்திருந்தன; இன்னும் ஒன்றும் பிடித்திருந்தது: குஸுமாவைப் போல் இப்படி ஒரு பரிவும் பாசமும் கொண்டு அவனோடு எந்த உறவுக்காரப் பெண்ணும் பழகியதில்லை!

பல விஷயங்களில் அவன் குஸுமாவை நம்பியே வாழ வேண்டியிருந்தது. எதிலும் அவள் ஒத்தாசை புரிந்துவந்தாள். ‘இந்த வேலையைக் குஸுமாவின் பொறுப்பில் விட்டுவிட்டால் நாம் கவலை இல்லாமல் இருக்கலாம். அவள் வேண்டாம் என்று தட்டிக் கழிக்கவே மாட்டாள். இன்னும் கேட்கப்போனால் நெருங்கிய சொந்தக்காரி போல் தன் உயிரைக் கொடுத்தாவது அந்தக் காரியத்தைச் செய்து முடிப்பாள்... நமக்கு நல்லகாலம் வந்தாலும் சரி, வராவிட்டாலும் சரி, குஸுமா நல்லபடியாக வாழ வேண்டும்’ என்ற எண்ணம் அவனது மனத்தில் தலைதூக்கியது.

டேம்பி அவனுடைய சொந்த மகள்தான்; என்றாலும், அவள் உலகம் தெரியாத சின்னஞ்சிறுமி. குஸுமாவோ அனுபவப் பட்டவள்; புத்திசாலி. இவளைத் தன் மூத்த மகளாகவே அவன் கருதினான். ஒரு தகப்பனுடைய துயரம், தொல்லை, கவலை இவற்றை இவள் புரிந்துகொண்டவளாய், இவற்றைப் போக்க தான் எப்படி உதவமுடியும் என்று பார்க்கக்கூடிய பக்குவமுள்ளவள். குஸுமா இப்படி அவனுக்கு மகளாகவும் இருந்தாள்; அவனுக்காக உள்ளூறப் பாடுபடும் சிநேகிதியாகவும் இருந்தாள்.

அன்று காலை ரத்தன் டாகுர் ஓட்டலுக்கு வரவில்லை.

பத்மா வந்து, “அந்த ஆள் இன்று வரமாட்டார்; நேற்றே சொல்லி விட்டுப் போனார். நீதான் காய்கறிகளை நறுக்கவேண்டும். அப்பாலே சோறு வைக்கவேண்டும். நான் இதோ அடுப்பை மூட்டி விடுகிறேன்” என்றாள்.

ஹஜாரி பாடு திண்டாட்டமாகி விட்டது. அன்று சந்தைநாள் வேறு. நடுப்பகலில் குறைந்தபட்சம் நூறு அல்லது நூற்றைம்பது பேராவது சாப்பிட வருவார்கள். தான் ஒருவனாகவே சமையல் செய்வதோடு பரிமாறியும் ஆகவேண்டுமென்றால் இலேசா?

பத்மா சொன்னபடி அவன் அரிவாள்மணையை வைத்துக் கொண்டு கறிகாய் நறுக்கலானான். மணி எட்டரை இருக்கும். பருப்பும் சோறும் ஆக்கி இறக்கி வைத்திருந்தான். அந்தச் சமயத்தில் ஓர் ஆசாமி சீட்டு வாங்கிக்கொண்டு உண்ண வந்தான்.

ஹஜாரி, “இப்போதுதான் பருப்பும் சோறும் ஆக்கி

முடித்தேன். கறிகாய் வேகவேண்டும். தொட்டுக்கொள்ள ஏதாவது வேண்டாமா?'' என்றான்.

வந்தவன் எரிச்சலுடன், “மணி ஒன்பது ஆகிறது! என்ன ஐயா, சமைத்துக் கிழிக்கிறாய்? ஐது பாண்டுஜ்ஜேயின் ஓட்டலில் இந்த நேரத்துக்குள்ளே மூன்று கறி, கூட்டு தயார் ஆகிவிடும்... நீங்கள் ஓட்டல் நடத்துகிற லட்சணம் நன்றாகத்தான் இருக்கிறது, போ!'' என்றான்.

ஹஜாரி, “இன்னும் ஒன்பதே அடிக்கவில்லையே! எட்டரைதானே ஆகிறது!'' என்றான்.

வந்தவன் எரிமூஞ்சி; “நான் சொல்கிறேன் ஒன்பது ஆகிறதென்று! நீ எட்டரை என்கிறாயே! ஏன் இப்படி வாயாடுகிறாய்? எனக்கு மணி பார்க்கத் தெரியாது என்று உனக்கு எண்ணமோ?'' என்றான்.

“அதற்குச் சொல்லவில்லை; மணிபார்க்கத் தெரியாது என்றா சொன்னேன்... நீங்களெல்லாம் பெரியவர்கள்... நான் சொன்னது எதற்குத் தெரியுமா? ஒன்பது அடித்தால் கேஷ்ட நகர் வண்டி வருமே என்றுதான்! அது இன்னும் வரவில்லையே!''

“மேலே மேலே வாயாடுகிறாயே! கன்னத்திலேயே அறைவேன். சும்மா இரு!'' என்றான் வந்த எரிமூஞ்சி.

அவன் ஹஜாரியைத் தீர்த்துக் கட்டியிருப்பான்; அதேசமயம் இந்த இரைச்சலைக் கேட்டு பத்மா உள்ளே நுழைந்து, “என்னது, என்ன நடந்தது?'' என்றாள்.

வந்தவன் பத்மா பக்கம் திரும்பி, “உங்கள் சமையற்காரன் படுமோசம்! மட்டு மரியாதை தெரியவில்லை இவனுக்கு! என்னோடு வாயாடுகிறான்! எருமை மாடாக இருக்கிறானே! ஓட்டலிலே சமையல் செய்ய வந்திருக்கிறான். இவன் என்னவோ நீட்டி நீட்டிப் பேசுகிறானே? - அடே! உன்னை அப்படியே தரையோடு தரையாக அறைந்து விட்டிருப்பேன். அப்போது இந்தக் கிண்டல் எல்லாம் தெரிந்திருக்கும்!'' என்றான்.

பத்மா, “போனால் போகிறது! மன்னித்துவிடுங்கள். கோபப் படாதீர்கள். இந்தச் சமையற்காரன் பேச்சைச் சட்டை பண்ணாதீர்கள். வாருங்கள்... இங்கேதானே சாப்பிடுகிறீங்க?'' என்றாள்.

“என்னத்தைச் சாப்பிடுகிறது? உங்கள் சமையல்காரன்தான் இன்னும் ஒன்றும் ஆகவில்லை என்கிறானே! சமையல் ஆகவில்லை என்றால் சாப்பாட்டுச் சீட்டைக் கொடுப்பானேன்?

காசு வாங்கிக்கொண்டு இதென்ன ஆட்டங்காட்டுகிறீர்களா? எல்லாமே அயோக்கியத்தனமாக இருக்கிறதே!"

பத்மா ஹஜாரியைப் பார்த்து எரிச்சலுடன், "நீ ஒருத்தன் உளறிக்கொண்டே இருக்கிறாயே! வாயாடுவானேன் இவரோடு? ஏன் சமையல் ஆகவில்லை? இருக்கிறதை வைத்துப் பரிமாறேன். மீனை வதக்கிப் போடு!" என்று அதட்டினாள். வந்தவனைப் பார்த்து, "நீங்கள் இப்படி உட்காருங்கள் ஐயா!" என்றாள். சிறிது நேரத்துக்கெல்லாம் அந்த ஆசாமி உணவருந்தத் தொடங்கினான். "இதென்ன! அழுகிப் போன மீன்! இந்த ஓட்டலிலே ஏன்தான் தின்பதற்கு வந்தேனோ? இதைவிடச் செத்துத் தொலையலாம்...! சீச்சீ! இவனும் இவன் சமையலும்...! இப்படி வா அம்மா!" என்றான்.

பத்மா விரைவாக வந்து, "என்னங்க, என்ன நடந்துவிட்டது?" என்றாள்.

"என்னவா? என்ன நடந்ததா? கபடநாடகம் ஆடுறீங்களா? மீனோ ஒரே அழுகல்! வந்தவங்களைச் சாக அடிக்கவேண்டும் என்பது உங்கள் எண்ணமோ? உங்கள் ஓட்டல் மேலே 'ரிப்போர்ட்' செய்கிறேனா இல்லையா, பார்!" என்று சீறினான் அந்த ஆசாமி.

'ரிப்போர்ட்' என்றதும், பத்மாவின் முகம் சுண்டிவிட்டது. அவள் பரபரப்போடு அவன்முன் வந்து, "உங்கள் காலில் விழுகிறேன். சாப்பிடாமல் பாதியில் எழுந்திருக்க வேண்டாங்க. நானே இதோ தயிர் கொண்டுவந்து ஊற்றுகிறேன். இன்று ஒரு நாளைக்கு ஏதோ தப்பு நேர்ந்து விட்டது. மன்னித்து விடுங்கள்" என்று கெஞ்சினாள்.

அவள் உடனே போய்த் தயிரும், பத்தாஸாவும் கொண்டு வந்து பரிமாறினாள். வந்த ஆள் அவற்றை உண்டு முடித்து எழுந்தான். வெளியே வரும்போது சக்ரவர்த்தி மிகவும் பணிவான குரலில், உடம்பைக் கோணிக் குறுக்கிக்கொண்டு, "ஐயா! உங்களிடம் வாங்கின காசைத் திருப்பித் தந்துவிடுகிறேன். நீங்கள் ஒன்றுமே சாப்பிடவில்லை, பாவம்...! இந்தாருங்கள்" என்றார்.

வந்தவன், "வேண்டாம்; அதெல்லாம் எதற்கு? ஆனால் இனிமேல் இப்படியெல்லாம் தில்லுமுல்லு செய்யாதீங்க?" என்றான்.

அப்படியும் விடாமல் பேச்சூ சக்ரவர்த்தி வலுவில் அந்தக் காசை வந்தவன் கையில் திணித்து அனுப்பினார்.

சற்று நேரத்துக்கெல்லாம் வெளியறையிலிருந்து பேச்சூ

சக்ரவர்த்தி ஹஜாரியைக் கூப்பிடும் குரல் கேட்டது. ஹஜாரி அங்கே போனான். பத்மாவும் அங்கே இருந்தாள்.

பேச்சூ சக்ரவர்த்தி, "ஏன் சாப்பிட வருகிறவங்களோடு சண்டை போடுகிறாய்? எத்தனை நாளாக இந்த வித்தையைக் கற்றுக் கொண்டிருக்கிறாய்?" என்றார்.

ஹஜாரி திகைத்துப்போய், "சண்டையா? யாரோடு சண்டை போட்டேனுங்க?" என்றான்.

பத்மா, "அந்த ஆளோடு நீ சண்டை போடவில்லை? வாயாடினாயே, அது என்னவாம்? அந்த ஆள் உன்னை அறைந்திருப்பார்! நான் வந்திராவிட்டால் நாலைந்து அடி விழுந்திருக்காதா? முதலில் நீ என்ன சொன்னாயோ எனக்குத் தெரியாது; நான் போய்ப் பார்த்தபோது அவர் கோபித்துக் கொண்டிருந்தார். முகம் சிவந்திருந்தது. அவங்களுக்கெல்லாம் நம் நிலைமை தெரியுமா? அவருக்குச் சமமாக வாயாடிக் கொண்டிருந்தாயே?" என்றாள்.

பேச்சூ சக்ரவர்த்தி, "வருகிறவங்க என்ன சொன்னாலும் கேட்டுக் கொள்ளத்தான் வேண்டியிருக்கும். இத்தனை வயசாகியும் நீ இதைத் தெரிந்து கொள்ளவில்லையே! என்ன மனுஷன் ஐயா, நீ! உம்..." என்றார்.

"ஐயா! நீங்களே சொல்லுங்கள்; நடந்ததைச் சொல்லுகிறேன். நான் ஒன்றும் சண்டை போடவில்லை. அவர், 'ஒன்பது அடித்து விட்டது' என்றார். நான் 'எட்டரைதான் ஆயிற்று' என்றேன். அவர், 'எனக்கு என்ன கடிகாரம் பார்க்கத் தெரியாதென்று நினைத்து விட்டாயோ?' என்றார்..." என்றான் ஹஜாரி.

பத்மா, "நீ பேசுகிறதெல்லாம் ஒரே புளுகு! இதற்காகப் போய் யாரும் அப்படிக் கோபித்துக்கொள்ள மாட்டாங்க. நீ ஏதோ உளறியிருப்பாய்; அதனால்தான் அவருக்குக் கோபம் வந்து விட்டது...நான் தான் என் காதாலே, நீ பேசிக்கொண்டிருந்ததைக் கேட்டேனே!" என்றாள்.

பத்மா சொல்லிவிட்டால் அதற்குமேல் பேச யாரால் முடியும்? பேச்சூ சக்ரவர்த்தி யாருடைய பேச்சையும் காதில் வாங்கிக்கொள்ள மாட்டார்; பத்மா சொல்வது தான் உண்மை என்பது அவருடைய எண்ணம். எனவே, அவன் சும்மா இருக்கவேண்டியதாயிற்று.

பேச்சூ சக்ரவர்த்தி, "அழுகிப்போன மீனை யார் வாங்கி வந்தாங்க?" என்றார்.

ஹஜாரி பதில் சொல்வதற்குள் பத்மா, "இந்த ஆள்தான்

கடைக்குப் போயிருந்தார்; இவர்தான் வாங்கிவந்தார்" என்றாள்.

ஹஜாரி அப்படியே திகைத்துப் போய் மரமாக நின்றான். இதென்ன அக்கிரமம்! பச்சைப்புளுகு! பத்மாவுக்கே விஷயம் தெரியும். முதல் நாள் இரவு மீன்கறி கொஞ்சம் மிகுந்துவிட்டது. பத்மாதான் அதை மூடிவைக்கச் சொல்லியிருந்தாள். மறுநாள் அதை வதக்கிக் குழம்பிலே போடச்சொன்னாள். வந்தவர்களுக்கு விஷயம் தெரியாதபடி சரிக்கட்டிவிடலாம் என்றாள். புதுமீன் வாங்கித் தரவும் இல்லை; பத்மாவே தான் இப்படி முந்திய நாள் மிகுந்ததைப் பரிமாறச் சொல்லியிருந்தாள்.

ஆனால் இதையெல்லாம் பேச்சூ சக்ரவர்த்தியிடம் சொல்லி என்ன லாபம்? காதில் வாங்கிக்கொள்ளவே மாட்டார்.

அவர், "சரி; உன் சம்பளத்திலிருந்து எட்டணா கழித்துவிடப் போகிறேன்" என்றார்.

ஹஜாரி சமையலறைக்குத் திரும்பி வந்தான். அவனுடைய கண்களிலிருந்து நீர் ததும்பிக்கொண்டிருந்தது. இதென்ன அக்கிரமம்! அவன் கடைவீதிக்குப் போய் மீன் வாங்கி வந்ததென்னவோ உண்மை. ஆனால் அழுகினதல்ல. அதை இன்னும் சமைத்து, வந்தவர்களுக்கும் பரிமாறவில்லையே! விஷயம் இப்படி இருந்தும் பத்மா அநியாயமாகத் தன்மேல் பழி சுமத்திவிட்டாளே; தான் செய்யாத குற்றத்துக்கு அபராதம் வேறு போட்டுவிட்டாரே சக்ரவர்த்தி ஐயா, என்றுதான் ஹஜாரி மனம் புழுங்கினான்.

'பத்மா நம்மேல் ஏன் இப்படி வன்மம் பாராட்டுகிறாள்? நாம் என்ன தீங்கு அவளுக்குச் செய்தோம்?' என்று அவன் வருந்தினான்.

ரத்தன் டாகுர் இன்று அங்கே இல்லை. எல்லாத் தொல்லையும் அவன் ஒருவனாகவே பட்டாக வேண்டும். இதற்குள் எட்டு அல்லது பத்துப் பேர் சீட்டு வாங்கிக்கொண்டு, சாப்பாட்டுக் கூடத்தில் நுழைந்தார்கள். வேலையாள் அவர்களை உட்கார வைத்துக் கொண்டிருந்தான். ஹஜாரி அவசரம் அவசரமாக உருளைக் கிழங்கை வேகவைத்துக் கறிசெய்து சோறு பரிமாறினான். அவர்கள், "இதென்ன, வெறும் உருளைக்கிழங்கு கறியும் பருப்பும் போட்டு விட்டால் தீர்ந்ததா?" என்று கூச்சலிடலானார்கள். இவர்கள் எல்லாரும் ரயில் பயணிகள். "ரயில் நிலையத்திலிருந்து எங்களை அழைத்து வந்த வேலையாள், 'எங்கள் ஓட்டலிலேதான் இந்தக் காலை வேளையிலே மீன் குழம்பு, துவையல் எல்லாம்

தயாராகி இருக்கும்' என்று சொல்லி உங்கள் ஆள்காரன் இங்கே இட்டு வந்தானே! இப்போதுதான் தெரிகிறது, பருப்பையும் உருளைக் கிழங்குக் கறியையும் தவிர இங்கே வேறு ஒன்றும் இல்லை என்பது! இதென்ன அநியாயம்!" என்று அவர்கள் இரைந்தார்கள்.

பத்மா சமையலறைக் கதவருகில் வந்து முகத்தை 'உம்' என்று வைத்துக்கொண்டு, "ஏன் ஐயா! மீனை வதக்கிப்போடேன்... ஐயாமார்கள் சொல்லுகிறார்களே! காதில் விழவில்லை? அவங்க எப்படிச் சாப்பிடுவாங்க?" என்றாள்.

இதற்கு அர்த்தம், 'நேற்று மிகுந்து இன்று குழம்பில் கலந்திருக்கும் அந்த அழுகின மீன்கறியையே பரிமாறு' என்பதுதான். இத்தனைக்கும் இன்று வாங்கிவந்த மீனை இன்னும் வேகவே வைக்கவில்லை; இது பத்மாவுக்கே தெரியும்!

ஹஜாரி இனிமேலும் அந்த அழுகின மீன்போட்ட குழம்பை அவர்களுக்கு எப்படிப் பரிமாறுவான்? "மீன்குழம்பு ஆகிவிட்டது" என்றான்.

பத்மா, "அப்படியானால் கொஞ்சம் இருங்கள். ஏதாவது பச்சைக் கறிகாய் ஆக்கிப்போடச் சொல்கிறேன். எழுந்து விடாதீங்க?" என்றாள். சொல்லிவைத்தபடி வழக்கம்போல் வேலையாள் மதி, அங்கே வந்து நின்று ஹஜாரியிடம், "ஏன் ஐயா, வனகாம் வண்டி வருகிற நேரமாகிறது. இன்னுமா சமையல் முடிந்தபாடில்லை? அதோ, மணிகூட அடித்துவிட்டான், ரயில்வண்டி வர" என்றான்.

சாப்பிட வந்தவர்கள், பரபரவென்று எழுந்தார்கள். இவர்கள் அந்த வண்டி ஏறித்தான் கிருஷ்ண நகர் போகவேண்டும். அவர்களில் ஒருவன், "என்ன, ரயில் வண்டி வருகிற மணி அடித்து விட்டதா?" என்றான்.

வேலையாள் மதி, "ஆமாங்க, மணியடித்து நேரமாகிறதே! வண்டி காங்நாபுரை விட்டுக் கிளம்பிவிட்டது என்று சொன்னார்களே ஸ்டேஷனிலே!" என்றான்.

'இனிமேல் மீன்குழம்பு சாப்பிட்டாற்போலத்தான்... தொலையட்டும்! எழுந்து இங்கிருந்து கிளம்பினால் போதும்!' என்று ஆகிவிட்டது வந்தவர்களுக்கு. இந்த வண்டியைத் தவறவிட்டால் வெகு நேரத்துக்கு வண்டி கிடைக்காது.

பத்மா, "ஐயோ! எழுந்திருக்காதீங்க, ஐயாமாரே! நிதானமாக, நிம்மதியாகச் சாப்பிட்டுவிட்டுப் போங்கள்" என்று சொல்லி,

ஹஜாரியிடம், "உம்...சீக்கிரம் வேகவை மீனை! நான் நறுக்கித் தருகிறேன்" என்றாள். "உட்காருங்கள், ஐயாமாருங்களே!" என்று மறுபடியும் கேட்டுக்கொண்டாள் அவர்களை.

ஆனால் வந்தவர்கள் எழுந்துவிட்டார்கள். நிதானமாகச் சாப்பிட்டுக் கொண்டிருந்தால் நடக்காது... அவர்கள் போனதுமே பத்மா, "தொலையட்டும்! இனிமேல் மீனை நறுக்கலாம்; இவ்வளவு காலை வேளையிலே எந்த ஓட்டலிலே சமையல் ஆகி விடுகிறதாம்? இரண்டு மீன் மிச்சம்!" என்றாள்.

இந்தத் தில்லுமுல்லு எல்லாம் ஹஜாரிக்குப் பிடிக்காது. இங்கே மட்டும் இல்லை; ரயிலடிக் கடைவீதியிலுள்ள எல்லா ஓட்டல்களிலும் இப்படித்தான் நடந்து வந்தது. உண்ண வந்தவர்களை உட்கார வைத்த சிறிது நேரத்துக்கெல்லாம், "ஐயா! ஐயா! வண்டி வருகிற நேரமாயிற்று, ஸ்டேஷனிலே மணி அடித்துவிட்டாங்க" என்பதுதான் இங்கே ஓட்டல்காரர்களின் வழக்கம். சாப்பிட அமர்ந்தவர்கள் பரபரவென்று அரை வயிறு உண்டுவிட்டுக் கிளம்பிவிடுவார்கள். ஓட்டலுக்கு லாபந்தானே!

'சீ! காசு வாங்கிக்கொண்டு இப்படியும் ஏமாற்றுவார்களா?"

ஹஜாரி இத்தனை நாளாக இங்கே வேலை செய்துவருகிறான். ஒரு தரங்கூட இப்படி ரயிலுக்கு நேரமாகிவிட்டதென்று சொல்லி, வந்தவர்களை அவன் விரட்டியதில்லை.

சிலசமயம் ரயில்வண்டி வர நேரம் இருக்கும்போது இந்த ஓட்டல்காரர்கள் இப்படித்தான் பொய் சொல்லி, 'ஆ! ஊ!' என்று கூச்சலிடுவார்கள். சாப்பிட வந்தவர்கள், பாவம், பரபரப்படைந்து அரை குறைச் சாப்பாட்டுடன் கிளம்பிவிடவேண்டும் என்பது தான் இவர்களது நோக்கம். வருபவர்களில் பெரும்பாலோர் பட்டிக்காட்டு ஆசாமிகள்! ரயில்வே அட்டவணையை அவர்கள் பார்த்துப் பழக்கப்படாதவர்கள். அவர்களைத் திகைக்க வைப்பது பெரிய காரியமில்லை.

வேலையாள் மதிக்கு ஏற்கனவே சொல்லி வைத்ததுதானே? அவன் அந்த நேரம் பார்த்து, 'ரயில் வண்டி வரப்போகிறது!' என்று கூவுவான்! இந்த ஐந்து அல்லது ஆறு ஆண்டுகளாக இவற்றையெல்லாம் ஹஜாரி பார்த்துக்கொண்டுதான் வருகிறான்.

'நான் ஓட்டல் வைத்தால் லாபம் கருதி இப்படியெல்லாம் மட்டமான தந்திரங்களைக் கைக்கொள்ள மாட்டேன். நியாயமான காசு வாங்கிக்கொள்வேன். அதற்கேற்றபடி, வந்தவர்களுக்குத் திருப்தியாகச் சாப்பாடு போட்டு அனுப்புவேன். இந்த மாதிரி

கள்ளங்கபடற்ற கிராமவாசிகளை - ரயில் பயணிகளை - ஏமாற்றிக் காசு வாங்கி ஓட்டல் நடத்த வேண்டுமா என்ன? கூடாது. நல்லபடியாக நான் ஓட்டல் நடத்துவேன் - அது நீடித்தாலும் சரி, இல்லாவிட்டாலும் சரி, இது உறுதி' என்றுதான் ஹஜாரி எண்ணமிட்டான்.

உண்ண வந்தவர்களை ஏமாற்றக்கூடாது என்பது அவனது கொள்கை.

இன்று மதன்புர் சந்தை கூடும் நாள். இங்கேயும் அப்படிக் கூடுவதுண்டு. பட்டிக்காட்டிலிருந்து பால், பச்சைக் கறிகாய் எல்லாம் எடுத்துக்கொண்டு பலபேர் சந்தையில் விற்க வருவார்கள். அவர்களில் சிலர் இங்கே உண்ண வருவதுண்டு. அடிக்கடி இங்கே வந்து போனவர்களாகையால் அவர்களுக்கு ஓட்டலில் நடக்கும் இந்தத் தில்லுமுல்லுகள் தெரியும். வேலையாள் மதி, முதல்முதல் இரண்டொருதரம் இவர்களிடம் சாமர்த்தியத்தைக் காட்டினான். இவர்கள் சரியானபடி அவனை மட்டந்தட்டிவிட்டார்கள்.

"இருக்கட்டும்; இருக்கட்டும்! ரயில் வண்டி மணியை நீயே கையிலே எடுத்துக்கொள். இந்த வண்டி கிடைக்காவிட்டால் வேறு ஒரு வண்டியில் போய்க்கொள்கிறோம்; அவ்வளவுதானே? நாள் முழுவதும் அலைந்துவிட்டுச் சோற்றைச் சாப்பிடாமல் எழுந்து விடுவோம் என்று பார்த்தாயா...? அட போ, ஐயா...! இப்படி இன்னும் இரண்டு கரண்டி பருப்புப்போடு... உன்னைத்தான் சாமி!" என்றார்கள் ஹஜாரியைப் பார்த்து. மேலும் பலபேர் சந்தையிலிருந்து இங்கே உணவு கொள்ள வந்தார்கள். அப்போது மணி ஒன்று.

இவர்களுக்காகத் தனி ஏற்பாடு. இவர்கள் குடியானவர்கள். நிறையச் சோறு சாப்பிடுவார்கள். அதுவும் தவிர, நாசூக்கான பதார்த்தங்களைப் பரிமாறாவிட்டாலும் இவர்கள் அதைப் பற்றிக் கவலைப்படமாட்டார்கள். வயிறு நிரம்பவேண்டும், அவ்வளவுதான்.

சாதாரணமாக நகரப்பக்கத்திலிருந்து வரும் பயணிகள் விரும்பும் பச்சரிசிச்சோறு இவர்களுக்கு வடிப்பதில்லை. கொட்டை கொட்டையாக இருக்கும் புழுங்கல் அரிசிச்சோறுதான் இவர்களுக்கு. வடித்த கஞ்சி சேர்த்துக் கலக்கிய பருப்பும், துவையலும்தான்! இவர்களுக்காக மீன் ஏதாவது வாங்கிவந்து சமைத்துப் போடுவதுதான் வழக்கம். இவர்களுக்கு நல்ல ரகத்தைச் சேர்ந்த மீன்களைப் பரிமாறிக் கட்டுபடி ஆகாது!

இவர்களில் சிலர், பலசமயம் ஹஜாரியின் சொந்தக் கிராமத்தைச் சேர்ந்தவர்களாகவேகூட இருப்பார்கள். இவர்களின் மூலம் வீட்டுத் தகவலைத் தெரிந்துகொள்வான் ஹஜாரி. ஆனால் இன்று அவனுடைய ஊரிலிருந்து யாரும் வரவில்லை.

ரத்தன் டாகுரோ அன்று இல்லை. தான் ஒருவனாகவே இத்தனை பேருக்கும் சமைத்துப் பரிமாறுவதற்குள் ஹஜாரி பாடு ஓய்ந்து விட்டது. அவன் அன்று சாப்பிட அமர்ந்தபோது மணி மூன்றுக்கு மேலாகி விட்டது. அதற்கு வெகுநேரத்துக்கு முன்பே பத்மா தட்டை நீட்டிச் சோற்றைப் பெற்றுக்கொண்டு கிளம்பிப் போய்விட்டாள். பேச்சூ சக்ரவர்த்தி மேஜைமுன் நாற்காலியில் அமர்ந்து அன்று பகல் உணவுக்கணக்கைச் சரிபார்த்துக் கொண்டிருந்தார். அப்போது அடுத்த ஓட்டலைச் சேர்ந்த வம்சீதர டாகுர் என்ற சமையல்காரன் அங்கே வந்து, "தம்பி ஹஜாரி! கொஞ்சம் சோறு மிகுந்திருக்குமா?" என்றான்.

வம்சீதரன் மேதினிபுர் மாவட்டத்தைச் சேர்ந்தவன். ஆனால் வெகுகாலமாக ராணாகாட்டிலேயே இருந்து பழகிவிட்டதால் அவனுடைய பேச்சிலிருந்து அவனை வங்காளத்தில் இன்ன பகுதியைச் சேர்ந்தவன் என்று கண்டுகொள்ள முடியாது. அவன், "என் தங்கை பிள்ளை வந்திருக்கிறான். திடீரென்று மூன்று மணி வண்டிக்கு வந்து சேர்ந்தான். நான் சாப்பிட்ட பிறகு வரவே அங்கே ஒன்றுமில்லை. அதனால் தான் உன்னைத் தேடி வந்தேன். இங்கே ஏதாவது கொஞ்சம்..." என்று இழுத்தான்.

ஹஜாரி, "சரி; அனுப்பேன்... இருக்கிற சோறே நிறையக் காணும்!" என்றான்.

வம்சீதரனின் தங்கைமகன் வந்தான். பையன் லட்சணமாக இருந்தான். பதினெட்டு, பத்தொன்பது வயதுக்குமேல் இருக்காது. அவனை உட்காரவைத்துப் பரிமாறும்போது தான் தவலையில் இருக்கும் சோறு இரண்டு பேருக்குக் காணாது என்று ஹஜாரிக்குத் தெரிந்தது. அந்தப் பையனோ நாட்டுப்புறத்தில் ஆரோக்கியமாக வளர்ந்தவன். இரண்டு பிடி சோறு அதிகமாகத்தான் உண்பான். அவன் வயிற்றுக்கே போதுமா என்று சந்தேகமாக இருந்தது.

ஆகவே, ஹஜாரி இருக்கும் சோறு முழுவதையும் பையனுக்கே பரிமாறிவிட்டான்; மிச்சம் இருந்த கறிகாய்களையும் அவனுக்கே போட்டான். அந்தப் பையன் உணவருந்திக்கொண்டே "மீன் இல்லைங்களா?" என்றான்.

"இல்லையே, அப்பா! எல்லாம் ஆகிவிட்டது. இன்றைக்குச்

சந்தை நாள் பார்! அதனால் ஏராளமான பேர் வந்துவிட்டாங்க சாப்பிட; மீன், பருப்பு, கறிகாய் எல்லாமே ஆகிவிட்டது. உனக்கு வயிறாரப் பரிமாற முடியவில்லை. கொஞ்சம் இரு. இரண்டு பைசாவுக்குத் தயிர் வாங்கி வருகிறேன்."

"ஊஹூம்...வேண்டாம்! வேண்டாம்!"

"இல்லை, இல்லை! சற்று உட்கார். வம்சீதரனுடைய தங்கை மகன் என்றால் எனக்கும் அதேமாதிரிதான் நீ! பக்கத்துப் பக்கத்து ஓட்டலிலே வேலை செய்கிறவங்க இல்லையா நாங்கள்!"

ஹஜாரி தானே போய்த் தயிர் வாங்கிவந்தான். பையன், "அது சரி, மாமா! இங்கே ஏதாவது வேலை கிடைக்குமா?" என்றான்.

"என்ன வேலை, அப்பா?"

"இந்த ஓட்டலிலே பரிசாரக வேலை மாதிரி ஏதாவது, வேலைக்காகத்தான் அலைகிறேன். இங்கே அப்படிக் கிடைக்குமா மாமா?"

தன்னை அந்தப் பையன் "மாமா!" என்று அழைத்ததுமே அவன் மேல் ஹஜாரிக்குப் பரிவும் பாசமும் ஏற்பட்டன. அவன் சற்று யோசித்து, "இல்லையே அப்பா... நீ ஏன் ஓட்டலிலே பரிசாரகத் தொழில் செய்ய வேண்டும்? லட்சணமாக இருக்கிறாய்; இது மிகவும் சிரமமான வேலை; உனக்குச் சரிப்பட்டு வராது. எத்தனாவது வரை படித்திருக்கிறாய்?" என்றான்.

பையன் சற்றே முகச்சோர்வுடன், "ஸ்கூல் ஃபைனல் வரை. அப்புறம் அப்பா இறந்துவிட்டார். அதற்கு மேல் படிக்க முடியவில்லை" என்றான்.

"உன் பெயர் என்ன?"

"ஸ்ரீ நரேந்திரநாத் முகோபாத்யாய்!"

உடனே ஹஜாரியின் மனத்தில் மின்னல்போல் ஒரு யோசனை உதித்தது. 'பையன் நன்றாக இருக்கிறான். டேம்பியை இவனுக்கு மணம் செய்து கொடுத்தால் மிகவும் பொருத்தமாகவே இருக்கும்' என்பதே அது. ஆனால் நடக்குமா இது? இந்த மாதிரி ஒரு வரன் டேம்பிக்குக் கிடைப்பானா? அவ்வளவு அதிர்ஷ்டம் அவளுக்கு உண்டா? என்று கூடவே ஓர் எண்ணம் தோன்றியது.

பையன் உண்டு முடித்ததும், "நீங்கள் சாப்பிடவில்லையா என்ன, மாமா?" என்றான்.

"இனிமேல்தான் சாப்பிட உட்கார வேண்டும், அப்பா! தினமும் இப்படித்தான். மூன்று மணிக்கு முன்னால் சாப்பிட முடியாது. அதனால்தான் சொன்னேன், 'இந்தத்தொழில்

உனக்கு ஒத்துக் கொள்ளாது' என்று. பரிசாரகத்தொழில் மிகவும் சள்ளையான வேலை!" என்றான் ஹஜாரி.

பையன் ஏமாற்றம் தொனிக்க, "அப்படியானால் என்ன செய்யலாம் சொல்லுங்கள், மாமா! எத்தனையோ இடம் சுற்றிப் பார்த்து அலைந்தேன். ஆறு மாசமாக அலைந்து திரிகிறேன். எங்கேயும் ஒரு வேலை கிடைக்கவில்லை. நீங்கள் பரிசாரகத் தொழில் என்கிறீர்களே... கல்கத்தாவில் ஓர் ஓட்டலுக்கு வெளியே பலகையில் 'இரண்டு வேலையாட்கள் தேவை' என்று எழுதியிருந்தது. ஓட்டல் மானேஜரைப் போய்ப்பார்த்தேன். அவர் என்ன சொன்னார் தெரியுமா? 'நீ பெரிய இடத்துப்பிள்ளை! இந்த மாதிரி வேலையெல்லாம் உனக்குச் சரிப்பட்டு வராது' என்றார். எவ்வளவு கெஞ்சிக்கேட்டும் அவர் என்னை வேலைக்கு எடுத்துக் கொள்ளச் சம்மதிக்கவேயில்லை!" என்றான்.

ஹஜாரிக்கு என்ன சொல்வதென்றே புரியவில்லை. திகைத்தபடி "என்ன, அப்படியா சொன்னார்?" என்றான்.

"அப்புறம் கேளுங்கள். எங்கே போனாலும் வேலை கிடைக்கவில்லை. கல்கத்தாவிலே இருக்கமுடியாது. இருந்தால் வயிற்றுக்கு ஒன்றும் கிட்டாது என்று தெரிந்தது. இரண்டொரு நாள் பட்டினியாகக் கிடந்தேன். அப்புறந்தான், 'நம் மாமா ராணாகாட்டில் ஓட்டலிலே வேலை பார்க்கிறாரே! அங்கே போய்ப் பார்ப்போம்' என்று பட்டது. அதனால்தான் இன்று இங்கே வந்தேன். எனக்கு நேர் மாமா முறை இல்லாவிட்டாலும் ஒன்று விட்ட மாமா! நீங்களும் 'இந்த வேலை உனக்குச் சரிப்பட்டு வராது' என்று சொல்லிவிட்டீங்க. நான் எங்கே போகிறது, என்ன வேலைதான் செய்கிறது – ஒன்றுமே புரியவில்லை. "

பையன் இப்படிக் குரலில் ஏமாற்றம் தொனிக்கத் தன் துன்பக் கதையைச் சொன்னபோது ஹஜாரியின் மனசில் மிகவும் வேதனை மூண்டது. அவன் இன்னும் எண்ணமிட்டபடியே இருந்தான்; ஆகா! இளம்பிள்ளை, பாவம்! என் பெரிய பிள்ளை ஸந்து இன்று உயிரோடு இருந்தால் இவ்வளவு பெரியவனாகத் தான் இருப்பான்...! இந்தப் பையனைப் பார்க்கப் பார்க்க நம் டேம்பிக்குப் பொருத்தமான வரன் என்றுதான் படுகிறது. பையன் ரொம்ப லட்சணமாக வேறே இருக்கிறான். இவன் நம் டேம்பியை மணம் செய்துகொண்டு நமக்குப் பெரிய பிள்ளை போல் நம் கிராமத்து வீட்டிலேயே இருக்கட்டுமே! அங்கே ஒன்றும் சிரமம் இராது. நாமே எப்படியாவது உழைத்துச்

சம்பாதித்து இவங்களுக்குப் போடலாம். ஏதோ கொஞ்சம் நிலமும் இருக்கிறதே!

உண்டு முடித்ததும் வம்சீதரனின் தங்கை மகன் வெளியே சென்றான். ஆனால் ஹஜாரியின் உள்ளத்தில் இப்படிப் புதியதோர் ஆசையை உண்டுபண்ணிவிட்டுப் போய்விட்டான். பையனுடைய அழகான முகத்தோற்றம், அந்தக் கபடமற்ற பார்வை எல்லாம் சேர்ந்து ஹஜாரியின் மனத்தில் இப்படி ஓர் உற்சாகத்தை மூட்டிவிட்டன. அவனது வாழ்விலே இது புதிய அநுபவமாகத்தான் இருந்தது.

அன்று மாலை சூர்ணி ஆற்றங்கரையில் அந்த வேப்பமரத்தின் அடியில் தன்னந்தனியே அமர்ந்து ஹஜாரி எத்தனையோ கனவுகள் கண்டான் – எல்லாம் புத்தம்புதிய கனவுகள்! டேம்பிக்கும் வம்சீதரனின் தங்கை மகனுக்கும் திருமணம் நடக்கிறது. எந்தவிதமான தடங்கலும் இல்லை! எல்லாம் ஹஜாரியின் கிராமத்தில், அவனுடைய சொந்த வீட்டில்தான்!

டேம்பியின் மென்மையான சின்னஞ்சிறு கைகளை நரேனின் உறுதியான கரங்களில் வைத்துக் கொடுத்தாயிற்று...! இப்படி அவர்கள் இருவரின் கைகளையும் இணைத்தபின் ஹஜாரி மகளையும் மருமகனையும் வாழ்த்துகிறான்...! டேம்பியின் தாயினுடைய கண்களிலிருந்து ஆனந்தக் கண்ணீர் பெருகுகிறது... எப்பேர்ப்பட்ட லட்சணமான மருமகன்!

‘இந்தச் சிறுபிள்ளை, பாவம், இந்த வயசில் ஓட்டலிலே ஏன் சமையற்காரனாக வேண்டும்? நமக்கென்று ஓர் ஓட்டல் இருந்தால் மருமகனையே மானேஜராகப் போட்டுச் சக்ரவர்த்தி ஐயாவைப் போல் நாற்காலியில் அமர்த்தி, உணவு உண்ண வருபவங்களிடமிருந்து காசு வசூலித்துக் கணக்கு வழக்குகளைக் கவனிக்கும்படி செய்யலாமே!’ – ஹஜாரியின் மனத்தில் இப்படி எண்ணங்கள் எழுந்தன.

அப்போது ஹஜாரி நிம்மதியாக இருக்கலாம். மருமகனாகவும் இருப்பான்; மகனாகவும் இருப்பான், இந்தப் பையன்! எவ்வளவு லட்சணமான பையன்! ஹஜாரியின் அந்தஸ்துக்குப் பொருத்தமானவன்; டேம்பியின் வாழ்நாள் முழுவதும் இன்பம் குலவும். இந்தப் பையனையும் மகளையும் பார்த்துக்கொண்டே ஹஜாரி நிம்மதியாக உயிர்வாழ்வான்! இன்னும் மூன்று மாசத்துக்குள் ஓட்டல் திறந்தாகவேண்டும்! நேரமாகி வந்தது. சூர்ணி ஆற்றுப் படித்துறையில் படகிலேறிக் கொண்டிருந்தார்கள்

பயணிகள் – ராணிகாட்டில் சாமான்களை வாங்கியபின் வீடு திரும்புகிறவர்கள் இவர்கள்.

ஒருதரம் குஸுமாவைப் பார்த்துவிட்டுத்தான் ஓட்டலுக்குத் திரும்பிச் செல்லவேண்டும். இங்கே வேப்ப மரத்தடியில் அமர்ந்து இன்னும் ஆகாயக்கோட்டை கட்டிக்கொண்டிருந்தால் ஒன்றும் நடக்காது. ரத்தன் டாகுர் இந்த வேளையிலும் திரும்பி வருவதாகத் தெரியவில்லை. ஹஜாரி தானே எல்லா வேலைகளையும் செய்தாக வேண்டும்.

ஆனால் இப்போது அவன் எண்ணியதெல்லாம் வெறும் ஆகாயக் கோட்டைதானா? அவனாகவே ஓட்டல் நடத்த முடியாதா? டேம்பிக்கும் அந்தப் பையனுக்கும்...

'சரி, சரி; வீண் கற்பனையெல்லாம் எதற்கு? நேரமாகிறது!' என்று தோன்றியது ஹஜாரிக்கு. குஸுமாவைக் கண்டுவிட்டு வர இயலவில்லை.

பத்மா அடுத்த நாள் மாலை ஹஜாரியைப் பார்த்ததும், "ஏன் ஐயா! மீன்கறி அவ்வளவு மிகுந்ததே! என்ன ஆயிற்று? இன்றைக்கு நம் எசமான் ஐயாவுக்குக் காய்ச்சல். அவர் பகல் பதினொரு மணிக்கே வீட்டுக்குப் போய்விட்டார். அவ்வளவு மீன்கறியில் ஒரு பிடிகூட என் கண்ணிலே காட்டவில்லையே நீ?" என்றாள்.

ஹஜாரி மீன்கறியை அன்று பகல் ஒளித்து எடுத்துக்கொண்டு போய்க் குஸுமாவிடம் கொடுத்துவிட்டு வந்திருந்தான். சாதாரணமாக இப்படி மிச்சம் இருந்தால் அது எசமானின் வீட்டுக்குத்தான் போய்ச்சேரும். ஆனால் உடம்பு சரியாயிராததால் அவரால் அதிக நேரம் ஓட்டலில் இருக்க முடியவில்லை. பத்மா தான் அதற்கு அடுத்தபடியாக அதில் உரிமை கோருபவள்; அவள் எடுத்துப்போவதுதான் வழக்கம். ஹஜாரி இப்படி மீன், கீன் ஏதும் சாப்பிடுவதில்லை. ரத்தன் டாகுர் இருந்தால் சாப்பிடுவான். 'பத்மா தான் அடிக்கடி எடுத்துப்போகிறாளே, நமக்கு மட்டும் உரிமை இல்லையா?' என்று எண்ணித்தான் ஹஜாரி அதை எடுத்துப் போய்க் குஸுமாவிடம் கொடுத்துவிட்டுத் திரும்பியிருந்தான், இடைவேளையில்.

பத்மா இப்படிக் கேட்டதும் அவன், "ஏன் அம்மா, இத்தனை நேரத்துக்குப் பிறகு கேட்டால் நான் என்ன செய்ய முடியும்?" என்றான்.

"'இத்தனை நேரம், அத்தனை நேரம்' என்ன வந்தது? அந்த மீன்கறி என்ன ஆயிற்று? இதற்குப் பதில் சொல்லு!"

"ஏன், நீங்கள் எல்லாரும் மட்டும் சாப்பிடும்போது நான் சாப்பிடக்கூடாதா? சாப்பிட்டேன் இன்றைக்கு!"

"மீன் எலும்பு கண்ணில் தட்டுப்படவேயில்லையே! எங்கே குந்திக் கொண்டு சாப்பிட்டாய்?"

ஹஜாரி பரபரப்புற்றான். பத்மாவின் கண்களில் இது படாமல் இல்லை. அவள் உரத்த குரலில், "நீ சாப்பிடவில்லை... அது நிச்சயம்! அப்படிச் சாப்பிட்டிருந்தால் நான் ஒன்றும் சொல்லியிருக்க மாட்டேன். நீ அதை ஒளித்து எடுத்துப்போய் விற்றிருக்கிறாய்! அதுதானே சங்கதி! திருட்டுத்தனம்! ஓட்டல் பண்டத்தை ஒளித்து எடுத்துப் போய் விற்கிறாய் இல்லையா நீ? சரி; உன் திருட்டுப் புரட்டையெல்லாம் அம்பலப்படுத்துகிறேன். அப்போது தெரிகிறது பார், வேடிக்கை! ஐயா வரட்டும்!" என்றாள்.

ஹஜாரி, "நான் ஏனம்மா விற்க வேண்டும்? காலையில் சமைத்து மிகுந்ததை விலைகொடுத்து யார் வாங்குவாங்க? உண்மையைச் சொல்கிறேன்: நான் தான் சாப்பிட்டேன்" என்றான்.

"மறுபடியும் புளுகுகிறாய், பார்! நான் இத்தனை நாளா ஓட்டலிலே வேலை செய்து கை காய்த்துப் போனவளாயிற்றே! எனக்கா தெரியாது? மீன் மண்டை, எலும்பு, முள்ளு எல்லாம் எங்கே போய்விடும்? குப்பை கூட்டவில்லையா நான்? அவ்வளவு மீன்கறியும் விற்றால் குறைந்தபட்சம் நாலணாவாவது கிடைக்கும்! அந்தக் காசை இப்படி மேசை மேலே வைத்துவிட்டு மறுவேலை பார்! இல்லாவிட்டால் எசமான் ஐயாகிட்டச் சொல்லி அவரெதிரிலேயே உன்னை என்ன பண்ணி வைக்கிறேன், பார்!" என்றாள் பத்மா!

"சரி, அம்மா, உனக்குவேண்டியது காசுதானே? இந்தா நாலணா. எடுத்துக்கொள். ஒரு பிடி மீன்கறி சாப்பிட்டதற்குக் கொடுத்துத் தான் ஆகவேண்டுமென்றால் இதோ கொடுத்து விட்டேன்!"

பத்மா சற்று இறங்கி வந்து, "அப்போது விற்றிருக்கிறாய் இல்லையா?" என்றாள்.

"இல்லை, அம்மா, இல்லவே இல்லை!"

"அப்படியானால் அதை என்ன செய்தாய்?"

"உனக்குத்தான் அதற்கான காசைக் கொடுத்துவிட்டேனே; அதைப் பற்றி மறுபடியும் மறுபடியும் துருவிக் கேட்பானேன்?"

"அவசியம் இருப்பதால்தான் இப்படிக் கேட்கிறேன், அந்த மீன்கறி எங்கே போயிற்று? சொல்லு! இல்லாவிட்டால்

எசமானிடம் சொல்லி உன் மானத்தை வாங்கிவிடுவேன். இப்போதே சொல்லியாக வேண்டும்!"

"நான்தான் சாப்பிட்டேன் என்கிறேனே!"

"மறுபடியும் பார்! என்னிடம் இந்த ஏமாற்று வித்தையெல்லாம் நடக்காது. இப்போது தெரிகிறது அது எங்கே போயிற்று என்று... உன்னுடைய அந்த..."

அவள் என்ன சொல்லப் போகிறாள் என்று ஹஜாரிக்குத் தெரியும்...

அவன் உடனே அவளைப் பார்த்து அவளது பேச்சை நிறுத்த வேண்டி, "அம்மா பத்மா! நீங்க போட்டதை உண்டு வயிறு வளர்க்கிற ஏழை நான். இந்த அற்ப விஷயத்துக்காக இவ்வளவு பேச்சு எதற்கு?" என்றான்.

இதைக் கேட்டும் பத்மாவின் மனம் இளகவில்லை. பின்னும் கோபத்துடன், "நீ சாப்பிட்டிருந்தால் ஒன்றும் சொல்லியிருக்க மாட்டேன். ஆனால் ஓட்டல் பண்டத்தைப் பிறத்தியாருக்குக் கொடுக்கிறது எனக்குச் சகிக்காது! இதற்கு ஒரு வழி செய்யாமல் போனால் என் பெயர் பத்மா இல்லை, தெரிந்துகொள்" என்றாள்.

ஹஜாரி அச்சமும் பரபரப்பும் அடைந்து மரத்துப்போனவனைப் போல் நின்றான். தன்னைக் குறித்து அவன் அஞ்சவில்லை. குஸுமாவுக்காகத்தான் பார்த்தான். பத்மாவுக்கு இந்த மாதிரி வேவு பார்த்து அறிவது ஒரு பெரிய காரியம் இல்லை; அவள் என்ன செய்வாள் என்று சொல்வதற்கில்லை. குஸுமாவின் மாமியாருடைய காதில் முடியலாம். அப்புறம் பலவிதப் பேச்சுக் கிளம்பும். அது குஸுமாவின் பிறந்த வீட்டை அதாவது, அவள் சொந்தக் கிராமத்தை எட்டும். அப்போது தனக்கும் சரி, அவளுக்கும் சரி, மானக்கேடாக முடியலாம் சங்கதி! இவ்வளவுக்கும், பாவம், குஸுமா ஒரு தவறும் செய்யாதவள்! – இப்படி எண்ணலானான் ஹஜாரி.

பத்மா கிளம்பிப் போய்விட்டாள்...! கடைசியில் ஹஜாரி மிகவும் யோசித்துப் பார்த்து ரத்தன் டாகுரின் காலில் விழுந்தான். ரத்தன் டாகுரின் உறவினனுக்குக் காசுச் செலவில்லாமல் சாப்பாடு போட்டபோது ஹஜாரியோடு கலந்துகொண்டுதானே ரகசியமாக ஏற்பாடு செய்தான் ரத்தன்? ஆகவே, ரத்தன் ஹஜாரி பக்கமாக இருந்தான்; அவன், "நீ கவலைப் படாதே! நான் பத்மாவைச் சரிக்கட்டிவிடுகிறேன். என்னிடம் இப்படி மிகுந்ததை வெளியே எடுத்துப்போகிறேன் என்று சொல்லியிருக்கக்கூடாதா? உனக்கு எத்தனை தரம் சொல்வது? புரிந்து கொள்ளமாட்டாயா?" என்றான்.

சற்று நேரத்துக்கெல்லாம் பொழுது சாய்ந்த வேளையில் பேச்சூ சக்ரவர்த்தி வந்தார். வேலையாள் ஹுக்காக் கலத்தில் இருந்த பழைய நீரைக் கொட்டிவிட்டு, புதிதாகப் புகையிலை தயாரித்து வைத்தபின் அவரிடம் கொடுத்தான். அதைக் கையில் எடுத்துக் கொண்டதும் சக்ரவர்த்தி, "சாம்பிராணி தூபம் போட்டுக் கங்காஜலம் தெளி முதலில்! அப்புறம் பத்மாவிடம் சொல்லிக் கடையிலிருந்து என்ன என்ன சாமான் வாங்கிவரவேண்டும் என்று பட்டியல் போட்டுக் கொடுக்கச் சொல்லு!" என்றார்.

கரிக்கடை மகாவீர் பிரசாத் பாக்கி ஏதாவது கிடைக்குமா என்று காத்திருந்தான். அவனைப் பார்த்து, "என்ன அப்பா இது, விளக்கு வைக்கிற சமயத்திலே... அப்போதுதான் பன்னிரண்டரை அணா வாங்கிக்கொண்டு போனாய்! இதே மறுபடியும் வந்து விட்டாயே? நாளைக் காலை வா...!" என்றதும் அங்கே நின்ற மற்றொருவனைக் கவனித்தார்.

அப்படி நின்றிருந்த ஆள், நோஞ்சலாகவும் கருவலாகவும் இருந்தான். இரண்டு கையையும் குவித்தபடி அவரை வணங்கி, "சாமி! அன்றைக்கு ஒரு பூசணிக்காய் கொடுத்தேனுங்க. அதற்குக் காசு..." என்று இழுத்தான்.

"பூசணிக்காயா? யார் வாங்கினாங்க?"

"உங்கள் ஓட்டலிலேதான் கொடுத்தேனுங்க. ஆறணா விலை சொன்னேன். வாங்கினவங்க அஞ்சணாவுக்குக் கேட்டாங்க. கொடுத்தேன்... உண்மையாகச் சொல்லுகிறேன்; காசு கேட்டபோது, 'இன்றைக்கு முடியாது, புதன்கிழமை வந்து வாங்கிப்போ!' என்றாங்க...அதுதான் வந்தேன். "

"அது யாரப்பா மூன்றணாவுக்கும் ஆறணாவுக்கும் பூசணிக்காய் வாங்கிக் கடன் பாக்கி வைத்திருக்கிறாங்க? இங்கே சாமான் பட்டியலிலே அதைப் பற்றிய விவரமே காணவில்லையே! இதென்ன? வேடிக்கையாக இருக்கிறதே! நாங்கள் அந்த மாதிரி சில்லறை பாக்கி வைத்துக்கொள்ள மாட்டோமே! ரொக்கமாகத் தான் உடனே கொடுத்துவிடுகிறோமே...! யார் வாங்கினாங்க பூசணிக்காயை! சரி. இதோ கூப்பிடுகிறேன்...ஆளைக் காட்டு!"

பேச்சூ சக்ரவர்த்தி இப்படிச் சொல்ல உடனே ரத்தனையும் ஹஜாரியையும் வரவழைத்துக் கேட்டார். அவர்கள் அப்படி ஏதும் வாங்குவது வழக்கமில்லை. அதுவும் தவிர, இந்த ஐந்தாறு நாட்களாகப் பூசணிக்காயே சமையலில் இடம் பெறவில்லை; கண்ணிலும் தட்டுப்படவில்லையே!

இப்படி இவர்கள் பேசிக்கொண்டிருக்கும்போது பத்மா அங்கே சாமான் பட்டியலை எடுத்துக்கொண்டு அறைக்குள் நுழைந்தாள். உடனே பூசணிக்காய் விற்ற ஆள், "இதோ இவங்கதான் வாங்கினாங்க; இந்த அம்மாதானுங்க. புதன்கிழமை வரச்சொன்னாங்க. அதுதான் வந்தேன்... ஐயா கேட்டார், அம்மா! 'யார் பூசணிக்காய் வாங்கினாங்க' என்று!"

பத்மா இதை எதிர்பார்க்கவில்லை. ஆகவே, திகைத்துப் போனாள். சட்டென சமாளித்துக்கொண்டு, "ஆமாம், பூசணிக்காய் வாங்கினேன். அதற்கென்ன இப்போது? அஞ்சணாவை எடுத்துக் கொண்டு ஓடிவிடவா போகிறேன்...? கொடுத்துவிடுங்கள், எசமான், அந்தக் காசை இந்த ஆளிடம்! நான் அப்புறம்..." என்று சொல்லிக் கொண்டிருக்கும்போதே பேச்சு சக்ரவர்த்தி மறுமொழி பேசாமல் பூசணிக்காய்க்காரனிடம் காசைக் கொடுத்தார். அவன் கிளம்பிப் போனான்.

ரத்தன் டாகுர் மறைவில் ஹஜாரியிடம், "பார்த்தாயா, கையும் பிடியுமாகப் பத்மா அகப்பட்டுவிட்டாள்! ஆனால் எசமான் நடந்து கொண்ட விதத்தைப் பார்த்தாயா அண்ணே!" என்றான்.

"இதைப் பார்த்தாயா? என்று கேட்பானேன்? பார்த்துக் கொண்டேதானே வருகிறேன்! நானே இப்படிப் பூசணிக்காயை வாங்கி மறந்திருந்தால் பத்மா ஒரே அமர்க்களம் பண்ணியிருக்க மாட்டாளா? இவள் என்ன, உன்னையும் என்னையும் போலவா? இந்த ஓட்டலுக்கே இவள்தானே எசமானி? ...நீ அந்த மீன்கறி விஷயத்தைக் கொஞ்சம் அவளிடம் சொல்லிவை, அப்பா! இல்லாவிட்டால் அவள் இப்போதே எசமான் ஐயாவிடம் போய் முடியிட்டுவிடுவாள்!" என்றான் ஹஜாரி.

ரத்தன், பத்மாவை மறைவில் அழைத்துப்போய், "அம்மா! ஹஜாரி அண்ணன், பாவம் ஏழை! உன் தயவிலே இங்கே வயிறு வளர்க்கிறார். அவருக்குக் கஷ்டம் வரும்படி பார்க்கலாமா! ஒருபிடி மீன்கறி அவர் சாப்பிட்டுவிட்டுப் போனால்தான் என்ன? இத்தனை நாளாக இங்கே வேலை செய்கிறவரில்லையா? இந்த அற்ப விஷயத்துக்காக அவரை அவமானப்படுத்தாதே! எல்லாருந்தான் எடுத்துக்கொண்டு போகிறாங்க! யார்தான் அம்மா சும்மா இருக்கிறாங்க? நான் எடுத்துக்கொண்டு போகவில்லையா? நீ எடுத்துக்கொண்டு போகவில்லையா? பாவம், அவரை ஏன் இப்படிச் சங்கடத்திலே மாட்டிவிடுகிறாய்?" என்றான்.

பத்மா, "அந்த ஆள் எங்கே சாப்பிட்டான்? இங்கிருந்து எடுத்துப் போய்த் தன் அருமைக் கண்ணாட்டி குஸுமாவிடம் தானே கொடுத்திருக்கிறான்! நான் என்ன பச்சைக் குழந்தையா? எனக்கு ஒன்றும் தெரியாதென்று நினைத்துக் கொண்டிருக்கிறானா? திருட்டுப்பயல்! எங்கிருந்தோ வந்து சேர்ந்தான்!" என்றாள்.

ரத்தன் சிரித்துக்கொண்டே, "அதெல்லாம் ஏதோ அவர் சொந்த விஷயம், பத்மா அம்மா! உனக்கும் எனக்கும் அதைப்பற்றி என்ன வந்தது? அவரே இவ்வளவு மீன்கறியையும் சாப்பிட்டால் என்ன? யாருக்கோ கொடுத்தால் என்ன? இந்த அற்ப விஷயத்தை யெல்லாம் நீ ஏன் அம்மா கவனித்துக் கொண்டிருக்கிறாய்? பாவம், ஒன்றும் சொல்லாதே அவரைப்பற்றி." என்றான்.

பத்மாவுக்கு அன்று பூசணிக்காய்ச் சங்கதியினால் கலவரமும் பரபரப்பும் ஏற்பட்டிருந்தன. இல்லாவிட்டால் ரத்தனின் பேச்சை இவ்வளவு எளிதில் ஏற்றுக் கொண்டிருக்கமாட்டாள்! "சரி சரி! இனிமேல் அப்படிச் செய்யாதே என்று கண்டிப்பாய்ச் சொல்லி விடு! மறுபடியும் அப்படிச் செய்தால் சும்மா இருக்கமாட்டேன், அமர்க்களம் பண்ணி உண்டு இல்லை என்று பார்த்துவிடுவேன், யாருடைய பேச்சையும் காதில் வாங்கமாட்டேன்!" என்றாள்.

அன்று இரவு ஓட்டல் வேலையை முடித்துக்கொண்டு ஹஜாரி சூர்ணி ஆற்றங்கரையில் உலாவி வரப்போனான். நிலா வெளிச்சம் நன்றாக வீசிய இரவு. மணி பன்னிரண்டரை அடிக்கும் சமயம்.

இன்றைக்கு என்ன விபரீதமெல்லாம் நடந்திருக்கிறது! அவன் தனக்காகக் கவலைப்படவில்லை. குஸுமாவுக்காகத்தான் கவலைப்பட்டான். அவள், பாவம், ஏழை; குக்கிராமத்தைச் சேர்ந்த பெண். அவளுடைய ஊரில் ஒரு கெட்ட பெயர் ஏற்பட்டால் அவர்கள் இரண்டு பேரையும் அது பாதிக்குமே! ஊர்ப் பக்கமே தலைகாட்ட முடியாது அப்புறம்! அதுவும் இந்த வயசான காலத்திலே போய்த் தனக்குக் கெட்ட பெயர் ஏற்பட்டால் நாலு பேர் என்ன சொல்ல மாட்டார்கள்?

குஸுமாவை அவன் தன் மகளாகவே கருதினான். ஆண்டவனுக்கு அது தெரியும். அப்படித் தவறான வழியில் போகிறதாயிருந்தால் ராணாகாட்டில் எவளாவது ஒருத்தி அவனுக்குக் கிடைக்காமலா போயிருப்பாள்? இந்த ராதாவல்லபர் சந்நிதி மண்ணைத் தொட்டு அவன் ஆணையிடத் தயார்! அந்த மாதிரி மட்டமான வழியில் அவனுக்கு நாட்டமே இல்லையே? அதுவும் குஸுமாவிடத்திலா அப்படி நடந்து கொள்வான்? சீச்சீ!

தன் மகள் டேம்பிக்குச் சமமாக அவன் குஸுமாவை எண்ணி அன்பு செலுத்துகிறான். அவளைப் பற்றி ரத்தன் டாகுரிடம் பத்மா இப்படி மோசமாகப் பேசினாளே; அதைக் கேட்கவே காது கூசியது அவனுக்கு!

இரவு மணி ஒன்றரை அடித்துவிட்டது. ஊர் ஒலி அடங்கிக் கிடந்தது. சூர்ணி ஆற்றங்கரையில் குன்ட்டு குடும்பத்தார் வைத்திருந்த மரத் தொட்டிக்கருகில் கூலிகள் மத்தளம் முழங்கியபடி விகாரமாகக் கூச்சலிட்டுக் கொண்டிருந்தார்கள் – அவர்களுடைய பாட்டுத்தான் அப்படி இருந்தது!

வட வங்காள எக்ஸ்பிரஸ் வந்து ரயில் நிலையத்தில் நின்றதும் ஓட்டலை விட்டுக் கிளம்பியவன் ஹஜாரி; இப்போது ரயில் நிலையத்தில் மனிதச்சந்தடியே இல்லை. இனிமேல் ஒரு ரயில் வண்டியும் வராது. பின்னிரவு வேளை நாலு மணியிலிருந்து ரயில் வண்டி வரத்தொடங்கும்.

ஓட்டல் கதவு மூடியிருக்கும். கத்திக் கூச்சலிட்டு வேலைக்காரன் மதியைத் தூக்கத்திலிருந்து எழுப்ப மனம் வரவில்லை ஹஜாரிக்கு. ஒரே புழுக்கம்! ரயில் நிலையத்துப் பிளாட்பாரத்திலேயே மீதி நேரத்தைக் கழித்துவிடலாம் என்று அவனுக்குப் பட்டது. தூக்கமோ வரவில்லை.

விடியற்காலை எழுந்து வந்த ஹஜாரி, ஓட்டல் கதவு இன்னும் மூடியிருப்பதைக் கண்டான். அவனுக்கு இது வியப்பாக இருந்தது. வேலையாள் மதி மற்ற நாட்களிலெல்லாம் விரைவாக எழுந்து கதவைத் திறந்து காத்திருப்பான். இன்று ஹஜாரி எவ்வளவு உரத்துக் கூப்பிட்டும் ஒரு பதிலும் கிடைக்கவில்லை. பிறகு வாயில் பக்கம் நாற்காலி – மேஜை போட்டிருந்த அறையின் ஜன்னலைத் திறந்து கவனித்தான். தட்டு, பாத்திரம் வைக்கும் அறையில் ஏன் இவ்வளவு வெளிச்சம்!

சுற்றிப் பின்கட்டுப் பக்கம் வந்து பார்த்தான். அந்தப் பின்கட்டுக் கதவு திறந்து கிடந்தது! யாரையுமே காணவில்லை! மதி எங்கே இருக்கிறான் என்றே புரியவில்லை; சத்தமே கேட்கவில்லை. இப்படி எப்போதுமே இருந்ததில்லை.

அதே நேரம், பக்கத்து ஓட்டலில் வேலை செய்யும் நிமாயி என்ற ஆள் இடைத்தெருவிலிருந்து பால் வாங்கிக் கொண்டு திரும்பி வருவதைப் பார்த்தான் ஹஜாரி. ஐது பாண்டுஜ்ஜேயின் ஓட்டலின் முன்பக்கம் ஒரு டீக்கடையும் உண்டு. விடிகாலையிலிருந்தே அங்கே டீ விற்பனையாகும்.

ஹஜாரி கூப்பிடவே நிமாயி அங்கே வந்தான். இரண்டு பேரும் அந்தப் பின்கட்டு அறையில் நுழைந்து எட்டிப் பார்த்தார்கள். வேலைக்காரன் மதி சாப்பாட்டு அறையில் படுத்துக் கொண்டிருந்தான். மற்ற இரண்டு பேரும் கூப்பிடவே வாரிச் சுருட்டிக் கொண்டு எழுந்தான்.

ஹஜாரி, "மதி! ஏன் இப்படிப் பின்கட்டுக் கதவு திறந்து கிடக்கிறது?" என்றான்.

மதி, "எனக்குத் தெரியாதே! நீங்க இராத்திரி எங்கே போயிருந்தீங்க! யார் கதவைத் திறந்தாங்க?" என்றான் திகைத்தபடி.

மூன்று பேரும் உள்ளே போய்ச் சுற்றுமுற்றும் கவனித்தார்கள். சட்டென்று மதி, "ஹஜாரி ஐயா! குடி முழுகிப்போயிற்று! தட்டு, பாத்திரம் எல்லாம் எங்கே? ஒன்றையும் காணவில்லையே?" என்று கூவினான்.

"என்னது?"

மூன்று பேரும் சேர்ந்து எவ்வளவு தேடியும் எங்கேயுமே பாத்திரம், பண்டங்களைக் காணவில்லை. நிமாயி, "இதோ டீயில் போட்டுக் கலக்க எடுத்து வந்த பாலைக் கொண்டு வைத்துவிட்டு வருகிறேன்... யார் இவ்வளவு தட்டு, பாத்திரம் பண்டங்களை எடுத்துக் கொண்டு போனாங்க, தெரியவில்லையே! உடனே உங்கள் எசமானிடம் போய்த் தெரிவித்துவிடுங்கள். அவரையும் இட்டு வாருங்கள்" என்றான்.

இதற்குள் ரத்தன் அங்கே வந்து சேர்ந்தான். அவன்தான் சக்ரவர்த்தி ஐயாவைப் போய் அழைத்துவந்தான். பத்மாவும் வந்தாள். திருட்டுப் போய்விட்டது என்று கேள்விப்பட்டதும் பக்கத்து ஓட்டல்காரர்களான ஜது பாண்டுஜ்ஜேயும், கடைவீதியில் இருந்த ஜனங்களும் வந்து கூடிவிட்டார்கள். போலீஸுக்குத் தகவல் போயிற்று. உதவி சப்-இன்ஸ்பெக்டர் நேபால் பாபுவும் இரண்டு கான்ஸ்டபிள்களும் வந்துவிட்டார்கள். ஒரே இரைச்சல்! பேச்சூ சக்ரவர்த்தி தலையிலே கைவைத்துக் கொண்டு உட்கார்ந்து விட்டார். சுமார் அறுபது எழுபது ரூபாய்த் தட்டு, பாத்திரம் பண்டம் திருட்டுப் போயிருப்பது தெரிந்தது.

பேச்சூ சக்ரவர்த்தி, "ஹஜாரி! நீ இராத்திரி எங்கே இருந்தாய்?" என்றார்.

"ஸ்டேஷன் பிளாட்பாரத்திலேங்க. ஒரே புழுக்கமாக இருந்தது. அதனால் ஆற்றங்கரைப் பக்கம் போனேன். திரும்பி வருகிற வேளைக்கு நேரமாகிவிட்டது. ஓட்டல் கதவை அதற்கு

மேல் தட்டி மதியை எழுப்புவானேன் என்று பிளாட்பாரத்திலே தங்கிவிட்டேனுங்க."

நேபால் பாபு, "இரவு எந்த நேரத்துக்குப் பிளாட்பாரத்திலே படுக்கப் போனாய்? அது எந்த பிளாட்பாரம்?" என்றார்.

"வனகாம் வண்டி வருகிற பிளாட்பாரத்துப் பெஞ்சிலேதான் படுத்துக் கொண்டேனுங்க."

"அங்கே வேறு யாரையாவது பார்த்தாயா?"

"இல்லைங்க, இரவு அந்நேரத்துக்கு யாரும் இல்லை!"

"எத்தனை நேரத்துக்கு?"

"ஒன்றரை மணி இருக்கும்."

"அதற்கு முன்னால் என்ன பண்ணிக் கொண்டிருந்தாய்?"

"தினமும் நான் சாப்பிட்டதும் வேலையை முடித்துவிட்டு இரண்டு வேளையும் சூர்ணி ஆற்றங்கரைப் படித்துறையில் உட்கார்ந்திருப்பது வழக்கம். நேற்றைக்கும் அங்கேதான் போயிருந்தேனுங்க."

"இப்படி முன்னே எப்போதாவது ஓட்டலை விட்டுப்போய்ப் பிளாட்பாரத்தில் படுத்தது உண்டா?"

"எப்போதாவது படுக்கறது உண்டுங்க – ஏதோ சில சமயம்..."

அப்போது பேச்சூ சக்ரவர்த்தியிடம் பத்மா கிசுகிசுவென்று ஏதோ சொன்னாள். பேச்சூ சக்ரவர்த்தி உடனே நேபால் பாபுவிடம், "இன்ஸ்பெக்டர் பாபு! தயை செய்து இப்படி வாருங்கள்...ஒரு விஷயம் சொல்லவேண்டும்" என்றார்.

அவருடன் நேபால் பாபு அடுத்த அறைக்குப் போய் ஏதோ பேசி விட்டுத் திரும்பிவந்ததும், ஹஜாரியைப் பார்த்து, "ஏன் ஐயா, குஸுமா என்ற பெண்ணை உனக்குத் தெரியுமா?" என்றார்.

ஹஜாரியின் முகம் சுண்டிவிட்டது. இந்த விவகாரத்தில் இவர்கள் குஸுமாவை மாட்டிவிடுவானேன்? அவளுக்கும் இதற்கும் என்ன சம்பந்தம்!

ஹஜாரி இப்படிக் கலங்குவதை அவனது முகத் தோற்றத்திலிருந்து கவனித்தார் நேபால் பாபு. அவன் பதில் கூற நேரமாகவே, அவர், "பதில் சொல்லு!" என்று அதட்டினார்.

ஹஜாரி மென்று விழுங்கியபடி, "தெரியுங்க" என்றான்.

பத்மா கதவருகில் நின்றபடி வாயில் சேலைத் தலைப்பை மூடிக்கொண்டு இருப்பதைப் பார்த்தான் ஹஜாரி. இவள்தான் குஸுமாவைப் பற்றி எசமானிடம் முடியிட்டிருக்கிறாள்; இல்லாவிட்டால் அவ்வளவு துருவித் துருவி கவனிக்க அவருக்குப்

போது ஏது? பத்மா கிளறிக் கொடுத்ததால்தான் எசமான் இப்படி சப்-இன்ஸ்பெக்டரிடம் எதையோ சொல்லியிருக்கிறார் என்பதைப் புரிந்துகொண்டான்.

"குஸுமா எங்கே இருக்கிறாள்?"

"இடைத்தெருவில் – பெரியகடைவீதிக்குப் பக்கத்திலே!"

"அவள் என்ன செய்கிறாள்?"

"பால், தயிர் விற்கிறாள். பாவம், ஏழைங்க அவள்."

"எவ்வளவு வயசு ஆகிறது, அவளுக்கு?"

"இருபத்து நாலு அல்லது இருபத்தைந்து."

பத்மா தனக்குள்ளேயே சிரித்துக்கொண்டாள், இந்த பதிலைக் கேட்டதும். இது ஹஜாரியின் கண்களில் படாது போகவில்லை. சப்-இன்ஸ்பெக்டர் ஐயா கேள்வி கேட்கும் தோரணை அவனுக்குப் புரியாவிட்டாலும், பத்மாவின் முகத்தில் அந்தக் கேலிச் சிரிப்பைக் கண்டதும், எதற்காக இவர்கள் குஸுமாவைப் பற்றி இப்படித் துருவித் துருவி, கேட்கிறார்கள் என்று ஓரளவுக்கு ஊகித்துக் கொண்டான்.

"குஸுமாவோடு உனக்கு எத்தனை நாளாகப் பழக்கம்?"

"அவள் எங்கள் கிராமத்தைச் சேர்ந்த பெண். அவள் குழந்தையாக இருந்ததுமுதல் எனக்குத் தெரியும். அவளுடைய தகப்பனார் என் சிநேகிதர். எங்கள் தெருவுக்குப் பக்கத்திலேயே அவங்க..."

"குஸுமாவைப் போய் அடிக்கடி பார்க்கிறாய் இல்லையா?"

"எப்போதாவது நடுநடுவே போய் வருவேனுங்க. எங்கள் ஊர்ப் பெண் இல்லையா? அவளைப் பார்த்து விசாரிப்பது அவசியந்தானுங்களே?"

நேபால் பாபு ஒருவிதமாகச் சிரித்தார்; "அவசியந்தான்; இங்கே அவள் இருப்பது அவளுடைய மாமனார் வீட்டிலேதானே!" என்றார்.

"ஆமாங்க."

"புருஷன் இருக்கிறானா?"

"இல்லைங்க. நாலைந்து வருஷகாலமாகிறது அவன் இறந்து. வீட்டிலே அவளுடைய மாமியார் இருக்காங்க. அவளுக்கு மைத்துனன் மகன் ஒருத்தனும் இருக்கிறான்."

"நீ அடிக்கடி நம் ஓட்டலிலிருந்து தின்பண்டங்களை அவளுக்குக் கொண்டுபோய்க் கொடுக்கிறாய் இல்லையா?"

கூசிக் குறுகியபடி ஹஜாரி நின்றான். எதற்காக இந்த விசாரணையெல்லாம்?

"ஆமாம்; கொடுக்கிறது உண்டு. ஏன் பொய் சொல்ல வேண்டும்? எப்போதாவது கொண்டுபோய்த் தருவேன்."

பத்மாவுக்கு 'பகபக'வென்று சிரிப்பு வந்துவிட்டது. தன் சேலைத் தலைப்பால் வாயை மூடிக்கொண்டாள். நேபால் பாபு, "எதற்காகச் சிரிக்கிறாய்? சிரிக்கிற சமயமா இது? சும்மா இரு" என்று அதட்டினார்.

ஆனால் அவர் அதட்டிவிட்டால் மட்டும் ஆயிற்றா? பத்மாவின் சிரிப்புத் தொற்றுநோய் போல் அங்கே வேடிக்கை பார்க்க வந்திருந்த எல்லாருடைய முகத்திலும் பரவி சிரிப்பலையைக் கிளப்பிவிட்டது. வெளிப்பட அது கேட்காவிட்டாலும் – அவர்களது சிரிப்பை ஹஜாரி கவனிக்காவிட்டாலும் – பத்மாவின் சிரிப்பில் அடங்கியிருந்த மறைமுகமான கிண்டலை அவன் புரிந்து கொள்ளாமலில்லை; அவன் மிகவும் குன்றிப்போய், "இன்ஸ்பெக்டர் ஐயா! குஸூமா, பாவம் ரொம்ப ஏழை. எங்கள் கிராமத்துப்பெண். என்னை அவள் பெரியப்பா என்றுதான் கூப்பிடுவாள். என் மகள் மாதிரி அவளை எண்ணி வருகிறேன். அதனால் அவ்வப்போது என்றைக்காவது கறி கூட்டு ஏதாவது மிகுந்தால் அவளுக்குக் கொடுத்துவிட்டு வருவேன். எவ்வளவோ வீணாகப் போகிறது, எறிந்துவிடுகிறார்கள்... ஓர் ஏழைப் பெண்ணுக்குக் கொடுக்கக் கூடாதுங்களா?" என்றான்.

"உம்...புரிந்தது... போதும் நிறுத்து, உன் அதிகப்பிரசங்கித் தனத்தை! நேற்று இரவு நீ அங்கே போயிருந்தாயில்லையா?"

"இல்லைங்களே!"

"இன்றைக்குக் காலை போயிருந்தாயில்லையா?"

"இல்லைங்களே! இன்றைக்குக் காலையிலே ஸ்டேஷன் பிளாட்பாரத்திலேயிருந்துதானுங்க ஓட்டலுக்கு வந்தேன்!"

"ஹூம்..."

சப்-இன்ஸ்பெக்டர் மற்றவர்களிடம் வாக்குமூலம் எழுதி வாங்கிக்கொண்டார். வேலையாள் மதியையும் ஹஜாரியையும் பார்த்து, "என்னோடு தாணாவுக்கு* வந்தாகவேண்டும், நீங்கள் இரண்டு பேரும்!" என்றார். பிறகு சேவகர்களைப் பார்த்து, "இவர்களை இட்டுப் போங்கள் தாணாவுக்கு!" என்றார்.

மதி அழுது கதறலானான். ஒருதரம் பேச்சூ சக்ரவர்த்தி காலிலும் இன்னொருதரம் சப்-இன்ஸ்பெக்டரின் காலிலும்

* காவல்நிலையம்.

விழுந்தான். "நான் ஒரு குற்றமும் செய்யவில்லைங்களே! உள்ளே படுத்து தூங்கிட்டிருந்தேனுங்க? என்னைத் தாணாவுக்கு இட்டுப் போவானேன்?" என்றெல்லாம் கெஞ்சினான்.

தன்னைக் காவல் நிலையத்துக்கு இழுத்துச் செல்லப் போகிறார்கள் என்று கேட்டதுமே, ஹஜாரியின் உயிர் போய் விட்டது! 'இதென்ன, இப்படி ஒரு விபரீதத்தில் ஆண்டவன் நம்மை மாட்டி விட்டுவிட்டார்!' என்று மருகினான்.

காவல் நிலையத்தில் கொட்டடியில் இருப்பதென்றால் பயங்கரமாயிற்றே! வழக்கு நடந்தால் வக்கீல் வைப்பதற்குக்கூட அவனுக்குச் சக்தி இல்லையே! ஒரு காரணமும் இல்லாமல் சிறையில் கழிக்க வேண்டியதுதான் நாட்களை! எத்தனை ஆண்டுகள் அப்படிக் கிடக்க வேண்டுமோ, யார் கண்டார்கள்? அதற்குள் மனைவி மக்கள் எல்லாரும் செத்து மடிய வேண்டியிருக்குமே! இப்படிச் சிறையில் கிடந்தவனுக்கு மறுபடியும் யார் வேலை தருவார்கள்?

ஆனாலும் அதையும்விட விபரீதம், இவர்கள் குஸுமாவை இதில் மாட்டிவிடுவது! மாட்டிவிடுவார்கள் போலத்தானே இருக்கிறது நிலைமை? குஸுமாவின் வீட்டில் சோதனை போட்டாலும் போடலாம்!

ஒரு குற்றமும் செய்யாதவள் குஸுமா! அப்படிச் சோதனை போடுகிறார்கள் என்றால் அவமானம் தாங்காமல் வெறுத்துப் போய்க் கயிற்றைக் கழுத்தில் சுருக்குப் போட்டுக்கொண்டு அவள் செத்து விடுவாளே! அப்புறம் இதைப் பற்றி ஊரார் என்ன என்னவெல்லாம் பேசுவார்களோ...? சொந்தக்கிராமத்தில் இந்தச் செய்தி எட்டினால் அவன் அங்கே தலைகாட்ட முடியுமா?

இதுவரை அவன் தன் வாழ்நாளில் ஒரு பீடி, ஏன் வத்திக் குச்சியைக்கூட யாரிடமிருந்தும் திருடியதில்லை. அப்படிப் பட்டவன் ஓட்டல் தட்டு பாத்திரம் பண்டங்களைத் திருடுவானா? தன் பங்குக்கு மிகுந்த தின்பண்டத்தையும் உண்ணாமல், தன்னையே வஞ்சித்துக்கொண்டு நடுநடுவே குஸுமாவுக்குக் கொடுத்து வந்திருக்கிறான்; இது திருட்டாகுமா? அவன் உண்டிருக்க வேண்டியதைக் குஸுமா உண்டாள்; அவ்வளவுதான்!

காவல் நிலையத்துக்குப் போய் இரண்டு மணி நேரமாக ஹஜாரியும் மதியும் காத்திருந்தார்கள். பேச்சூ சக்ரவர்த்தியும் பத்மாவும்தான் ஹஜாரி மீதும் மதியின் மீதும் தங்களுக்குச்

சந்தேகம் என்று போலீஸாரிடம் சொல்லியிருக்கிறார்களே; எனவே, போலீஸார் இவர்களைச் சும்மா விட்டுவிடுவார்களா!

காவல் நிலையத்துப் பெரிய இன்ஸ்பெக்டர் அப்போது அங்கே இல்லை. மணி ஒன்று இருக்கும். அப்போதுதான் அவர் வந்தார். திருட்டுப் பற்றிய விவரம் எல்லாவற்றையும் அறிந்ததும் அவர் ஹஜாரியையும் மதியையும் தம் முன் இட்டு வரும்படி கட்டளையிட்டார். ஹஜாரி கை குவித்தபடி அவரெதிரில் நின்றான்.

இன்ஸ்பெக்டர், "ஓட்டலிலே நீ எத்தனை வருஷ காலமாக வேலை செய்கிறாய்?" என்றார்.

"ஆறு வருஷகாலம் ஆகிறதுங்க!"

"பாத்திரங்களைத் திருடி எங்கே ஒளித்து வைத்திருக்கிறாய்?"

"உங்களைக் கும்பிட்டுச் சொல்கிறேனுங்க. எனக்கு வயசு நாற்பத்தாறு நாற்பத்தேழு ஆகிறது. என் வாழ்நாளில் இதுவரையில் ஒரு பீடித்துண்டைக்கூட நான் திருடியவனில்லை!"

அப்போது இன்ஸ்பெக்டர் அதட்டும் குரலில், "இந்தப் பொய் புரட்டெல்லாம் கிடக்கட்டும். நீயும் இந்த வேலைக்காரப் பயலும் சேர்ந்து கொண்டு திருடியிருக்கீங்க, இல்லையா? ...என்ன சும்மா இருக்கிறாய்? பதில் சொல்லப் போகிறாயா இல்லையா! உம்... இப்போது ஒப்புக்கொள்ளப் போகிறாயா இல்லையா?" என்றார்.

"ஐயா! எனக்கு எதுவுமே தெரியாதுங்களே! நேற்று ராத்திரி நான் ஓட்டலிலேயே இல்லைங்களே!"

"பின்னே எங்கே இருந்தாய்?"

"இரவு முழுவதும் ஸ்டேஷன் பிளாட்பாரத்திலே படுத்துக் கிட்டிருந்தேனுங்க."

"ஏன்?"

"ஐயா! அன்றாடம் ராத்திரி நான் சாப்பிட்டுவிட்டுச் சூர்ணி ஆற்றங்கரைப் படித்துறையண்டை உலாத்தப் போவேன். ரொம்பப் புழுக்கமாக இருக்கிறதே என்று இரவு வெகுநேரம் வரைக்கும் அங்கேயே இருந்தேன். திரும்பி வந்து பார்த்தேன். ஓட்டல் கதவு மூடியிருந்தது. அதனாலேதான் ஸ்டேஷனுக்கு..."

அப்போது நேபால் பாபு ஆங்கிலத்தில் பெரிய இன்ஸ்பெக்டரிடம் ஏதோ சொன்னார். பெரியவர் தலையை ஆட்டி, "ஓ...! சரி; சரி... நீ குஸுமா என்ற ஒரு பெண்பிள்ளையின் வீட்டுக்கு அடிக்கடி போய் வருகிறாயில்லையா?" என்றார்.

"ஐயா! குஸுமா எங்கள் கிராமத்துப்பெண். ஏழை விதவை. என் மகளாகக் கருதி வருகிறேன். அவளும் என்னைப் பெரியப்பா

என்று கூப்பிடுவாள். தகப்பனை எப்படி பக்தி சிரத்தையோடு நடத்துவாளோ அப்படி என்னிடம் பழகுகிறாள். அங்கே போய் வந்தால்தான் என்ன? அது ஒரு தவறா? நீங்களே யோசித்துச் சொல்லுங்கள். இந்த வம்பைக் கிளப்பிவிட்டிருப்பவள் எங்கள் ஓட்டல் வேலைக்காரி பத்மாதான். அவளுக்கு என்னைக் கண்டால் எப்போதுமே ஆகாது. குஸுமாவைக் கண்டாலும் அவளுக்குப் பிடிக்காது. எங்கள் பேரிலே மட்டமான முறையில் இல்லாததையும் பொல்லாததையும் சொல்லிக் கயிறு திரித்து வருகிறாள். நீங்கள் தருமவான். தெய்வம்...என் தலையைத் தொட்டுச் சொல்லுகிறேன். அந்தச் சந்திரசூரியர் சாட்சி! எனக்கோ ஐம்பது வயசு நெருங்குகிறது. நான் அந்த மாதிரி மட்டமான வழிக்கெல்லாம் போகிறவனில்லைங்க. குஸுமாவை என் மகளாகவே எண்ணி வருகிறேன். அவளை இதிலே மாட்டி விடாதீங்க. அவள் குடும்பப்பெண்; குன்றிப்போய்ச் செத்து விடுவாள், பாவம்!"

பெரிய இன்ஸ்பெக்டர் நல்ல அறிவாளி; நாலு விஷயம் தெரிந்து அனுபவப்பட்டவர். ஹஜாரியின் முகபாவத்தையும் பேச்சையும் பார்வையையும் கொண்டு அவன் சொல்வது பொய்யில்லை என்று ஊகித்துணர்ந்தார்.

பிறகு, வேலைக்காரன் மதியையும் வெகுநேரம் ஏதேதோ குறுக்குக் கேள்வி கேட்டு மடக்கப் பார்த்தார். அவனிடமிருந்தும் அவர் எதிர்பார்த்தபடி பதில் ஏதும் கிடைக்கவில்லை. இந்த ஒரே வாக்கியத்தைத்தான் அவன் திரும்பத் திரும்ப சொல்லிக் கொண்டிருந்தான். "நாளெல்லாம் வேலை செஞ்சு களைச்சுப்போய் அடிச்சுப்போட்டமாதிரி தூங்கிக் கொண்டிருந்தேனுங்க. இதைத் தவிர எனக்கு வேறொன்றும் தெரியாதுங்க."

பெரிய இன்ஸ்பெக்டர், "சரி; சரி! இவர்கள் இரண்டு பேரையும் உள்ளே அனுப்பிக் காவலில் வை. இப்படியெல்லாம் நயமாகக் கேட்டு உண்மையை அறியமுடியாது; கடுமையாக இருந்தாக வேண்டும். அப்போதுதான் வழி பிறக்கும்" என்றார்.

கடுமையாக இருக்கவேண்டும் என்பதன் கருத்து என்னவென்று ஹஜாரிக்கு நன்றாகப் புரியும். இன்னும் என்ன என்ன துன்பங்களை இன்று அநுபவிக்க வேண்டியிருக்குமோ, யார் கண்டார்கள்? எல்லாவற்றையும் அவன் பொறுத்துக் கொள்ளத் தயார்! குஸுமாவை மட்டும் அவர்கள் சும்மா விட்டால் போதும்!

மணி பிற்பகல் இரண்டு இருக்கும். அப்போது காவல்

சேவகன் ஒருவன், கொஞ்சம் அரிசிப் பொரியையும் வறுத்த சோளத்தையும் இவர்களிடம் கொண்டுவந்து கொடுத்துவிட்டுப் போனான். காலையிலிருந்து ஹஜாரிக்குச் சாப்பாடு இல்லை. கொடுத்ததை ஆவலுடன் உண்டு முடித்தான்.

மணி நாலு இருக்கும். அப்போது ரத்தன் டாகுர், ஓட்டலிலிருந்து ஹஜாரிக்கு உணவு கொண்டுவந்தான். "தனியாக எடுத்து வைத்திருந்தேன். ஒளித்து ஒளித்துக் கொண்டுவந்தேன்; யாருக்கும் தெரியாது!" என்றான்.

பெரிய இன்ஸ்பெக்டரிடம் அனுமதி பெற்றுக்கொண்டுதான் ரத்தன் உள்ளே உணவு எடுத்துவந்தான். ஆனால் வேலைக்காரன் மதிக்கும் இப்படிக் கொண்டுவரவேண்டுமென்று அவனுக்குத் தோன்றவில்லை!

"சரி; இதை நாங்க இரண்டு பேரும் பகிர்ந்துக்கிறோம்" என்றான் ஹஜாரி.

ரத்தன் அப்போது, "ஓட்டலிலே ஒரே அமர்க்களம். அன்றாடக் கூலிக்கு இட்டு வந்தாங்களே, அந்தப் பரிசாரகன் வேலைப்பளு தாங்காமல் பயந்து ஓட்டம் பிடித்துவிட்டான்! இன்று சாப்பிட வந்தவங்க அநேகம் பேர் திரும்பிப் போய்விட்டாங்க. நீயும் மதியும் சேர்ந்துகொண்டுதான் இப்படித் திருடியிருக்கீங்க என்று பத்மா சொல்லிக் கொண்டிருக்கிறாள். 'குஸுமா வீட்டிலே போய்ச் சோதனை போடாமல் விடுகிறதில்லை, பார்!' என்று வேறே சொல்லுகிறாள். அங்கேதான் நீ ஓட்டல் உருப்படிகளை ஒளித்து வைத்திருக்கிறாய் என்று சொல்லுகிறாள். எஜமானும் அவளோடு சேர்ந்துகொண்டு அப்படிப்பேசுகிறார்... ஆனால் நீ எதற்கும் கவலைப்படாதே, ஹஜாரி அண்ணா! வழக்கு என்று தொடர்ந்தாங்கன்னா, நான் உனக்காக வக்கீல் வைத்து அதை நடத்துகிறேன். அதற்கு ஆகிற செலவை நானே ஏற்றுக் கொள்கிறேன். மற்றவங்க என்ன வேண்டுமென்றாலும் சொல்லிக் கொள்ளட்டும். நீ இந்த மாதிரி தப்புத்தண்டா வழிக்குப் போக மாட்டாய் என்று எனக்கு நன்றாகத் தெரியும்!" என்றான்.

ரத்தன் டாகுரின் கையை ஹஜாரி பிடித்துக்கொண்டு, "என்னை என்ன வேண்டுமானாலும் செய்யட்டும். குஸுமாவின் வீட்டில் புகுந்து அதைச் சோதனை போடாதபடி பார்த்துக்கொள்ள வேண்டும், அப்பா, நீ! வக்கீலைப் பார்த்தால், எனக்கு ஓட்டல் சம்பளம் இரண்டு மாசம் பாக்கி வரவேண்டியிருக்கிறது, அதைக் கொடுக்கிறேன் என்று சொன்னதாகத் தெரிவி. நீயே பணம்

போட்டு வழக்காட வேண்டியிருந்தால், என் சம்பளப் பாக்கியை எடுத்துக்கொள்!" என்றான்.

ரத்தன் சிரித்துக்கொண்டே, "உனக்கு இந்த இரண்டு மாசத்துப் பாக்கியை ஓட்டல் முதலாளி கொடுப்பார் என்று இன்னுமா நினைக்கிறாய்? ...உம். அதெல்லாம் எனக்குத் தேவையில்லை. நீ கொடுத்தாலும் சரி, கொடுக்காவிட்டாலும் சரி, உனக்காக நான் வக்கீல் வைத்து வழக்காடுகிறேன். இந்த வாழ்நாளில் எவ்வளவோ சம்பாதித்திருப்பேன், ஹஜாரி அண்ணா! ஒரு காசாவது கையில் நின்றதா? நல்ல காரியத்துக்கு இரண்டுகாசு செலவழித்தால்தான் என்ன முழுகிப்போகும்!" என்றான்.

ஹஜாரி "அப்படியானால் மதிக்கும் கொஞ்சம் சோறு கொடுத்து விட்டுவா! அவனை வேறு ஓர் அறையில் வைத்திருக்காங்க போல் இருக்குது" என்றான்.

ரத்தன், "எனக்கென்னமோ மதிமேல் சந்தேகமாக இருக்குது" என்றான்.

"அதெல்லாம் இல்லை. அப்படிச் திருட்டிலே சம்பந்தப் பட்டிருந்தானானால் குறட்டை விட்டுக்கொண்டு தூங்கமுடியுமா என்ன? திருட்டு வழிக்குப் போகிறவனில்லை அவன்!"

ரத்தன் உணவுத்தட்டை எடுத்துக்கொண்டு வெளியேறினான்.

மேலும் நாலைந்து நாள் ஹஜாரியும் மதியும் காவல் நிலையத்தில் அடைபட்டுக் கிடந்தார்கள். போலீஸார் எவ்வளவோ முயன்றுங்கூட இவர்களுக்கு எதிராக எந்தவிதமான சாட்சியமும் ஜோடிக்க முடியவில்லை. எனவே, குற்றப் பத்திரிகை தாக்கல் செய்ய இயலவில்லை. ஆறுநாள் கழித்து இருவரும் விடுதலையானார்கள்.

மதி, "ஹஜாரி ஐயா! நாம் இனிமேல் எங்கே போகிறது? ஓட்டலிலே நம்மை வேலைக்கு எடுத்துக் கொள்வாங்களா?" என்றான்.

ஹஜாரிக்கும் தன் ஓட்டல் வேலை போய்விட்டது என்பது தெரியும். ஆனால் இங்கே இரண்டு மாதச் சம்பளம் பாக்கி இருக்கிறதே! பேச்சூ சக்ரவர்த்தியிடம் போய் அதைத் தரும்படி கேட்கத்தானே வேண்டும்?

பிற்பகல் மணி மூன்று. இந்த வேளையில் ஓட்டலுக்குப் போனால் எஜமான் இருக்கமாட்டார். எனவே, மாலை நேரம் ஆனதும் ஓட்டலுக்குப் போவது என்ற முடிவுக்கு வந்தான் ஹஜாரி. அவன் சூர்ணி ஆற்றங்கரைப் பக்கம் போய் எத்தனை

நாட்கள் ஆகின்றன! ராதா வல்லபர் சந்நிதிக்குப் போய் அவரை வணங்கிவிட்டு, ஏதோ எண்ணமிட்டபடி சூர்ணி ஆற்றங்கரையில் போய் அமர்ந்தான்.

இப்படிச் சில கண நேரம் அங்கே தங்கியிருந்தபோது, தான் இன்னும் உண்ணவில்லை என்பது அவனது நினைவில் வந்தது. ரத்தன் அன்றாடம் காவல் நிலையத்துக்கு வந்து இவர்களுக்கு உணவு கொடுத்துவிட்டுப் போவது வழக்கம். இந்த இரண்டு நாளாக அவன் வரவில்லை. ஏன் வரவில்லையோ, யாருக்குத் தெரியும்? பத்மா இப்படி ரத்தன் வருவதைக் கண்டுபிடித்து அவனைக் கண்டித்து நிறுத்திவிட்டாளோ? இல்லாவிட்டால் இப்படி ரத்தன் உணவு கொண்டு வந்து தந்ததற்காக அவனுடைய வேலையும் போய்விட்டதோ, யார் கண்டார்கள்?

ஏதாவது வாங்கி உண்ணலாம் என்றாலோ, கையில் ஒரு தம்படி கூட இல்லை. காவல்நிலையத்துச் சோற்றை அவன் ஒரு நாள்கூட உண்ணவில்லை! இன்றுகூடக் காவல் சேவகன் ஒருவன் சோறு கொண்டு வந்துதான் கொடுத்தான். ஆனால் ஹஜாரி, "ஏட்டு ஐயா! அரிசிப் பொரி இரண்டு இருந்தால் கொடுங்கள்; போதும்! எனக்கு உடம்பு சரியாக இல்லை. சோறு வேண்டாம்!" என்றான் விடுதலையாவதற்கு முன் நடந்தது இது; மணி பன்னிரண்டு இருக்கும்போது கொஞ்சம் அரிசிப் பொரி சாப்பிட்டவன்தான். அதற்குப் பிறகு நாள் முழுவதும் வயிற்றில் ஒன்றுமே இல்லை. 'சரி; சாயங்காலத்துக்கு மேல் ஓட்டலுக்குப் போய் இரண்டு கவளம் சோறு சாப்பிட்டால் போகிறது!' என்றுதான் எண்ணியிருந்தான்.

'ஓட்டல் உருப்படிகளை யாரும் திருடிக் கொண்டு போய்விடவில்லை. பத்மா செய்த விஷமந்தான் இது!' என்று பட்டது. இந்தச் சில நாளாகக் காவல் நிலையத்தில் இருந்தபடி யோசித்துப் பார்த்ததில், 'பத்மா இன்னும் யாருடனோ சேர்ந்து இந்தத் திருட்டு வேலை செய்திருக்கிறாள்; அவள் மிகவும் மோசமான பெண்பிள்ளை! போனவருஷம் ஓட்டலுக்கு வந்திருந்த சிலபேருடைய கைப்பெட்டி திருட்டுப் போய்விட்டது. இதுவும் பத்மாவின் கைவேலைதான்' என்று இப்போது ஹஜாரிக்கு உறுதியாகப் பட்டுவிட்டது.

முன்னெல்லாம் அவன் இப்படி எண்ணியதில்லை. இத்தனைக்கும் ஆறு ஆண்டுகளாக அவன் பத்மாவின் தில்லுமுல்லு களையெல்லாம் பார்த்துத்தான் வந்திருக்கிறான். அவ்வளவாக

அவற்றை மனதில் போட்டுக் கொள்வதில்லை. ஆனால் இப்போது பட்ட அநுபவத்திலிருந்து அவனுக்கு அவளைப் பற்றி நன்றாகப் புரிந்துவிட்டது!

முதியவரான பேச்சூ சக்ரவர்த்தியை இந்த வேலைக்காரி பத்மா தன் கைப்பாவை ஆக்கி ஆட்டிவைக்கிறாள்! பார்த்தும் பாராததுபோல் அறிந்தும் அறியாததுபோல் இருக்கிறார் அவர்! பத்மா இப்படி ஓட்டலை நாசமாக்கி வருகிறாளே, அது அவருக்கு இப்போது புரியாவிட்டாலும் பின்னால் புரியாமலா போகிறது? – ஹஜாரி இவ்வாறு எண்ணமிட்டான்.

காவல் நிலையத்தில் இருந்த மூன்றாம் நாள் ஹஜாரிக்குக் உணவு கொண்டு வந்து கொடுத்தபோது ரத்தன் டாகுர் எவ்வளவோ செய்திகளை வெளியிட்டான்: "ஹஜாரி அண்ணா! ஓட்டல் சாமானில் பாதி பத்மாவின் வீட்டில் இருக்குது. இப்போதெல்லாம் கடைவீதிக்குக் கூட அவள்தான் போய் வருகிறாள், சாமான் வாங்க. அன்றைக்கு அந்தப் பூசணிக்காய்ச் சங்கதி நடந்தது தெரியுமில்லையா? இனிமேல் ஓட்டலையே உறிஞ்சி எடுத்துவிடப் போகிறாள், சொன்னேன் பார். பத்மாவுக்குத் தன் வீட்டின்மேல்தான் அக்கறை! காரணம், எனக்குத் தெரியும்! இருந்தாலும் நான் சொல்லவில்லை. எட்டு ரூபாய் சம்பளம் கிடைக்கிறதே, திடீரென்று வேலை போனால் என்ன செய்வது என்றுதான் சும்மா இருக்கிறேன்!" என்றான்.

மாலை நேரம் ஆனதும் ஹஜாரி ஓட்டலில் முன்பக்க அறையில் நுழையத் துணிவில்லாமல் புழைக்கடைப்பக்கம் சமையற்கட்டு வழியாக உள்ளே வந்தான். அங்கே ரத்தன் டாகுர் இருப்பான், அவனைப் பார்த்துவிட்டுப் போகலாம் என்றுதான் இப்படி வந்தான் ஹஜாரி. ஆனால் அங்கே அவனுக்குப் பழக்கமே இராத ஒரியாப் பரிசாரகன் ஒருவன் சோறு பொங்குவதைக் கண்டதும், வந்த வழியாகவே திரும்பினான். அந்தச் சமயம் பார்த்துச் சாப்பாட்டுக் கூடத்திலிருந்து பத்மா சமையற்கட்டில் நுழைந்தாள். அவள், "யார் அது? யார் போகிறது?" என்று உரக்கக் கூப்பிட்டாள்.

ஹஜாரி திரும்பி, "நான்தான், அம்மா!" என்றான்.

பத்மா பரபரவென்று வெளியில் வந்து, "நான்தான்னா...! அது யார் நான்...? ஓ! ஹஜாரியா? ஏன் ஐயா! உன் மனசிலே என்னவென்று எண்ணிக் கொண்டிருக்கிறாய்? ஏன் இப்படி அவசரமாக வந்துவிட்டுப் போகிறாய்...? உள்ளே வந்து

பார்ப்பானேன்; உடனே போவானேன்? யார் உன்னை வரச்சொன்னாங்க?" என்றாள்.

"இன்றைக்குத்தான் தாணாவிலிருந்து விட்டாங்க, அம்மா! நான் வேறு எங்கே போவது? எனக்கு இடம் ஏது? பசி எடுக்குது. அதனால்தான் ஓட்டலுக்கு வந்தேன் – இரண்டு கவளம் சோறு கிடைக்குமே என்றுதான்! சமையற்கட்டிலே ரத்தன் டாகுரைக் காணவில்லை. அதனால் முன்பக்கமாகப் போய் வாசல் வழியாக வரலாம் என்று திரும்பினேன்"

"அப்படியானால் முன்பக்கம் போ; இந்தச் சாப்பாட்டுக் கூடத்து வழியாகவே போ!"

ஹஜாரி உடலைக் கூசிக் குறுகிக்கொண்டு ஓட்டலின் சாப்பாட்டுக் கூடத்துக் கதவைத் தாண்டி முன்பக்க அறைக்குப் போய்ச் சேர்ந்தான். பத்மாவும் அவனுக்குப் பின்னாலேயே வந்தாள்.

பேச்சூ சக்ரவர்த்தி, "இதென்ன ஹஜாரியா? என்னவென்று நினைத்துக் கொண்டிருக்கிறாய், உன் மனசிலே? எதற்காக இங்கே வந்தாய்?"

ஹஜாரி, "எசமான்! தாணாவிலிருந்து விட்டுவிட்டாங்க, இன்றைக்கு. அதனால்தான் வந்தேன். வேறு எங்கே போவேன்? இங்கே இரண்டு கவளம் சோறு போட்டீங்களானால் சாப்பிட்டு விட்டுப் போகிறேன். நான் வேறு எங்கே போகமுடியும்?" என்றான்.

பேச்சூ சக்ரவர்த்தி ஏதோ சொல்வதற்குள் பத்மா, அவனுக்கு முன்னால் வந்து நின்று அவரிடம், "இந்த ஆளை ஒரு நொடிகூட இங்கே நிற்க விடாதீங்க. இப்போதே விரட்டியனுப்புங்க. இந்த ஆளும் மதியும் சேர்ந்துதான் ஓட்டல் உருப்படிகளைத் தூக்கிக்கொண்டு போயிருக்கிறார்கள். பலே திருடர்கள்! சாமர்த்தியமாகத் தப்பி விட்டார்கள்! போலீஸார் இவர்களை ஒன்றும் பண்ண முடியவில்லையே!" என்றாள்.

ஹஜாரிக்கு இப்போது ரோஷம் பொத்துக்கொண்டு வந்தது. அவன் பத்மாவிடம் "ஏன் அம்மா, ஓட்டல் உருப்படிகளை நான் திருடினதை நீ பார்த்தாயா, சொல்?" என்றான். இதுவரை அவளிடம் இப்படிப் பேசியதில்லை அவன்.

பத்மா, "உன் ரோசத்துக்கெல்லாம் அஞ்சுகிறவளில்லை இந்தப் பத்மா! தெரிந்து கொள்! இந்த மாதிரி பேச்செல்லாம் என்கிட்ட வைத்துக்கொள்ளாதே! நீ அப்படித் திருடினதைப்

பார்த்திருந்தேனானால் உன்னைச் சும்மா விட்டிருப்பேனா? நன்றாக மாட்டிக் கொண்டிருப்பாயே!" என்றாள்.

அதற்குள் ஹஜாரி தன்னைச் சமாளித்துக் கொண்டான். தாழ்ந்து போய்த்தான் அவனுக்குப் பழக்கம். பெரிய புள்ளிகளிடம் வாழ்நாள் முழுவதும் பணிந்து சிறுமைப்பட்டுப் போகிறவன் அவன். இன்று உரத்த குரலில் இவர்களோடு பேச எங்கிருந்து துணிவு வரும்?

தாழ்ந்த குரலில் அவன், "கோபித்துக்கொள்ளாதே, அம்மா! நான் இதைத்தான் சொல்லவந்தேன். நான் பாத்திரம் பண்டத்தைத் திருடினதை நீ பார்க்கவில்லையே, ஏன் என்னைத் திருடன் என்கிறாய் - இதைத்தான் கேட்டேன். நானோ ஏழை! ஏதோ இரண்டு கவளம் தின்றுவிட்டுப் போகிறேன். என்னை ஏன் இப்படி...?" என்று சொல்லும்போது, பேச்சூ சக்ரவர்த்தியும் சற்றுத் தணிந்த குரலிலே, "விடு, விடு! ஏன் இந்த வீண்பேச்சு? இதனால் என்னவோ திருட்டுப்போன பாத்திரம், பண்டம் திரும்பி வந்து விடப்போவதில்லை...! இரண்டு பேருமே நிறுத்துங்கள். அப்புறம் என்ன சொல்லுகிறாய், ஹஜாரி?" என்றார்.

"எஜமான்! நான் கேட்டுக்கொள்வது இதுதான்: முன்னே இருந்த மாதிரியே என்னை வேலைக்கு வைத்துக் கொள்ளுங்கள். உங்கள் காலடியிலேயே விழுந்து கிடக்கிறேன். இல்லாவிட்டால் சோறு, தண்ணீர் இல்லாமல் செத்து விடுவேனுங்க...! நான் திருடன் இல்லைங்க... அப்படி இருந்திருந்தால், உங்கள் எதிரே இப்படி வந்து நின்று தலைகாட்ட முடியுமா என்னால்? நீங்களே சொல்லுங்கள்" என்றான்

பத்மா, "திருடனோ இல்லையோ, அதைப்பற்றி எங்களுக்கு அவசியமில்லை. ஆனால் இனிமேல் உனக்கு இங்கே இடம் கிடையாது. உன்னை வேலையிலே வைத்துக் கொண்டிருந்தால் சாப்பிட வருகிறவங்களும் போய்விடுவாங்க" என்றாள்.

பேசுவும், "ஆமாம்...ஆமாம். சாப்பிட வருகிறவங்க போனா நான் ஓட்டலை எப்படி நடத்துவது?" என்றார்.

ஹஜாரிக்கு அவருடைய பேச்சின் போக்கு சரிவரப் புரியவில்லை. அப்படி ஓட்டல் பரிசாரகன் திருடனாக இருந்தாலும் ஓட்டல் பணத்தைத்தான் திருட முடியுமேயொழியச் சாப்பிட வருபவர்களின் மடியிலும் சட்டை ஜேபியிலும் கையை விட்டா திருடுவான் - சாப்பிட வருபவர்கள் திரும்பிப் போய் விடுவானேன்? - இதுதான் ஹஜாரிக்கு விளங்கவில்லை.

ஆனால் அவன் அப்படிக் கேட்கவில்லை. சும்மாத்தான் இருந்தான், பாவம்! அவனுக்கு அவர்களிடமிருந்து பதில் கிடைத்து விட்டது! அவன் ஏதாவது சாப்பிட்டானா இல்லையா என்பதைப் பற்றி யாரும் கேட்கவில்லை!

கடைசியில் அவன், "அப்படியானால் என் சம்பளத்தைத் தீர்த்துக் கொடுங்கள். இரண்டு மாசத்து பாக்கி இருக்குது; முன்பணம் ஏதும் வாங்கிக் கொள்ளவில்லை. கணக்கைப் பார்த்தீங்களானால் தெரியும்" என்றான்.

பேச்சூ சக்ரவர்த்தி, "அதெல்லாம் இப்போது முடியாது! அப்புறம் வந்து பார்" என்றார்.

பத்மா பின்னும் தெளிவாகவே சொன்னாள்: "அந்த நப்பாசை வேண்டாம்! சம்பளம் கிடைக்காது!"

"ஏன் கிடைக்காது?"

பத்மா உரத்து குரலில் அதட்டும் தோரணையில், "இப்போது உன்னோடு வாதாடிக் கொண்டிருக்க எங்களுக்கு நேரம் இல்லை. கிடைக்காது, அவ்வளவுதான்! தீர்ந்தது! முறையிட்டுக்கொள்... கோர்ட்டுதான் இருக்குதே!" என்றாள்.

ஹஜாரியின் கண்கள் இருண்டன.

பேச்சூ சக்ரவர்த்தியைப் பார்த்து மிகவும் பணிவுடன், "எஜமான்! இந்த ஆறு வருஷமாக உங்களிடத்திலே விழுந்து கிடக்கிறேனே; என் கையில் ஒரு பைசா இல்லை. இரண்டு மாசமாக ஊருக்குச் செலவுக்காகப் பணம் அனுப்ப முடியவில்லை. வீடுபோய்ச் சேர ரயில் டிக்கெட்டுக்குக்கூட என் கையில் இல்லையே! ஏதாவது கொஞ்சம் கொடுத்துத் தயை பண்ணுங்கள். இல்லாவிட்டால் நான் செத்து மடியவேண்டியதுதான்!" என்றான்.

பேச்சூ சக்ரவர்த்தியும் அதற்கு மேல் ஏதும் சொல்லாமல் கல்லாப் பெட்டியைத் திறந்து, ஓர் அரை ரூபாய் நாணயத்தை மேஜையின் மேல் போட்டார். பிறகு, "இதை எடுத்துக்கொண்டு போ! சும்மா பஞ்சப் பாட்டுப் பாடிக்கொண்டிராதே! தொண தொணக்காமல் போ...! சாப்பிட ஆட்கள் வந்துட்டிருக்காங்க... வெளியே போ!" என்றார்.

ஹஜாரி அந்த அரைரூபாய்க் காசை எடுத்து மேல் துண்டில் முடிந்து கொண்டான். பிறகு கைகூப்பி, மேஜையை விட்டுச் சற்றுத் தள்ளிப் போய் பேச்சூ சக்ரவர்த்தியை வணங்கிவிட்டு, உடம்பைக் குறுகிக் கொண்டு, "அப்படியானால் சம்பள பாக்கிக்கு எப்போது வருகிறதுங்க?" என்றான்.

“வா அப்புறம்... எப்போ சந்தர்ப்பப்படுகிறதோ வாயேன், பார்க்கலாம்!”

‘இது நடக்கிற காரியமில்லை’ என்று ஹஜாரிக்குப் புரிய அதிக நேரம் ஆகவில்லை. எனவே, பத்மா சொன்னதுதான் உண்மை. சம்பள பாக்கியை இவர்கள் தரமாட்டார்கள். கடைசித்தரமாக ஒரு முயற்சி செய்து பார்க்கலாம்... சாகக்கிடப்பவனின் நம்பிக்கை போல இருந்தது அது. பேச்சு சக்ரவர்த்தியிடமிருந்து விடைபெற்று அவன், பின்கட்டு வழியாகச் சமையலறைப் பக்கம் வந்தான். அங்கே பத்மா சற்று நேரத்துக்கெல்லாம் வந்தாள். கையைக் குவித்தபடி அவன், “அம்மா! நானோ பரம ஏழை; பரிசாரகத் தொழில் செய்தேன். இதுவரை ஒரு தட்டுமுட்டுச் சாமானைக்கூட திருடினதில்லை. நீதான் எஜமானிடம் சொல்லி என் சம்பளப் பாக்கியைக் கொடுக்க ஏற்பாடு செய்யவேண்டும். இல்லாவிட்டால், வீட்டிலே குழந்தை, பெண்டாட்டி எல்லாம் பட்டினி கிடந்து சாக வேண்டியதுதான்... உனக்குப் புண்ணியம் உண்டு. இந்த அரை ரூபாய்தான் என்னிடம் இருக்கிறது. அந்த ஆண்டவன் ராதாவல்லபன் பெயரால் சொல்கிறேன். இந்த அரை ரூபாயிலே நான் என்னதான் சாப்பிடுவேன், ரயில் டிக்கெட்டுக்கு எப்படிக் கொடுப்பேன், வீட்டுக்குத்தான் என்ன எடுத்துப் போகமுடியும்?” என்றான்.

“நான் என்ன இந்த ஓட்டல் முதலாளியா உனக்குக் காசு கொடுத்து அனுப்ப? எஜமான்தான் சொல்லிவிட்டாரே! அதற்கு மேலே என்ன பேச்சு வேண்டிக் கிடக்கிறது?”

“அம்மா! தயை செய்து எஜமான்கிட்டக் கொஞ்சம் சொல்லு. இல்லாவிட்டால் என் பெண்டாட்டி, பிள்ளைங்க பட்டினி கிடந்து செத்துவிடுமே!”

“ஏன், உன் கண்ணாட்டி குஸுமாகிட்டப் போய்க் கேளேன்... இப்போது மட்டும் பத்மா வேண்டியவளாகி விட்டாளோ?”

அதற்கு மேல் அங்கே ஒருகணநேரங்கூட நிற்கக்கூடாது என்றுதான் ஹஜாரிக்குப் பட்டது. இப்படிக் கண்ட இடத்திலும் கண்டவர்கள் குஸுமாவின் பெயரை இழுப்பது - அதுவும் பத்மா இப்படிப் பேசுவது அவனுக்குப் பொறுக்கவில்லை. ஆனாலும் அவன் சும்மாதான் இருந்தான்.

பத்மா சமையலறையை விட்டுப் போய்விட்டாள்.

சற்றுநேரம் தயங்கிவிட்டு ஹஜாரி புறப்படும் சமயம் பத்மா வந்து “போகிறாயா? ஏதாவது சாப்பிட்டாயா?” என்றாள்.

ஹஜாரி திகைத்து நின்றான், பத்மாவின் முகத்தைப் பார்த்தபடி. எப்போதுமே இப்படி பத்மா பேசி அவன் கேட்டதில்லை. தயங்கித் தயங்கி, "இல்லை, சாப்பிடவில்லை..." என்றான் குரல் தழுதழுக்க.

"அப்படியானால் சற்று இரு. சோறு ஆக்கிவிட்டாங்க... இன்னும் மீன் வதக்கியாகவில்லை. அடுப்பிலிருந்து இறக்கியதும் அதைத் தொட்டுக்கொண்டு சாப்பிட்டுவிட்டுப்போ! ஏன் நிற்கிறாய்? மணையை எடுத்துப்போட்டுக்கொண்டு குந்து!"

ஹஜாரி எந்திரப் பதுமை போல் கீழே அமர்ந்தான். அவன் வாயடைத்துப் போகும்படி பத்மா இப்படி ஒரு காரியம் செய்து விட்டாள்! அவளா இவ்வளவு பரிவுடன் நடந்துகொள்கிறாள்! இந்த ஏழு ஆண்டுக் காலத்தில் ஒருநாளும் அவன் காணாத அதிசயமில்லையா இது!

மீனை இறக்கியதும் புதிய பரிசாரகன் ஹஜாரியின் இலையில் சோறு பரிமாறி, மீன் கறியையும் வைத்தான். பத்மாவை அதற்கு மேல் அங்கே காண முடியவில்லை. அவள் இப்போது சாப்பாட்டுக் கூடத்தில் காத்திருந்தவர்களைக் கவனிக்கப் போய் விட்டாள். புதிய பரிசாரகனுக்கு ஹஜாரி பழக்கமானவனாக இராவிட்டாலும் இவர்களுடைய பேச்சிலிருந்து ஹஜாரி முன்னே இங்கே சமையல் வேலை பார்த்தவன் என்றும், வேலையை விட்டுவிட்டுப் போகிறான் என்றும் புரிந்து கொண்டான். ஆகவே, மிகவும் பரிவோடு அவனுக்கு உணவு பரிமாறினான். புறப்படும்போது ஹஜாரி பத்மாவிடம், "வருகிறேன், அம்மா! மனசிலே ஒன்றும் வைத்துக் கொள்ளாதே!" என்றான்.

பத்மா கதவு வரைக்கும் வந்து, "உம்...கொஞ்சம் இரு, ஐயா! இந்த இரண்டு ரூபாயை எஜமான் கொடுத்தார். இதுக்கு மேலே கிடைக்காது என்று சொல்லிவிட்டார் தெரிந்துகொள்" என்றாள்.

ஹஜாரி அந்த இரண்டு ரூபாயையும் முந்தி அரை ரூபாயை முடிந்து கொண்டதுபோல் மேல் துண்டில் முடிந்துகொண்டான். ஆனால் அவனுக்குப் பேசவே வாய் எழும்பவில்லை. உண்மையிலே வியப்பினால் வாயடைத்துவிட்டது!

பிறகு, "அப்படியானால் வருகிறேன், அம்மா!" என்றான்.

"சரி; வா...சாப்பிட்டுவிட்டாயா...உம்...வா."

இரவு ஒன்பது மணி இருக்கும். அந்த இரவில் அவன் எங்கே போவான்? வேலையோ போய்விட்டது! ஆனாலும் கையில் இரண்டரை ரூபாய் ரொக்கம் இருக்கிறது. வீட்டுக்குப் போய்

என்ன செய்வது? எங்காவது வேலை தேடித்தான் ஆகவேண்டும். வீட்டில் குந்திக் கொண்டிருந்தால் சரிப்படாது. இப்படி வேலை திடீரென்று போய்விடும் என்று ஹஜாரி எதிர்பார்க்கவில்லை. உண்மையாகவே போய்விட்டது! இனி என்ன செய்வது?

இனிமேல் ராணாகாட்டில் எந்த ஓட்டலிலும் அவனுக்கு வேலை தரமாட்டார்கள். ஐது பாண்டுஜ்ஜே முன்பு அவனை வேலைக்கு வரச்சொன்னது உண்மைதான். ஆனால் இப்போது ஓட்டல் பாத்திரத்தைத் திருடினான் என்ற பழி ஏற்பட்டுக் காவல் நிலையத்தில் இருந்துவிட்டுத் திரும்பி வந்தவன் அவன். யாரும் அவனை வேலையில் வைத்துக்கொள்ள மாட்டார்கள்!

தன்னையும் அறியாமல் சூர்ணி ஆற்றங்கரைக்கு வந்து சேர்ந்ததை அப்போதுதான் உணர்ந்தான் ஹஜாரி. அவனுக்குப் பிடித்தமான வேப்பமரத்தின் அடியில் வந்து அமர்ந்து, இனி யோசனையில் ஈடுபடலாம். அப்படி யோசித்துப் பார்க்க எத்தனையோ விஷயங்கள் இருந்தன!

ஆனால் கிட்டத்தட்ட அரைமணி நேரம் ஆற்றங்கரையில் அமர்ந்தும் எந்த முடிவுக்கும் அவனால் வர இயலவில்லை. இன்று இரவு வேண்டுமானால் ரயில்வே நிலையத்துப் பிளாட்பாரத்திலே போய்ப் படுக்கலாம், நாளைக்கு எங்கே செல்வது?

கையில் இருந்த இரண்டரை ரூபாயில் இரண்டை வீட்டுக்கு அனுப்பி விடவேண்டும்...டேம்பி - பாவம். அவளுக்கு இரண்டு கவளம் சோறு போடக்கூட சக்தி இல்லாமல் கிடப்பாள், அவளுடைய தாய்! - இதை நினைக்கும்போது அவன் நெஞ்சு பொறுக்கவில்லை.

நாளைக்கே இரண்டு ரூபாயையும் அவர்களுக்கு அனுப்பிவிட வேண்டியதுதான். இந்த அரை ரூபாயிலிருந்து மணியார்டர் கமிஷனுக்கு ஆகும் செலவை எடுத்துக் கொள்ளலாம். ஆகவே, இரண்டு ரூபாயும் அப்படியே ஊர் போய்ச்சேரும் - இதுதான் அவனது விருப்பம்.

ரயில்வே நிலையத்துப் பிளாட்பாரத்திலேதான் பின்னிரவில் சற்றே படுத்து உறங்கினான். ஃபரித்புர் லோக்கல் வண்டியின் ஒலி விடியற்காலையில் அவனை எழுப்பிவிட்டது. இருந்தாலும் படுத்தபடியே இருந்தான். இன்று அவசரம் அவசரமாக அடுப்பில் சோற்றுத் தவலையை வைக்கவேண்டியதில்லையே! எழுந்து என்ன ஆகப்போகிறது? வெகுநேரம் அங்கேயே படுத்துக்கிடந்தான். கிழக்கே செல்லும் தார்ஜிலிங் மெயில்வண்டி வந்துவிட்டுப்

போயிற்று. வனகாம் பக்கத்து வண்டி புறப்பட்டது. வெயில் ஏறிவிட்டது. பிளாட்பாரத்தைப் பெருக்கிக் குப்பைகூட்ட வந்துவிட்டான் ஆள்காரன். இன்னொரு வண்டி வரப்போகிற அறிகுறியாக ரயில் நிலைய எல்லையில் கைகாட்டி தாழ்ந்தது. மூர்சிதாபாத் – லால்கோலா பிரயாணி வண்டி.

“யார் அது, இன்னும் தூங்குகிறது? எழுந்து அப்பாலே போ!” என்று குப்பை கூட்டும் ஆள் கூவினான். ஹஜாரி எழுந்து கொட்டாவி விட்டுக்கொண்டே ரயில் நிலையத்துக் குழாயருகில் போய்க் கைகால் முகத்தைக் கழுவிக்கொண்டான்.

அவன் எங்கே போவது? என்ன செய்யமுடியும்? கடந்த ஆறு ஏழு ஆண்டுகளில் இப்படி ஒரு வேலையும் இல்லாமல் அவன் பொழுது போக்கியதில்லை. எப்போதும் வேலை, வேலை, வேலைதான்! அடுப்பில் சோற்றுத்தவலையை வைப்பதும், முதலில் எஜமானருக்கு டீ தயாரிக்க வெந்நீர் போடுவதும், பிறகு கடைவீதிக்கு யார் போவது என்று கவனிப்பதுமாகப் பரபரவென்று வேலை நடக்கும். அதோடு வசையும் திட்டும் வாங்கிக்கொள்ள வேண்டியிருக்கும் – பத்மாவின் அதட்டல், உருட்டல்!

இவை எல்லாமே தேவலைபோல் இருந்தது இப்போது! பத்மாவிடம் திட்டுக் கேட்பதுகூட அவனுக்குப் பிடித்திருந்தது...! ஆமாம்; பத்மா அப்படி ஒன்றும் மோசமான பேர்வழி இல்லை! முந்திய இரவு அவனைச் சாப்பிடச் சொன்னாளே! காசும் கொடுத்தனுப்பினாள். ரத்தன் டாகுரும் நல்லவன்தான்...அடுத்த ஓட்டல் வம்சீதரனுடைய தங்கை மகனும் நல்ல பிள்ளை. எல்லோருமே நல்லவர்கள்தாம். வம்சீதரனுடைய தங்கைமகனும் டேம்பிக்குப் பொருத்தமானவன்தான். லட்சணமான ஜோடி! அந்தப் பிள்ளையை ஹஜாரிக்கு மிகவும் பிடித்துவிட்டது... உம்...எல்லாம் ஆகாயக்கோட்டைதானோ? வீண் நம்பிக்கைகள்! முதலில் டேம்பிக்கு வயிறாரச் சோறுபோட்டு அவளை நல்ல படியாக வளர்த்தால்தானே அப்புறம் திருமணத்திற்கு வழி பிறக்கும்?

கடந்த ஆறு ஆண்டுகளாக ஹஜாரியிடம் ஒரு கெட்ட பழக்கம் – காலையிலும் மாலையிலும் டீ குடிப்பதுதான்! டீ குடிப்பதென்றால் இப்போது கைக்காசைச் செலவு செய்தாக வேண்டும்! ஆகவே, அந்த விருப்பத்தை அடக்கிக்கொண்டான்.

சட்டென்று குஸுமாவைப் பார்க்க வேண்டுமென்று தோன்றியது அவனுக்கு. இந்த ஏழெட்டு நாட்களாக அவளைப்

பார்க்கவேயில்லை! 'திருட்டுக்குற்றம் சுமத்தி போலீஸ் ஸ்டேஷனுக்கு நம்மை இட்டுச் சென்றதைப் பற்றிக் குஸுமா கேள்விப்படவில்லை போலிருக்கிறது! யார் போய்ச்சொல்வார்கள்? சரி; அங்கேயே போய் டீ குடிப்போம். குஸுமாவையும் சில யோசனை கேட்கவேண்டும். நமக்காகவே எதுவும் தோன்ற மாட்டேன் என்கிறது' என்றுதான் பட்டது அவனுக்கு.

வெளித்தாழ்ப்பாளைத் தட்டும் சத்தம் கேட்டதுமே குஸுமா தன் வீட்டுக் கதவைத் திறந்தாள். ஹஜாரியைப் பார்த்ததும் வியப்புடன், "நீங்களா பெரியப்பா! இந்த அகாலத்தில் எங்கே இவ்வளவு தூரம்? – ஏன் இத்தனை நாளாக வரவில்லை?" என்றாள்.

"உள்ளே வாயேன், சொல்லுகிறேன். எவ்வளவோ சங்கதி இருக்கிறது!"

தன் அறையிலிருந்த பெஞ்சியில் விரிப்பைப் போட்டாள் குஸுமா. ஹஜாரி அதில் அமர்ந்து, "அம்மா! கொஞ்சம் டீ போட்டுத் தருகிறாயா?" என்றான்.

"இதோ தருகிறேன், பெரியப்பா! சற்றே இருங்கள்."

டீ மட்டுமின்றி, அதோடு ஒரு தட்டில் ஹல்வாவும் வந்தது. ஹஜாரி டீ பருகியபடி, "அம்மா குஸுமா! என் வேலை போய்விட்டது!" என்றான்.

குஸுமா வியப்புற்று, "ஏன்?" என்றாள்.

"திருடிவிட்டேன் என்றுதான்."

"என்ன, திருடினீர்களா?"

"அப்படித்தான் அவர்கள் சொல்லி என்னைப் போலீஸில் மாட்டி விட்டார்கள். ஐந்தாறுநாள் தாணாவில் இருந்தேன்."

இப்படிக் கேட்டதும் குஸுமா நின்றுகொண்டிருந்தவள் அவனெதிரிலேயே தரையில் தொப்பென்று உட்கார்ந்துவிட்டாள்! "தாணாவிலா? விளையாட்டுக்குச் சொல்லுகிறீர்கள்! சுத்தப் பொய்!" பரபரப்போடும் அவனுடைய பேச்சை நம்ப முடியாமலும் அவனது முகத்தையே உற்றுக் கவனித்தபடி இருந்தாள்.

"இல்லையம்மா! பொய் இல்லை! நிஜமாகவே திருட்டுக் குற்றம் சுமத்தி என்னைத் தாணாவுக்கு இட்டுப் போனார்கள். அங்கேதான் இருந்தேன்."

"தாணாவுக்குப் போயிருக்கலாம். ஆனால் நீங்கள் திருடவில்லை; அது நிச்சயம்! நீங்களாவது திருடுவதாவது! அதுதான் சுத்தப்பொய் என்றேன்."

"என்ன, நான் திருடமாட்டேனா?"

"உஹும்... நீங்கள் எப்போதுமே அந்த வழிக்குப் போகிறவரில்லை. உங்களைப் பற்றி எனக்குத் தெரியாதா என்ன?"

"உனக்கு என்னிடம் அவ்வளவு நம்பிக்கையா?"

குஸுமா வேறுபக்கம் திரும்பி மௌனமாக இருந்தாள். பொங்கி வரும் அழுகையை அடக்கிக்கொள்ள அவள் முயற்சி செய்கிறாள் என்றுதான் பட்டது ஹஜாரிக்கு.

அவன் நிம்மதியாகப் பெருமூச்சுவிட்டான்; 'பிழைத்தோம் போ! குஸுமா உண்மையாகவே நம் மகள்தான். இவள் நம்மைப் பற்றி என்ன எண்ணுவாளோ, நிஜமாகவே திருடன்தான் என்று நினைப்பாளோ, அப்படியானால் நமக்கு இருக்கும் ஒரே புகலிடமும் போய்விடுமே என்றுதான் அஞ்சத்தோன்றிற்று... நல்லவேளை!' - இப்படி அவனது மனத்தில் அமைதி ஏற்பட்டது.

"எங்கிருந்து வருகிறீர்கள், பெரியப்பா?"

"நேற்று இரவு ரயில்வே ஸ்டேஷனிலே படுத்திருந்தேன். வேறு எங்கே போவது? அங்கிருந்துதான் எழுந்து இதோ வருகிறேன். உன்னைப் பார்த்து ஒன்று கேட்டுவிட்டுப் போகலாம் என்று பட்டது. இன்னும் எத்தனை நாளாகுமோ மறுபடியும் உன்னைப் பார்க்க என்றுதான்..."

"ஏன், நீங்கள் எங்கே போகப் போகிறீர்கள்?"

"எங்காவது போய் ஏதாவது செய்துதானே ஆகவேண்டும்? சும்மா குந்தியிருந்தால் நடக்குமா? அதுதான் என்ன செய்யலாம் என்று பார்க்கிறேன்."

"இங்கேயே வேறு ஏதாவது ஓட்டலிலே..."

"எப்போது திருட்டுக் குற்றம் சாட்டியதால் என்பெயர்நாலுபேர் வாயில் அடிபட்டிருக்கிறதோ, இங்கே எந்த ஓட்டலிலேயும் என்னை வேலைக்கு வைத்துக் கொள்ள மாட்டார்கள்... அதுதான் பார்க்கிறேன். கோயாடிக்குப் போகலாமென்று தோன்றுகிறது. அங்கே பல ஓட்டல்கள் உண்டு. தேடினால் ஏதாவது வேலை கிடைக்கும்."

குஸுமா கணநேரம் சும்மா இருந்தாள். பிறகு, "அது இருக்கட்டும். இப்போது முதலில் போய்க் குளித்துவிட்டு வாருங்கள். இதோ எண்ணெய் கொண்டு வந்து கொடுக்கிறேன். அப்புறம் சமையலுக்கு ஏற்பாடு செய்கிறேன். இங்கேயே ஏதாவது சமைத்துச் சாப்பிடுங்கள்" என்றாள்.

"வேண்டாம், அம்மா! அந்தத் தொல்லையெல்லாம் எதற்கு?

அவசியமில்லை. சாப்பாட்டுக்கு என்ன, பார்த்துக்கொண்டால் போகிறது! உன்னோடு இரண்டு வார்த்தை பேசவேண்டும். உன்னை ஒரு யோசனை கேட்கலாம் என்றுதான் வந்தேன். யோசித்து ஏதாவது சொல். இப்போது எனக்கு ஒன்றுமே ஓடவில்லை. அதோடு வயசும் ஆகிவிட்டது பார்!"

குஸுமா புன்சிரிப்புடன், "இதோ சொல்கிறேன்... நீங்கள் சாப்பிடாமல் இங்கிருந்து போகவேகூடாது; போனால் நானும் இன்றைக்கு ஒன்றையும் தொடப்போவதில்லை, பெரியப்பா! நீங்கள் வேண்டாம், கீண்டாம் என்பதெல்லாம் நடக்காது. காதிலே போட்டுக்கொள்ள மாட்டேன் இந்தப் பேச்சை! முதலிலே போய்க் குளித்துவிட்டு வாருங்கள்! அப்புறம் சோற்றுத்தவலையை வையுங்கள். நீங்கள் சமைத்துத் தருகிற பிரசாதத்தை நானும் இரண்டு வாங்கிச் சாப்பிடுகிறேன். மகளுடைய வீட்டுக்கு வந்தாயிற்று; என்னதான் ஏழையாக இருந்தாலும், நீங்கள் சாப்பிடாதபடி உங்களை இங்கிருந்து போகவிட மாட்டேன். நன்றாகச் சொன்னீர்கள். மகளிடம் உங்களுக்குப் பாசம் உண்டோ இல்லையோ?" என்றாள்.

அதற்குப் பிறகு ஹஜாரி சூர்ணி ஆற்றின் படித்துறைக்குப் போய்க் குளித்துவிட்டுவரத்தான் வேண்டியிருந்தது. திரும்பி வந்து பார்த்தபோது மாட்டுத் தொழுவத்தின் பக்கம் ஓர் அறையின் மூலையில் நன்றாகச் சாணம் போட்டு மெழுகிச் செங்கற்கள் வைத்து அடுப்புத் தயாரித்திருந்தாள் குஸுமா.

"ஒரு பித்தளைப்போகிணி (பாத்திரம்) இருக்கிறது. நன்றாகத் துலக்கி வைத்திருக்கிறேன். அதிலேயே சமைக்கலாம். இல்லாவிட்டால் புதுப்பானை வாங்கி வரட்டுமா?"

"வேண்டாம்! புதுப்பானை எதற்கு? இந்தப் பித்தளைப் போகிணியே போதும்; பேஷாகச் சமைக்கலாம்."

சோற்றுப் போகிணியைக்கீழே வைப்பதற்குச் சற்று முன்பே ஒரு சிறுவன் அங்கே வந்து கதவருகே எட்டிப் பார்த்துக் குஸுமாவை வெளியில் வரும்படி ஜாடை காட்டிக் கையை ஆட்டினான். ஹஜாரி என்னவென்று கவனித்தபோது பையனின் கையில் ஒரு மேலே துண்டில் கட்டிய காய்கறிகளும் இன்னொரு கையில் பெரிய ஆற்றுமீன் ஒன்றும் தொங்குவதைக் கண்டான்.

"சற்றே இருங்கள், பெரியப்பா; இதோ மீனை நறுக்கிக் கொண்டு வருகிறேன்."

குஸுமா இப்படியெல்லாம் ஏற்பாடு செய்திருப்பதைக்

கண்டு மிகவும் கூச்சப்பட்டு நின்றான் ஹஜாரி. அண்டை வீட்டுப் பையனை அழைத்துக் குஸுமா எப்போது கடைவீதிக்கு அனுப்பினாள்? அதுதான் இருக்கட்டும்; குஸுமா எவ்வளவு ஏழை... அவள் போய் இவ்வளவு பெரிய மீனை வாங்கிவரச் சொல்வானேன்? பாவம்! இன்னும் சிறுபிள்ளைத்தனமாகத்தான் இருக்கிறாள்! இவளுக்கு என்றைக்குத்தான் புரியப்போகிறதோ? இதெல்லாம் எதற்கு?

ஹஜாரி என்னதான் சொல்லியும் குஸுமா பதில் பேசாமல் மெல்லச் சிரித்தாள். பிறகு, "நீங்கள் சமைத்த மீன் எப்படி இருக்குது என்று உங்கள் மகள் ருசி பார்க்கவேண்டாமா? ஏன் கோபித்துக் கொள்கிறீர்கள்?" என்றாள்.

ஹஜாரி முன்போலவே முகத்தை ஒருமாதிரி வைத்துக் கொண்டு, "இந்த மாதிரி சிறுபிள்ளைத்தனமெல்லாம் வேண்டாம், அம்மா!" என்றான்.

உணவு உண்டபின் ஹஜாரியை ஓய்வெடுத்துக் கொள்ளச் சொல்லிவிட்டுக் குஸுமா தான் உணவுகொள்ளப் போனாள். முந்தைய இரவு ஹஜாரிக்கு நல்ல தூக்கமில்லை. இன்று படுத்தவன்தான் - 'எப்போது கண்ணயர்ந்தோம்' என்று அவனுக்கே தெரியாது. கண்விழித்து எழுந்தபோது சாயங்காலம் ஆகிவிட்டது.

குஸுமா அப்போது அறையினுள் நுழைந்து, "நேற்று ஸ்டேஷன் பெஞ்சியிலே தூக்கமேயில்லை போல் இருக்கிறது; தெரிகிறதே! நன்றாகத்தூங்கினீர்களா? டீ தயாரித்து வருகிறேன். எழுந்து முகம் கைகால் கழுவி வாருங்கள்" என்றாள்.

டீயுடன் எங்கிருந்தோ சூடான ஜிலேபியும் கொண்டு வந்து வைத்தாள் குஸுமா. ஹஜாரி, "இதெல்லாம் எதற்கு?" என்று கேட்டும், அதைக் காதில் போட்டுக் கொள்ளாமல் அவள் "இப்போதான் தெருவின் கடைசியிலே இருக்குற ஹாரான்மயராவின் மிட்டாய்க் கடையில் சூடாக ஜிலேபி போட்டாங்க. டீயுடன் சேர்த்துச் சாப்பிட்டால் நன்றாக இருக்கும், வெறும் டீ மட்டுமா குடிப்பார்கள்!" என்றாள்.

'இதற்குப்பின் இன்னும் என்ன என்ன அமர்க்களம் எல்லாம் நடக்குமோ, இன்றைக்கே இங்கிருந்து நழுவிவிடவேண்டும், டீ குடித்துச் சற்று நேரத்துக்கெல்லாம் புறப்பட்டுவிடலாம்' என்ற முடிவுக்கு வந்தான் ஹஜாரி.

குஸுமா வெற்றிலை பாக்குத் தட்டை அவன் முன் வைத்தாள். "அப்புறம் என்ன செய்யப்போவதாக யோசனை?" என்றாள்.

"அதுதான் சொன்னேனே, கோயாடிக்குப் போய் வேலை தேட வேண்டியதுதான்."

"அங்கே கிடைக்காவிட்டால்?"

"கல்கத்தாவுக்குப் போவேன்" ஆனால் அவன் நாட்டுப்புறத் தானாயிற்றே; கல்கத்தாவுக்குப் போய்ப் பழக்கமில்லை, அவ்வளவு பெரிய பட்டணத்தில் தங்கியதுமில்லை. அச்சமாக இருந்தது.

"நான் ஒன்று சொல்கிறேன். கேட்பீர்களா, பெரியப்பா?"

"என்ன?"

"கேட்கிறதானால் சொல்லுகிறேன்."

"சொல்லேன், என்னது?"

"என் நகையை அடகு வைத்தோ விற்றோ உங்களுக்கு இருநூறு ரூபாய் தருகிறேன். நீங்கள் அதை வைத்துக்கொண்டு ஓர் ஓட்டல் நடத்துங்கள். உங்கள் சமையலைப் பற்றித்தான் ஊர் மொத்தத்துக்கும் தெரியும். ஓட்டல் திறந்ததும் பாருங்கள், எப்படிப் பணம் வந்து குவிகிறதென்று. இந்த ராணாகாட்டிலேயே நடத்துங்கள். பத்மா அதைப் பார்த்து விழி பிதுங்கிச் சாகவேண்டும். இதோ உங்கள் மகள் சொல்லுகிறேன்; கேளுங்கள், பெரியப்பா! உங்களுக்கு நல்லகாலம் வரும், பாருங்கள். இந்த வயசிலே போய் வேறு இடத்திலே எங்கே வேலை செய்வீங்க?" என்றாள் குஸுமா.

ஹஜாரியின் கண்களில் நீர் வந்துவிட்டது. எவ்வளவு கெட்டிக்காரப் பெண்! எவ்வளவு நல்ல குணம் குஸுமாவுக்கு! இவளும் டேம்பி மாதிரி அவருடைய மகள்தான்...! ஆனால் இது நடக்கிற சங்கதியா... பல காரணங்கள் இருந்தன; குஸுமாவின் பணத்தில் ராணாகாட்டிலே ஓட்டல் திறந்தால் நாலுபேர் நாலு விதமாகப் பேசுவார்கள். கெட்ட பெயர்தான் ஏற்படும் இருவருக்கும். தனக்கு உதவி செய்யப் போய் ஒரு பாவமும் அறியாத குஸுமாவின் பெயருக்கு இழுக்கு வருவானேன்? பத்மாவே வயிற்றெரிச்சல் பட்டுப் பலவிதமாகக் கயிறு திரித்துக்கொண்டு ஊர் முழுவதும் எது எதையோ சொல்லித் திரிவாள்!

அதுவும்தவிர, நஷ்டம் ஏற்படுகிறது என்று வைத்துக் கொள்ளலாம்; (ஓட்டல் வைத்தால் அப்படி நஷ்டம் ஏற்படாது என்று ஹஜாரிக்கு நன்றாகத் தெரியும்) அப்போது குஸுமாவின் பணம் வீணான மாதிரிதானே? ஊஹூம்... அதெல்லாம் வேண்டாம்!

"அம்மா குஸுமா! முன்னமே ஒருதரம் சொல்லியிருக்கிறேன்,

உன் காசை வாங்கிக்கொள்ள மாட்டேனென்று. மறுபடியும் ஏன் கேட்கிறாய்? இந்த வண்டிக்கே கோயாடி போயாகவேண்டும் நான். வரட்டுமா?"

குஸுமா அவனுடைய காலில் தலைபட வணங்கி, "சரி; அப்படிக் கோயாடியில் வேலை கிடைக்காவிட்டால் இங்கே என் வீட்டுக்கே திரும்பி வாருங்கள், என்ன?"

"உன் வீட்டுக்கா? ஏன், அம்மா?"

"வந்து, நான் கொடுக்கும் ரொக்கத்தை வாங்கிக் கொள்ளத்தான். ஓட்டல் நடத்துங்கள். நான் அதற்காகவே அந்தப் பணத்தை ஒதுக்கி வைத்துவிடுகிறேன். ஏதோ உங்களுக்கு மட்டுமே நல்லது என்று இப்படிச் சொல்வதாக எண்ணவேண்டாம். இதில் சுயநலமும் உண்டு. என் பணம் உங்களிடம் வந்தால், எனக்கும் அதனால் இரண்டு காசு கிடைக்கும், வட்டியாகத்தான்! ஓர் ஏழைப் பெண்ணுக்கு இந்த உதவி செய்யமாட்டீங்களா?"

ஹஜாரி சிரித்தபடி, "சரி; அப்படியே செய்கிறேன்... வரட்டுமா? நீ சுகமாக வாழவேண்டும்; அம்மா!" என்று ஆசி கூறினான்.

"நினைவு இருக்குமா உங்கள் மகள் சொன்னது?"

"நீயும் உன் கிழப் பெரியப்பா சொன்னதை நினைவு வைத்துக்கொள் குஸுமா!"

"சூ...! என் கிழப் பெரியப்பாவாவது!"

"பின்னே நாற்பத்தாறு வயசாகிறதே, கிழவன் இல்லாமல் என்னவாம்?"

"அப்படி ஒன்றும் கிழடு தட்டிவிட்டதாகத் தெரியவில்லை. வயசானால்தான் என்ன...? சரி; அடுத்த தடவை கட்டாயம் வரவேண்டும். போய் வாருங்கள்."

"சரி, அம்மா!"

ஹஜாரி மூட்டையை எடுத்துக்கொண்டு வெளியேறினான். குஸுமா பிரதானச் சாலை வரைக்கும் வந்து வழியனுப்பினாள்.

ராணாகாட்டிலிருந்து ஹஜாரி நடந்தே சாக்தா என்ற ஊர்ப்பக்கம் பயணமானான். முதலில் தபால் நிலையத்துக்குப் போய் இரண்டு ரூபாய் மணியார்டர் செய்யலாமா என்று எண்ணினான். ஆனால் அங்கே போய்ப்பார்த்தபோது, மணியார்டர் எடுக்கும் நேரம் கடந்துவிட்டது; தபால் நிலையம் மூடியிருந்தது.

இதுவும் நல்லதாகப் போயிற்று! இதற்காக ஆண்டவனை ஹஜாரி வாழ்த்தினான். சாக்தா போகும் வழியில் சால மரத்தோப்பு

ஒன்றை நெருங்கும்போது மாலை நேரம்; இருட்டி விட்டது. அங்கே ஒரு மரத்தின் அடியில் இரண்டு மாட்டு வண்டிகள் இருந்தன. வண்டியில் இருந்தவர்கள் தோப்பில் இறங்கிச் சமையல் செய்துகொண்டிருந்தார்கள். ஹஜாரி இவர்களை விசாரித்ததில் வரும் பௌர்ணமியன்று காளீகஞ்ஜில் கங்கையில் நீராடுவதற்காக ஏராளமான மக்கள் கூடுவார்கள் என்றும், அங்கே கடைகண்ணி வைக்கத்தான் இவர்கள் போகிறார்கள் என்றும் தெரிந்தது. ஹஜாரியும் இவர்களோடு சேர்ந்துகொண்டான்.

உணவு உண்டபின் எல்லாரும் ஒரு மரத்தின் அடியில் இரவுப் பொழுதைப் போக்கினார்கள். கடை வைக்கப்போகும் வியாபாரியின் பெயர் பிரியநாத் தர்; சாதியில் பொற்கொல்லர். சாதாரண மக்களைக் கவரக்கூடிய சரக்குகளை எடுத்துக் கொண்டு இவர்கள் அங்கே கூடும் சந்தைக்குப் போகிறார்கள்; ஹஜாரியோடு சகஜமாகப் பேசிப் பழகினார்கள். சந்தையில் பண்டம் வாங்கவும் விற்கவும் நேரும்; இந்தச் சிலநாளைக்கு ஹஜாரி எல்லாருக்கும் சமைத்துப் போடமுடியுமா என்று கேட்டார் பிரியநாதர். அன்றாடம் இரண்டு வேளை சாப்பாடும், சந்தை முடிந்ததும் அதுவரை வேலை செய்த நாட்களுக்கு இரண்டு ரூபாயும் கிடைக்கும் என்று சொன்னார். ஹஜாரி ஒப்புக் கொண்டான்.

பிரியநாதரின் கடைகள் மொத்தம் மூன்று. ஒன்று அவரே சொந்தமாக நடத்துவது; மற்ற இரண்டும் முறையே அவருடைய மருமகனும், தம்பி மகனும் நடத்துபவை. குறைந்த சம்பளத்துக்கு உயர்தரமான சமையல் கிடைத்தது தம் பாக்கியம் என்பதைப் பிரியநாதர், ஹஜாரி சமையலில் ஈடுபட்ட முதல் நாளிலேயே தெரிந்துகொண்டார். எல்லாருக்கும் ஒரே மகிழ்ச்சி!

சந்தைக்குப் போய்ச் சேர்ந்தபின் ஹஜாரிக்குச் சமையல் தொழிலை விட அதிக லாபம் தரக்கூடிய ஒன்று உண்டு என்று தெரிந்தது. தானே பண்டங்களை வாங்கி போண்டா, பஜ்ஜி, மற்றும் இனிப்புப் பண்டங்கள் போட்டுப் பட்சணக்கடை நடத்துவதுதான் அது. பிரியநாதர் ஏற்பாடு செய்திருந்த இடத்தில் ஒரு மூலையில் இப்படிக் கடை வைத்தான் ஹஜாரி. தர் குடும்பத்தாருக்கு மட்டும் இலவசமாகத் தின்பண்டம் வழங்கவே, அவர்களும் தடை ஏதும் சொல்லவில்லை.

அந்தச் சில நாட்களில் அவனது பட்சணக்கடையில் தின்பண்டங்கள் நன்றாக விலைபோயின. இதற்கு மூலதனம் அவனுடைய கையில் இருந்த இரண்டு ரூபாய்தான். மேலும்

மேலும் தின்பண்டம் வாங்க கும்பல் வரவே, பிரியநாதரிடம் கொஞ்சம் தொகை கடனாக வாங்கிக்கொண்டான்.

நாலாம் நாள் மாலை கடைகண்ணிகளை மூடி மூட்டை கட்டினார்கள். பிரியநாதரிடமிருந்து வாங்கிய கடனைத் தீர்த்து விட்டு, மற்ற செலவுகளைக் கழித்துப் பார்த்தபோது 13 ரூபாய் லாபம் கிடைத்தது தெரிந்தது. இதோடு தர் குடும்பத்தாருக்குச் சமைத்துப் போட்டதற்காக இரண்டு ரூபாயும் சேர்த்து மொத்தம் பதினைந்து ரூபாய் இருந்தது அவனுடைய கையில்.

பிரியநாதர், "சமையல்கார ஐயா! உங்கள் சமையல் இவ்வளவு அற்புதமாக இருக்கும் என்று அன்றைக்கு அந்தச் சாலமரத் தோப்பிலே முதல் நாளின்போது நாங்கள் நினைத்துக்கூடப் பார்க்கவில்லை. நான் அவ்வளவு பெரிய ஆசாமி இல்லை; வீட்டில் எங்களவங்கதான் சமைக்கிறாங்க. இல்லாவிட்டால் நான் போகவே விடமாட்டேன்!" என்றார்.

வீட்டுக்குப் பத்துரூபாய் மணியார்டர் செய்துவிட்டு, சற்று நிம்மதியோடு இருக்க முடிந்தது அவனால். இனிச் சில நாள்வரை குடும்பக் கவலையின்றி நிம்மதியாக இருக்கலாம்! இந்த ஒரு மாசத்துக்குள்ளே புதுவேலை கிடைத்துவிடும்.

காளீகஞ்ஜிலிருந்து யசோஹர் போகும் கப்பிச்சாலை வழியே ஹஜாரி மீண்டும் செல்லலானான். அந்தச் சாலையின் இருபுறமும் காடுகள் மிகுதி. முன்னே கிராமங்களாக இருந்த இடம்; இப்போது மலேரியாக் காய்ச்சல் கடுமையாகப் பீடிக்கவே ஊரை விட்டே மக்கள் ஓடிவிட்டார்கள். எல்லாம் வெறிச்சென்றாகி, வீடுகள் இடிந்துபோய் காடு மண்டிக்கிடந்தன.

காலையில் காளீகஞ்ஜிலிருந்து கிளம்பியவன் நடுப் பகலுக்குப் பழைய புளியமரம் ஒன்றின் அடியில் தங்க வேண்டியதாயிற்று. சிறிது தொலைவில் உழவர்கள் வாழும் சின்னஞ்சிறிய கிராமம் ஒன்று தெரிந்தது. ஒரு பையன் மாடுகளை ஓட்டிக்கொண்டு போய்க் கொண்டிருந்தான். அவனை விசாரித்ததில் அந்த ஊரின் பெயர் புதுப்பேட்டை (நதூன்பாடா) என்று தெரிந்தது. மக்களில் பெரும்பாலோர் யாதவர்கள்.

ஹஜாரி அந்தக் கிராமத்தில் நுழைந்தான். முதலிலேயே பெரிய மண்வீடு ஒன்று இருப்பதைக் கண்டான். அதன் முற்றத்தில் நின்றான். வீட்டு எசமானர் எவரையும் காணவில்லை. ஒருபக்கம் பெரிய மாட்டுத் தொழுவம். அதில் பல மாடுகள் வைக்கோல் தின்றுகொண்டிருந்தன. சிறுபெண் ஒருத்தி வெளியே வந்து

முற்றத்தில் நின்றாள். ஹஜாரி அவளைப் பார்த்து, "குழந்தை! உள்ளே யார் இருக்கிறாங்க?" என்றான்.

சிறுமி அச்சத்துடன் பதில் கூறாமல் உள்ளே போய்விட்டாள்.

சற்றுநேரம் காத்திருந்தபின் வீட்டுக்காரன் வந்தான். அவன் பெயர் ஸ்ரீ சரண்கோஷ். அவன் ஹஜாரியை மிகவும் மரியாதையுடன் வரவேற்றுத் திண்ணையில் அமரச்சொன்னான். நடுப்பகல் ஆகிவிட்டதால் இங்கேயே சாப்பிட்டுவிட்டுப் போகலாம் என்றான். வீட்டுக்குள்ளிருந்து சின்ன பெஞ்சு ஒன்றும், ஒரு வாளி நிறைய நீரும் கொண்டு வந்து வைத்தான்.

இங்கேயும் மாட்டுத் தொழுவத்துக்குப் பக்கமாக ஓர் இடத்தில் சமையல் பண்ண வசதி செய்துகொடுத்தார்கள். இங்கே அமர்ந்து சமைக்கும்போது சட்டென்று குஸுமாவின் நினைவு வந்தது ஹஜாரிக்கு. குஸுமாவும் இப்படித்தான் மாட்டுத் தொழுவத்தை யொட்டி அவன் சமைத்துக்கொள்ள ஏற்பாடு செய்திருந்தாள். அவளும் யாதவர்குலப் பெண்தான்.

இதனாலேயே - இவர்கள் யாதவர்கள் என்பதால்தான் - அவன் இங்கே வந்தான். மனசில் ஏதோ ஒன்று அவனை இந்தப் பக்கமாக இழுத்தது. அப்போது தொழுவத்தின் வாயிற்படியில் அவன் திரும்பிப் பார்த்தான். வியப்புமேலிட்டது.

அந்த வீட்டு மருமகள்போல் இருக்கிறது; இளவயசுக்காரி. தொழுவத்துக்குள் நுழைந்து, ஒரு கூடை நிறைய பச்சைக் கறிகாய்களை வைத்துக்கொண்டு கூச்சத்தோடும் தயக்கத்தோடும் நின்றாள்; தலையில் பாதி தெரியும்படி முக்காடிட்டிருந்தாள் அவள். அந்தக் காய்கறிகள் அப்போதுதான் நீரில் நனைத்து எடுத்தவை. கூடையிலிருந்து வழியும் நீர் தொழுவத்தின் தரையை ஈரமாக்கியது. ஹஜாரி பரபரவென்று எழுந்து, "வா, அம்மா! என்னது அது?"

வீட்டு மருமகள் கூச்சத்துடன் முகத்தில் புன்சிரிப்பு மலர, "வாழைக் கச்சலை* இங்கே வைக்கிறேன்" என்றாள்.

அவள் குஸுமாவைவிட மிகவும் சின்னவள். சட்டென்று அந்தப் பெண்ணிடம் காரணம் தெரியாத ஒரு பாசம் அவனது மனசில் உண்டாயிற்று; "வை, அம்மா! அப்படி வைத்துவிடு" என்றான்.

சற்று நேரத்துக்கெல்லாம் அவள் மீண்டும், பீர்க்கங்காய்கள்

---

* வாழையின் இளங்காய்கள்.

சிலவற்றை எடுத்துக்கொண்டு அந்த அறையினுள் நுழைந்தாள். இப்போது முன்போல் கூச்சப்படவில்லை. 'நம் தந்தையின் வயசுக்கு ஈடான இந்தப் பெரியவரிடத்தில் கூச்சப்படத் தேவையில்லை' என்று புரிந்துகொண்டாள் போல் இருந்தது.

"பீர்க்கங்காய் சாப்பிடுவீர்கள் இல்லையா?" என்றாள் ஹஜாரியைப் பார்த்து.

"சாப்பிடாமல் என்ன? ஆனால் நறுக்கிப் போடவேண்டுமே! உலையில் பருப்பு வைத்திருக்கிறேன், இதை நறுக்குவதெப்படி?"

அந்தப் பெண் கற்சட்டியில் கொண்டு வந்திருந்த அந்தப் பீர்க்கங் காய்களை அங்கே வைத்துவிட்டு, ஓர் அரிவாள்மணையை எடுத்து வந்து அவற்றைத் தானே நறுக்கிவைத்தாள். ஹஜாரிக்கு உள்ளுக்குள் பரம திருப்தி. இவர்களெல்லாரும் சொந்தக் குழந்தைகளைப் போலப் பிரியமாகப் பழகுகிறார்கள்; பிறருக்காகத் தம்மால் ஆனதைச் செய்ய முன்வருகிறார்கள். ஒருவருடைய மனக்கஷ்டத்தை ஒருவர் புரிந்து கொள்கிறார்கள்!

ஹஜாரி மேலே பேசுவதற்குள்ளாகவே அந்தப் பெண், "உங்கள் ஊருக்கு நான் பலதரம் போய்வந்திருக்கிறேன்" என்றாள்.

ஹஜாரி வியப்புற்று, "என்ன, எங்கள் ஊர் எங்கே இருக்கிறதென்று உனக்குத் தெரியுமா? அங்கே எதற்குப் போயிருந்தாய்?" என்றான்.

"கங்காதரகோஷ் என் சிற்றப்பா."

"ஓ! அப்படியானால் நீ ஜீவனுடைய ஒன்றுவிட்ட தங்கச்சி யில்லை? அம்மாடி! குஸுமாவைத் தெரிந்திருக்க வேண்டுமே உனக்கு?"

"குஸுமா அக்காவை, அவளுக்குக் கலியாணம் ஆவதற்கு முன்னால் பார்த்திருக்கிறேன். அதற்கப்புறம் அவள் இப்போது எங்கே இருக்கிறாள் தெரியுமா?"

"அவள் ராணாகாட்டில் அவளுடைய மாமியார் வீட்டில் இருக்கிறாள்... நல்லதாகப் போயிற்று; உன்னை அம்மாடி என்று கூப்பிட்டது சரிதான்...குஸுமா என் மகள் மாதிரி."

மருமகள் பீர்க்கங்காயை நறுக்குவதை நிறுத்திவிட்டுக் கழுத்தில் சேலைத் தலைப்பைச் செருகிக்கொண்டு அங்கிருந்த படியே தலையில் தரைபடும்படி ஹஜாரியை வணங்கினாள்.

"சாவித்திரி மாதிரி நீ நன்றாக வாழவேண்டும்!"

மருமகள் புன்முறுவலுடன், "நீங்கள் முற்றத்தில் நிற்கிற போதே யார் என்று தெரிந்துகொண்டேன். மாமியாரிடம் போய்,

'எங்கள் ஊரைச் சேர்ந்த ஒரு பெரியவர் வந்திருக்கிறார் அம்மா!' என்றேன். உடனே அவர் என் மாமனாரிடம் தெரிவித்தார்" என்றாள்.

"ரொம்ப நல்லதாகப் போயிற்று! இந்தப் பக்கம் வந்தால் போனால் தங்கலாம். இன்னொரு மகள் கிடைத்தாள் என்று நினைத்துக் கொள்வேன். பார்த்துவிட்டுப் போவேன். பேஷ்! பேஷ்!"

மருமகள் கூச்சத்துடன், "ஆனால் இன்றைக்கு உங்களை இங்கிருந்து போகவிடமாட்டோம்! இங்கே தங்கியிருக்க வேண்டும், தெரிந்துகொள்ளுங்கள்!" என்றாள்.

"அம்மாடி! அம்மாடி! வேண்டாம்! நான் தங்குவதற்கில்லை."

"அதெல்லாம் நடக்காது. எப்படிக் கிளம்புகிறீங்களோ பார்க்கிறேன். கட்டாயப்படுத்த மாட்டேன் என்று நினைத்து விட்டீங்களா?"

"உன்னால் முடியும், அம்மா! ஆனால் என் மனநிலை சரியாக இல்லை. அப்புறம் சந்தர்ப்பம் வரும்போது இரண்டுநாள் இங்கே தங்குகிறேன்!"

மருமகள் ஹஜாரியின் முகத்தைக் கவனித்துவிட்டு, "என்ன, ஏன் மனவருத்தம்?" என்றாள்.

ஹஜாரிக்கு எப்போதும் இளகின மனசு. அநுதாபத்துடன் எவரேனும் தன்னை விசாரித்தால் போதும்; அப்படியே உருகிப் விடுவான்! தனக்கு வேலை போய்விட்டதைக் குறித்துச் சுருக்கமாகச் சொன்னான்; அதோடு பருப்பை இறக்கி வைத்துக் காயை வேகவைக்கலானான்.

இன்று சமையல் செய்யும்போது அவனுக்கு மிகவும் மகிழ்ச்சி! பெருமை வேறு!

"உன்னிடம் சொல்வதற்கென்ன? வீண் பெருமை இல்லை, அம்மா! என்னைப் போல, ராணாகாட்டில் எந்த ஓட்டலிலேயும் பரிசாரகன் எவனும் சமைக்கமாட்டான். இதோ கறி, கூட்டுத் தயாரித்துக் காட்டுகிறேன், பார்! நீங்கள் எல்லாரும் சாப்பிட்டுச் சொல்லுங்கள்! இந்த மாதிரிக் கூட்டு சாப்பிட்டேயிருக்க மாட்டீங்க! இனிமேலும் சாப்பிட முடியாது! அவ்வளவு அருமையாக இருக்கும், தெரிந்துகொள்!"

மருமகள் வியப்பும் மரியாதையும் தோன்ற, அவனது பேச்சை ஆவலுடன் கேட்டுக் கொண்டிருந்தாள்; "அப்படியானால் எனக்கும் கற்றுக் கொடுங்களேன், இப்படிச் சமைக்க!" என்றாள்.

"இது ஒருநாள் சங்கதி இல்லை; கற்றுக் கொடுத்தாலும் இலேசில் வந்துவிடாது. சற்றுச் சிரமப்படவேண்டும். உன்னை ஏமாற்றக் கூடாது, பார்! ஒருநாள் அரைநாளிலே இதைக் கற்றுக் கொண்டு விடமுடியாது."

"சரி; இவ்வளவு நன்றாகச் சமைக்கக்கூடியவர் எதற்குக் கவலைப்பட வேண்டும்? எத்தனையோ பெரிய மனுஷர்கள் வீட்டில் நல்ல சம்பளம் கொடுத்து வைத்துக்கொள்வாங்களே!"

"என் அதிர்ஷ்டம் சரியில்லை என்றால் என்னதான் இருந்தாலும் ஒன்றும் நடக்காது! கையில் காசு இருந்தால் இரண்டு நாள் ஏதாவது முயற்சி செய்து பார்க்கலாம்; சுற்றலாம். இப்போது எங்கே அலைவது? கையில் இருந்த காசுதான் கரைந்து வருகிறதே."

"எவ்வளவு பணம் வேண்டியிருக்கும்?"

"ஏன், நீ கொடுக்கிறேன் என்கிறாயா?"

"கொடுப்பதாக வைத்துக்கொள்ளுங்கள்."

"அதை எப்படி, அம்மா நான் வாங்கிக் கொள்ளமுடியும்? குஸுமா கூடக் கொடுக்கிறதாகத்தான் சொன்னாள். நான் அதை வாங்கிக் கொள்ளலாமா? நீங்கள் பெண்பிள்ளைகள்! எப்படியோ சிரமப்பட்டுச் சேர்த்திருப்பீங்க. அதை வாங்கி நான் செலவு பண்ணிவிடுவதா! என்ன? எனக்கு அது பிடிக்கவில்லை!"

"சரி; கடனாகக் கொடுத்தேனானால்? - நான் சொல்வதைக் கேளுங்கள், பெரியப்பா! அம்மா கொடுத்தனுப்பிய பணம் என்னிடம் கொஞ்சம் இருக்கிறது. இங்கே அதை வைத்துக் கொண்டிருப்பதற்கில்லை. ஒன்று சொல்கிறேன், கேளுங்கள்!"

அப்படியும் இப்படியும் கவனித்தபின் குரலைத் தாழ்த்திக் கொண்டு அவள் சொன்னாள்: "என் நாத்தியும் ஓரகத்தியும் நல்லவங்க இல்லை. என்னிடம் பணம் இருப்பது தெரிந்தால் எப்படியாவது எடுத்துக் கொண்டு போய்விடுவார்கள்! நான் உங்களுக்குக் கடனாகத் தருகிறேன். நீங்கள் எவ்வளவு வட்டி கொடுப்பீங்க? சொல்லுங்கள்" என்றாள்.

இப்படி வட்டிக்குக் காசைத் தர விரும்பும் எளிய உள்ளம் படைத்த இந்தப் பெண்ணிடம் உலக அனுபவமுள்ள ஹஜாரி பரிவும் பெருமிதமும் கொண்டு உள்ளம் உருகி நின்றான். மேலும் எப்படி இருக்கிறது பார்க்கலாமே வேடிக்கையை என்றும் எண்ணினான்.

"என்னை நம்பியா இவ்வளவு பணமும் கொடுக்கிறாய்?"

"அப்படி ஒருவரை நம்பாவிட்டால் வட்டித்தொழில் எப்படி நடக்கும்? நீங்களோ எனக்குத் தெரிந்தவர். உங்கள் ஊர், வீடு எல்லாம் தெரிந்தவைதான்."

"தெரிந்துவிட்டால் போதுமா? முதலில் எழுதப் படிக்கத் தெரிந்துகொள். கணக்குப் பார்க்க வேண்டியிருக்குமே...! அதுசரி; எவ்வளவு பணம் கொடுப்பாய்?"

"என்னிடம் எண்பது ரூபாய் ரொக்கம் இருக்கிறது. நீங்கள் வாங்கிக் கொள்வதாக இருந்தால் முழுவதையும் தருகிறேன். எவ்வளவு வட்டி தருவீர்கள்?"

"உனக்கு எத்தனை வட்டி தேவை?"

"உங்களுக்கு இஷ்டப்பட்டதைத் தாருங்கள். ரூபாய்க்கு இரண்டு பைசா தருகிறார்கள். நீங்கள் ஒரு பைசா கொடுத்தால் போதும். என்ன சொல்றீங்க? பணத்தைத் தனியாக என் டிரங்குப் பெட்டியில் வைத்திருக்கிறேன். மற்ற யாருக்கும் தெரியாது. உங்களிடம் கொண்டு வந்து தருகிறேன். நீங்கள் அதைப் பாதுகாத்து விருத்தி செய்து தரவேண்டும். யாரை நம்பிக் கொடுப்பது, யாரை நம்பக்கூடாது என்று தெரியாதா எனக்கு?"

"எழுதப்படிக்க நீ தெரிந்து கொள்ள வேண்டுமென்று சொன்னேனே! சரியாகக் கணக்குப் பார்க்க வேண்டுமில்லையா?"

"எனக்கு எழுதப் படிக்கத் தெரியாது. என்னவென்று எழுதிக் கொள்ளவேண்டும்? சொல்லுங்கள். உங்களுக்குச் சம்மதமென்றால் எழுதிக்கொடுங்கள்...ஆனால் அப்படி எழுதிக் கொடுத்தால் நாலு பேருக்குத் தெரிந்துவிடும். அதெல்லாம் தேவையில்லை. நீங்கள் எடுத்துக்கொள்ளுங்கள். நான் தருகிறேன். இதற்கப்புறம் எழுதப் படிக்கிறதெல்லாம் எதற்கு?"

இதற்குள் சமையல் முடிந்துவிட்டது. பிறகு அந்த மருமகள் ஒரு குடுவையில் பால் கொண்டு வந்து கொடுத்து, "சோற்றுத் தவலையைக் கீழே எடுத்து வையுங்கள்; இந்தப் பாலை அடுப்பில் வைத்துக் காய்ச்சி விட்டுச் சாப்பிட உட்காருங்கள். நேரம் கொஞ்சமா ஆகிறது?" என்றாள்.

ஹஜாரி உட்பட எல்லாரும் அந்தச் சமையலை உண்டு மகிழ்ந்தார்கள். அவன் சொன்னது பொய் இல்லை, உண்மையிலேயே சாப்பாடு பிரமாதம் என்று அனைவரும் ஒருமுகமாக ஒப்புக்கொண்டார்கள். இம்மாதிரி சாப்பிடுவது இருக்கட்டும்; சாதாரணக் காய்கறிகளை இவ்வளவு நன்றாகச் சமைக்க முடியும் என்று அவர்கள் கேள்விப்பட்டதுகூட இல்லை!

மாலை நேரம்; சற்று ஓய்வு எடுத்துக்கொண்டபின் ஹஜாரி புறப்படத் தயாரானான். மறுபடியும் ஒருதரம் அந்த வீட்டு மருமகளைப் பார்க்கவேண்டுமென்று தோன்றியது அவனுக்கு. நாட்டுப்புறத்தில் அப்படி ஒன்றும் பெண்கள் தலைமறைவாகப் பின்கட்டிலேயே இருப்பதில்லை என்பது அவனுக்குத் தெரியும். மேல்சாதிக்காரரிடையேதான் இந்த விஷயத்தில் சற்றுக் கெடுபிடி; வெளியில் அதிகமாக அவர்கள் தலைகாட்ட மாட்டார்கள். இந்தப் பெண்ணிடம் அவனுக்குப் பாசம் ஏற்பட்டது. இவளது கள்ளங்கபடற்ற இயல்பைக் கண்டு மிகவும் பிடித்திருந்தது அவனுக்கு; பணவிஷயமாக இவளோடு பேசவேண்டும் என்றும் பட்டது. இதற்குள் அதுபற்றி ஒரு யோசனை அவனுடைய மனசில் தோன்றியிருந்தது. குஸுமாவும் இந்தப் பெண்ணும் அவனுக்குப் பணம் கொடுத்து உதவினால் அவன் வெகுநாளாகக் கண்டுவரும் கனவு – ஓட்டல் நடத்துவதுதான் – நனவாகும் என்பதே அது. இவர்களுடைய பணத்தை அவன் வீணாக்கமாட்டான்; அது நிச்சயம்! ஏன், அதைப் பலமடங்கு விருத்தி செய்து இவர்களுடைய கையில் தர அவனால் முடியும்! – சாப்பிடும்போது இப்படியெல்லாம் எண்ணங்கள் உண்டாயின.

இவர்களுடைய வீட்டை விட்டு வெளியேறி, பெரிய சாலையில் திரும்பியதும் ஒரு குட்டையின் வழியாகப் போகவேண்டும். பெரிய புளியமரம் ஒன்றும், அதைச் சுற்றி வேறுபல காட்டுமரங்களும் மண்டிக் கிடந்ததால், வெளியிலிருந்து பார்ப்பவர்களுக்கு அங்கே எவரேனும் இருந்தாலும் தட்டுப்பட மாட்டார்கள்.

குட்டையின் கரையைக் கடந்து ஹஜாரி சற்று நடந்ததும் புளிய மரத்தின் நிழலில் அந்தப் பெண் தன்னை எதிர்பார்த்து நிற்பதைக் கண்டான்.

"போய் வருகிறீர்களா, பெரியப்பா?"

"ஆமாம்; வருகிறேன், அம்மா! நீ ஏன் இங்கே நிற்கிறாய்?"

"நீங்கள் இந்த வழியாகத்தான் போவீங்க என்று தெரியும். அதனாலேதான் நிற்கிறேன். இரண்டு வார்த்தை உங்களிடம் சொல்ல வேண்டும். நீங்கள் சமைத்த கூட்டு நன்றாக இருந்தது, பெரியப்பா! நாங்களுந்தான் சமைக்கிறோம். எங்களுக்கும் எது நன்றாக இருக்கும், எது மட்டமாக இருக்கும் என்று தெரியும். இந்த மாதிரி ஒரு சாப்பாடு நாங்கள் இதுவரை சாப்பிட்டதில்லை. இன்னும் ஒரு சங்கதி; நான் சொன்னேனே, என்னிடம் பணம்

இருக்கிறது என்று; அது நினைவு இருக்கிறதா? என்ன முடிவு பண்ணினீங்க? உங்களுக்கே தெரியும், புக்ககத்தைவிடப் பிறந்த வீட்டுக்காரங்களைத்தான் பெண்பிள்ளைகள் நம்புவாங்க. இந்த வீட்டுக்காரங்க கையிலே பணம் சிக்கினால் இரண்டே நாளிலே பஞ்சாய்ப் பறந்துவிடுமே!"

"இப்போது உன் பணத்தை வாங்கிக் கொள்ளவில்லை, அம்மா! அப்புறம் இந்தப் பக்கம் வருவேன். உன்னைக் கண்டு பேச நேரம் இருக்கும். அப்போது பணம் தேவை என்றால் வாங்கிக் கொள்கிறேன்."

"இன்னும் எத்தனை நாளுக்குள் வருவீங்க?"

"அதை எப்படிச் சொல்வது? இரண்டு மாசகாலமாவது ஆகும். தசராவுக்கு அப்புறம் ஐப்பசி-கார்த்திகை வாக்கிலே உன்னை வந்து பார்க்கிறேன்."

"அப்படியானால் நினைவு வைத்துக்கொள்ளுங்கள்."

"சரி, அம்மா...! நல்லது, வருகிறாயா சின்னம்மா? சதி சாவித்திரி மாதிரி நல்ல பெயரும் செல்வாக்குமாக நீ விளங்கவேண்டும். இதுதான் என் ஆசீர்வாதம்!"

நேரம் ஆகிவந்தது. ஹஜாரி சாலை வழியே செல்லலானான். அந்த யாதவக் குடும்பத்தார் எல்லாரும் – அவர்களிலும் சிறப்பாக அந்த மருமகள் – அவனை அன்று தங்கியிருக்கும்படிதான் கேட்டுக் கொண்டார்கள். ஆனாலும் அவன் அங்கே இருக்க முடியுமா? அவசியம் போய்த்தானே ஆகவேண்டும்? கையில் கொஞ்சமாவது பணம் சேர்த்துக் கொள்ளும்வரை அவனுடைய மனசில் நிம்மதி இராது.

இந்தப் பெண் மிகவும் அற்புதமானவள்! படிக்காதவளாக இருக்கலாம்; குஸுமாவைப்போல் அனுபவ அறிவு இல்லாதவளாக இருக்கலாம் – ஆனாலும் மிகவும் நல்ல பெண்.

வழியில் இருபுறமும் காடும் புதரும் அடர்ந்திருந்தன. நதீயா மாவட்டத்திலிருந்து யசோஹர் மாவட்டம் நெருங்க நெருங்க இந்தக் காடு பின்னும் செறிவுடன் காணப்பட்டது. சில இடங்களில் மிகமிக அடர்த்தியாக இருந்ததால், எங்கே பகலிலேயேகூட புலியிடம் சிக்கிக் கொண்டுவிடுவோமோ என்றுகூட ஹஜாரிக்கு அச்சமாக இருந்தது. இந்தப் பக்கத்தில் ஊர்கள் அதிகம் இல்லை; அதனால் எவரும் இப்படி அஞ்சுவது இயல்பே.

அந்தி நெருங்கும்போது பாலு பஜார் என்ற இடத்துக்கு வந்து சேர்ந்தான். ரயில் போக்குவரத்து ஏற்படுவதற்குமுன்

இந்த ஊர் மிகவும் பெரியதாகத்தான் இருந்ததாம். தன் ஊரில் வாழ்ந்த முதியவர்கள் இப்படிச் சொல்லிக் கேட்டிருக்கிறான். இப்போதுகூடக் கிழக்குப் பகுதியிலிருந்து இங்குள்ள கங்கைக் கரையருகில் பிணத்தைக் கொளுத்துவதற்கு ஏராளமான மக்கள் வந்துகொண்டுதான் இருந்தார்கள். அவர்களுக்காகவே இன்னும் அது ஒரு சிற்றூர் என்று பெயருக்காவது சொல்லும் அளவுக்கு இருந்து வந்தது.

பாலு பஜாரைப் பார்த்ததும் ஹஜாரிக்கு மகிழ்ச்சி மூண்டது. சிறுவயது முதல் இதைப் பற்றிக் கேள்விப்பட்டு வந்தாலும் இந்த ஊரை அவன் இதுவரை பார்த்ததில்லை. இடம் நல்ல இடந்தான். 'இதுதானே பாலு!' – இவனுடைய உறவினன் ஒருவன் யசோஹர் பக்கம் சம்பந்தம் செய்துகொண்டான். அவனுடைய கிழமாமியாரின் பிணத்தை எடுத்துக்கொண்டு இந்த வழியாகத் தான் வந்துகொண்டிருந்தார்கள். பாலு பஜார் அருகே வரும்போது பேய்கள் தென்பட்டனவாம்! அந்த உறவினர் இதைப் பற்றி இரண்டு மூன்று தரம் சொல்லிக் கேட்டிருக்கிறான் ஹஜாரி.

அவன் கடைகண்ணிகளையெல்லாம் சுற்றிப் பார்த்தான். மொத்தம் ஒன்பது கடைகள். அவற்றில் அரிசி, பருப்பு மளிகைக் கடைகள், ஜவுளிக்கடைகள் இப்படிப் பல இருந்தன. ஒரு கடைக்காரனைப் பார்த்து அவன், "கொஞ்சம் புகையிலை இருக்குமா?" என்று கேட்டான்.

"நீங்கள்?"

"குலீனர்கள் (மேல் குலம்)"

"வணக்கம். வாருங்கள்...எங்கே போகவேண்டும்? குந்துங்க, ஐயா...! அடே! இந்த ஐயாவுக்குப் புகையிலை நிரப்பித் தாடா...! புதுசாத் தண்ணீர் ஊற்றி ஹுக்காவை எடுத்து வா!"

அந்தக் கடையில் என்ன சாமான் விற்பனையாகிறதென்று முதலில் புரியவில்லை, ஹஜாரிக்கு. ஒருபக்கம் வெல்லக்கட்டி, அரிசி எல்லாம் குவித்து வைத்திருந்தார்கள். இன்னொரு பக்கம் பெரிய பெரிய பலசரக்கு மூட்டைகள். கடைக்காரன் முதியவன். வயசு அறுபத்தைந்திலிருந்து எழுபதுக்குள் இருக்கும். நோஞ்சலான ஒற்றை நாடி உடல். கழுத்தில் துளசிமாலை.

"இந்தாருங்கள், ஐயா! புகையிலை எடுத்துக்கொள்ளுங்கள். எங்கே போகவேண்டும்?"

"வேலை தேடிப்போகிறேன். ராணாகாட்டில் பேச்சூ சக்ரவர்த்தியின் ஓட்டலிலே ஏழு வருஷகாலம் சமையல் செய்து

வந்தேன்... என் பெயரைக் கேள்விப்பட்டிருப்பீர்கள் என்று நினைக்கிறேன். நன்றாகச் சமைப்பேன் என்று சொல்வார்கள் எல்லாரும். அந்த வேலை போய்விட்டது. அதனாலேதான் இந்தப் பக்கம் ஏதாவது வேலை கிடைக்குமா என்று தேடிக் கொண்டிருக்கிறேன்"

கடைக்காரன் முன்னைவிட அதிக மரியாதையுடன் ஹஜாரியை நோக்கினான். 'நாட்டுப்புறத்துக் கோயில்களில் பூசாரி வேலை பார்க்கும் அப்பாவி இல்லை இந்த ஆசாமி! ராணாகாட் போன்ற பெரிய ஊரில் பெரிய ஓட்டலிலே பரிசாரகத் தொழில் செய்கிறவர் இவர்; ஏழெட்டு வருஷம் அனுபவம் உள்ளவர். பெரிய மனுஷங்களோடு பழகியிருக்கவேண்டும். நாம் நினைப்பதுபோல் சாதாரணமான பேர்வழி இல்லை' என்று புரிந்துகொண்டான்.

ஹஜாரி, "இரவு நேரம் ஆகிவிட்டதே, இங்கே தங்கலாமா? என்றான். கடைக்காரன் மிகவும் மகிழ்வுடன், "தாராளமாகத் தங்கலாம். எங்கள் வீட்டுப் பின்கட்டுப்பக்கம் ஓர் அறை இருக்கிறதுங்க. அதில் நீங்கள் சாப்பிட்டுவிட்டுப் படுக்கலாம்" என்றான்.

அப்போது பேச்சோடு பேச்சாக ஹஜாரி, "அது சரி; இங்கே அன்றாடம் கங்கைக் கரைக்கு எத்தனை பேர் வந்து போவாங்க?" என்றான்.

"இப்போதெல்லாம் அதிகமாக வருகிறதில்லை... முன்னே எட்டுப் பத்துக் குடும்பம் வரும். ஒவ்வொரு குடும்பத்திலேயும் பத்து, பன்னிரண்டு பேர் இருப்பாங்க... இப்போதோ ஒரு நாள் யாருமே வரமாட்டாங்க. ஒருநாள் மூன்று குடும்பத்தார்; ஒருநாள் அதிகமாகப் போனால் நாலு குடும்பத்தார் வருவாங்க. முன்னெல்லாம் ஜனங்கள் கையில் நாலு காசு இருக்கும். பிணத்தைக் கொளுத்திக் கங்கையிலே விட்டுவிடுவாங்க. இப்போது கையிலே காசு புரளவில்லை, பாருங்கள்! செத்தால் ஆற்றங்கரை, கால்வாய், ஏரிப்பக்கம் – இப்படி அங்கங்கேயே பிணத்தைக் கொளுத்தி விடறாங்க!"

'பாலு பஜாரில் ஒரு சிறிய ஓட்டல் நடத்திப் பார்க்கலாமா?' என்றுதான் ஹஜாரி எண்ணினான். ஒரு நாளைக்கு கங்கை யாத்திரைக்கு மூன்று குடும்பம் வந்தால் போதும்; மொத்தம் முப்பது பேர் சேருவார்கள். இவங்களெல்லாரும் சாப்பிடுவதாக இருந்தால், அவனுக்கு மாதம் ஒன்றுக்கு எல்லாச் செலவும் போக ஐம்பது அறுபது ரூபாய் லாபம் மிஞ்சும். குறைந்தபட்சமாகப்

பத்துப்பேர் வந்தாலும் போதும்! பிறரிடம் ஊழியம் செய்வதைவிட இது எவ்வளவோ மேல் இல்லையா? இதுவரை மற்றவர்களிடம் உழைத்து அவன் கண்டது, மாசம் ஏழு ரூபாயும் கணக்கற்ற வசையும் திட்டுந்தான். அதுமட்டுமா? எப்போதும் அஞ்சி நடுங்கிக் கொண்டே இருக்கவேண்டியிருக்கிறது. அன்றாடம் பத்துப்பேர் வந்து சாப்பிட்டாலும் கடைசிப்பட்சம் பன்னிரண்டு, பதின்மூன்று ரூபாயாவது லாபம் கிடைக்கும்.

மறுநாள் காலை எழுந்ததுமே அவன் கோபால நகருக்குப் புறப்பட்டான். கையில் இருந்த காசே போதும் - ஐந்தாறு ரூபாய் ரொக்கம் இருந்தது. கவலைக்கே இடமில்லை. முந்திய நாள் இரவு கடைக்காரன் அரிசி, பருப்பு, தோண்டி எல்லாம் தருவதாகச் சொன்னான். ஹஜாரி வேண்டாமென்று சொல்லிவிட்டுத் தன் கையிலிருந்தே செலவு செய்தான்.

நடுப்பகல், வெயில் மிகுதியாக இருந்தது. மனித சந்தடியற்ற பாதை. இருபுறமும் சில இடங்களில் காடும் புதரும் மண்டிக் கிடந்தன; சில இடங்களில் வெட்டவெளி; ஊரே தென்படவில்லை. உழவர்கள் குடியிருக்கும் இரண்டொரு பட்டிக்காட்டைத் தவிர, ஊர் என்று சொல்லக்கூடிய ஏதும் இல்லை. இரண்டு மணிநேரம் நடந்திருப்பான். அப்போது ஹஜாரிக்குத் தாகம் எடுத்தது. சற்றுத் தொலைவில் குட்டை ஒன்று இருந்தது. அதனருகில் வந்து அமர்ந்தானோ இல்லையோ, காலி மாட்டுவண்டி ஒன்று அந்தப் பக்கத்து பாதை வழியாக இறங்கிவருவதைப் பார்த்தான். வண்டிக்காரனைக் கூப்பிட்டு, "அருகே ஏதாவது கிராமம் இருக்கிறதா, அப்பா? குடிதண்ணீர் வேண்டும்" என்றான்.

வண்டிக்காரன், "என்னோடு வாருங்கள், ஐயா! அருகிலேயே சின்கர் (ஸ்ரீநகர்) சிம்லே என்ற ஊர், அங்கே மேட்டுக்குடிகள் இருக்கிறாங்க. வண்டியிலே ஏறிக்கொள்ளுங்க" என்றான்.

ஹஜாரி ஸ்ரீநகர்-சிம்லே என்ற ஊரின் பெயரைக் கேள்விப் பட்டிருக்கிறான். கிராமத்தில் வண்டி நுழைந்தது. அது ஊராக இல்லை; மனித சந்தடியற்ற காடு! பொழுது ஏறியும் அந்தக் கிராமத்தில் இன்னும் வெயில் ஒளி புகுந்தபாடில்லை! பழமையான மாந்தோப்பும் பலாத்தோப்பும் தெரிந்தன; மற்றபடி மூங்கில் புதரும் இன்னும் என்ன என்னவோ மரங்களும் அடர்ந்து வளர்ந்திருந்தன. வண்டிக்காரன் குரல் கொடுத்ததும் ஒரு வீட்டினுள்ளிருந்து அதன் எஜமானர் வெளியே வந்தார். மலேரியாக் காய்ச்சலில் அடிபட்டு மெலிந்த உடல். தலை ஏறக்குறைய வழுக்கை தட்டிவிட்டது.

வயசு முப்பதும் இருக்கலாம்; ஐம்பதும் இருக்கலாம். அவர் வெளியே வந்து ஹஜாரியைப் பார்த்ததும் வண்டிக்காரனிடம், "உன்னோடு வந்திருப்பவர் யார்?" என்றார்.

அவன், "இந்த ஐயா, பெரிய பாதையோரம் மளிகைக்காரன் குட்டை (முதிர்புகுர்) அருகில் குந்திக்கொண்டிருந்தார். 'குடி தண்ணீர் இருக்குமா இந்தப் பக்கம்?' என்று கேட்டார். 'சரி; வாருங்கள். எங்கள் ஐயா வீட்டுக்கு வந்து தண்ணீர் சாப்பிடுங்கள்' என்று கூடவே இட்டுவந்தேன்" என்றான்.

வீட்டுக்காரர் முன்னே வந்து ஹஜாரியைக் கைகூப்பி அவனை வரவேற்றார். "வாருங்கள்! இங்கே உட்கார்ந்து இளைப்பாறலாம்... அடே! அங்கே பூஜை மண்டபத்துத் திண்ணையிலே பாய்போட்டு ஐயாவை உட்காரவை...வாருங்கள்..." என்றார்.

இந்தப் பக்கத்துப் பட்டிக்காடுகளில் விருந்தோம்பலுக்குக் குறைவில்லை. அரை மணிநேரத்துக்கெல்லாம் ஹஜாரி கைகால் முகம் கழுவிக் கொண்டான். தென்னைமரத்திலிருந்து அப்போதுதான் பறித்தெடுத்த இளநீர்க்காயை வெட்டி அவனுக்குக் கொடுத்தார்கள். அதைப் பருகிவிட்டு நிம்மதியாக ஹுக்காவிலிருந்து புகையை இழுக்கலானான்.

வீட்டு எஜமானரின் பெயர் பிஹாரிலால் பாண்டுஜ்ஜே. என்றுமே எவரிடமும் போய் ஊழியம் செய்தவரில்லை அவர். ஏராளமான நிலபுலன் உண்டு. மாடு, குளத்துமீன், மா, பலாத்தோப்புகளுக்கும் குறைவில்லை. அவரே ஹஜாரியிடம் இவற்றையெல்லாம் ஏதோ கதை சொல்வதுபோல் சொன்னார்.

பிஹாரி பாண்டுஜ்ஜே "இந்த ஸ்ரீநகர்-சிம்லே பெரிய கிராமந்தான். முன்பு கிஷ்டநகர் அரசர்களின் தலைநகரம். காட்டுக்குள்ளே அந்த அரசரின் அரண்மனை – செங்கல்லால் கட்டினது – இன்னுங்கூட இருக்கிறது. அப்புறம் போய்ப் பார்க்கலாம், வாருங்கள். இன்றைக்கே கிளம்பிவிடுகிறீர்களா என்ன? கூடாது, கூடாது! அதெல்லாம் முடியாது! இரண்டு நாள் இங்கே தங்கிவிட்டுத்தான் போகவேண்டும். உங்கள் தாயார்-தகப்பனார் ஆசீர்வாதத்தால் எங்களுக்கு எல்லா வசதியும் உண்டு. ஆனால் மனிதர்கள் வந்து போகாததால் மனசுக்கு ரொம்பக் கஷ்டமாக இருக்கிறது. சிறுவயசில் நானே பார்த்திருக்கிறேன்; இந்த அக்கிரகாரத்தில் முப்பது முப்பத்திரண்டு குடும்பத்தார் இருந்தது உண்டு. இப்போது மொத்தம் ஏழே குடும்பத்தார்தாம் இருக்கிறார்கள். அவர்களிலேயும் இரண்டு குடும்பத்தார்

பன்னிரண்டு மாசமும் வெளியூர்களிலேயே இருக்கிறார்கள். உங்களுக்குச் சொந்தம் எந்த ஊர்?" என்றார்.

"ஐயா! எண்டோசோலாதான். காங்நாபுர் ஸ்டேஷனிலே இறங்கி நடக்க வேண்டும்."

"அப்படியானால் நீங்களும் நம் பக்கத்தவர்தாம்! தாராளமாக இங்கேயே வந்து இருந்துவிடலாமே! நீங்கள் வசிக்க வீடு, உழுது பயிரிட நிலம் எல்லாம் தருகிறேன். இன்னும் ஒரு குடும்பம் நம் கிராமத்திலே கூடுதலாயிற்று என்ற திருப்தி ஏற்படும் எங்களுக்கும். வர மாட்டீங்களா?"

ஹஜாரிக்கு நடுக்கம் எழுந்தது. அட இழவே! இந்தப் பட்டிக்காட்டிலே யாரால் வாழ முடியும்? அப்படியும் தலையில் எழுதியிருந்தால்...? பட்டணவாசத்தில் அந்த ஜன சந்தடியிலும், அலுவலிலும், பரபரப்பிலும் இருந்து அவனுக்கு அதுவே பிடித்து விட்டது. கடைசியில் முதிய வயசில் இங்கே வந்து சாக வேண்டுமா? அவனுக்கு வயசு இப்போது நாற்பத்தாறு. இன்னும் நெடுநாள் வாழக்கூடும். உற்சாகம், மனவுறுதி, உடல் உறுதி எல்லாம் இருக்கின்றன இன்னும். இவற்றோடு, ஓட்டல் நடத்துவது எப்படி என்று அவனுக்குத் தெரியும். ஓர் ஓட்டலைத் தொடங்கினால் அவனுக்குப் பத்து வயசு குறைந்தமாதிரி ஓர் உற்சாகம் வந்துவிடும்; புத்துயிர் பெற்றவனைப் போல் ஆவான். பயிர்த்தொழிலில் அவனுக்கு என்ன தெரியும்?

ஓட்டல் பற்றிய செய்தியை ஹஜாரி இங்கே வெளியிட வில்லை. காரணம், ஓட்டல் சமையற்காரன் என்றால் பலருக்கு 'இழிந்தவன்' என்று ஓர் எண்ணம். ஒருவிதமாகத்தான் பார்ப்பார்கள் இவனை! அதிலும் இந்தமாதிரி பட்டிக்காடுகளில் இவனைப் போன்றவர்களுக்கு மதிப்பு இராது!

ஸ்ரீநகரில் தங்கிவிட ஹஜாரிக்கு மனம் ஒப்பவில்லை. இந்த மாதிரி பட்டிக்காட்டில் இருண்டு வெறிச்சோடிக் கிடக்கும் ஊரில் இருப்பதென்றால், அவனுக்கு மூச்சே திணறி நின்றுவிடும்போல் பட்டது. எனவே, மாலையிலேயே அவன் அந்தப் பட்டிக்காட்டை விட்டுக் கிளம்பினான். சாலையை அடைந்ததும் 'அப்பாடா!' என்று பெருமூச்சு விட்டான். அப்பப்பா! இருபது பிகா நிலம் கொடுத்தாலும் இந்தப் பட்டிக்காடு வேண்டாமப்பா! மனிதன் இங்கே இருப்பானா? கல்லுரல் மாதிரி குந்திக்கொண்டு உறையில் இருக்கிற நெல்லைக் குற்றிச் சாப்பிட்டுக்கொண்டு காலங்கழிப்பதா? எப்பேர்ப்பட்ட காடுடா, அப்பா!

பாதையோரம் யாரோ ஒருவன் விறகை வெட்டிக் கொண்டிருந்தான். ஹஜாரி அவனிடம், "அருகில் ஏதாவது கடைத்தெரு இருக்கிறதா?" என்றான்.

அந்த ஆள் ஹஜாரியைச் சற்றே திரும்பிப் பார்த்ததும் மௌனமாக நின்றான். பிறகு, "சிம்லேயிலிருந்து வருகிறீங்களா?" என்றான்.

"ஆமாம்!"

"அங்கே வீடு வாசல் உண்டோ உங்களுக்கு! நீங்க என்ன சாதி?"

"குலீனர்கள் (மேல்குலம்)."

"வணக்கங்க. எங்கே புறப்பட்டுப் போகிறீங்க?" நாட்டுப் புறத்தில் இப்படித்தான் காரணம் இல்லாமல் ஆயிரம் கேள்வி கேட்டு வெறுப்பு மூளும்படி செய்துவிடுவார்கள்; இது ஹஜாரிக்குத் தெரிந்ததுதான். இதுதான் அவர்களது இயல்பு. ஹஜாரியும் முன்பு இப்படித்தான் இருந்தான். ஆனால் இத்தனை காலமாக ராணாகாட்டில் இருந்து இருந்து, தனக்குப் பழக்கம் இராதவர்களிடம் இதெல்லாம் கேட்கக்கூடாது; கேட்டால் அவர்களுக்கு எரிச்சல் வரும் என்று புரிந்து கொண்டான். இப்போது அந்த ஆளிடமிருந்து தப்பினால் போதும் என்று சுருக்கமாக இரண்டொரு வார்த்தையில் பதில் சொல்லி "இந்தப் பக்கத்தில் எங்கேயாவது கடை கண்ணிகள் இருக்குமா?" என்றான்.

"கோபால் நகரில் பெரிய கடைவீதி இருக்குதுங்க; போய்ப் பாருங்க! இரண்டு கல் தொலைவு இருக்கும் இங்கிருந்து."

கோபால்நகர் என்ற பெயர் ஹஜாரிக்கு மிகவும் பழக்கமானது. இந்தப் பக்கத்திலேயே பெரிய ஊர் அது. ஆகவே, எல்லாருக்கும் தெரிந்த பெயர்.

பகல் உணவு சற்று அதிகமாக உட்கொண்டதால் இரவில் சாப்பிடத் தேவையில்லை. தலை சாய்க்க எங்கேயாவது இடம் கிடைத்தால் போதும். எனவே, ஹஜாரி இப்போது ஒரு கவலையுமின்றி நடந்து சென்றான். இந்தச் சில நாட்களாக அவனது வாழ்வே புதுவிதமாக இருந்தது. விடியற்காலையில் எழுந்தாக வேண்டும் என்ற கட்டாயம் இல்லை! வேலைக்காரி பத்மா அவனைப் பார்த்து முகத்தைக் கோணிக் கொள்வதைப் பார்க்க நேரமில்லை. பேச்சூ சக்ரவர்த்தியிடம் கடையில் வாங்க வேண்டிய சாமான் பட்டியல், அதற்கான செலவு பற்றியெல்லாம் கணக்குக் கொடுத்தாக வேண்டியிருக்குமே;

அந்த வேலையும் இல்லை! அதுமட்டுமா? பத்துச் சேர் கரி போட்டு மூட்டிய அடுப்பின் எதிரே அனலில் காலை முதல் பகல் ஒரு மணி வரைக்கும், மாலை முதல் இரவு பன்னிரண்டு வரைக்கும் கரண்டியை வைத்துக்கொண்டு சோற்றைக் கிளறிக் கொண்டிருக்கவோ, பரிமாறிக்கொண்டு திண்டாடவோ வேண்டியிருக்கவும் இல்லை. 'நல்லவேளை பிழைத்தோம்!' என்று நிம்மதிப் பெருமூச்சு விட்டான்.

வழியில் ஒரு மரத்தின் அடியில், நன்றாகப் பழுத்த வில்வப்பழம் ஒன்று விழுந்து கிடந்தது. அதைப் பார்த்ததும் எடுத்து வைத்துக் கொண்டான். காலையில் அதை உண்ணலாம்.

எல்லாம் சரியாகத்தான் இருந்தன. ஆனாலும் ஹஜாரிக்கு இப்படி ஊர்சுற்றித் திரிவது பிடிக்கவில்லை! வீணாக அலைந்து திரிந்து என்ன பயன்? இதைவிட ஓர் இடத்தில் வேலை கிடைத்தால்...? அதுதான் நல்லது! இப்படி எத்தனை நாள் ஓட்டுவது? பேச்சூ சக்ரவர்த்தியின் ஓட்டலை விட்டு ஒருமாசம் கூட ஆகவில்லை... அவனுக்கு வேண்டியது வேலைதான். உழைக்க எப்போதுமே அவன் அஞ்சியதில்லை. 'சதா உழைத்து இரண்டு காசு சம்பாதிக்க வேண்டும்; நல்ல பெயர் எடுத்து முன்னுக்கு வரவேண்டும்' இதுதான் அவன் கோரிக்கை. யார்யார் வீட்டிலோ சாப்பிட்டுக்கொண்டும் ஊர் ஊராகத் திரிந்துகொண்டும் நேரத்தை வீணடிப்பதில் பயன் இல்லை.

கோபால் நகர் கடைவீதிக்கு வந்து சேரும்போது வெகுநேரமாகி விட்டது. பெரிய கடைவீதிதான். பல சின்னஞ்சிறு கடைகளும் இருந்தன; நன்றாக வியாபாரம் நடக்கக்கூடிய இடம். ஹஜாரி ஒரு பெரிய ஜவுளிக்கடையின் எதிரே இருந்த குழாயருகில் போய்க் கைகால்களையும் முகத்தையும் கழுவிக்கொண்டான். அருகிலேயே காளிகோயில் ஒன்று இருந்தது. அதன் வாயிலண்டை பந்தலின்கீழ் அமர்ந்திருந்தவன் பூசாரிபோல் இருக்கிறது – ஹுக்காவில் புகை இழுத்துக்கொண்டிருந்தான். ஹஜாரி அவனை நெருங்கி, சிறிது புகையிலை இருக்குமா என்று கேட்க வந்தான்.

"நீங்கள் வந்து..."

"குலீனர்கள் (மேல்குலம்)."

"சரி; உட்காருங்கள்."

"நீங்கள் இங்கே பூஜை செய்கிறீர்களில்லையா?"

"ஆமாம். எங்கேயிருந்து வருகிறாப்போலே?"

"சொந்த ஊர் காங்நாபுருக்கு அருகில் எண்டோசோலா.

பரிசாரகத் தொழில்; வேலை தேடிக்கொண்டிருக்கிறேன். இங்கே யாருக்கேனும் சமையலுக்கு ஆள் தேவையா?"

"இதோ இந்தப் பெரிய ஜவுளிக்கடையிலேயே போய் விசாரியுங்கள். முதலாளி நல்ல சொத்துக்காரர். அவர் வீட்டிலே சமையற்காரர் இருக்கிறார்போலத்தான் இருக்குது. முதலாளி ஐயாவின் தம்பிக்குத் திருமண ஏற்பாடு நடக்குது. இந்தச் சமயத்தில் புதிதாகச் சமையலுக்கு ஆள் தேவைப்படலாம். அவர் எண்ணெய் வணிகர். இந்தப் பக்கத்தில் வியாபாரமே அவர் கையில்தான் இருக்குது. அதோடு, சொத்துக்குக் குறைவில்லை!"

ஹஜாரி அந்த ஜவுளிக்கடையில் நுழைந்தான். கன்னங்கரிய மேனியுடன் ஒருவர் திண்டில் சாய்ந்து அமர்ந்திருந்தார். அவர்தாம் கடை முதலாளி என்று மற்றவர்கள் சொல்லாமலே கண்டுகொள்ள முடிந்தது. ஹஜாரி உள்ளே வந்ததைக் கவனித்த அவர், "வாருங்கள்! என்ன வேண்டும்...? அந்தப் பக்கம் போய்ப் பாருங்கள்... ஜவுளி வகை இருக்கிறது... அடே! இவருக்கு என்ன வேண்டும் கவனியுங்கள்!" என்றார். இப்படிச் சொன்னதும் கடையின் மறுபகுதியில் அலுவலில் ஈடுபட்டிருந்த சிப்பந்திகளைச் சுட்டிக்காட்டினார்.

ஹஜாரி, "ஐயா! உங்களைப் பார்க்கத்தான் வந்தேன். எனக்குச் சமையல் தொழிலில் நல்ல பழக்கம்; குலீனர்கள் வழிவந்தவன். உங்கள் வீட்டில் சமையலுக்கு ஆள் தேவைப்படலாம் என்று கேள்விப்பட்டேன்..." என்று இழுத்தான்.

"ஓ! சமையலில் தேர்ச்சி உண்டா...? முன்னே எங்கே இருந்தீங்க?"

"ராணாகாட் ஓட்டலில்; ஏழு வருஷம் அந்த வேலையில்தான் இருந்துவந்தேன்."

"ஓட்டலிலா? ஓட்டல் வேலையும் வீட்டு வேலையும் ஒரே மாதிரி என்பதற்கில்லையே! நல்ல சமையல்தான் தேவை. உங்களால் அது முடியுமென்றால் சொல்லுங்கள்! கல்கத்தாவிலிருந்து அடிக்கடி பல விருந்தாளிங்க எங்க வீட்டுக்கு வந்துபோவாங்க" என்றார் கடை முதலாளி. ஹஜாரி தனக்குள் சிரித்தபடி சொல்லிக்கொண்டான்: 'உனக்கென்ன தெரியும் சமையலின் சுவையைப்பற்றி? ஜவுளி வியாபாரத்திலேயே உயிரை விட்டுக் கொண்டிருக்கிறாய்? என் சமையலைப் போல் நீ கண்டிருப்பாயா? ஊஹூம்...'

ஆனால் அதை வெளிக்காட்டிக் கொள்ளாமல், "ஐயா!

ஒருநாள் சமைத்துக் காட்டுகிறேன். நன்றாக இருந்தால் இங்கேயே இருக்கிறேன். இந்த ஒரு நாளைக்குச் சும்மாவே சமைக்கிறேன்; நீங்கள் எனக்கு ஒன்றும் தரவேண்டாம்!" என்றான்.

கடை முதலாளி வியாபார முறை அறிந்தவர். இன்னார் இன்னார் இப்படி இப்படி இருப்பார்கள் என்று கண்டுகொள்ளும் திறமையுள்ளவர். ஹஜாரி பேசும் தோரணையிலிருந்தே அவன் பேசியது தற்பெருமையில்லை என்று புரிந்துகொண்டார். "சரி; எங்கள் வீட்டுக்குப் போய் வாருங்கள். எதிர்த்தெரு வழியாக நேரே போய் இடது புறம் திரும்பினால் பெரிய வீடு ஒன்று தெரியும்... அடே நிதாயி! நீ ஐயாவோடு போய் நம் வீட்டிலே சசிதரனிடம் இவரை விட்டுவிட்டு வா! இன்றையிலிருந்து இவரைத்தான் நம் வீட்டில் சமையலுக்கு ஏற்பாடு செய்திருக்கிறோம் என்று சொல், புரிந்ததா...? சரி; அழைத்துக் கொண்டு போ! சம்பளத்தைப் பற்றி அப்புறம் பேசிக் கொள்ளலாம் இல்லையா, ஐயா? இரண்டு மூன்று நாள் கழித்து அதைப்பற்றி முடிவு செய்யலாம்...! என்ன... உம்... இவரை இட்டுக்கொண்டு போ, நிதாயி!" என்றார்.

முதல்நாள் சமையலிலேயே ஹஜாரி நல்ல பெயர் வாங்கிவிட்டான். உடனே மாதம் பத்து ரூபாய் சம்பளம் கொடுப்பது என்று வீட்டு எஜமானர் முடிவு செய்துவிட்டார். அவருடைய மனைவியோ ஆண்டில் பன்னிரண்டு மாசமும் உடல்நலம் சரியில்லாமல் கிடப்பவள். எழுந்து நடமாட முடிந்தாலும் குடும்பத்து அலுவல்களைக் கவனிக்க முடியாத நிலையில் இருந்தாள். இரண்டு பெண்களுக்குத் திருமணம் ஆகிவிட்டது. அவர்கள் புகுந்தவீட்டில் இருந்தார்கள். பதினேழு அல்லது பதினெட்டு வயசுப் பையன் ஒருவன் பள்ளிக்கூடத்தில் படித்துக்கொண்டிருந்தான்; இன்னும் ஒரே ஒரு மகள் - எட்டு வயசுச் சிறுமி இருந்தாள்.

அந்த வீட்டில் எல்லாருமே நல்ல சுபாவம் உள்ளவர்கள். இத்தனை காலம் பரிசாரகத் தொழிலில் ஈடுபட்டிருந்தபோது பிறரிடம் உழைப்பதென்றால் வெறுப்பாகத்தான் இருந்தது ஹஜாரிக்கு. ஆனால் இங்கே வந்தபிறகு அது நீங்கிவிட்டது. வீட்டு எஜமானர் வைசியர்; தம்மை விட எளியவர்களான உயர்குலத்தவரிடம் மதிப்பு வைத்திருந்தார். அதோடு ஹஜாரி நடந்துகொண்ட விதமும் அவனிடம் அனைவரும் பேரன்பும் பரிவும் கொள்ளும்படி இருந்தது.

சுமார் இரண்டு மாதகாலம் இப்படி அவர்களிடம் வேலை

பார்த்தபின் ஒருமாதச் சம்பளத்தைப் பெற்றுக்கொண்டு, "வீட்டுக்குப் போய்விட்டு வருகிறேன்" என்று அப்போதைக்கு விடை பெற்றுக்கொண்டான். வெகுநாளாக வீட்டுப்பக்கமே போகவில்லை; மகள் டேம்பியைப் பார்த்தும் நெடுங்காலமாகி விட்டதே...! ஜவுளிக் கடைக்காரரும் அன்போடு விடை கொடுத்தனுப்பினார்.

கோபால்நகர் ரயில் நிலையத்தில் வண்டி ஏறித் தன் ஊருக்கு அருகிலுள்ள நிலையத்துக்கு வந்து சேர மூன்றணா ரயில் கட்டணம். வீணாக மூன்றணா செலவழிப்பானேன் என்று, நடந்தே ஏழெட்டுக் கல் தொலைவிலுள்ள தன் கிராமத்துக்குக் கிளம்பினான் ஹஜாரி.

வீடு போய்ச் சேருவதற்குள் பொழுது சாய்ந்துவிட்டது.

டேம்பி ஓடோடிவந்து, "அப்பா! வா! வா! எங்கேயிருந்து கிளம்பி வருகிறாய்?" என்றாள்.

உடனே உள்ளேயிருந்து கை விசிறியை எடுத்துக்கொண்டு அவனுக்கு விசிறலானாள். ஹஜாரிக்கு அவள் விசிற விசிற உடலும் மனமும் பூரித்தன! இதமாக இருந்தது அவனுக்கு. தன் சுக செளக்கியங்களை மறந்து பல இன்னல்களையும் பொறுத்துக்கொண்டு ராணாகாட் ஓட்டலில் வேலை செய்தது டேம்பிக்காகத்தானே? இனியும் அப்படிச் செய்யத்தயார்...

வம்சீதரனின் தங்கை மகனோடு தன் மகளுக்கு...?

சரி; அதெல்லாம் இருக்கட்டும்...

அதேசமயம் டேம்பி, "அப்பா! அதஸி அக்கா அன்றைக்கு உன்னைப் பற்றிப் பேசிக் கொண்டிருந்தாள்..." என்று இழுத்தாள்.

"என்னைப் பற்றியா? ஹரிசரண் பாபுவின் மகளா...?"

"ஆமாம், அப்பா! நீ வந்து வெகு நாளாகிறதே என்றுதான் சொல்லிக் கொண்டிருந்தாள். வருகிறாயா, இன்றைக்குப் போகலாம்; அவர்களுடைய வீட்டுக்குப் போய் டீ சாப்பிடலாம்... கிராமஃபோன் பாட்டுக் கேட்கலாம்..."

அப்போது டேம்பியின் தாய் குளத்துப் படித்துறையில் குளித்துவிட்டு வீடு திரும்பிக் கொண்டிருந்தாள். சிரித்த முகத்துடன், "எப்போது வந்தீர்கள்?" என்றாள்.

ஹஜாரி, "இப்போதுதான்... எல்லாரும் செளக்கியந்தானே? பணம் கிடைத்ததா?" என்றான்.

"உம். அந்த வீட்டுச் சதீசன்தான் ராணாகாட்டிலிருந்து நீங்கள் ஒன்பது ரூபாயையும் அனுப்பிவைத்ததாகச் சொல்லிக்

கொடுத்துவிட்டுப் போனான். நடுவில் எங்கேயாவது வேறிடத்துக்குப் போயிருந்தீர்களா, என்ன?"

"ராணாகாட்டில் இப்போது வேலை செய்யவில்லை. கோபால் நகரில் இருக்கிறேன்... நல்ல இடம். வைசியர்கள்; நம்மைப்போல் ஏழை எளியவர்களான மேல்குலத்தவரிடம் மதிப்பு வைத்திருப்பவர்கள். பெரிய ஜவுளிக்கடை அவர்களுக்குச் சொந்தம். இரண்டு வேளைச் சாப்பாடு, காலையிலும் மாலையிலும் சிற்றுண்டி. ஒரு குறைச்சலும் இல்லை."

டேம்பி, "என்ன, அப்பா, சிற்றுண்டி கிடைத்தது?" என்றாள்.

"ஒருநாள் தேங்காய் போட்டு அவலைத் தாளித்து வைப்பதும், இன்னொருநாள் ஹல்வா மாதிரி இனிப்புப் பண்டம் செய்வதும் வழக்கம்."

டேம்பியின் தாய், "சரி; சற்று இளைப்பாறுங்கள். கையில் டீ பொட்டலம் இல்லை. இருந்தால் போட்டிருப்பேன்... டேம்பி! நீ போடி; சதீசன் வீட்டில் டீ இருக்கும். (அப்போது அவள் புருவங்களை உயர்த்தி ஏதோ ஜாடையாகக் குறிப்பிட்டாள்.) இரண்டு கரண்டி அளவு வாங்கிவா!" என்றாள்.

டேம்பி, "எதற்கு, அம்மா? நான் அப்பாவை அதஸி அக்கா வீட்டுக்கு அழைத்துக்கொண்டு போகிறேனே! அங்கே இந்த நேரத்துக்கு டீ தயாராகும். அதோடு சிற்றுண்டியும் இருக்கும்" என்றாள்.

இரண்டு தரம் இப்படி அதஸி வீட்டுக்குப் போகலாம் என்று பேச்செடுத்து விட்டாள் டேம்பி! எனவே, மகளின் விருப்பத்துக்கு இசையாமல் இருக்கமுடியவில்லை ஹஜாரியினால்... டேம்பி சொல்லிவிட்டால் போதும்; அந்த உத்தரவை அவனால் மீறமுடியாது.

ஹரிசரண்பாபு தம் வீட்டின் வராந்தாவில் அமர்ந்திருந்தார். ஹஜாரியைப் பரிவுடன் வரவேற்று நாற்காலியில் அமரச்செய்தார்.

"வா, அப்பா, ஹஜாரி! எப்போது வந்தாய்? டேம்பி! போய் உன் அதஸி அக்காவிடம், எங்களுக்கு டீ கொண்டுவரச்சொல். நான் கூட இன்னும் டீ குடிக்கவில்லை."

"ஐயா செளக்கியந்தானே?"

"ஆமாம், அப்பா! நீயும் செளக்கியந்தானே? ஓட்டல் வேலை எப்படி இருக்கிறது? ராணாகாட்டில்தானே இருக்கிறாய்?"

வேலை போய்விட்டதுமுதல் கோபால் நகரில் மறுபடி வேலை கிடைத்ததுவரையில் ஹஜாரி நடந்தவற்றைச் சுருக்க மாகக் கூறினான்.

அப்போது அதஸியும் டேம்பியும் அறையில் நுழைந்து அங்கே பெரியவர்கள் இருவருக்கும் எதிரே இருந்த வட்ட மேஜைமேல் டீயும், தட்டிலே ஹஜாரிக்கு மட்டும் சிற்றுண்டியும் கொண்டு வந்து வைத்தார்கள். ஹரிசரண் இந்த வேளையில் கனமான சிற்றுண்டி ஏதும் உண்பதில்லை.

ஹஜாரி, "உங்களுக்குச் சாப்பிட ஒன்றும் கொண்டுவந்து வைக்கவில்லையே!" என்றான்.

"நீ சாப்பிடு அப்பா! நீ சாப்பிடு! எனக்கு வயிற்றுக் கோளாறு; மாந்தம். இதெல்லாம் ஒத்துக்கொள்ளாது. டீ மட்டுந்தான் சாப்பிடுவது வழக்கம்."

ஹஜாரி, 'எவ்வளவு பணக்காரர்! இந்தமாதிரி நல்ல நல்ல பண்டம் வீட்டில் இருந்தும் வயிற்றுக்கு ஒத்துக் கொள்ளவில்லையே, பாவம், என்ன துரதிருஷ்டம்! நமக்கு வயசு நாற்பத்தாறு ஆனால்தான் என்ன? வயிற்றுக்கோளாறு என்றால் என்னவென்றே தெரியாது. பேய்மாதிரி உழைக்கிறோம். மாந்தம் கீந்தம் தலைகாட்டுமா என்ன? இன்னும் கேட்கப்போனால் வயிற்றுக்குப் போதவில்லையே என்று வருந்துகின்றோம்' என எண்ணலானான்.

அதஸியோ பெரிய தட்டில் பல சிற்றுண்டி வகைகளைக் கொண்டு வந்து வைத்தாள்; நெய்யில் பொரித்த பஜ்ஜி, தேங்காய்த் துருவல், வீட்டிலேயே தயாரான கிச்சடி, ஹல்வா, பெரிய கோப்பை ஒன்றில் டீ. 'டேம்பியின் அப்பா நம் அப்பாவைப்போல் கொஞ்சமாகக் கொறித்துவிட்டுப் போகிறவரில்லை; வயிறாரச் சாப்பிடுவார்; ரசித்தும் சாப்பிடுவார்' என்று தெரியும் அதஸிக்கு. தாங்கள் வசதியெல்லாம் படைத்துப் 'பிரமாதமாக வாழ்பவர்கள்' என்று சொல்லிக்கொள்வதற்குமில்லை; என்றாலும், டேம்பியின் தகப்பனாரை நன்றாக உபசரித்து அனுப்ப வேண்டும் என்றுதான் அவளுக்கு ஆசை!

ஹரிசரண் பாபு, "ஹஜாரி சிற்றப்பாவுக்கு நமஸ்காரம் செய்தாயா, அம்மா அதஸி!" என்றார்.

ஹஜாரிக்கு ஒருவிதப் பரபரப்பும் கூச்சமும் ஏற்பட்டன. அவனுடைய கால்களைத் தொட்டுக் கண்ணில் ஒற்றிக்கொண்டு அவள் வணங்கியபோது அவன் பஜ்ஜியை மென்றுகொண்டே ஏதோ சொன்னான்; அது என்னவென்று தெளிவாகக் கேட்கவில்லை. ஆனால் அதஸி அங்கிருந்து போகாமல் ஹஜாரியின் எதிரேயே சற்றுத் தள்ளி நின்றபடி அவனையே பார்த்தவண்ணம் இருந்தாள்.

தன் தந்தையின் சமையல் அற்புதமாக இருக்கும் என்று டேம்பி ஏற்கனவே கதைகதையாக அளந்திருந்தாள். இதுதான் அதஸி ஆவலுடன் அவனைக் கவனித்ததற்கு முக்கிய காரணம்.

"எத்தனை நாள் இங்கே தங்க ஏற்பாடு?" என்றார் ஹரிசரண் பாபு.

"நாளைக்கு மறுநாள் புறப்படுகிறேன். பிறத்தியாரிடத்தில் வேலை பார்க்கிறேன். என் இஷ்டப்படி இங்கேயே தங்க முடியாதே!"

"ஓட்டல் வைக்கப் போவதாகச் சொன்னாயே! அதென்ன ஆயிற்று?"

"இன்னும் அதைப்பற்றி ஒரு முடிவுக்கு வரவில்லை. கையில் காசு இல்லாமல்... உங்களுக்கே தெரிந்திருக்கலாம்... முன்னே நான்..."

"இன்னும் அப்படி ஒரு விருப்பம் உண்டு என்று சொல்லு!"

"விருப்பம் இல்லாமல் என்ன? நிறைய இருக்கிறது. மழை-குளிர் காலம் வருவதற்குள் அப்படி ஏதாவது ஒரு முடிவுக்கு வந்துதான் ஆகவேண்டும்."

அதஸி, "பாட்டுக் கேட்கிறீங்களா? கிராமஃபோன் தட்டு வைக்கிறேன்" என்றாள்.

ஹரிசரண் பாபு ஆவலுடன், "ஆமாம்; ஆமாம்! மறந்தே போய்விட்டேனே! ஹஜாரி! புதிசு புதிசாகச் சில ரிகார்டுகள் வாங்கி வந்திருக்கிறேன். அதையெல்லாம் எடுத்துவா, அம்மா, அதஸி! ஹஜாரி சிற்றப்பா கேட்கட்டும்" என்றார்.

ஹஜாரி, 'இவர்கள் புண்ணியம் பண்ணினவர்கள்! நிம்மதியாக இருக்கிறார்கள். நம்மைப்போல் உழைத்து உண்ண வேண்டும் என்ற கவலை இல்லை. பாட்டுக்கும் சாப்பாட்டுக்கும் குறைவில்லை' என்று எண்ணலானான். பொழுது சாய்ந்து வரும் இந்த வேளையில் அவன் சின்னஞ்சிறிய சமையல் அறையில் அடுப்பில் விறகு வைத்துத் தீ மூட்டி, அந்தப் புகையில் ஜவுளிக்கடைக்காரர் வீட்டுக்காரி சொன்னபடி காய்கறிகளை நறுக்கிக் கொண்டிருப்பான், நேற்றும் அதற்கு முந்திய நாட்களிலும்...பன்னிரண்டு மாசமும் இந்தச் சமையல் வேலைதான்! சமையல் அறையில் அடைபட்டுக் கிடந்துவிட்டு அப்புறம் மாசக்கணக்காகிறதே, வெளியில் போகலாம், என்று கிளம்பினால் அவனுக்கு எவ்வளவு மகிழ்ச்சி ஏற்படும் தெரியுமா? இன்றைக்கு அவனுக்கு ஒரே பூரிப்பு...! இங்கே எவ்வளவு அழகாக

அலங்கரித்த வரவேற்பு அறை! பெரிய நிலைக்கண்ணாடி! பிரம்பு நாற்காலியில் அமர்ந்து அவன் டீ பருகுகிறான்! பக்கத்திலே டேம்பி; கூடவே அவளுடைய சிநேகிதியான இளம்பெண் அதஸி! கிராமஃபோன் பாட்டு! இவை யாவும் இன்பக்கனவு போல் இருந்தன.

எத்தனை நாட்களாகின்றன குஸுமாவைப் பார்த்து! ராணாகாட்டை விட்டு வந்து நாலு மாசத்துக்குமேல் ஆகிறது! இந்த நாலு மாசமாக அவன் குஸுமாவைப் பார்க்கவில்லை. டேம்பியும் அவனுக்கு மகள்தான்! குஸுமாவும் மகள்தான்! இன்னும், யாதவர் குடியிருக்கும் ஊரில் வாழும் அந்த மருமகள்...! அவளும் அவன் மகளைப்போலத் தான்! இன்று கிராமஃபோன் பாட்டின் இனிய ஒலியில் கற்பனையிலே மிகுந்த அவனுக்கு எல்லாரிடமும் அளவற்ற பாசமும் பரிவும் ஏற்பட்டன.

வெகுநேரம் கிராமஃபோன் பாட்டு ஒலித்துக்கொண்டே யிருந்தது. ஹரிசரண் பாபு நடுவிலே ஏதோ அலுவலாக உள்ளே போனார். அதஸியும் டேம்பியும் மட்டுமே இருந்தார்கள். தன் தந்தையின் எதிரில் சொல்லத் துணியாத தன் ஆவலை, அவர் போனதும் அதஸி ஹஜாரியிடம வெளியிட்டாள்! "சிற்றப்பா! எனக்குச் சமைக்கக் கற்றுக் கொடுங்களேன்!"

ஹஜாரி பரபரப்புடன், "அதற்கென்ன, அம்மா! கற்றுக் கொடுக்கிறேன்! உனக்கே சமைக்கத் தெரியுமில்லையா? என்ன என்ன சமைப்பாய், சொல்லு!" என்றான்.

அதஸி நல்ல அறிவாளி. 'நாம் யாரோடு பேசுகிறோமோ அவர் சமையற்கலையில் நிபுணர்' என்று தெரியும். சங்கீதம் பயில வரும் மாணவி கூச்சத்தோடு பெரிய சங்கீத வித்துவானோடு பேசுவாளே, அதே பாணியில், "சுண்டைக்காய்க் குழம்பு, சச்சடி, பருப்பு, மீன்குழம்பு எல்லாம் தயாரிப்பேன். அம்மா அதிகமாகச் சமையல்கட்டுக்கு வர முடிகிறதில்லை. அண்ணா போனபிற்பாடு மனசே வெறுத்துப்போய்க் கிடக்கிறது அவளுக்கு. நானேதான் எல்லாம் செய்தாக வேண்டும். நீங்கள் மரக்கறி பதார்த்தம் அற்புதமாகச் சமைப்பீர்கள் என்று டேம்பி சொன்னாள். எனக்குக் கற்றுக் கொடுங்களேன், சிற்றப்பா!" என்றாள்.

"டேம்பி உன்னிடம் இதையெல்லாம் ஒப்புவித்துவிட்டாளா? அவள் சுத்தப் பைத்தியம்; அவள் பேச்சை நீ நம்பாதே!" என்றான் ஹஜாரி.

"அப்படி இல்லை. மற்றவங்க எல்லாருங்கூட உங்கள்

சமையலைப் பற்றிப் பாராட்டித்தான் இருக்கிறார்கள்!" என்ற அதஸி, அன்பும் பிடிவாதமும் கலந்த குரலில், "ஊஹும்! நீங்கள் கற்றுக்கொடுத்துத்தான் ஆகவேண்டும், சிற்றப்பா! இல்லாவிட்டால் உங்களை விடமாட்டேன்! நான்தான் அடிக்கடி நீங்கள் எப்போது வருவீர்களென்று கேட்டுக் கொண்டே யிருக்கிறேனே, டேம்பி உங்களிடம் சொல்லவில்லையா...! நீங்கள் கற்றுக் கொடுத்துத்தான் ஆகவேண்டும். நன்றாகச் சமைத்துப் பழக வேண்டும் என்று எனக்கு ஆசை!" என்றாள்.

ஹஜாரி, "நன்றாகச் சமைக்க வேண்டுமானால் பழகினால் தான் வரும். இது ஒரே நாளில் கற்றுக் கொள்கிற சங்கதி இல்லை. வாயால் சொல்லிக் காட்டினாலும் முடியாது. உன் பின்னாலேயே இருந்து கற்றுக் கொடுத்தால்கூட இரண்டு மூன்று மாசகாலமாவது பிடிக்கும். 'நம்மால் நன்றாகச் சமைக்க முடியும்' என்று உறுதியாகப் படவேண்டும். நான் அவ்வப்போது அருகே இருந்து இப்படி இப்படிச் செய்யக்கூடாது என்று சொல்லியாக வேண்டும். இல்லாவிட்டால் முடியாதே, அம்மா! என் டேம்பி மாதிரி நீயும் அறியாத பெண். அரையும் குறையுமாக ஏதோ சொல்லி உன்னை ஏமாற்றக்கூடாது, பார்! நீ சின்னவள்; உனக்குக் கற்றுக் கொடுப்பது ஒன்றும் பிரமாதமில்லை. ஆனால் இதற்கு நேரமில்லையே எனக்கு! என்ன செய்வேன்?" என்றான்.

அதஸி அவனுடைய சமையல் திறமையைப் பாராட்டும் முறையில் அவனது முகத்தையே ஆவலுடன் பார்த்தபடி, அவன் பேசுவதைக் கேட்டுவந்தாள். தான் அறிந்த கலையில் கை தேர்ந்தவனில்லையா? அவன் சொல்வது அத்தனையும் பொருள் பொதிந்தவை. சும்மா கற்றுக் குட்டி பேசும் வாயரட்டல் பேச்சில்லை இது. அவளுடைய கண்ணுக்கு ஹஜாரி டேம்பியின் ஏழைப் பரிசாரகத் தந்தையாகப் படவில்லை. சமையற்கலையில் நன்கு தேர்ந்த நிபுணனாகவே தோன்றினான்.

ஹஜாரியிடம் அவளுக்குப் பெருமதிப்பு ஏற்பட்டது.

மறுநாள் வீட்டிலே கண்விழித்து எழுந்ததும் அவன், புகைபிடித்துக் கொண்டிருந்தான். அப்போது திடீரென்று அதஸி வேகமாக உள்ளே நுழைவதைக் கண்டான். அவனுக்கு இது வியப்பாக இருந்தது. ஒரு கனவான் வீட்டுப்பெண் அதஸி, இப்படி எதிர்பாராதபடி தன்னைப் போன்ற ஏழையின் வீட்டுக்கு வந்திருக்கிறாள் பார், என்றுதான் வியப்பு!

வீட்டில் டேம்பி இல்லை. டேம்பியின் தாயும் அதஸி

வந்ததைப் பார்த்துத் திகைத்து நின்றாள். பிறகு அவசரம் அவசரமாகத் தனக்குத் தெரிந்த அளவுக்கு ஜமீன்தார் வீட்டு மகளைப் பரிவுடன் வரவேற்றாள்.

அதஸி, "வீட்டிலே சிற்றப்பா இருக்கிறாரா சித்தி?" என்றாள். டேம்பியின் தாய், "இருக்கிறார், அம்மா! என்னோடு வா! அதோ அந்தப் பக்கம் தாழ்வாரத்தில் உட்கார்ந்து புகைபிடித்துக் கொண்டிருக்கிறார்!" என்றாள்.

"டேம்பி எங்கே?"

"முள்ளங்கி விதை வாங்கிவர இடைத்தெருவுக்குப் போயிருக்கிறாள். இதோ வந்து விடுவாள். உட்கார், அம்மா, உட்கார்...! இரு, இதோ நாற்காலி போடுகிறேன்."

டேம்பியினுடைய தாயாரின் கையிலிருந்து நாற்காலியை அதஸி விரைவாகவும் வெகு நளினமாகவும் வாங்கிக்கொண்டு அழகிய புன்சிரிப்புடன், "அது இருக்கட்டும். ரொம்பப் பெரியவள் இல்லை நான்! எனக்குச் சமையல் கற்றுக் கொடுக்கும் குருவைச் சும்மா பார்த்துவிட்டுப் போகத்தான் வந்தேன்...அதற்குப்போய் எனக்கு இத்தனை உபசாரமா?" என்றாள்.

இப்படி முறுவலும் ஒயிலும் தோன்ற அதஸி பேசும்போது, அவள் எவ்வளவு அழகாக இருந்தாள் தெரியுமா? டேம்பியின் தாய் அவளையே கண்கொட்டாமல் பார்த்தபடி மெய்மறந்து நின்றாள். அதற்குள் ஹஜாரியே அங்கே வந்து, "என்ன அம்மா, இவ்வளவு காலங்கார்த்தாலையிலே என் குடிசை தேடி வந்திருக்கிறாய்? லட்சுமி மாதிரி!" என்றான் பரிவுடன்.

அதஸி, "உங்களிடம் ஒன்று பேசவேண்டும்" என்றாள்.

"என்னது?"

"அந்தப் பக்கமாய்ப் போகலாம், வாருங்கள். மறைவாகப் போய்ச் சொல்லவேண்டிய சங்கதி!"

ஹஜாரிக்குச் சங்கதி என்னவென்றே புரியவில்லை. இந்த விடியற்காலையில் இப்படி மறைவில் அதஸி தன்னிடம் சொல்லக்கூடியது என்னவாக இருக்கும்? தாழ்வாரத்துக் கோடிக்குப் போனார்கள் இருவரும். "என்ன, அம்மா சங்கதி?" என்று கேட்டான் ஹஜாரி.

அதஸி, "சிற்றப்பா! நீங்கள் யாரிடமும் சொல்லக்கூடாது. அப்படியென்றால்தான் சொல்லுவேன்" என்றாள்.

ஹஜாரி வியப்புற்று, "யாரிடமும் சொல்லமாட்டேன், அம்மா...! நீ தாராளமாகச் சொல்லு" என்றான்.

"ஓட்டல் வைக்கப் போகிறதாக நீங்கள் சொல்லி அப்பாவிடம் கடன் கேட்டீங்களே, நினைவிருக்கிறதா?"

"ஆமாம், அம்மா! இப்போது இல்லை, முன்னே அப்படிச் சொன்னது உண்மைதான். இந்தச் சங்கதி உனக்கு எப்படித் தெரியும்? யார் சொன்னாங்க?"

"அதையெல்லாம் சொல்லமாட்டேன். நான் உங்களுக்குப் பணம் தருகிறேன். நீங்கள் ஓட்டல் வைத்து நடத்துங்கள்."

"உனக்கு எங்கேயிருந்து பணம் கிடைத்தது?"

அதஸி புன்சிரிப்புடன், "என்னிடம் இருக்கிறது. இருநூறு ரூபாய் தரமுடியும் என்னால்...நான் சேர்த்து வைத்த பணம். ஆனால் மறைவாகத்தான் கொடுப்பேன்; அப்பாவுக்குத் தெரியக்கூடாது; மற்றவர்களுக்கும் தெரியக்கூடாது!" என்றாள்.

ஹஜாரியின் கண்களில் நீர் சுரந்தது. இதுவரை மூன்று பெண்கள் அவனுடைய வாழ்வில் தன்னலமின்றி அவன் முன்னுக்கு வர வழி வகுத்துக் கொடுக்கத் தயாராக வந்திருக்கிறார்கள். அந்த மூவரும் உறவினர் இல்லை. இவர்களில் அதஸி ஜமீன்தார் வீட்டுப்பெண். அழகு, படிப்பு எல்லாம் உண்டு. அவள் இப்படித் தானே முன்வந்து உதவி புரியக்கூடும் என்று அவன் எதிர்பார்க்கவில்லை. இது அவனுக்குப் பெருமையாக இருந்தது.

அவன், "சரி; உன்னை ஒன்று கேட்கிறேன். நான் இப்படிக் கேட்டேனென்று உனக்கு யார் சொன்னார்கள்? அதைச் சொல்லித்தான் ஆகவேண்டும்" என்றான்.

அதஸி, "நான்தான் அதைச் சொல்லமாட்டேன் என்று அப்போதே சொன்னேனே!" என்றாள் சிரித்துக்கொண்டே.

"அப்படியானால் நானும் பணத்தை வாங்கிக் கொள்ள முடியாது, அம்மா! முதலில் இப்படிச் சொன்னது யார் என்று சொல்லு?"

"சரி; நான் பெயரைச் சொன்னால் நீங்கள் 'யாரையும் ஒன்றும் சொல்லமாட்டேன்' என்று ஒப்புக்கொண்டாக வேண்டும்."

"யாரை, என்ன சொல்லப் போகிறேன், நான்? நீ பேசுவதே எனக்கு ஒன்றும் புரியவில்லை, அம்மா! இதில் யாரைச் சொல்ல என்ன இருக்கிறது அப்படி? சரி; யாரையும் ஒன்றும் சொல்லவில்லை...இப்போது சொல்லு!"

"டேம்பிதான் 'அப்பாவுக்கு ஓட்டல் வைக்கவேண்டுமென்று ஆசை' என்றாள் என்னிடம். எங்கள் அப்பாவிடம் நீங்கள் அதற்காகப் பணம் கடனாய்க் கேட்டீங்களாமே! ஆனால் எங்கள்

அப்பாவினால் கொடுக்க முடியவில்லை... இதோ பாருங்கள்! அண்ணா போனபிற்பாடு அப்பாவின் மனசே முறிந்துவிட்டது! அவரிடம் இதைப் பற்றியெல்லாம் சொல்வதும் ஒன்றுதான்; சொல்லாமலிருப்பதும் ஒன்றுதான். 'நம்மிடந்தான் பணம் இருக்கிறதே; ஹஜாரி சிற்றப்பாவுக்குக் கொடுத்து உதவினால் என்ன?' என்று எனக்குத் தோன்றியது. என்னிடம் அது அப்படியே சும்மாதான் கிடக்கிறது...நீங்கள் நடத்துகிற ஓட்டல் நன்றாகத்தான் இருக்கும். நீங்களும் முன்னுக்கு வந்து பணக்காரர் ஆகலாம் இல்லையா? டேம்பியிடம் எனக்கு ஒரு பற்றுதல். அவளுடைய மனசுக்கு மகிழ்ச்சி ஏற்பட்டால் அதுவே எனக்குத் திருப்தி. பெட்டியிலே பணத்தைப் பூட்டி வைத்து என்ன லாபம்?"

"அம்மா, உன் பணத்தை உன் அப்பாவுக்குத் தெரியாமல் நான் எப்படி வாங்கிக் கொள்வேன்? நீயே சொல்லு!"

அதஸியின் உற்சாகமெல்லாம் குன்றிவிட்டது. அவள் ஹஜாரியிடம் "அப்பாவிடம் சொல்லாமல் பணம் கொடுத்தால் அதில் என்ன தவறு?" என்று வாதாடினாள். கடைசியில், "சரி; இந்தப் பணத்தை டேம்பிக்குத் தருகிறேன்..." என்றாள்.

"அது கூடாது, அம்மா! நீயோ சிறுபெண். அந்த மாதிரியெல்லாம் கொடுப்பது சரியில்லை. அதோடு நீ படித்த பெண். எதையும் யோசித்துச் சொல்லவேண்டும், தெரிகிறதா?"

"சரி; அப்படியானால் ஓட்டலில் கிடைக்கிற லாபத்தில் பங்கு கொடுங்கள், போதும்."

ஹஜாரிக்குச் சிரிப்பு வந்துவிட்டது; குஸுமா, யாதவர் வீட்டு மருமகள், அதஸி, எல்லாரும் ஒரேமாதிரிதான் பேசுகிறார்கள்!

"வேண்டாம், அம்மா! அப்படியெல்லாம் செய்யக்கூடாது. நீ பெரியவள் ஆகி, புக்ககத்துக்கும் போய் வா! நீ ராணி மாதிரி வாழவேண்டும். இதுதான் என் ஆசீர்வாதம்! அப்புறம் உன் விருப்பம் போல் என்ன வேண்டுமானாலும் இந்தக் கிழச் சிற்றப்பாவுக்குக் கொடு. வேண்டாம் என்று சொல்லவில்லை. இப்போது வேண்டாம், அம்மா!" என்றான்.

அதஸி வருத்தத்தோடு அங்கிருந்து போய்விட்டாள்.

டேம்பியைக் கூப்பிட்டு நன்றாகத் திட்டவேண்டும்போல் இருந்தது ஹஜாரிக்கு. 'இத்தனை சங்கதியையும் அவள் அதஸியிடம் சொல்வானேன்?' என்று எரிச்சல் ஏற்பட்டது. ஆனால் அதஸியிடம் 'இதைப்பற்றி டேம்பியிடம் ஒன்றும் கேட்கமாட்டேன்' என்று

வாக்குக்கொடுத்துவிட்டு அப்புறம் ஏதாவது சொன்னால் அதஸிக்கு எட்டிவிடுமே என்றுதான் அவன் சும்மா இருந்துவிட்டான்.

அன்று மாலை யாதவர் வாழும் பேட்டைக்குப் போயிருந்தான். அங்கே குஸுமாவின் பிறந்த வீட்டாரிடமிருந்து, அவள் உடல்நிலை சரியில்லாமல் படுத்த படுக்கையாகக் கிடந்தாள் என்றும், எப்படியோ இந்தத் தடவை தப்பிப் பிழைத்தாள் என்றும் தெரிந்தது. அவனாக ஒன்றும் கேட்கவில்லை; பேச்சுவாக்கில் குஸுமாவின் சிற்றப்பா கனஷ்யாம் கோஷ் சொன்னார்: "ஸ்வாமி! ராணாகாட்டில் பதினைந்து நாள் தங்கியிருந்தேன். தயிர், வெண்ணெய் வியாபாரம் இந்த மாசம் குறைவு!" என்றார்.

ஹஜாரி, "பதினைந்து நாளா அங்கே இருந்தீர்கள்? என்ன சேதி?" என்றான்.

அதற்குப்பிறகுதான் குஸுமா பற்றிய சங்கதியைத் தெரிவித்தார் கன்ஷ்யாம்.

'எத்தனை நாள் ஆகிவிட்டது குஸுமாவைப் பார்த்து! அவளை ஒரு தரம் பார்த்துவிட்டு வந்தால்தான் என்ன?' என்று ஹஜாரிக்குத் தோன்றியது. உடம்பு சரியில்லாமல் அவள் படுத்த படுக்கையாகக் கிடந்த செய்தியைக் கேட்டபிறகு அவனுக்கு இருப்புக் கொள்ளவில்லை. மனம் அலைபாய்ந்தது. அந்தப் பெண்ணிடம் அவனுக்கு அவ்வளவு பாசமும் பரிவும் இருந்ததுதான் காரணம்.

இன்னும் குஸுமாவைப் பற்றிக் கன்ஷ்யாமிடமிருந்து கேட்டறிய வேண்டும் என்று ஆவலாக இருந்தாலும், அது நன்றாக இராது என்று பட்டது. தன் மனவேதனையை வெளிக்காட்டாமல் அடக்கிக்கொண்டான். ஏதோ ஒப்புக்குக் கேட்பதுபோல், "இப்போது எப்படி இருக்கிறாள்?" என்றான் ஹஜாரி.

"இப்போது உங்களைப்போன்ற பெரியவர்களின் ஆசீர்வாதத்தாலே அவள் உடம்பு தேறிவிட்டது. இருந்தாலும் குடும்பத்தை நடத்துவது சிரமமாகத்தான் இருக்கிறது. பாலும் தயிரும் விற்றுப் பிழைக்க வேண்டியிருக்கிறதே! இரண்டு மாசமாகப் படுத்த படுக்கையாகக் கிடந்துவிட்டாளே, பாவம்! இதோ இங்கே எங்கள் நிலைமையையும் பார்த்திருப்பீர்கள். நான் அப்படி என்ன பிரமாதமாக அவளுக்கு உதவி செய்துவிட முடியும்?" என்றார் கன்ஷ்யாம்.

ஹஜாரி இதுபற்றி அதிகமாக ஒன்றும் பேசவில்லை. குஸுமா பற்றி தனக்கு எந்தவித ஆவலும் இராததுபோல் நடந்து கொண்டான்.

வீடு திரும்பும் வழியில் ஹஜாரிக்குத் தான் எப்படியும் ராணாகாட்டுக்குப் போய்த்தான் ஆகவேண்டும் என்று பட்டது. குஸுமாவுக்கு உடம்பு சரியில்லை என்று கேட்டபின் அவனால் சும்மா இருக்க முடியவில்லை. நாளைக்கே ராணாகாட்டுக்குப் புறப்படுவது என்று முடிவு செய்தான்.

வழியில் அதஸியின் தந்தையான ஹரிசரண் பாபுவைக் காண நேர்ந்தது. கனமான கைத்தடி ஒன்றுடன் அவர் வெளியே உலாவப் புறப்பட்டிருந்தார். ஹஜாரியைக் கண்டதும், "என்ன, ஹஜாரியா? எங்கே போய்விட்டுத் திரும்பி வருகிறாய்? சரி; வா என்னோடு நம் வீட்டுக்கு. போய் டீ சாப்பிடலாம்" என்றார்.

வெளியறையில் ஹஜாரியை அமரவைத்துவிட்டு ஹரிசரண் பாபு "உட்கார். நான் உள்ளே போய் இதோ வந்து விடுகிறேன். அப்புறம் இரண்டு பேரும் டீ சாப்பிடலாம். நீ ஊரில் தங்கியிருக்கும் வரை இங்கே வந்து போய்க்கொண்டிருக்க வேண்டும். யாருமே வருவதில்லை. தன்னந்தனியாக நாள்முழுவதும் சும்மா உட்கார்ந்துகொண்டு நேரத்தைப் போக்க வேண்டியிருக்கிறது. சற்றே இரு. இதோ வருகிறேன்" என்றார்.

ஹரிசரண் பாபு உள்ளே போன சில கணத்துக்கெல்லாம் அதஸி ஒரு தட்டில் பூரி, கத்தரிக்காய் பஜ்ஜி, நாட்டுச் சர்க்கரை எல்லாம் எடுத்துக்கொண்டு அங்கே வந்தாள். ஹஜாரியின் எதிரே இருந்த மேஜைமேல் தட்டை வைத்து, "நீங்கள் இதைச் சாப்பிட்டுக் கொண்டிருங்கள். இதோ டீ கொண்டு வந்து விடுகிறேன்" என்றாள்.

ஹஜாரி, "அப்பா வரட்டுமே, அம்மா!" என்றான்.

"அப்பா சிற்றுண்டி சாப்பிடமாட்டார். டீ மட்டுந்தான் குடிப்பார். நீங்கள் அதற்குள் இதைச் சாப்பிட்டு முடித்துவிடலாம். அப்புறம் உங்கள் இரண்டுபேருக்குமே டீ கொண்டு வருகிறேன்... என்ன?"

அதஸி உள்ளே போய்விடவில்லை. அவனருகிலேயே இருந்தாள். ஹஜாரி தயக்கத்துடன் என்ன பேசுவதென்று புரியாமல் சற்று நேரம் கழித்து, "டேம்பி வரவில்லையா அம்மா, இன்றைக்கு?" என்றான்.

"இன்னும் வரவில்லையே!"

ஹஜாரி அதற்கு மேல் ஒன்றும் சொல்லாமல் மௌனமாகச் சிற்றுண்டி அருந்தலானான். நடுவே, இப்படிச் சாப்பிட்டுக் கொண்டிருக்கும்போதே ஒருதரம் நிமிர்ந்து பார்த்தான்... அழகான

பெண் அதஸி; டேம்பியின் சிநேதிகிதிதான். டேம்பியை விட நாலைந்து வயது மூத்தவள். இந்த வயசுப் பெண்ணோடு சிறிது நேரமேனும் தனியே இருக்கக்கூட அவனுக்குக் கூச்சமாக இருந்தது. அந்த மாதிரி அனுபவம் முன்னால் இருந்ததில்லை.

அதஸி திடீரென்று, "சிற்றப்பா! என்மேல் கோபமா என்ன?" என்றாள்.

ஹஜாரி தயங்கித் தடுமாறியபடி, "...கோபமா? எதற்காக அம்மா உன்மேல் கோபப்படவேண்டும்?" என்றான்.

"நேற்றுச் சொன்னேனே அதற்குத்தான்!"

"ஊஹூம்...அதற்குப்போய்க் கோபித்துக் கொள்வேனா? அப்படி ஒன்றும் தவறில்லையே நீ சொன்னது...உனக்கு வீண்..."

"அதெல்லாம் இல்லை சிற்றப்பா! நான் அப்புறம் யோசித்துப் பார்த்ததில் நீங்கள் என் கையில் இருப்பதை வாங்கிக் கொள்வது நல்லது என்றுதான் எனக்குப் பட்டது. உங்களுக்குத் தெரியுமா ஒன்று? எங்கள் அண்ணா போனபிறகு, 'ஏன் அவர் உயிரோடு இருந்திருக்கக்கூடாது?' என்று அடிக்கடி மனசு வேதனைப் படுகிறது. அவர் மட்டும் உயிரோடு இருந்தால், எனக்கு, அப்பாவின் சொத்துக் கிடைத்திராது, பாருங்கள்! இப்போது எல்லாம் என்னைத்தான் சேரப்போகிறது. ஆனால் ஆண்டவன் அறியச் சொல்லுகிறேன், சிற்றப்பா! எனக்கு இந்தச் சொத்தில் ஒரு பைசாகூட வேண்டாம்! முன்னேயேகூட அண்ணாவே இதை அனுபவிக்கட்டும் என்றுதான் வேண்டிக்கொண்டிருந்தேன். இல்லாவிட்டால் அப்பா இதைத் தம் விருப்பப்படி செய்து கொள்ளட்டும்! ஒரே நாளில் அதைப் பறக்கவிட்டாலும் சரி, தானம் பண்ணிவிட்டாலும் சரி! என்றுதான் எனக்குப் படுகிறது! அண்ணா உயிரோடு இருந்திருந்தால் இந்தச் சங்கடமெல்லாம் இராதே; அவனே சொத்தை அனுபவித்திருப்பானே என்றுதான் அடிக்கடி தோன்றுகிறது. இந்தச் சொத்துக்காக அண்ணாவுடன் என்றைக்குமே எனக்கு மனத்தாங்கல் இருந்ததில்லை...இதோ என் கையில் இருப்பதையும் கொடுத்துவிடத்தான் போகிறேன்" என்றாள்.

அதஸியின் கண்களினின்று பொலபொலவென்று நீர்த்துளிகள் விழுந்தன. அவள் அதற்குமேல் பேசவில்லை. மௌனமாக நின்றாள்.

ஹஜாரி அவளுக்கு ஆறுதலாக, "அம்மா! அப்படியெல்லாம் பேசாதே! உனக்கு என்ன குறைவு? ஒரு கவலையும் படவேண்டாம்.

நீதான், உன் அப்பா அம்மாவுக்குத் துணையாக இருந்து இனிமேல் அவர்களுடைய வேதனையைத் தீர்க்க வேண்டும். அவர்களுக்கு இருக்கும் ஒரே பந்தம் நீதானே? நீயே இப்படி விரக்தியோடு பேசலாமா? ஊஹூம்...அதெல்லாம் கூடாது, அம்மா!" என்றான்.

அவனுக்கே அவளுடைய இந்தப் பற்றற்ற போக்குத் திகைப்பூட்டியது. 'இவ்வளவு சிறுபெண்! என்ன உயர்ந்த மனோபாவம், பார்! பெரிய பரம்பரையில் வந்தவளில்லையா? பேச்சூ பாபுவின் ஓட்டலில் வேலை செய்யும் பத்மா இல்லையே இவள்...! அதுதான் காரணம்!' என்று எண்ணமிடலானான்.

பிறகு அவன், "அது சரி, அம்மா! எனக்குப் பணம் உதவ வேண்டுமென்று உனக்கு ஏன் அவ்வளவு ஆவல்? பெண்களே, ஒன்று, நல்லவர்களென்றால் ரொம்ப உயர்ந்தவங்களாக இருக்கிறாங்க; இல்லை, கெட்டவர்களென்றால், ரொம்ப மட்ட மானவங்களாக இருக்கிறார்கள்... என்னை உண்மையாகவே நம்புகிறாயா, அம்மா!" என்றான்.

"நீங்களே யோசித்துப் பாருங்கள்! இல்லாவிட்டால் உங்களிடம் பணம் கொடுப்பதாக ஏன் சொல்கிறேன்?"

"உன் அப்பாவுக்குத் தெரியாமல் கொடுக்கலாமா? சொல்!"

"அப்பாவுக்கு இதைத் தெரிவிக்க வேண்டியதே இல்லை. அதோடு என்னிடம் இந்தப் பணம் பலனற்று வீணாகக் கிடக்கிறது. உங்களுக்கோ குடும்பத்தில் எவ்வளவோ சிரமம் இருக்கிறது. அது எனக்கு நன்றாகத்தெரிகிறது. டேம்பிக்குக் கல்யாணம் செய்தாக வேண்டும்; இல்லையா? அதற்குப் பணம் எங்கேயிருந்து கிடைக்கும்? சமையலில் தேர்ந்தவரென்று உங்களுக்கு நல்ல பெயரும் புகழும் உண்டு. அதனால் நீங்கள் ஓட்டல் வைத்தால் நன்றாகவே நடக்கும். நான் கொடுத்த தொகையை இரண்டே வருஷத்துக்குள் நீங்கள் கொடுத்துவிடுவீர்கள், பாருங்கள்!"

அதஸியின் கபடற்ற உள்ளப்பாங்கை உணர்ந்து மெய்மறந்து போனான் ஹஜாரி. "சரி, அம்மா! நீ அந்தப் பணத்தைக் கொடு. நான் வாங்கிக் கொள்கிறேன். இந்த மாசமே ஓட்டல் நடத்த ஆரம்பித்து விடுகிறேன். ஆண்டவன்தான் உன் வாய்மூலம் இந்த நல்ல சேதியை எனக்குச் சொல்லியிருக்கிறான் என்று படுகிறது. நீ ஒரு பாவமும் அறியாத குழந்தை! உன் வாயினால் சொன்னது ஆண்டவன் வாக்குதான், சந்தேகமேயில்லை!" என்றான்.

அதஸி புன்சிரிப்புடன், "அப்படியானால் பணத்தை வாங்கிக் கொள்கிறீங்களா! நிச்சயமாகத்தானே?" என்றாள்.

"நிச்சயமாகத்தான். இந்தத்தரம் பட்டணம் பக்கம் ஒரு சுற்றுச்சுற்றி விட்டு நோட்டம் பார்த்து வருகிறேன். ராணாகாட்டுக்கு நாளைக் காலை புறப்பட்டுப் போகிறேன். ஒன்று, அங்கே சரிப்பட்டு விட்டால் நல்லதாகப் போயிற்று! இல்லாவிட்டால் கோயாடி பஜாரில் இடம் பார்க்கிறேன். உனக்கு உடனே தகவல் கொடுக்கிறேன். இன்னும் மூன்று நாலு நாளில் வந்து சொல்கிறேன்."

அதஸி, "அப்பா இதோ வந்துவிடுவார். நீங்கள் இங்கேயே இருங்கள். டீ கொண்டு வருகிறேன்...இதைக் கேளுங்கள், சிற்றப்பா! நீங்கள் அன்றைக்கு அப்பாவிடம் ஓட்டல் வைக்கப் பணம் கேட்டீங்களே; அப்போது நான் அறைக்கு வெளியே நின்றுகொண்டிருந்தேன். நீங்கள் பேசினதெல்லாம் காதில் விழுந்தது. உடனே என்னிடம் சேர்த்து வைத்திருக்கும் பணத்தை உங்களுக்குக் கொடுக்க வேண்டுமென்று தீர்மானித்துவிட்டேன்" என்றாள்.

"அது சரி; ஒன்று கேட்கிறேன். உண்மையாகச் சொல். என்னைப் பார்த்து உனக்கு இவ்வளவு இரக்கம் ஏன் உண்டாயிற்று?"

"சொல்லட்டுமா, சிற்றப்பா? உங்களைப் பார்த்ததுமே நீங்கள் ரொம்ப எளிமையான சுபாவம் உள்ளவர், நல்ல மனுஷர் என்று பட்டு விட்டது. எனக்கு என்னவோ உள்ளூர வருத்தமாக இருக்கிறது, நீங்கள் கஷ்டப்படுவதைப் பார்த்தால்...இரக்கம் என்பானேன்? நான் உங்கள் மகளைப் போல என்று வைத்துக் கொள்ளுங்களேன்" இப்படிச் சொன்னதும் அவள் அடக்க ஒடுக்கமாகப் புன்முறுவல் பூத்து நின்றாள்.

ஹஜாரி, "நீ முன்பிறவியில் என் தாயாக இருந்திருப்பாய். அதனால்தான் என்மேல் உனக்கு இரக்கம்... ஏன், பாசம் என்கிறேன். இல்லாவிட்டால் இந்தமாதிரி பரிவு எப்படி ஏற்படும்? ராணி மாதிரி நீ சுகமாக வாழவேண்டும், அம்மா! இதுதான் என் ஆசீர்வாதம். நான் உன் ஏழைச்சிற்றப்பன்; அதுதானே! இதைவிடப் பெருமை என்ன வேண்டும் எனக்கு?" என்றான்.

அதஸி முன்னால் வந்து சட்டென்று குனிந்து அவனுடைய பாதங்களைத் தொட்டு வணங்கினாள். அதற்குமேல் அவள் அங்கு நிற்கவில்லை. உள்ளே போய்விட்டாள்.

அன்று இரவு முழுவதும் ஹஜாரிக்குத் தூக்கமே வரவில்லை. அதஸியைப் போல் பெரிய வீட்டுப்பெண், கள்ளங் கபடமற்ற இளநங்கை தன்னிடம் பரிவுகொண்டதை எண்ணிப் பூரித்தான். அவனுடைய வாழ்விலேயே இது ஓர் அற்புத நிகழ்ச்சிதான்!

விடியற்காலை எழுந்ததும் அவன் ராணாகாட்டுக்குப் புறப்பட்டான். வெகுதூரமில்லை – ஐந்தாறு மைல் தொலைவுதான்; நடந்தே எட்டரை மணிக்கெல்லாம் ரயில் நிலையத்துக்கு அருகிலுள்ள சாலமரத் தோப்புக்கு வந்து சேர்ந்தான். ராணாகாட் ரயிலடிக் கடைவீதியில் நுழைந்ததுமே அவனுக்கு, 'ஒருதரம் முந்தி வேலை செய்த ஓட்டலைப் பார்க்கவேண்டும்' என்ற ஆவல் மூண்டது. அவன் ராணாகாட்டை விட்டுப்போய்க் கிட்டத்தட்ட இரண்டுமாத காலம் ஆகிறது. தொலைவிலிருந்து பேச்சூ சக்ரவர்த்தியின் ஓட்டலினுடைய பெயர்ப்பலகையைக் காண முடிந்தது. அவனுடைய மனத்தில் பரபரப்பும் ஆவலும் மூண்டன. கடந்த ஆறு ஆண்டுகளாக, தகரப்பலகை போட்டு மூடிய அந்த ஓட்டல் கட்டடத்தில் நிகழ்ந்த பல சம்பவங்கள் அவனது நினைவுக்கு வந்தன. ஓட்டலின் முன் அறையில் நுழைந்ததுமே பேச்சூ சக்ரவர்த்தியைக் காண நேர்ந்தது. மணி பத்தரை இருக்கும். அப்போதுதான் உள்ளே சாப்பிட வரத் தொடங்கியிருந்தார்கள் சிலர். பேச்சூ சக்ரவர்த்தி வழக்கம்போல மேஜையிலுள்ள கல்லாப்பெட்டி எதிரே நாற்காலியில் அமர்ந்து ஹுக்கா குடித்துக் கொண்டிருந்தார்.

ஹஜாரி அவருக்கு வணக்கம் தெரிவித்தான். அவர் உடனே, "என்ன, ஹஜாரியா? என்ன சேதி? இப்போது எங்கே இருக்கிறாய்? சௌக்கியந்தானே?" என்றார்.

ஹஜாரி அந்தக் கணத்திலேயே மறுபடியும் பேச்சூ சக்ரவர்த்தியினிடம் சம்பளம் வாங்கும் பரிசாரகனாக மாறி விட்டான்! அதே பழைய திகிலும், கூச்சமும், எஜமானரிடம் மட்டு மரியாதையும் கொண்டவனானான். அவனது மனத்திலும் உடலிலும் பழைய போக்கே குடிகொண்டது.

முன்போலவே கூசிக்குறுகியபடி, "உங்கள் தயவினால் ஒரு விதத்தில் சௌக்கியந்தான். ஐயா சௌக்கியந்தானே?" என்றான்.

"இப்போது எங்கே இருக்கிறாய்?"

"கோபால நகரில் குன்ட்டு பாபு வீட்டில் இருக்கிறேன், ஐயா!"

"வீட்டு வேலையா? எத்தனை நாளாக?"

"இந்த இரண்டு மாசமாக, ஐயா!"

"நல்லது. அங்கே என்ன சம்பளம் தருகிறார்கள்? ஓட்டலில் கொடுக்கிற அளவு வீட்டிலே எப்படிக் கொடுக்க முடியும்? என்ன நான் சொல்கிறது...?"

பேச்சூ சக்ரவர்த்தி பேசும் விதத்திலிருந்து சங்கதி ஏதோ இருக்கிறது என்று பட்டது ஹஜாரிக்கு. 'என்னவாக இருக்கும்? மறுபடியும் நம்மைத் தம் ஓட்டலில் வேலைக்கு வைத்துக்கொள்ள விருப்பம் போல் இருக்கிறது! விஷயம் எந்த மட்டில் போகிறது பார்ப்போம்' என்று அறிய அவனுக்கு ஆவல் மூண்டது.

அவன் மிகவும் பணிவுடன், "நீங்கள் சொன்னது சரிதான். அப்படி ஒன்றும் அதிகம் இல்லை. வீட்டுச் சமையலுக்கு எங்கிருந்து அதிகமாகக் கொடுப்பார்கள்?" என்றான்.

"அப்படியானால் நம்மிடத்துக்கே வந்துவிடுகிறாயா?"

"அப்படியே செய்கிறேன், ஐயா!"

"யோசித்துச் சொல்லு. இங்கேயே இருக்கிறாயா?"

ஹஜாரி சற்றும் யோசியாமல், "ஐயா தயவு!" என்றான்.

"நல்லது. ஏன் உன்னை மறுபடியும் வைத்துக்கொள்ளக் கூடாது? பழைய ஆள்தானே... சரி, உள்ளே போய் வேலையைக் கவனி...துணிமணியெல்லாம் எடுத்து வந்திருக்கிறாயா?"

"இல்லை, ஐயா! இப்போதுதானே வந்தேன்? எல்லாம் கோபால நகரிலேயே இருக்கிறது. நீங்கள் தயவு பண்ணுவீர்களோ மாட்டீர்களோ என்று தெரியாமல் அதை எல்லாம் எப்படி எடுத்து வருவது?"

"நல்லது. உள்ளே போ! ரத்தன் டாகுருக்கு உடம்பு சரி இல்லை. வம்சீதான் இருக்கிறான். நீ இப்போதே வேலையில் சேர்ந்துவிடு. முன்னாடி தரவேண்டிய பாக்கிச் சம்பளத்தை வாங்கிக்கொள்; கொடுத்து விடுகிறேன்..."

ஹஜாரி நன்றியுடன் கைகுவித்து பேச்சூ சக்ரவர்த்திக்குத் தலை வணங்கி, முடுக்கிவிட்டு யந்திரத்தால் ஓடுகிற பொம்மை போல் சமையற்கட்டுக்குள் நுழைந்தான்.

எதிரேயே வம்சீ இருந்தான். ஹஜாரியைப் பார்த்ததும் அப்படியே திகைத்து நின்றபடி கண்கொட்டாமல் இருந்தான்.

ஹஜாரி, "நம் ஐயா மறுபடியும் வேலையிலே சேரச்சொல்லி விட்டார்...நீ சௌக்கியமா, அப்பா? உன் தங்கச்சி மகன் எப்படி இருக்கிறான்? சௌக்கியந்தானே?" என்றான்.

அப்போதுதான் வம்சீ உணர்வு வந்தவனாய், "வா, வா, ஹஜாரி அண்ணா! உன்னைப்பற்றித்தான் அடிக்கடி பேசிக் கொண்டிருக்கிறோம். சௌக்கியமா? இத்தனை நாளாக எங்கே இருந்தாய்?" என்றான்.

"தவலையிலே என்ன வைத்திருக்கிறாய்? நீ இப்படி வா;

கரண்டியைக் கொடு. நான் கவனித்துக் கொள்ளுகிறேன். இன்னும் மீன் வேக வைக்கவில்லைபோல் இருக்கிறது? நீ போய் மீனை நறுக்கிக்கொண்டு வா? எண்ணெய் எவ்வளவு விடுவது? பழைய அளவா, இல்லை அதிகமாகச் சேர்க்கிறதுண்டோ?'' என்றான் ஹஜாரி.

வம்சீ, ''சற்று இரு...ரொம்பநாள் கழித்து வந்திருக்கிறாயே! கஞ்சாப்புகை ஓர் இழுப்பு இழுத்துவிட்டு வரலாம்... இரு... பருப்பிலே உப்புப் போடவில்லை இன்னும். அதை முதலில் போடு...'' என்றதும் மூங்கில் தட்டியின் மறைவில் போய் கஞ்சா குடிக்கத் தயாரானான்.

தாழ்ந்த குரலில், ''உன்னை மறுபடியும் வேலைக்கு வைத்துக் கொள்ளாமல் பின்னே என்ன பண்ணுவதாம்...? இங்கிருந்து நீ போனதும் ஓட்டலின் பெயரே கெட்டுவிட்டது. கல்கத்தாவிலிருந்து வருவாங்களே அந்தப் பெரிய பெரிய ஆசாமிகளெல்லாம் நீ இங்கே இல்லை என்று கேள்விப்பட்டவுடனே என்ன சொன்னார்கள் தெரியுமா? 'அவருடைய சமையல் ருசியாக இருக்குமென்றுதானே இந்த இடத்தைத் தேடி வந்தோம்? எப்போது அவர் இங்கே இல்லையோ, நாங்கள் நேரே ரயிலடி ஓட்டலுக்கே போய்ச் சாப்பிட்டுக்கொள்கிறோம்...' என்று கிளம்பிப் போய் விட்டார்கள். சந்தைக்கு வந்து போவாங்களே அவர்கள்கூட வருகிறதில்லை இங்கே. ஐது பாண்டுஜ்ஜேயின் ஓட்டலுக்குப் போய்விடுகிறார்கள்... இப்போது தெரிந்ததா ஐயா ஏன் உன்னை மறுபடியும் வேலையில் வைத்துக் கொண்டார் என்று? ஐது பாண்டுஜ்ஜேயின் ஓட்டல் பக்கம் உன்னைக் கண்டால் 'லபக்' என்று இப்போதே அழைத்துக்கொண்டு போய்விடுவார்கள். உன்னைப் பற்றி விசாரித்துக் கொண்டே இருக்கிறார்கள் அங்கே...'' என்றான்.

வம்சீயின் கையிலிருந்து கஞ்சாக் குழாயை வாங்கி ஒரு தம் அடித்துவிட்டு, ஹஜாரி சிலகணம் கண்ணை மூடிக்கொண்டு கம்மென்றிருந்தான். என்னவோ நினைக்கப்போய் என்னவோ ஆகிவிட்டது. வேலை தேடி அவன் ராணாகாட்டுக்கு வரவில்லை. ஆனால் இப்படி பழைய சூழ்நிலையில் மீண்டும் வந்து சேர்ந்ததும், 'இத்தனை நாள் வெளியே இருந்து ரசப்படவில்லை' என்றுதான் அவனுக்குப் பட்டது. இந்தப் பேச்சூ சக்ரவர்த்தியின் ஓட்டல், இந்த மூங்கில் தட்டி போட்ட சமையற்கட்டு, இந்த விறகுக்கரிக் குவியல், இந்த இரும்புக் கரண்டி இவையே

அவனுக்குப் பழக்கமான இன்ப உலகமாகத் தோன்றியது. ஆண்டவன் இப்படியும் அவனுக்கு நல்ல காலம் வரும்படி அருள் புரிந்துவிட்டானா?

வம்சீயின் கையிலிருந்து வாங்கிய கஞ்சாக் குழாயை அவனிடமே திருப்பிக்கொடுத்ததும் உற்சாகத்துடன் ஹஜாரி, "இன்னும் ஓர் இழுப்பு இழுத்துக்கொள். பருப்பில் சாம்பார்ப்பொடி தூவினாயா? தூவு! இன்னும் காய்கறிகள் வந்தபாடில்லையா?" என்றான்.

வம்சீ, "மீன் மட்டும்தான் கொஞ்சம் வந்திருக்கிறது. பச்சைக் கறிகாய் வாங்கிவருவதாகச் சொல்லிக் கோபரா வெளியிலே போனான். கோபரா புது வேலையாள் – நல்லவன். என்னிடம் ரொம்ப மதிப்பு – வரட்டும், பார்!"

இந்தச்சமயத்தில் மூன்றாம்தரச் சாப்பாட்டுக்குரிய கட்டணம் கட்டிவிட்டு இரண்டு பேர் உள்ளே வந்தார்கள். ஹஜாரி பழைய வழக்கப்படி, "உட்காருங்கள், ஐயா! இடம் ஒழித்துவிடுகிறேன். சற்று இருங்கள். இன்னும் மீனை வதக்கவில்லை. இன்னும் நேரம் இருக்கிறது பாருங்கள். காலங்கார்த்தாலேயாயிற்றே! பருப்பும் துவையலும்..." என்று மடமடவென்று சொல்லிக் கொண்டே போனான்...நேரமாகி வந்தது...

"வம்சீ! சாதத்தை எடுத்துக்கொண்டு வா தட்டில்! இன்னும் பருப்பில் சாம்பார்ப்பொடி தூவவில்லை" என்றான். பிறகு, "ஏனப்பா, மணி பத்தடிக்கப் போகிறாப்போலே இருக்கிறதே! கிஷ்டநகர் வண்டி வருகிற சமயம் ஆகவில்லையா? இப்போதெல்லாம் சாப்பிட வருகிறவங்களை ஸ்டேஷனிலிருந்து யார் இட்டு வருகிறாங்க?" என்று கேட்டான்.

ஹஜாரிக்கு உடலிலும் உள்ளத்திலும் உறுதியும் உற்சாகமும் மூண்டன. என்ன இருந்தாலும் ராணாகாட் ராணாகாட்தான். பட்டணமாயிற்றே! எத்தனை ஜன நடமாட்டம்! வண்டி, இரைச்சல், பரபரப்பு, ரயில், ஜட்கா – இங்கே இருந்து பழகிவிட்டால் வேறு எந்த இடமும் பிடிக்காது. சரியான இடம்!

இந்தச் சமயத்தில் கருவலாக ஓர் ஆள் பச்சைக் கறிகாய் மூட்டையைத் தலையில் வைத்துக்கொண்டு வந்தான். சமையலறையில் அதைக் கொண்டு வந்து இறக்கும் சமயம் அவனுக்குப் பின்னாலேயே பத்மாவும் நுழைந்தாள்!

அவள், "அப்பப்பா! கத்திரிக்காய் வாங்குகிற மாதிரியா இருக்கிறது விலை – அதுவும் இந்த ராணாகாட் பஜாரில்? ஒருசேர்

எட்டுப் பைசாவாம்! யாராவது கேள்விப்பட்டிருப்பீங்களா எப்போதாவது? கண்ட பயல்களெல்லாம் வந்து சேர்ந்துவிட்டாங்க. ஒரேயடியாய் நாமெல்லாம் கறிகாய்களைத் தொடக்கூட முடியாதபடி நெருப்புக்கணக்கா பற்றி எரிகிற மாதிரி விலையை ஏற்றிவிட்டாங்க! எல்லாம் கல்கத்தாவுக்குப் போய்விடுகிறது! இந்த நிலையிலே ஏழை எளிய மக்கள் எப்படித்தான் வாங்கு வாங்க, எப்படித்தான் சாப்பிடுவாங்க...? ஏன் ஐயா வம்சீ! அந்த மூட்டையை அவன் தலையிலிருந்து இறக்கி வையேன்!" என்றாள். தட்டில் சோற்றை எடுத்துக் கொண்டு சமையலறைக் கதவருகில் ஹஜாரி வருவதைப் பார்த்ததும் அவள் திடுக்கிட்டு மரக்கட்டை போல் அப்படியே அசைவற்று நின்றுவிட்டாள்!

ஹஜாரியும் பத்மாவைப் பார்த்ததும் மென்று விழுங்கிக் கொண்டு தயங்கி நின்றான். அவனுக்கு அவளிடம் முன்பு இருந்த திகில் மீண்டும் தலைகாட்டியது. அவன் எப்படியோ ஒருவிதமாகச் சிரிப்பை வரவழைத்துக் கொண்டு திக்கித் திணறியபடி, "என்ன அம்மா, பத்மா! சௌக்கியமா? ஹும்...ஹும்...நான் வந்து..." என்று இழுத்தான்.

பத்மா திகைப்பை ஒருவாறு சமாளித்துக்கொண்டு வம்சீயைப் பார்த்தபடி, "மூட்டையை இறக்கிவையேன், ஐயா! அவனோ அப்படியே கரக ஆட்டக்காரன் மாதிரி நிற்கிறான், மூட்டையைத் தலையில் வைத்துக்கொண்டு...! மீன் வதக்கியாயிற்றா...?"என்றாள். பிறகு ஹஜாரியின் பக்கம் அசட்டையாகக் கவனித்தபடி, "எப்போது வந்தாய்?" என்றாள்.

"இன்றைக்குத்தான் வந்தேன் அம்மா, பத்மா!"

"இந்த வேளைக்குத் தங்கிவிட்டுப் போவாய் இல்லையா?"

அதற்குள் வம்சீ, "நம் ஐயா மறுபடியும் ஹஜாரியை வேலைக்கு எடுத்துக் கொண்டிருக்கிறார். இவர் இங்கேதான் இனிமேல் இருப்பார்!" என்றான்.

பத்மாவின் முகத்தில் கடுகடுப்புத் தெரிந்தது; "உம்...சரி" என்றதும் சமையலறையில் அதற்கு மேல் நிற்காமல் வெளியே போய்விட்டாள்.

வம்சீ தாழ்ந்த குரலில், "பத்மாவுக்குக் கோபம் வந்துவிட்டது! நம் ஐயாவோடு கண்டிப்பாகப் பேசித் தீர்க்கப்போயிருக்கிறாள்!" என்றான்.

அன்று பகல் முழுவதும் பத்மா சமையலறைப்பக்கம் தலை காட்டவேயில்லை...! ஹஜாரியின் மனத்தில் ஒரே பரபரப்பு!

வேலையை முடித்துவிட்டு எப்போது போய்க் குஸுமாவைப் பார்த்து வரலாம் என்று ஆவலோடு காத்திருந்தான். தன் கண்ணாலேயே பார்த்தான். ஓட்டலுக்கு வருகிறவர்கள் தொகை குறைந்துதான் போய்விட்டது; யார் இல்லை என்பார்கள்? முன்னே இரண்டரை மணிக்குக் குறையாமல் அதுவரைக்குங்கூடப் பலபேர் சாப்பிட வருவார்கள். இப்போது மணி ஒன்று அடித்த பிற்பாடு வெளியிலிருந்து யாருமே தலைகாட்டுவதில்லை இங்கே.

ஹஜாரி, "என்ன வம்சீ அண்ணா! மூன்றாம்தரச் சாப்பாடு டிக்கட் மொத்தம் முப்பதுதான். முன்னெல்லாம் எழுபது எழுபத்தைந்து பேர் ஒருவேளைக்குச் சாப்பிட வருவாங்க. அவ்வளவுபேரும் இப்போது எங்கே போய்விட்டாங்க?" என்றான்.

வம்சீ, "இப்போ சற்றுத் தேவலையே! ஏறியிருக்கிறது என்று சொல்லலாம். நடுவில் ஒரேயடியாக இறங்கிக் கிடந்தது, வருகிறவர்களின் எண்ணிக்கை! ஒவ்வொருநாள் இருபதே டிக்கட்தான் மூன்றாம்தரச் சாப்பாட்டுக்கு விற்பனையாகிறது என்றால் பார்த்துக் கொள்ளேன்! வருகிறவர்கள் எல்லாரும் ஐது பாண்டுஜ்ஜேயின் ஓட்டலுக்குப் போய் விடுகிறார்கள்! அவங்க ஓட்டலில் இந்த வேளை நூறு பேர், அடுத்த வேளை அறுபது அல்லது எழுபது பேர் என்று சாப்பிட வருகிறார்கள். சந்தை நாளில் பின்னும் ஏராளமான பேர் வருகிறாங்க, அது இருக்கட்டும். இங்கே அப்படி யார் அதிகமாக வருகிறார்கள், சொல்லு. ஒரு மீன் முழுசாக ஒருநாள்கூட இங்கே சாப்பிட வருபவங்களுக்குக் கிடைக்காது. பெரிய மீன் கிடைத்தால் அதன் தலைப்பாகத்தைத் தூக்கிக் கொண்டு போய்விடுவாள் பத்மா! நம்மால் என்ன சொல்லமுடியும்? அதுமட்டுமா? இன்னும் பல தில்லுமுல்லுகள், திருட்டுத்தனமெல்லாம் பண்ணுகிறாள், அவள்! அதையெல்லாம் அப்புறம் சொல்லுகிறேன். வேலை முடிந்து ஒரு வாய் சாப்பிட்டாகட்டும், முதலிலே!" என்றான்.

சாப்பாட்டை முடித்துக்கொண்டு ஓட்டலிலிருந்து வெளியேறி, தெருமுனையில் இருந்த கடையில் ஒரு பைசாவுக்குப் பீடி வாங்கிப் பற்றவைத்தான் ஹஜாரி. 'சூர்ணி ஆற்றங்கரையில் வழக்கமாக நாம் உட்காரும் வேப்ப மரத்தினடியிலே வந்து எத்தனை நாட்கள் ஆகின்றன! இன்று அங்கே போய் இளைப்பாற வேண்டும்!' என்று பட்டது அவனுக்கு. வழியில் ராதாவல்லபரின் சந்நிதி அருகே வந்ததும் மிகவும் பக்தியுடன் வணங்கினான். இன்று அவனுடைய மனத்தில் பெருமகிழ்ச்சி பொங்கியது. ராதாவல்லபர் கண்கண்ட

தெய்வந்தான். இப்படியும் ஒரு நல்ல நாள் அவனது வாழ்வில் கிட்ட அருள் புரிந்தாரே! இன்று விடியற்காலை வீட்டிலிருந்து புறப்பட்டதும் இப்படியும் நேரும் என்று அவன் எண்ணியாவது இருப்பானா? உண்மையாகவே இதோ அவனுடைய கனவு நனவாகிவிட்டது! திருடன் என்று குற்றஞ் சாட்டித் தனக்குக் கெட்ட பெயர் வரச்செய்து விரட்டிய எசமானே தன்னை மறுபடியும் வேலைக்கு அமர்த்திக் கொள்கிறார் என்றால்...!

சூர்ணி ஆற்றங்கரையில் தனக்குப் பழக்கமான அந்த வேப்ப மரத்தின் அடியில் மிகவும் இன்பமாக அந்த ஒரு பைசா பீடிப்புகையை நன்றாக இழுத்து முடித்தான். குஸுமாவின் வீட்டில் இப்போது எல்லாரும் தூங்கிக் கொண்டிருப்பார்கள். குடியும் குடித்தனமுமாக இருக்கும் இடத்தில் போய்க் கதவைத் தட்டும் சமயம் இல்லை இது! எப்போது பொழுது சாயும்? குறைந்த பட்சம் நாலுமணி ஆகாமல் குஸுமாவைப் பார்க்கப் போகக்கூடாது! இன்னும் ஒன்றரை மணி நேரமாவது இங்கேயே கழித்தாகவேண்டும்.

கோபால நகரிலுள்ள குன்ட்டு குடும்பத்தாரைப் போய்ப் பார்த்து அங்கே இருக்கும் துணி மூட்டையை ஒருநாள் வாங்கி வரவேண்டும். போனமாத பாக்கியை அவர்கள் தரவேண்டும். கொடுத்தார்களானால் நல்லது! இல்லாவிட்டால் என்ன செய்வது?

அன்று பின்னிரவிலேயே எழுந்து விட்டதால் சரியான தூக்கம் இல்லை; அதோடு பலநாள் கழித்து மறுபடியும் ஓட்டல் வேலையில் ஈடுபட்டதாலும் பகலில் தன் வீட்டிலிருந்து ஐந்து கல் தொலைவு நடந்தே பயணம் செய்து இங்கே வந்து சேர்ந்ததாலும் அவனது உடலில் அசதி. மரநிழலில் எப்போது கண்ணயர்ந்தானோ, அவனுக்கே தெரியாது. தூக்கம் தெளிந்து எழுந்து வெயிலைக் கவனித்தபோது மணி நாலு அடித்து விட்டிருக்கும் என்று பட்டது.

சற்று நேரத்துக்கெல்லாம் அவன், குஸுமாவின் வீட்டை அடைந்து வாசல் கதவைத் தட்டினான்.

குஸுமாவே வந்து கதவைத் திறந்தாள். ஹஜாரியைக் கண்டதும் திகைத்தாள்; "வாருங்கள்! வாருங்கள்! பெரியப்பா! எங்கேயிருந்து வருகிறாப்போலே...?" என்றாள். குனிந்து அவனுடைய காலைத் தொட்டு வணங்கினாள்.

ஹஜாரி சிரித்தபடி, "அம்மா! நீ சௌக்கியமாக வாழ வேண்டும். குழந்தைகள் எல்லாரும் நலந்தானே? நீ படுத்த படுக்கையாகக் கிடந்தாய் என்று சொல்லித்தான் வேறு யாரோ

சொல்லித்தான் இந்தப் பெரியப்பாவுக்கு சங்கதி தெரிந்தது!" என்றான்.

குஸுமா அவனை உள்ளே அழைத்துப்போய் பெஞ்சி ஒன்றில் ஜமுக்காளம் விரித்து அமரச்செய்தாள். "கவலைப்படாதீங்க, பெரியப்பா! அவ்வளவு சீக்கிரமாகச் செத்துவிட மாட்டேன். இன்னும் படவேண்டியதையெல்லாம் பட்டாக வேண்டாமா? அது இருக்கட்டும்... நீங்கள் இங்கேயிருந்து போனபிற்பாடு ஒரு சங்கதியும் தெரியவில்லை. எனக்கு உடம்பு சரியாக இராதபோது உங்களைப் பற்றி எப்படியெல்லாம் எண்ணமிட்டுக் கொண்டிருந்தேன் தெரியுமா? நான் செத்திருந்தால் மறுபடி உங்களைப் பார்த்திருக்க முடியுமா? இப்படி திண்டாடுவதைவிடச் செத்துவிடுவதே மேல்..." என்றாள்.

"சீச்சீ! அப்படியெல்லாம் பேசாதே!"

"இத்தனை நாள் எங்கே இருந்தீர்கள் நீங்கள்? இப்போது எங்கிருந்து திடீரென்று வந்தீர்கள்?"

"எண்டோசோலாவிலிருந்துதான்!"

குஸுமா கவலையும் பரபரப்பும் தோன்ற, "நடந்தேயா வந்தீங்க? இன்னும் சாப்பிடவில்லையா?" என்றாள்.

ஹஜாரி சிரித்துக்கொண்டே, "கவலைப்படாதே அம்மா! எல்லாவற்றையும் சொல்லுகிறேன். விடியற்காலை எண்டோ சோலாவிலிருந்து கிளம்பினேன். ராணாகாட்டுக்கு வந்து உன்னைப் பார்க்க வேண்டுமென்று ரொம்ப ஆவலாக இருந்தது. ரயிலடியில் பழைய ஓட்டலின் எசமானைப் பார்த்துவிட்டுப் போகலாம் என்று அங்கே நுழைந்தேன். உடனே அவர் மறுபடியும் என்னை வேலைக்கு வைத்துக்கொண்டார். வேலையை முடித்து விட்டுச் சூர்ணி ஆற்றங்கரைப் பக்கம் உலாவ வந்தேன்" என்றான்.

"அடியம்மா! இதென்ன? மறுபடியும் வேலையில் வைத்துக் கொண்டாங்களா? அப்படியானால் ஏன் இல்லாததையும் பொல்லாததையும் சொல்லி உங்களுக்குத் திருட்டுப் பட்டம் கட்டினார்கள், கேட்கிறேன்...! பத்மா இருக்கிறாளா?"

"பத்மா இல்லாமல் எங்கே போய்விடப் போகிறாள்? இருக்கத்தான் இருக்கிறாள்...! நன்றாகவும் இருக்கிறாள்!" என்று தொடங்கிய ஹஜாரி பெருமை குரலிலே ஒலிக்க, "நான் இல்லாமல் இங்கே ஓட்டல் நடக்காது, தெரிந்துகொள். சாப்பிட வருபவர்களின் எண்ணிக்கையும் ஒரேயடியாகப் பாதியளவுக்கு இறங்கிவிட்டது! எல்லோரும் பாண்டுஜ்ஜே ஐயாவின் ஓட்டலுக்குப் போய்

விடுகிறார்கள்'' என்றான். என்ன இருந்தாலும் ஓர் ஓட்டலின் முதலாளி இல்லையா, தன் எஜமானுக்கு ஈடானவரில்லையா பாண்டுஜ்ஜே? – அதனால் மரியாதையாகவே பாண்டுஜ்ஜே 'ஐயா!' என்று குறிப்பிட்டான் ஹஜாரி.

குஸுமா சிறிதுநேரம் வாயடைத்து நின்றிருந்தாள். பிறகு பரபரப்புடன், "உட்காருங்கள்; இதோ வந்துவிட்டேன்'' என்றாள்.

"ஊஹும்...வேண்டாம்! இதைக் கேள்... இப்போது சாப்பாட்டுக்கு ஏற்பாடு பண்ணவேண்டாம்!'' என்றான் ஹஜாரி.

"நீங்கள் உட்காருங்கள்... இதோ வருகிறேன்'' என்று சொல்லிக் குஸுமா உள்ளே போய்விட்டாள்.

அதற்குமேல் மறுபேச்சு ஏது? குஸுமா சிறிது நேரத்தில் ஒரு குவளையில் சூடான பசும்பாலும் இரண்டு பத்தாஸாவும் சந்தேஷும் ஒரு தட்டில் எடுத்துக்கொண்டு வந்து ஹஜாரியின் முன் வைத்தாள். "இதைச் சாப்பிடுங்கள்'' என்றாள்.

"இதுதான் உன்னிடத்திலுள்ள குறை! வேண்டாம் என்று தடுத்தாலும் கேட்கமாட்டேன் என்கிறாய் பார்!''

குஸுமா புன்னகை பூத்த முகத்துடன், "அப்புறம் சொல்லுங்கள் அதையெல்லாம். முதலில் பாலைக் குடியுங்கள். நல்ல பால்; வீட்டுப் பசும்பால். வெகுநேரமாகக் கும்மட்டியிலேயே* வைத்திருந்தேன்'' என்றாள்.

"என்ன அம்மா இது! இப்படி என்னை தர்மசங்கடத்தில் மாட்டி விடுகிறாயே...! வேண்டாமே!''

ஹஜாரியை எப்படியோ அவ்வளவையும் சாப்பிட வைத்து விட்டாள் குஸுமா. பிறகு வெற்றிலைபாக்குக் கொண்டு வந்து வைத்தாள்; "அதிருக்கட்டும். ஓட்டல் வேலை பிடித்திருக்கிறதா?'' என்றாள்.

"பிடிக்காமல் என்ன? அதுவும் இன்றைக்கு மிகவும் பிடித்திருந்தது. அது இருக்கட்டும்...ஒன்று கேட்கிறேன், சொல். இந்த ரயிலடிக் கடைவீதியில் இன்னொரு ஓட்டல் திறந்தால் நடக்குமா?''

"நடக்குமாவாவது! பிரமாதமாக நடக்கும்! உங்கள் பெயரால் ஓட்டல் வைத்தால் போதும்; மற்ற ஓட்டல் எல்லாம் படுத்துக்கொண்டு விடுமே!''

"அப்படியா படுகிறது உனக்கு?''

★ மண் அல்லது இரும்பினால் செய்த கரி அடுப்பு.

"ஆமாம். அப்பபடித்தான் படுகிறது. நீங்களே ஓர் ஓட்டல் ஆரம்பியுங்கள்!"

"இன்னும் ஓர் ஆசாமியும் இன்று காலை அப்படித்தான் சொன்னாள். உன்னைப்போலவே அவளும் ஒரு பெண்பிள்ளை தான். நம் ஊரைச் சேர்ந்தவள்தான்!"

"யாரது, பெரியப்பா?"

"ஹரிசரண் பாபுவின் மகள். அதஸி என்று பெயர். நம் டேம்பிக்குச் சிநேகிதி. இரண்டு பேரும் மிகவும் அன்பாகப் பழகுகிறார்கள். அந்தப் பெண்தான் இன்று காலை இப்படிச் சொன்னாள்."

"என்ன, நம் ஹரிபாபுவின் மகளா? நான் அவளைப் பார்த்ததே இல்லை. எத்தனை வயசு இருக்கும்?"

"இப்போதுதான் பட்டணத்திலிருந்து இங்கே வந்து தங்கியிருக்கிறார்கள் அவர்கள்! எப்படி நீ முந்தியே பார்த்திருக்க முடியும்? அந்தப் பெண்ணுக்கு வயசு பதினாறு பதினேழு இருக்கும்... நல்ல பெண்!"

"எப்போது எல்லாரும் இது சரி என்று சொல்கிறார்களோ அப்படியே செய்து முடியுங்கள். நான் பணம் தருகிறேன்..."

"அதஸியும் கொடுக்கிறதாகச் சொன்னாள். உங்கள் இரண்டு பேருடைய பணமும் இருந்தால் ஜாம் ஜாமென்று கொட்டு மேளத்துடன் ஓட்டல் நடத்தலாம். நீ இப்படிச் சிறுகச் சிறுக சிரமப்பட்டுச் சேர்த்ததை நான் வாங்கிச் செலவழிக்கப்போய் நஷ்டம் ஏற்பட்டுவிடப் போகிறதே என்றுதான் பார்க்கிறேன். அப்போது இரண்டுங்கெட்டான் நிலையாகிவிடுமே...! அதஸி பணக்காரவீட்டுப் பெண். அவள் தரும் இருநூறு ரூபாய் போனாலும் அவளுக்கு ஒன்றும் பெரிதில்லை...ஆனால்..."

"அப்படியில்லை; என்னிடம் இருக்கிற தொகையையும் எடுத்துக் கொள்ளுங்கள்! நான்தான் முன்னேயே சொன்னேனே! இல்லையா?"

"சரி; உங்கள் இரண்டுபேருடைய பணத்தையும் வாங்கிக் கொள்கிறேன். நாளையிலிருந்து நல்ல இடமாகத் தேட ஆரம்பித்து விடுகிறேன்...பொறு...ஆனால் ஒன்று; பணம் போய்விட்டது என்று பின்னால் என்னைக் குறைகூறக் கூடாது; சொல்லிவிட்டேன்."

"பெரியப்பா! நீங்கள் ஓட்டல் திறந்தால் பணம் ஒன்றும் பழுது போகாது; நான் சொல்கிறேன்! அப்படியே போனாலும் அதனால் என்ன? உங்களைக் குறைகூறமாட்டேன்; இது நிச்சயம்!"

அவன் புறப்பட எழுந்திருந்தபோது குஸுமா, "பெரியப்பா! வருகிற பொங்கலன்று வீட்டில் சத்தியநாராயண பூஜைக்குச் சர்க்கரைப் பொங்கல் பிரசாதம் ஏற்பாடு பண்ணப் போகிறேன். நீங்கள் அன்று அவசியம் இங்கே வந்துவிடவேண்டும். பிரசாதம் ஏற்று என்னை ஆசீர்வதித்துவிட்டுப் போகவேண்டும்" என்றாள்.

ஹஜாரி தயங்கியபடி, "முடியுமா என்றுதான் பார்க்கிறேன். காரணம், இரவு பன்னிரண்டு மணிக்குக் குறைந்து எனக்கு ஓய்வு கிடைக்காதே!" என்றான்.

"அப்படியானால் அதற்கு அடுத்தநாள் நடுப்பகலில் வாருங்கள்! ஒரு மணி சுமாருக்கு வாருங்களேன்; நான் பூரி செய்து வைக்கிறேன். நீங்கள் இங்கே வந்து கறிகாய், கூட்டு எல்லாம் தயார் செய்யவேண்டும். என்ன, சரிதானே...? உம்...கட்டாயம் வந்தாகவேண்டும், பெரியப்பா!"

ஓட்டலுக்குத் திரும்பி வந்ததும் அவன் பெரிய தவலையில் அரிசியைப் போட்டுக் களையலானான். வம்சீ இன்னும் வரவில்லை. ஹஜாரி மிகவும் மகிழ்ச்சியுடன் நாலு பக்கமும் பார்த்தான். அவனுக்கு மிகவும் பழக்கமான அந்தப் பழைய சமையலறையின் தகடடித்த பகுதியில் ஐந்து மாதங்களுக்கு முன் எப்படி இரும்புக் கரண்டியை அவன் செருகி விட்டுப் போனானோ அப்படியே இருந்தது...அப்புறம் வம்சீ டாகுர், அதே ரத்தன், அதே பத்மா!

வம்சீ அப்போது உள்ளே வந்தான். ஹஜாரி, "இன்றைக்குப் பப்பாளிக்காயை நறுக்கி வை. அதைச் சமைத்து நாளாகிறது. இன்றைக்கு அதைக் கவனிக்கலாம்... சமையல் பிரமாதமாக இருக்கும். ஒரேநாளில் பாண்டுஜ்ஜே ஐயாவின் ஓட்டலைத் தோற்கடித்துவிடலாம்" என்றான்.

வாயில் பக்க அறையில் பத்மாவின் குரலைக் கேட்டதும் வம்சீ, "ஏன், அம்மா? இந்தப் பக்கம் வாயேன்..." என்றான்.

பத்மா மூன்றாந்தரச் சாப்பாடு பரிமாறும் அறையைத் தாண்டிச் சமையலறைக்குள் நுழைந்தாள்.

"என்ன சங்கதி?"

"இப்போது என்ன சமைக்கலாம்? ஹஜாரி 'பப்பாளி சமைத்தால் நன்றாக இருக்கும்' என்கிறார். இருக்கிற இரண்டொன்றை வைத்துக்கொண்டு சுமாராகச் சமையலைச் செய்து முடிக்க வேண்டியதுதான். இதோ கையில் என்னவோ பப்பாளி இருக்கிறது...என்ன சொல்லுகிறாய்?" என்றான் வம்சீ.

பத்மா, “இப்போது வேண்டாம் பப்பாளி! நாளைக்கு ஆகட்டும். இந்த வேளைக்குப் பறங்கிக்காய்க் கறி பண்ணு. அதோடு மீன்குழம்பு! பகலுக்கு ஏழணாவுக்கு ஒரு ‘சிங்கிடி’ மீன் வாங்கினோம். ஆனால் இப்போது எந்த மீன் கிடைக்குமோ பார்த்து வரவேண்டும்...” என்றாள் பத்மா. ஹஜாரி, “ஏன் அம்மா, பத்மா? கொஞ்சம் மாமிசம் சமைத்தால் என்ன?” என்றான்.

இத்தனை நேரம் அவனோடு பேசாமல் ஒருமாதிரி இருந்த பத்மா இப்போது முதல் முதலாக அவனைப் பார்த்து, “மாமிசம் புதன்கிழமை பண்ணியாயிற்று. இன்றைக்கு வேண்டாம். சனிக்கிழமை பண்ணலாம்” என்றாள்.

ஹஜாரிக்கு அவள் இப்படித் தன்னோடு முகம் கொடுத்துப் பேசியதால் ஒரே பூரிப்பு. ஆனால் மறுகணமே அவன் திகைத்துத் திடுக்கிடும்படி பத்மா, “இத்தனைநாள் எங்கே இருந்தாய், ஐயா?” என்றாள்.

ஹஜாரி ஆவலுடன், “என்னைப்பற்றித்தானே கேட்டாய்?” என்றான்.

“ஆமாம்.”

“கோபால் நகரில் குன்ட்டு குடும்பத்தார் வீட்டில் இருந்தேன். அவர்களிடம் லீவ் கேட்டுக்கொண்டு வீட்டுக்கு வந்திருந்தேன். அப்புறம் இன்று ராணாகாட்டுக்குப் புறப்பட்டு வந்தேன். அப்போதுதான் ஐயா சொன்னார்...”

“உம்...தாராளமாக இரேன். ஆனால் ஒன்று. நம் பண்டங்களை வெளியே எடுத்துப்போக முடியாது! சொல்லிவிட்டேன். அந்த வழக்கம் கூடாது என்று நம் ஐயா தடுத்துவிட்டார். உனக்குத் திருப்தியாக இங்கேயே சாப்பிட்டுவிட்டுப் போ! அவ்வளவுதான்.”

“உம்...நான் ஏனம்மா, வெளியே எடுத்துப்போகிறேன்! அப்படியெல்லாம் செய்யமாட்டேன்!”

“அது சரி; அவள் எப்படி இருக்கிறாள்...அதுதான் குஸுமா... இப்போது போய்ப் பார்க்கிறதில்லையா...?” பத்மாவின் குரலில் குத்தலும் கேலியும் ஒலித்தன.

அதேசமயம் அவள் தன் முகத்தை வேறு பக்கம் திருப்பிக் கொண்டாள்போல் இருக்கிறது! மொத்தத்தில் ஹஜாரிக்கு அப்படித்தான் பட்டது. பத்மா அங்கிருந்து போனதும், வம்சீ, “உன் வேலை நிலையாகிவிட்டது, போ! பகலில் எசமான் ஐயாவும் இந்த அம்மாளும் கலந்து பேசியிருக்காங்க...சரி; ஒரு ‘தம்’ (கஞ்சா) அடித்துவிட்டு வரலாம், வா!” என்றான்.

ஹஜாரி சிரித்துவிட்டான். எல்லாம் சரிதான்; ஆனால் நடுவில் இந்தப் பத்மா ஏன் குஸுமாவைப்பற்றிப் பேச்செடுத்தாள்? ரொம்பச் சின்ன மனசு... சீ!

வம்சீ வெளியிலிருந்தபடி தாழ்ந்த குரலில், "ஹஜாரி அண்ணா! இப்படி வா! இதை ஓர் இழுப்பு இழு!" என்றான்.

கஞ்சாப் புகையைத் தானும் ஓர் இழுப்பு இழுத்துவிட்டு, ஹஜாரி மறுபடியும் சமையலறைக்குள் வந்து அமர்ந்ததும் சட்டென்று அதஸியின் முகம் அவனுடைய மனக்கண் முன் மிதந்துவந்தது. அன்னை துர்க்கையின் திருவுருவத்தில் காணும் திவ்விய முகம்போல் எவ்வளவு லட்சணமானது! அவள் மட்டும் தன் சிற்றப்பா கஞ்சா குடிப்பதைப் பார்த்திருந்தால்...? இதனால்தான் அவன் தன் சொந்தக் கிராமத்தில் இருந்தபோது அந்த வழிக்கே போவதில்லை. குழந்தைகள் எதிரே அப்படிச் செய்தால் அவமானம்தான்.

அதஸி தன்னிடமிருந்த ரொக்கத்தைக் கொடுக்க விரும்புகிறாள். ஆகவே, ஓட்டல் திறந்துதான் ஆகவேண்டும். சங்கதியை வம்சீயிடம் எட்டவிடலாமா? வம்சீயும் ரத்தனும் நல்லவர்கள்...அவர்கள் இருவரிடமும் ஹஜாரிக்கு உள்ளூற நம்பிக்கை உண்டு. அவர்களுக்கும் அவனிடம் அன்பு இருந்தது.

வம்சீயைப் பார்த்து ஹஜாரி, "இப்போதெல்லாம் இராத்திரி தொக்கு, ஊறுகாய் பண்ணுகிறதுண்டா?" என்றான்.

"எல்லா நாளிலும் பண்ணுவதில்லை...இப்போது எலுமிச்சம் பழம் ஒன்றுதான் விலை மலிவாக இருக்கிறது. பைசாவுக்கு ஆறு ஏழு கிடைக்கும்..."

"அப்படியானால் ஏதாவது செய்தாக வேண்டும்... வெள்ளரிக் காய்த் துவையல் அரைக்கலாமா என்றும் பார்க்கிறேன்."

"நீ எண்ணுகிறபடி இங்கே நடக்குமா? பத்மா 'சரி' என்றால்தான் எதுவும் அடுப்பில் ஏறும். என்ன, இங்கே உள்ள கட்டுத்திட்டத்தை யெல்லாம் மறந்துவிட்டாயா என்ன? ஹஜாரி அண்ணா?"

ஹஜாரி 'ஹோஹோ' என்று சிரித்தான். "வம்சீ! கொஞ்சம் டீ போட்டுச் சாப்பிட்டால் என்ன? ஃபில்டர் கில்ட்டர் எல்லாம் இருக்கிறதா?" என்றான்.

வம்சீ, "டீ சாப்பிட வேண்டுமா? சரி; இதோ நான் தயார் பண்ணுகிறேன். இதோ பருப்பை வேகவைத்துவிட்டு. வெந்நீரை இந்தப் பாத்திரத்தில் கரண்டியால் மொண்டு எடுத்து

வைத்துக்கொள். சர்க்கரை இருக்கிறது. டீத்தூள் கொண்டு வந்து விடுகிறேன். முந்திய வருஷம் நாம் டீ சாப்பிட்டது நினைவு இருக்கிறதா? – சரி, சரி; இதோ டீ இலைத்தூளைப் போட்டு வடிகட்டி இறக்கிவிடுகிறேன்” என்றான்.

அரைமணி நேரத்துக்குள் மிகவும் மகிழ்ச்சியுடன் ஹஜாரியும் வம்சீயும் ஈயம் பூசிய பாத்திரத்தில் இருந்த டீயை ஊற்றிக் குடிக்கலானார்கள். பேய்போல உழைக்கிறோம்; அந்த உழைப்புக்கு நடுவில் இப்படி டீ பருகுவதில்தான் என்ன இன்பம்! ஹஜாரி அங்கே அடுப்பில் திகுதிகுவென்று எரியும் நெருப்பைப் பார்த்தபடி ஏதோ எண்ணமிடுவது அவனது முகபாவத்திலிருந்து தெரிந்தது. அவன், “எங்கே இருந்தால் நம் மனசுக்குப் பிடிக்கிறது என்று புரிந்ததா, வம்சீ! கோபால நகரில் தினமும் சாயங்கால நேரம் அவர்கள் வீட்டில் பூஜை அறையில் ஸ்வாமிக்கு நைவேத்தியம் வைப்பார்கள். அருமையான சந்தேஷ் (இனிப்புப் பண்டம்), பத்தை பத்தையாக நறுக்கி வைத்த பழம், வடைப்பருப்பு எல்லாம் கிடைக்கும். நானே அடுப்பில் டீ போட்டுக் கொள்வேன். ஆனால் எவ்வளவு இருந்தும் மனசில் தெம்பு இல்லை. தன்னந்தனியாகச் சமையலறையில் டீயும் பட்சணமும் சாப்பிடும்போது என்னவோ போலத்தான் இருக்கும்! அப்போது மனசில் இன்பம் ஏற்படாது... இன்றைக்குப்பார்! வெறும் டீதான் குடிக்கிறேன். அதுதான் எவ்வளவு இனிப்பாக இருக்கிறது!” என்றான்.

இரவு வந்தது. ரயில் நிலையத்துப் பிளாட்பாரத்தில் ஏதோ வண்டி வரும் சத்தம் கேட்டதும், ஹஜாரி, “வம்சீ! கிஷ்டநகர் வண்டி வந்துவிட்டதப்பா! பருப்பில் சாம்பார்ப்பொடி போட்டு இறக்கு!” என்றான்.

அதேசமயம் புதிய வேலையாள் கோபரா சாப்பாட்டுக் கூடத்திலிருந்து “மூன்றாம் ரகச் சாப்பாடு இரண்டு தட்டு!” என்று கூவினான்.

பரபரப்பும் உற்சாகமும் உடல் முழுவதும் பரவ ஹஜாரி எழுந்தான். என்ன வேலை! எத்தனை பேரின் இரைச்சல்! எங்கும் ஒரே பரபரப்பாக இருந்தது. இந்தச் சூழ்நிலையில்தான் பொழுது வேகமாகப் போகிறது! இதுதான் வேடிக்கை! இதுமட்டுமா? கோபால்நகர் போன்ற பட்டிக்காட்டில் குன்ட்டு குடும்பத்தாரின் மச்சு அமைந்த பழைய ரீதியான பெரிய வீட்டில் சமையலறையின் ஒரு மூலையிலே அமர்ந்து ஒன்று இரண்டு என்று கூரையிலுள்ள மரத்தூலத்தை எண்ணிக்கொண்டே புழைக்கடையில் இருந்த

புளிய மரத்தில் வௌவால்கள் பழத்தை அடித்துத் தின்பதைப் பார்த்துக்கொண்டு சமைப்பானே, அது அவனுக்குப் பிடித்திருந்ததா? ...ஊஹூம்... அவன் பட்டணத்து ஆசாமியாயிற்றே.

பொங்கலுக்கு மறுநாள் குஸுமாவின் வீட்டில் பகல் பன்னிரண்டு மணிக்கெல்லாம் அவசியம் போகவேண்டியிருந்தது. வாக்கு மீறமுடியுமா? ஹஜாரி வம்சீயிடம் சொல்லிக்கொண்டு பகலில் சற்று முன்னாடியே புறப்பட்டுவிட்டான்.

குஸுமா மாட்டுத்தொழுவப் பக்கம் புதிய அடுப்பு மூட்டிப் பச்சைக் கறிகாய்களை வதக்கிக் கொண்டிருந்தாள். ஏற்கெனவே வாழை இலை ஒன்றில் வதக்கிய கத்தரிக்காய்களும், ஒரு கற்சட்டியில் வெந்த பருப்பும் இருந்தன. சுத்தமாக எல்லாம் அமைய வேண்டுமென்றுதான் புதுக்கற்சட்டியை மட்டும் வைத்துக் கொண்டிருந்தாள். ஹஜாரி இதைப் பார்த்ததும் மனசுக்குள்ளேயே, "பாரேன் குஸுமாவை! நானோ ஓட்டலில் பொழுதைக் கழிக்கிறவன்; எவ்வளவு எச்சில் தீட்டு எல்லாம் உண்டோ அவ்வளவையும் அங்கே பார்க்கலாம். இதோ இவள் இங்கே குளித்து முடித்துவிட்டு, மடியுடுத்து, புரோகிதர் மாதிரி அமர்ந்து கொண்டு, சுத்தமாகச் சமையல் செய்கிறாள்" என்று சொல்லிக் கொண்டான்.

குஸுமா சிரித்தபடி, "பெரியப்பா! இன்னும் முழுமையாக ஆக்கி முடிக்கவில்லையே! கொஞ்சநேரம் ஆகும். இருந்தாலும் கறிகாய் எல்லாம் சமைத்துவிட்டேன். நீங்கள் உட்கார வேண்டியது தான் பாக்கி" என்றாள்.

ஹஜாரி, "இதென்ன பிரமாதமாகச் சமைக்க ஆரம்பித்து விட்டாயே! இப்படிச் சமைப்பதாகச் சொல்லவில்லையே...! நீ சமைத்ததை நான் எப்படிச் சாப்பிடுவேன்?" என்றான்.

"ஊஹூம்... இந்தச் சாலாக்கெல்லாம் நடக்காது... நான் கறிகாயில் உப்புப் போடவில்லை. எண்ணெயில் வதக்கினதுதான். உப்புப் போடாததை சாப்பிட்டால் என்னவாம்? அதற்குக்கூடவா ஆட்சேபம்? நீங்கள் இவ்வளவு நேரத்துக்கு பூரி செய்து கறிகாயும் சமைத்தால் சிரமமாயிற்றே என்றுதான் தயாராக இவ்வளவும் செய்துவைத்தேன்... பூரியுடன், இந்த வதக்கின கத்தரிக்காய்க் கறியையும் சாப்பிடுவது தவறா? இதில் என்ன தோஷம்? "

"உப்புப் போடவில்லையா...? உம்... நீ சிரிக்கிறதைப் பார்த்தால் புரிகிறது விஷயம்! வெந்த பண்டமாயிற்றே; உன் வீட்டில் எப்படிச் சாப்பிடுவேன்?"

"நான் இடைச்சியாக இருந்தால் என்ன? என் கையால் சுத்தமாகக் கறிகாய் செய்துபோட்டு நீங்கள் சாப்பிடுவதால் உங்கள் ஜாதி ஆசாரம் கெட்டுவிடும் என்கிறீர்களா? நான் நரகத்துக்குப் போக வேண்டியிருக்குமே என்கிறீர்களா?"

ஹஜாரி, "ஹோ! ஹோ!" என்று உரக்கச் சிரித்துவிட்டான். "சரி; மைதா மாவை இப்படிக்கொடு. பிசைந்து வைக்கிறேன்" என்றான்.

"எல்லாம் தயாராக வைத்திருக்கிறேன். நீங்கள் உருட்டித் தட்டி எண்ணெயில் போட்டுப் பொரிக்க வேண்டியதுதான்! இந்தக் கோசு கறியைச் செய்து முடித்ததும் சட்டினி தயார் செய்கிறேன். பூரியைச் சூடாகப் பொரித்துப்போட்டதும்...அதில் என்ன? ஏதோ கையில் வைத்திருக்கிறீங்களே?"

ஹஜாரி தன்னுடைய மேல் சால்வையிலிருந்து சால இலையில் வைத்துக் கட்டியிருந்த ஒரு பொட்டலத்தை எடுத்து, தயக்கத்துடன், "இது புது வெல்லத்தில் பண்ணிய சந்தேஷ். போன மாச சம்பள பாக்கியைக் கொடுத்துவிட்டாங்க. அதனால்தான் ஏதாவது இனிப்புப்பண்டம் வாங்கிவரலாமே என்று..." என இழுத்தான்.

ஹஜாரி ஏதோ குற்றவாளிபோல் கூச்சத்தோடு, சால இலையில் கட்டியிருந்த அந்தப் பொட்டலத்தைத் தாழ்வாரத்தின் அருகில் வைத்தான். "உனக்காக ஏதாவது கொண்டுவரக்கூடாதா என்ன, அம்மா? தகப்பன் மகளுக்குத் தின்பண்டம் வாங்கி வந்து தரக்கூடாதா?" என்றான்.

ஹஜாரி இப்படிக் கொஞ்சுவதைப் போல் பேசுவதைப் பார்த்துக் குஸுமாவுக்குச் சிரிப்புத்தான் வந்தது. அவள் அதை அடக்கிக் கொண்டு பொய்க்கோபத்துடன் கேட்டாள்: "எனக்கு நிஜமாகவே உங்கள் மேல் கோபந்தான். பணம் வந்ததும் இப்படிச் செலவழிக்கக் கை துறுதுறுக்கிறதா? சீமான் என்று எண்ணிக்கொண்டு விட்டீங்களா? போனமாசம் ஏழுநாள் வேலை செய்ததற்கான பாக்கி அப்படி எவ்வளவு இருக்கப்போகிறது? அதிலே ஒரு ரூபாய்க்குச் சந்தேஷ் வாங்கி வரவேண்டுமா?" என்றாள்.

ஹஜாரி அசட்டுச் சிரிப்புச் சிரித்துக்கொண்டே அமர்ந்திருந்தான். "சரி; இந்தப் பக்கமாக வாருங்கள். இதோ இந்த மீதி மைதாவைப் பிசையுங்கள்!" என்றாள் குஸுமா.

தன் தாய் யாரை இப்படிக் கோபித்துக்கொள்கிறாள் என்று

பார்க்கக் குஸுமாவின் மகன் - சிறுபிள்ளை - எங்கிருந்தோ வந்து சேர்ந்தான். எதிரே முற்றத்தில் அந்தச் சிறுவன் வந்து நின்றதும், ஹஜாரி அந்தப் பொட்டலத்திலிருந்து சந்தேஷை எடுத்து அவனுடைய கையில் கொஞ்சம் கொடுத்து, "சரி, பேரன்மார் சாப்பிடுங்கள்...மகள் அப்புறம் சாப்பிடுகிறாளா இல்லையா பார்க்கிறேன்" என்றான்.

பிறகு குஸுமாவின் பக்கம் திரும்பிப் பார்த்து, "நீயும் எடுத்துக் கொள்...கையை நீட்டு...கோபப்படாதே அம்மா!" என்றான்.

குஸுமாவினால் இப்போது உள்ளுக்குள் பொங்கிவந்த சிரிப்பை அடக்கமுடியவில்லை. "சரி; சமைத்துக்கொண்டே சாப்பிடுவதா?" என்றாள்.

"ஏன் கூடாது?"

"ஊஹூம்!"

"ஏன்?"

"நான் அப்படிக் கிழட்டுக் கழுதையில்லை, நைவேத்தியத் துக்கு முந்தியே பிரசாதம் கிடைத்துவிட்டது என்று சாப்பிட உட்கார...வேறென்ன?"

ஹஜாரிக்குச் சங்கதி புரிந்தது - நாம் சாப்பிடுவதற்கு முன் குஸுமா எதுவும் சாப்பிடமாட்டாள் என்பதுதான்! அவன் அதற்கு மேல் பேச்சை வளர்த்தாமல் பூரிக்கான மீதி மைதாவை எடுத்து வைத்துக்கொண்டு வேலையில் இறங்கினான்.

அப்போது குஸுமா, "ஓட்டல் திறக்கிற சங்கதி என்ன ஆயிற்று?" என்றாள்.

"கோபால் கோஷின் வெற்றிலை பாக்குக் கடைக்கு அருகில் ஒரு சின்ன வீடு. ஒன்பது ரூபாய் வாடகையாம். நீ பார்த்திருக்கிறாயா இடத்தை?" என்றான் ஹஜாரி.

குஸுமா முகம் மலர, "எப்போது திறக்கப்போகிறீங்க?" என்றாள்.

"வருகிற மாசம்...பணம் தருகிறாயா?"

குஸுமா குரலைத் தாழ்த்திக்கொண்டு, "மெதுவாகப் பேசுங்கள்...யார் காதிலாவது விழப்போகிறது!" என்றாள்.

"உன் மாமியார் எங்கே?"

"என்னால் வெளியில் போக முடியவில்லையே; அதனால் பால் வாங்கி வர அவள் போயிருக்கிறாள். அவள் திரும்பி வந்து விட்டிருப்பாளோ என்றுதான் சொல்கிறேன்."

“கீல்வாயு எப்படி இருக்கிறது? குணம் தெரிகிறதா?”

“தாயத்து மந்திரித்துக் கட்டிக்கொண்ட பிறகு இப்போது குணந்தான். முன்னே நடுவில் எழுந்திருக்க முடியாமல் முடங்கிக் கிடந்தேனே; அதைவிட இப்போது எவ்வளவோ மேல்... இதோ ஒதுங்கிக் கொள்கிறேன். இப்படி உட்கார்ந்து அந்த பூரி உருண்டைகளை எண்ணெயில் பொரித்து வையுங்கள். அப்புறம் சுடச்சுட இலையில் பரிமாறுகிறேன்.”

சற்று நேரத்துக்கெல்லாம் ஹஜாரி சாப்பிட அமர்ந்தான். குஸுமா அருகில் இருந்தபடி அவ்வப்போது பூரியும் காய்கறிகளும் பரிமாறியபடி, “நீங்கள் கறிக்கு நிறைய உப்புப் போட்டுக்கொண்டு சாப்பிடுங்கள்” என்றாள்.

“சமையல் அற்புதம், அம்மா!”

“சரி; இன்னும் கொஞ்சம்...”

“என்றைக்கு ஓட்டல் திறக்கிறேனோ அன்றைக்கு என் கையாலேயே உனக்கு சமைத்துப் போடுகிறேன், பார்!”

“ஊஹும்...அதெல்லாம் கூடாது. நின்று நிதானமாக வியாபாரத்தைக் கவனிப்பதுதான் முக்கியம்...எடுத்ததும் பணத்தை அப்படியெல்லாம் வாரி இறைக்கக்கூடாது!”

“அப்படிச் செய்வேனா, அம்மா? என்னைப் பற்றி உனக்குத் தெரியாதா?”

“எனக்காக ஒரு காசுகூட நீங்கள் செலவழிக்கக்கூடாது; சொல்லிவிட்டேன். அப்படிச் செய்வதாக இருந்தால் நான் உங்களோடு பேச்சே வைத்துக்கொள்ள மாட்டேன், தெரிந்ததா!?”

பதினைந்து நாள் கழித்து ஹஜாரி குடும்பச் செலவுக்குப் பணம் கொடுக்கச் சொந்த ஊருக்குப் போனான். அன்று மாலை அவன் ஹரிசரணரின் வீட்டுக்குப் புறப்பட்டு வந்தான். அங்கே வெளியறையில் ஹரிசரணர், வேறு யாரோ இரண்டு கனவான்களுடன் பேசிக்கொண்டிருப்பதைக் கண்டான். அவர்கள் அவனுக்குப் பழக்கமிராதவர்கள். அவனைப் பார்த்ததுமே ஹரிசரணர், “ஓ! ஹஜாரியா? வா! வா! இப்படி உட்கார்! இவர்கள் கல்கத்தாவிலிருந்து வந்திருக்கிறார்கள். அதஸியைப் பார்த்துவிட்டுப்போக! நீ வந்தது நல்லதாகப் போயிற்று! இன்றைக்கு ராத்திரி உனக்கு இங்கேதான் சாப்பாடு!” என்றார்.

அப்படியானால் அதஸிக்குத் திருமணமா? இதற்குள்

அவளுக்குத் திருமணமாகி அவள் புகுந்த வீட்டுக்குப் போயிருந்தால் பணவிஷயம் பற்றிப் பேசமுடியாமல் போயிருக்கும். முந்தி இருந்த ஆர்வம் சட்டென்று குறைந்துவிட்டது போல் இருந்தது ஹஜாரிக்கு.

அரைமணி நேரம் கழித்து ஹரிசரணர், "நான் சந்திக்கடன்களை முடித்துவிட்டு வருகிறேன். நீங்கள் அதற்குள் டீ சாப்பிடுங்கள்... வரட்டுமா?" என்றார்.

வந்திருந்த கனவான்கள் இருவரும், "நீங்கள் திரும்பி வந்ததும் எல்லாரும் ஒன்றாகவே டீ சாப்பிடலாம்...அதற்குள் ஆற்றங்கரைப் பக்கம் உலாவிவிட்டு வருகிறோம்" என்று சொல்லிவிட்டுக் கிளம்பினார்கள்.

சற்று நேரத்துக்கெல்லாம் அதஸி கதவருகே வந்து எட்டிப் பார்த்துவிட்டு உள்ளே நுழைந்தாள்.

"வா! அம்மா! சௌக்கியமா?"

"நீங்கள் சௌக்கியந்தானே, சிற்றப்பா? கோபால் நகரிலிருந்தா வருகிறீர்கள்?"

"இல்லை, அம்மா! நான் இப்போது அங்கே இல்லை. ராணாகாட்டில் அதே ஓட்டலில்தான் மறுபடியும் வேலை பார்க்கிறேன்...அவங்களாகவேதான் சேரச் சொன்னாங்க"

"ஏன் சொல்லமாட்டாங்க? உங்களைப் போல் ஒருத்தர் அவர்களுக்கு எங்கிருந்து கிடைப்பாங்க? எனக்கு இந்தத் தரம் ஏதாவது கற்றுக் கொடுங்கள், சிற்றப்பா! உங்கள் பெயரை என்றென்றும் சொல்லிக் கொண்டிருப்பேன்."

"அம்மா! அவங்கவங்களாகவே ஒரு விஷயத்தைச் சொந்தமாக எழுதுவதுபோலத்தான் இதுவும். வாயால் கற்றுக் கொடுத்து இது வருவதில்லை. நேரில் செய்து காட்டியாக வேண்டும்...அதற்கு நேரம் இல்லையே! முன்னேயேகூட நான் சொன்னேனே!"

"நாளைக்கு உங்கள் வீட்டுக்கு வருகிறேன்...டேம்பியிடம் சொல்லுங்கள்...அவளை ஏன் அழைத்து வரவில்லை? அவளையும் அழைத்து வந்தால் இங்கே இராத்திரி எங்கள் வீட்டிலேயே இரண்டுபேரும் சாப்பிட்டிருக்கலாம் இல்லையா?"

அதஸி சற்று நேரத்துக்கெல்லாம் அங்கிருந்து கிளம்பி உள்ளே சென்றாள். காரணம், புதிய விருந்தாளிகள் இருவரும் பேசிக்கொண்டே திரும்பி வருவது தெரிந்தது.

மறுநாள் காலையில் டேம்பியின் தாய் வாசல்பக்க முற்றத்தில் பெருக்கிக் கொண்டிருந்தபோது, அதஸி முற்றத்தின் வெளிப்

பக்கத்திலிருந்து "டேம்பி! டேம்பி!" என்று அழைப்பது கேட்டது.

டேம்பியின் தாய் பரபரவென்று கையில் இருந்த துடைப்பத்தை ஒருபக்கம் எறிந்துவிட்டு முன்புறம் வந்தாள். ஜமீன்தார் வீட்டுப்பெண் அதஸி அப்படி அந்தக் கிராமத்தில் யார் வீட்டுக்கும் போவதில்லை. "எங்களைப் போன்ற ஏழைகளின் வீட்டுக்கு அவள் வந்துபோகிறாள்" என்பது நாலு பேரிடம் சொல்லிப் பெருமைப் படக்கூடிய சங்கதிதானே? சிரித்துக்கொண்டே, "டேம்பி, துணிகளை எடுத்துக்கொண்டு குளத்துக்குப் போயிருக்கிறாள். வா, அம்மா! இப்படி உட்கார்!" என்றாள் டேம்பியின் தாய்.

"சிற்றப்பா எங்கே?"

ஹஜாரி முந்தியநாள் இரவு அதஸியின் வீட்டில் நன்றாகச் சாப்பிட்டுவிட்டு வந்தாலும் இன்று நடந்தே ராணாகாட்டுக்குப் போகவேண்டியிருந்ததால் பெரிய கற்சட்டி ஒன்றில் இருந்த பழையதை உப்புப் போட்டு, மிளகாய் வற்றலைத் தொட்டுக் கொண்டு மென்று தின்றுகொண்டிருந்தான். அதஸி எங்கே அந்தப் பக்கமாக வந்து இதைப் பார்த்துவிடுவாளோ என்று கூச்சம் கலந்த திகிலுடன் கற்சட்டியைத் தன் மேல்துண்டால் மூடினான்.

"எங்கே இருக்கிறீங்க, சிற்றப்பா?" என்று கேட்டுக்கொண்டு அதஸி அங்கே வந்து சேர்ந்தாள்.

நல்லவேளை சரியான சமயத்தில் அவன் அந்தக் கற்சட்டியைத் தன் மேல்துண்டால் மூடிவைத்தான். இல்லாவிட்டால் அதஸி, 'நேற்று நம் வீட்டில் அந்த விருந்துச் சாப்பாட்டை நன்றாகச் சாப்பிட்டுவிட்டு இதோ இன்று விடியற்காலையிலேயே பகாசுரன் மாதிரி இவ்வளவு சோற்றையும் சாப்பிடுகிறானே இந்த மனுஷன்' என்றுதானே எண்ணியிருப்பாள்!

"இதோ இருக்கிறேன், அம்மா! என்ன சங்கதி? இவ்வளவு காலையிலே..."

"இன்று பகல் நீங்கள் எங்கள் வீட்டில் சாப்பிட வரவேண்டும் என்று அப்பா சொல்லி அனுப்பினார். அதற்காகத்தான் வந்தேன்."

"இல்லை, அம்மா! நான் இப்போதே ராணாகாட்டுக்குக் கிளம்பிக் கொண்டிருக்கிறேன்...லீவ் இல்லை. நேற்றுத்தான் உங்கள் வீட்டில் விருந்து சாப்பிட்டேன்..."

"அப்படியானால் டேம்பியும் சித்தியும் வரட்டும். நானே இதை அவர்களிடம் சொல்லி, அழைத்துவிட்டுப் போகிறேன்" என்றதும் அதஸி வாசற்படியைத் தாண்டி உள்ளே வந்து தானே

ஒரு மணையை எடுத்துப்போட்டுக்கொண்டு உட்கார்ந்தாள். இதைப் பார்த்ததும் ஹஜாரிக்கு மேலே ஒன்றும் ஓடவில்லை. நேரமோ ஆகிக்கொண்டிருந்தது. பத்து மணிக்குள் ராணாகாட் ஓட்டலுக்குப் போய்ச் சமைக்கவேண்டியிருந்தது. அந்தக் கற்சட்டிப் பழையதைக்கூட மென்று விழுங்க நேரம் இல்லை. அடாடா! இந்தப் பெண் இப்படிப் பண்ணிவிட்டாளே! கற்சட்டியை எத்தனை நேரம் ஒளித்து வைத்திருப்பது?

அதஸி, "சிற்றப்பா! அப்புறம் நீங்கள் என்னை எப்போது பார்க்க முடியுமோ! யார் கண்டார்கள்?" என்றாள்

"ஏனம்மா பார்க்க முடியாமல்...?"

அதஸி கூச்சத்துடன், "எனக்கு...இப்போதிலிருந்தே..." என்று இழுத்தாள்.

"தெரிகிறது, அம்மா! நல்ல சேதி... மகிழவேண்டிய சங்கதிதானே?"

"நீங்களெல்லாம் என்னை விரட்டிவிட்டால் நிம்மதியாக இருப்பீங்க, இல்லையா? அம்மாவும் சரி; அப்பாவும் சரி, என்னைச் சீக்கிரம் வீட்டை விட்டு அனுப்பிவிடத் தயாராயிருக்கிறாங்க... இதே பேச்சுத்தான். நான் உங்களைக் கேட்டுக்கொள்கிறேன், இன்று இங்கே தங்கிவிட்டுப் போகலாம்... நான் முன்னே, உங்களிடம் தருவதாக - அந்தப்பணம் - நினைவிருக்கிறதா? இன்றைக்கு அதை உங்களிடம் கொடுத்து விடப் போகிறேன். இப்போது சொன்னாலும் சரி, உடனே கொண்டுவந்து தருகிறேன். அப்போதுதான் என் மனசில் இருக்கும் பாரம் குறையும். அதற்கப்புறம் நீங்கள் எல்லாரும் எனக்கு எங்கே போகவேண்டுமானாலும் போய்வர விடை கொடுங்கள், போதும்!" என்றாள் கண்கள் கலங்க.

"இதென்ன, அம்மா? உன்னை யாரும் போகச் சொல்லவில்லையே! அப்படியெல்லாம் பேசக்கூடாது, அம்மா! அது சரி; அந்தப் பணத்தைக் கொடுக்கத்தான் போகிறாயா?"

"எப்போது கொடுப்பதாகச் சொன்னேனோ, சொன்னது சொன்னதுதான்! விளையாட்டாக ஏதோ புளுகிவைத்தேன் என்று நினைக்கிறீங்களா என்ன?"

"அதில்லை, அம்மா!..அதாவது நான் திறக்க இருக்கிற ஓட்டல் தொழிலில் நஷ்டம் ஏற்பட்டு மூடவேண்டியிருந்தது என்று வைத்துக்கொள்; அப்போது உன்னிடமிருந்து கடனாக வாங்கியதைத் தரமுடியாமல் போனால்...?"

"நான்தான் சொல்கிறேனே! அப்படிக் கொடுக்க முடியா

விட்டால்தான் என்ன முழுகிவிடும்? நீங்கள் கொஞ்சம் இங்கேயே இருங்கள்...இதோ பணத்தை எடுத்து வந்துவிடுகிறேன்."

அரைமணி நேரத்துக்குள் அதஸி வீட்டுக்குப் போய்த் திரும்பி வந்தாள். வந்ததுமே சேலைத் தலைப்பு முடிச்சை அவிழ்த்து ஹஜாரியிடம் இருநூறு ரூபாய்க்குச் சில்லறையும் சிறு எண்ணிக்கை நோட்டுக்களாகவும் எடுத்துக் கொடுத்தாள்.

"இதோ கொடுத்துவிட்டேன். நீங்கள் இதைத் திருப்பித் தர வேண்டியதில்லை. டேம்பியின் கல்யாணத்துக்கென்று வைத்துக் கொள்ளுங்கள்... நான் வரட்டுமா? ஒளிந்து ஓட்டம் ஓட்டமாக வந்திருக்கிறேன்... அப்பா தேடுவார்!" என்றாள்.

ராணாகாட்டுக்குக் கிளம்பிச்சென்றான் ஹஜாரி. வழி முழுவதும் அவன் ஏதோ நினைவாகத்தான் இருந்தானே தவிர எதையும் கவனிக்கவில்லை!

நல்ல பெண் அதஸி. ஆண்டவன் அவளுக்கு நல்லது செய்யவேண்டும். அவனுடைய உள்ளத்தில், "இந்தப் பணத்தை முன்வைத்து வியாபாரத்தில் இறங்கினால் நஷ்டம் ஏற்படாது" என்று ஒரு நல்வாக்கு ஒலித்தது. திருமகளே நேராக வந்து அவனுடைய கையில் இந்தத் தொகையைக் கொடுத்துவிட்டுப் போனதாக அவன் கருதினான்.

ஓட்டலுக்குப் போய்ச் சேர்ந்ததும், அங்கே வம்சீ தனியாக அமர்ந்து ஒரு பாத்திரத்தில் பருப்பை வேகவைத்துக் கொண்டிருப்பதைப் பார்த்தான். "பெரிய தவலையில் அரிசியைக் களைந்து போடவேண்டும் அண்ணா... நேரமாகிவிட்டதே என்றுதான் பார்த்தேன்...வா! ஒரு 'தம்' கஞ்சா அடித்துவரலாம்!" என்றான் வம்சீ.

"சரி; தயார் பண்ணு! நான் பருப்பைக் கவனித்துக் கொள்கிறேன்."

சற்று நேரத்துக்கெல்லாம் வம்சீ அந்த கஞ்சாக் குழாயை ஹஜாரியின் கையில் கொடுத்தான். பிறகு, "பெரிய இடத்திலிருந்து ஓர் அழைப்பு வந்திருக்கிறது. ஆந்துலில் கோஷ் குடும்பத்தாரின் வீட்டில் 'ராசலீலை' சிறப்பாகக் கொண்டாடப் போகிறார்கள். ஏழுநாள் வேலை. இனிப்புப்பண்டம் தயாரிக்க வேண்டும். அப்புறம் சமையல் எல்லாம் கவனித்துக் கொள்ள வேண்டும். ஒருநாளைக்கு இரண்டு ரூபாய் – அது தவிர சாப்பாடு, சிற்றுண்டி எல்லாம் உண்டு" என்றான்.

ஹஜாரி, "வம்சீ! உன்னிடம் ஒன்று சொல்லவேண்டும்.

ராணாகாட் கடைவீதியில் நான் ஓர் ஓட்டல் திறக்கப் போகிறேன்... இந்தச் சங்கதியை யாரிடமும் சொல்லக்கூடாது. நீயும் அங்கே எனக்கு ஒத்தாசையாக வந்துவிடவேண்டும்...என்ன?" என்றான்.

வம்சீக்கு இது காதில் விழுந்ததும் ஹஜாரி சொன்னது நிஜந்தானா என்றுதான் பட்டது. அவன் அப்படியே திகைத்து நின்றான். பிறகு ஹஜாரியின் பக்கம் திரும்பி, "ஓட்டல் திறக்கப் போகிறாயா... நீயா?"

"ஆமாம். நான் இல்லாமல் பின்னே யார்...உன் சம்பந்தியா?"

வம்சீ, "என்ன அண்ணா, பைத்தியமா என்ன உனக்கு? பிதற்றுகிறாயே! கஞ்சாக்குழாயை வைத்துவிடு... அதிகமாக இழுக்காதே...! ரயிலடிப் பக்கம் ஓட்டல் திறக்கிறதென்றால் எவ்வளவு ரூபாய் ஆகும் தெரியுமா?" என்றான்.

"எவ்வளவு ஆகும் என்று உனக்குப் படுகிறது?"

"ஐந்நூறுக்குக் குறையாது."

"நானூறு இருந்தால் முடியாதா?"

"ஏதோ முடியலாம்... ஆனால் உனக்கு யார் நானூறு ரூபாய்......?"

பதிலுக்கு உடனே ஹஜாரி தன் மேல்துண்டில் இறுக்கி முடிந்திருந்த முடிச்சை அவிழ்த்து "இதோ பார், இதில் இருநூறு இருக்கிறது. எப்படியோ சமாளித்துக் கொண்டு வந்தேன். வயிற்றை இறுக்கிக் கட்டி நீயும் ஏதாவது சேர்த்து வைத்திருந்தால் உன் பங்காக அதையும் கொடு! நாம் இரண்டு பேரும் சேர்ந்து எப்படியாவது ஓட்டல் நடத்த முடியும். உன்னை ஏமாற்றமாட்டேன்...இன்றையிலிருந்து இடம் பார்! பதினைந்து ரூபாய் வரை வாடகை கொடுக்கத்தயார்! இன்னும் இருநூறு ரூபாய்க்கும் ஏற்பாடு பண்ணியிருக்கிறேன்" என்றான்.

வம்சீ புரிபடாமல் தனக்குள் ஏதோ பேசிக்கொண்டான்; பிறகு வெளிப்படையாகவே, "பேஷ்! பேஷ்! என் மாணிக்கம் இல்லையா நீ? – ஹஜாரி அண்ணா! உன்னை இடுப்பிலே தூக்கி வைத்துக்கொண்டு குதிக்க வேண்டும்போல் இருக்கிறது. ஒரே அம்பினால் சக்ரவர்த்தி, பத்மா, ஜது பாண்டுஜ்ஜே மூன்று பேரையும் தீர்த்துக் கட்டிவிடலாம்...!" என்றான்.

"உம்... மெதுவாகப் பேசு...! ஓய்வு நேரத்தில் நாம் இரண்டு பேரும் போய் இடம் பார்க்கலாம். வெற்றிலைபாக்குக் கடைக்குப் பக்கத்தில் இருக்கிற வீடு ஒன்பது ரூபாய்க்குக் கிடைக்கிறதாம். நல்ல இடம்...அது சரி; சாமான் விலை எப்படி இருக்கிறது?"

"நமக்கு ஆதாயம் வருமளவுக்குத்தான் இருக்கிறது. புது உருளைக்கிழங்கு விலை மலிவாகக் கிடைத்தால் நல்லது! அதுதான் விலை ஏறிக்கிடக்கிறது. மீன் மட்டும்..."

"இடம் ஏற்பாடு பண்ணி முடித்ததும் நாம் ஒரு பட்டியல் தயாரித்துத் திட்டம் போட்டாக வேண்டும். தட்டுமுட்டுச் சாமான், பக்கெட், தாம்பாளம், கரண்டி, வாணலி, இன்னும் அரிவாள்மணை..."

"இன்றைக்குச் சாப்பாட்டை முடித்துக்கொண்டுவிடலாம் முதலில்... பலே...! சரியான வேலை பண்ணினாய்! – அதுசரி, பணம் எங்கிருந்து கிடைத்தது?

"அப்புறம் சொல்லுகிறேன், பொறு. முதலில் செய்ய வேண்டியதைச் செய்து முடிக்கலாம்."

பத்மா திடீரென்று சமையலறையில் நுழைந்தாள். "இரண்டு பேரும் நிம்மதியாக வம்பளந்துகொண்டு இருங்கள்! அங்கே மீன்கூட்டுத் தயாராகவில்லை. கறி வேகவில்லை இன்னும்... எத்தனை பேர் சாப்பிட வருவாங்களோ...? உம்..." என்றாள்.

வேலையாள் கோபரா, "மூன்றாம் வகைச் சாப்பாடு ஒரு தட்டு!" என்று கூவினான்.

பத்மா, "ஓ! நீயும் வந்துவிட்டாயா! இன்னும் மீன் வேக வைத்தாகவில்லை. அது முடிந்ததும் சோறு வடிக்கவேண்டும். இங்கேயோ சமையலறை கஞ்சாப்புகை கப்பி இருண்டு கிடக்கிறது. எல்லாரையும் விரட்டி வெளியில் அனுப்பினால்தான் இந்த ஓட்டல் உருப்படும். எசமான் ஐயாவுக்கு இங்கே சாப்பிட்டாக வேண்டும் என்ற கவலை இல்லை. அதனால் இப்படி ஊர்ப்பட்ட கஞ்சா அடிக்கிற பேர்வழிகளையெல்லாம் சேர்த்து வைத்துக்கொண்டு அவர்கள் கையில் கரண்டியைக் கொடுத்துவிட்டார்" என்று பொரிந்து தள்ளினாள்.

வம்சீ, "கோபித்துக்கொள்ளாதே, அம்மா பத்மா! நேற்று இராத்திரி பண்ணின மீன்கறி மீதி இருக்கிறது. மூன்றாந்தரச் சாப்பாடு சாப்பிடுகிறவங்க காலையில் வந்தால் அதைத்தானே போடுகிறோம்? இன்றைக்கும் அப்படித்தானே?" என்றான்.

ஹஜாரி, "வேண்டாம், வம்சீ! தயிர் வாங்கி வா! அதுவே மேல். நேற்று மிகுந்த அந்தப் பழைய மீன் வேண்டாம். அதனால் நம் பெயர் கெட்டுத்தான் போகும்...அதைப் போடாதே!" என்றான்.

பத்மா உரத்த குரலில், "உம்...உம்...தயிருக்குக் காசு

நீயே கொடு, ஐயா! ஓட்டல் காசை செலவழிப்பதற்கில்லை. நீ வீட்டிலிருந்து புறப்பட்டு, நேரங்கழித்து இங்கே வந்தாய்! அதனாலேதான் மீன் வெந்தாகவில்லை; வம்சீ ஒண்டி ஆள். எதைக் கவனிக்க முடியும்?'' என்றாள்.

ஹஜாரி கம்மென்று இருந்தான்.

ஓட்டல் வேலைக்கு ஓய்வு கிடைத்ததும் ஹஜாரி சூர்ணி ஆற்றின் பழைய படித்துறைக்குக் கிளம்பிப்போகும்போது வழியில் ராதா வல்லபரின் சந்நிதியில் நின்று பலதடவை ஆண்டவனைக் கும்பிட்டான். 'இத்தனைநாள் கழித்தாவது பகவான் நமக்கு அருள் புரிந்திருக்கிறார்' என்று மனத்தில் மகிழ்ச்சி பொங்கத் தனக்குப் பிடித்த அந்த ஆற்றங்கரை வேப்பமரத்தின் அடியில் போய் அமர்ந்து என்ன என்னவோ எண்ணமிடலானான். அதஸி தன்னிடம் இருந்ததைக் கொடுத்து விட்டாள். அவனுடைய வீட்டைத் தேடிவந்து அந்தத் தொகையைக் கொடுத்திருக்கிறாள்! 'இன்னும் சிலநாள் தள்ளி ஓட்டலைத் திறக்க ஏற்பாடு செய்திருக்கலாம்... ஆனால் இனிமேல் நாள் கடத்திக் கொண்டிருக்கக் கூடாது' என்றுதான் அவனுக்குப் பட்டது. அதஸியம்மாவுக்கு வாக்குக் கொடுத்தாயிற்று...அதைக் காப்பாற்றத்தானே வேண்டும்!

ராணாகாட் அவனுக்கு மிகவும் பிடித்திருந்தது. பேச்சூ பாபுவின் ஓட்டல் எவ்வளவு பிடித்திருக்கிறது! மனத்தில் இப்போது நிம்மதி ஏற்பட்டு விட்டதே! வாழ்வே அமைதியாகக் கழிவதாக அவனுக்கு ஒரு திருப்தி ஏற்பட்டது. இந்த ராணாகாட் ரயில் கடைவீதியை விட்டு அவன் எங்கும் போகத்தயாராயில்லை. இங்கேயேதான் ஓட்டலைத் திறந்தாக வேண்டும்; வேறெங்கும் இல்லை!

மாலை நெருங்க, அவன் குஸுமாவின் வீட்டுக்குப் போனான். குஸுமா, "இன்றைக்குத்தான் வந்தீங்களா, ஊரிலிருந்து? வாருங்கள், உட்காருங்கள்!'' என்றாள்.

ஹஜாரி சிரித்த முகத்துடன், "ஒன்று தருகிறேன்; அதை நீதான் வைத்துக்கொள்ளவேண்டும்'' என்றான்.

"என்னது?''

ஹஜாரி இடுப்புத்துணியிலே செருகியிருந்த இருநூறு ரூபாய் பணத்தை வெளியே எடுத்து, "இதை எடுத்துவை!'' என்றான்.

குஸுமா திகைத்து நின்றாள். "எங்கே கிடைத்தது?'' என்றாள்.

"ஆண்டவன் கொடுத்தான். ஓட்டல் திறக்கவேண்டும் என்றேனே? அந்த வெகுநாளைய ஆசையை இத்தனைநாள் கழித்து நிறைவேற்ற அருள் புரிந்துவிட்டான். இந்த இருநூற்றையும் உன்

இருநூற்றையும் வைத்துக்கொண்டு வருகிற மாசமே ஓட்டல் நடத்தத் தொடங்குவதாக முடிவு பண்ணிவிட்டேன்."

"இந்த ரூபாய் யார் கொடுத்தார்கள், பெரியப்பா? சொல்ல மாட்டீங்களா என்னிடம்?"

"உன்னைப்போல் ஓர் அம்மாதான்!"

"யார் அது தெரியவில்லையே?"

"நம் ஊர் ஜமீன்தார் ஐயாவின் மகள் அதஸிதான். அந்தச் சங்கதியையெல்லாம் இன்னொருநாள் சொல்லுகிறேன். இப்போது நேரம் ஆகிறது. நான் போய் அடுப்பில் சோற்றுத் தவலையை வைக்கவேண்டும்...பணத்தை எடுத்து வைக்கிறாயா?"

அங்கிருந்து ஓட்டலுக்குத் திரும்பியதும் ஹஜாரி வம்சீயிடம், "உன் தங்கச்சி மகனுக்குக் கடிதம் போட்டு இங்கே வரவழை, அப்பா! அவன்தான் நம் ஓட்டலில் கல்லாப்பெட்டி எதிரே அமர வேண்டும். கணக்கு வழக்கு எழுதப் படிப்பது எல்லாம் எனக்கோ உனக்கோ ஒத்து வராத சங்கதி ஆயிற்றே!" என்றான்.

வம்சீ, "அவன் தயார்தான், ஹஜாரி அண்ணா! ஒரு வேலை கிடைத்தால்போதும் என்று இருக்கிறான்; அப்புறம் பிழைத்துப் போவான் பிள்ளையாண்டான்! நான் இன்றைக்கே எழுதி, வாடகைக்கு இடமும் பார்த்துவிடுகிறேன். நீ சொன்னதுபோல் அந்த வெற்றிலைபாக்குக் கடைக்குப் பக்கத்து வீடு நல்ல இடந்தான். அதையே ஏற்பாடு செய்துவிடலாம். அம்பிகையின் நாமத்தைச் சொல்லி எல்லாவற்றுக்கும் அவள் இருக்கிறாள் என்று நம்பி, அந்த இடத்தையே வாடகைக்கு எடுத்துக்கொண்டு விடு!" என்றான்.

இரண்டுநாள் கழித்து ஒருநாள் காலை பத்மா, அவர்களைப் பார்த்து, "நன்றாக நீங்கள் காது கொடுத்துக் கேட்டுக்கொள்ளுங்கள். இன்றைக்கு ஓய்வு எடுத்துக்கொண்ட பிறகு யாராவது வெளியிலே கிளியிலே போய்விடப்போறீங்க! இங்கேயே இருக்கவேண்டும். சாயந்தரம் சத்தியநாராயண பூஜை நடக்கப்போகிறது. பிரசாதம் எல்லாம் தயாராகவேண்டும். இப்போது சாப்பிட வருகிறவர்களிடம் முன்னாடியே சொல்லி வையுங்கள். சாயந்தரம் சாமிப் பிரசாதம் உண்டென்று! நீங்கள் இப்போது சாப்பிட்டு முடிந்ததும் நைவேத்தியத்துக்கான பண்டங்களை வாங்கி வர என்னோடு கடைத் தெருவிற்குக் கிளம்ப வேண்டியிருக்கும்" என்றாள்.

வம்சீ மெதுவாகச் சிரித்தபடி, ஹஜாரியைப் பார்த்தான். அதன்பிறகு பத்மா புறப்பட்டுப் போய்விட்டாள்.

சங்கதி இதுதான். ஓட்டலில் நடக்கும் இந்தச் சத்திய நாராயண பூஜை ஒரு வியாபாரமாகவே ஆகிவிட்டது, இப்போதெல்லாம்! ஒரு மாதத்துக்கு முன்பணமாகக் கட்டிச் சாப்பிட வருபவர்களிடமிருந்து 'பூஜை' என்ற பெயரால் பணம் வசூலிப்பது இங்கே வழக்கம். ஆனால் இதற்காகச் சேர்த்த தொகை முழுவதையும் இவர்கள் செலவழிப்பதில்லை என்றுதான் ஹஜாரிக்கும் வம்சீக்கும் பட்டது. இருந்தாலும் சத்தியநாராயணஸ்வாமி பிரசாதம் உண்டு என்று ஆசை காட்டி அன்றிரவு நிறையப்பேர் சாப்பிடுவதற்காக ஓட்டலுக்கு வரவேண்டித் தம்மால் ஆன முயற்சியெல்லாம் செய்து வந்தார்கள், சக்ரவர்த்தி ஐயாவும் பத்மாவும். இதில் ஒரு விசேஷம், முன்னதாகப் பணம் கொடுத்துச் சாப்பிடுபவர்களிலே சிலபேர் ஒருவேளை சாப்பிடுவார்கள்; அடுத்த வேளை வராமலும் இருந்து விடுவார்கள்! அந்த அளவுக்கு இவர்களால் ஓட்டலுக்கு லாபந்தானே?

அன்று பகலில் உண்ண வந்தவர்களுக்குப் பரிமாறும்போது வம்சீ ஒவ்வொருவரையும் சிரித்த முகத்துடன் நோக்கி, "இன்றைக்கு ஓட்டலிலே சத்தியநாராயண பூஜை...அவசியம் சாயந்தரம் வந்து விடவேண்டும்" என்று கேட்டுக்கொண்டான். வெளியறையில் மேஜை எதிரே அமர்ந்திருந்த பேச்சூ சக்ரவர்த்தியும் வருகிறவர்களிடம் இதையே அவ்வப்போது சொல்லிக் கொண்டிருந்தார்.

ஹஜாரியை மறைவில் அழைத்துப்போய் வம்சீ, "எல்லாம் பித்தலாட்டம்! ஒரு தலை வாழையிலையைத் துண்டு துண்டாக நறுக்கி, வருகிறவர்கள் எதிரே போட்டு அதில் வெல்லங் கலந்த மாவில் கிளறிய பொங்கலையும், கூடவே இரண்டு பத்தாஸாவையும் பரிமாறுவார்கள். அதோடு தீர்ந்தது! இதற்குப் பெயர்தான் சத்திய நாராயணஸ்வாமி பிரசாதம்! எல்லாம் வேஷம், தடிப்பயல்கள்...!" என்றான்.

மாலையில் பூர்ண பட்டாசாரியர் என்பவர் பூஜை செய்ய வந்தார். பாத்திரங்களை வைக்கும் உக்கிராண அறையில் மணையிலே சத்தியநாராயணருடைய படத்தை வைத்திருந்தார்கள். ஓட்டலைச் சேர்ந்த வேலையாட்கள் இருவர் ஜால்ரா கொட்ட, பத்மா பலமாகச் சங்கு ஊதினாள். புது விருந்தாளிகள் ஓட்டலுக்கு வருவார்கள் என்று எதிர்பார்த்துத்தான் இவ்வளவு தடபுடலும்! ரயில் நிலையத்தில் "இ...இ...இந்து ஓட்டல்!" என்று கூவும் ஆளுக்கும் ஏற்கனவே சொல்லி வைத்திருந்ததால் அவனும்

பிளாட்பாரத்தில் இறங்கும் ஒவ்வொரு பிரயாணியையும் பார்த்து, "வாருங்கள்! ஐயா! இன்றைக்குச் சத்தியநாராயண பூஜை... பிரசாதம் உண்டு. சாப்பாடும் பிரமாதமாக இருக்கும்!!" என்றான்.

ரொக்கம் கொடுத்துச் சாப்பிடுபவர்களில் சிலர், 'சத்திய நாராயண் ஸ்வாமி பிரசாதம் வேறு கிடைக்கும்போது பேச்சூ சக்ரவர்த்தியின் ஓட்டலிலேயே இன்று சாப்பிட்டுவிட்டுப் போனால்தான் என்ன?' என்றுதான் எண்ணினார்கள். இதனால் ஐது பாண்டுஜ்ஜேயின் ஓட்டலில் தினமும் சாப்பிட வருபவர்களில் பலபேர் கூட இந்த ஓட்டலுக்கே வந்துவிடுவார்கள். சாப்பாட்டுக்கு ரொக்கம் கொடுத்துச் சாப்பிட வந்தவர்களுக்குத்தான் இப்படிப் பிரசாதமும் இலையில் போட்டார்கள். வருவோர் சும்மா பிரசாதத்தை மட்டும் சாப்பிட்டுவிட்டுப் போய்விட்டால் என்ன செய்வது!

ஒருமாதத்துக்கு முன்பணம் கொடுத்துச் சாப்பிடுபவர்களுக்கு வேறு ஏற்பாடு. அவர்களை நன்கு கவனித்தாக வேண்டும். பூஜை முடிந்த கையோடு அவர்கள் எல்லாரையும் உள்ளே அழைத்து, இலையில் பிரசாதம் வழங்கிவிடுவது வழக்கம். பேச்சூ சக்ரவர்த்தி ஒவ்வொருவர் எதிரிலும் போய், "இன்னும் கொஞ்சம் போடட்டுமா?" என்று கேட்பார்.

அன்று இப்படி அவர்களுக்குப் பிரசாதம் விநியோகித்துக் கொண்டிருக்கும்போதுதான் ஜதீன் மஜூம்தார் ஆவென்று வாயைத் திறந்துகொண்டு ஓட்டலைப் பார்த்துக் கொண்டிருந்ததை ஹஜாரி கவனித்தான். இவர் ஒருசமயம் இங்கே சாப்பிட்டு வந்தவர் - பழைய பாக்கி தராததால் விரட்டப் பட்டவர். 'முன்னைவிட அவரது நிலை மோசமாகிவிட்டது. உடம்பே, 'இவர் பட்டினியிலே அடிபட்டவர்' என்பதைக் காட்டியது. அதனால் ஹஜாரி அவரை அழைத்து, "ஜதீன் பாபு! எப்படி இருக்கிறீங்க?" என்று கேட்டான்.

ஜதீன் மஜூம்தார் திகைத்தபடி அவனை நோக்கி, "என்ன ஹஜாரியா! நீ எப்போது மறுபடியும் இங்கே வந்தாய்?" என்றார்.

"அதையெல்லாம் அப்புறம் சொல்லுகிறேன். வாருங்கள் இப்படி" என்றான் ஹஜாரி.

ஜதீன்பாபு தயங்கியபடியே புழைக்கடைப்பக்கக் கம்பி வேலியில் அமைந்த கிட்டி வாயில் வழியாகச் சமையலறை வாயிற்படியில் வந்து நின்றார்.

ஹஜாரி அவருடைய கால்களைக் கவனித்தபோது அங்கே

செருப்புக்கூட இல்லை. அழுக்கடைந்த ஒரு மேல்துண்டு; உடுத்திருந்த வேஷ்டியும் அதேமாதிரிதான் இருந்தது. முன்னைவிட நோஞ்சலாக இருந்தார். வறுமையும் பட்டினியும் அவருடைய முகத்தில் தாண்டவமாடின.

அவர் வறட்டுச் சிரிப்புடன், "அடேடே! இன்றைக்கு இங்கே சத்தியநாராயண பூஜை நடக்கிறதா...? முன்னெல்லாம் நான்கூட இங்கே வந்து பலதடவை பிரசாதம் சாப்பிட்டுவிட்டுப் போயிருக்கிறேன்" என்றார்.

"ஏன், நீங்கள்தாம் வருஷம் பன்னிரண்டு மாசமும் இங்கேயே சாப்பிட்டவர் ஆயிற்றே! சரி; வாருங்கள்! வந்து பிரசாதம் எடுத்துக் கொள்ளுங்கள்" என்றான் ஹஜாரி.

ஜதீன் மிகவும் பணிவாக, "ஊஹும்...வேண்டாம்! இருக்கட்டும்... அதனால் என்ன?" என்றார்.

ஹஜாரி யாராவது இருக்கிறார்களா என்று அப்படியும் இப்படியும் ஒரு நோட்டம் விட்டான். சாப்பாட்டுக் கூடத்தில் மாதம் முழுவதற்கும் முன்பணம் செலுத்திவிட்டுச் சாப்பிடுகிறவர்களைத் திருப்திப்படுத்துவதில் மற்ற எல்லாரும் ஈடுபட்டிருந்தார்கள். அவன் ஒரு துண்டு வாழையிலையைப் போட்டு ஜதீனை அமரச் சொன்னான். பக்கத்திலேயே உக்கிராண அறையிலிருந்து ஒரு பெரிய கிண்ணம் நிறைய வெல்லப் பொங்கலையும், மொத்தமாகச் சில பத்தாஸாக்களையும், இரண்டு வாழைப் பழங்களையும் கொண்டுவந்து, "இதோ சத்திய நாராயண ஸ்வாமி பிரசாதம், சாப்பிடுங்கள்" என்றான்.

ஜதீன் மஜும்தாரும் அதற்குமேல் தடை சொல்லாமல் வெல்லப் பொங்கலையும் வாழைப் பழத்தையும் கலந்து மடமடவென்று சாப்பிடத் தொடங்கினார். அதைப் பார்த்ததும் ஹஜாரிக்கு, 'மனுஷர் பாவம், உண்மையாகவே பசியோடுதான் வந்திருக்கிறார். காலையில் சாப்பிட்டிருக்க மாட்டார்போல் இருக்கிறது' என்றுதான் பட்டது. மூன்று நான்கு விழுங்குகளில் அவ்வளவு பொங்கலையும் தின்று முடித்துவிட்டார் ஜதீன்பாபு! – அத்தனை பசி!

ஹஜாரி, "இன்னும் கொஞ்சம் போட்டுக் கொள்கிறீங்களா?" என்றான்.

ஜதீன் பாபு முன்போலவே பணிவாக, "ஊஹும்... வேண்டாம்... இருக்கட்டும்...இன்னும் எதற்கு?" என்றார்.

ஹஜாரி உள்ளேயிருந்து இன்னும் ஒரு கிண்ணம் வெல்லப்

பொங்கல் கொண்டுவந்து அவரது இலையில் பரிமாறினான். ஜதீன் பாபுவின் கண் முகம் எல்லாம் மலர்ந்தன!

அவர் இப்படிப் பாதி சாப்பிட்டுக் கொண்டிருந்தபோது பத்மா சமையலறைக் கதவருகே வந்து ஹஜாரியிடம் ஏதோ சொல்லப்போனாள். ஆனால் ஜதீன்பாபு பஞ்சத்தில் அடிபட்டவர் மாதிரி மும்முரமாகப் பொங்கலைச் சாப்பிடுவதைப் பார்த்ததும் திடுக்கிட்டு நின்றாள். "யார் அது?" என்றாள்.

ஹஜாரி சிரித்துக்கொண்டே, "ஜதீன் பாபுதான், அடையாளம் தெரியவில்லையா, அம்மா? இங்கே முன்னே வழக்கமாகச் சாப்பிட்டுக் கொண்டிருந்தவராயிற்றே! தெருப்பக்கம் போய்க் கொண்டிருந்தார். 'இன்றைக்குப் பூஜை நாளில்லையா? கொஞ்சம் பிரசாதம் எடுத்துக்கொள்ளுங்கள்' என்று நான்தான் கூப்பிட்டேன்..." என்று இழுத்தான்.

பத்மா "ரொம்ப நல்லாத்தான் இருக்கிறது!" என்று சொல்லிக்கொண்டே விர்ரென்று கூடத்துப்பக்கம் போனார்.

ஜதீன் அவளிடம் ஏதோ சொல்லப்போனார். ஆனால் அதற்கு வாய்ப்புக் கிட்டவில்லை. அவர் பொங்கலைச் சாப்பிட்டு முடித்து விட்டு, கூஜா நிறைய நீர் கேட்டு வாங்கிக் குடித்ததும் திருடனைப்போல் பின்கட்டுக் கதவு வழியாக வெளியேறினார்.

சிறிது நேரத்துக்கெல்லாம் வேலையாள் ஒருவன் ஹஜாரி யிடம் வந்து "ஐயா! முதலாளி உன்னைக் கூப்பிட்டார்!" என்றான்.

முதலாளி ஏன் அவ்வளவு அவசரமாகக் கூப்பிடுகிறார் என்று ஹஜாரி புரிந்துகொண்டான். அவன் நினைத்தது சரிதான். காரணம், பத்மா முகத்தை துமுதுமுவென்று வைத்துக் கொண்டு முன்பக்க அறையில் பேச்சூ சக்ரவர்த்தியின் எதிரில் நின்றிருந்தாள். அவர் அவனைப் பார்த்ததும் "ஹஜாரி! நீ ஜதீனை ஓட்டலுக்குள் இட்டு வந்து உட்காரச் சொல்லிப் பிரசாதம் சாப்பிடக் கொடுத்தாயா?" என்றார்.

பத்மா கையை ஓர் ஆட்டு ஆட்டி, "சாப்பிடுகிறதாவது! அப்படியே யானைத்தலை அளவு பொங்கல் இலையில் பரிமாறியிருந்ததைப் பார்த்தேன். அந்த மனுஷனை அங்கே இப்படி ஒளித்து வைத்து இந்த ஆசாமி சாப்பிட வைத்ததை நேரில் பார்த்திருக்கவேண்டும்! நான் அப்போதுதான் பொங்கல் பெரிய தவலையில் இன்னும் எவ்வளவு மிகுந்திருக்கிறது என்று பார்த்துவரப் போனேன். என்னைப் பார்த்ததும்..." என்று சொல்லிக் கொண்டே போனாள்.

ஹஜாரி பணிவாகவே, "சத்தியநாராயணஸ்வாமி பிரசாதம் தானே என்று இலையில் வைத்துப் பரிமாறினேன். நம் ஓட்டலில் முன்னால் வழக்கமாகச் சாப்பிட்டு வந்தவர்தானே?" என்று இழுத்தான்.

பேச்சூ சக்ரவர்த்தி பல்லை நறநறவென்று கடித்து, "முந்தி வழக்கமாகச் சாப்பிட்டு வந்தவரா? பெரிய கனவான்தான்! ஓட்டலுக்குத் தரவேண்டிய சாப்பாட்டுப் பாக்கியைத் தராமல் ஏமாற்றிய ஆசாமி! பெரிய ஆள்தான்! நாலு மாசம் தண்டச்சோறு சாப்பிட்டுப் போனவன்தானே அவன்! ஒன்றாம் நம்பர் அயோக்கியன்! அவனைப் போய் நீ யாருடைய உத்தரவின்மேல் உள்ளே விட்டாய்?" என்று அதட்டினார்.

பத்மா, "நான் ஏதாவது சொல்லப்போனால், 'பத்மா! நீ சொல்வது சரியில்லை' என்கிறீர்களே! இந்த ஹஜாரி மட்டும் இலேசான ஆசாமியா? உங்களுக்கு இந்த ஆளைப் பற்றிய சங்கதி முழுதும் தெரியாது. எனக்கு அதை உங்களுக்குச் சொல்லப் பிடிக்கத்தான் இல்லை. ஒளித்து ஒளித்து ஓட்டலில் இருக்கிற பண்டங்களைத் தன் கூட்டாளிகளின் வீட்டில் கொண்டுபோய்ச் சேர்க்கிறான். ஜதீன் மஜூம்தார் இவனுடைய கையாள்! தெரிய வில்லையா? மறுபடியும் இவனை வேலைக்கு வைத்துக் கொண்டீர்கள்! என்னை அப்போது சட்டை செய்தீங்களா? ஒரு வார்த்தை முன்னதாக என்னைக் கேட்டீங்களா? ஆனால் கையும் களவுமாகப் பிடித்துக் கொடுத்தும் அப்புறம் என்ன ஆயிற்று...? ஒன்றுமில்லை...! இதோ சொல்கிறேன், பார்த்துக் கொண்டிருங்கள். மறுபடியும் இந்த ஓட்டலில் திருட்டுப் போகவில்லையென்றால் என் பெயர்..." என்று ரோஷம் பொங்கப் பேசலானாள்.

பேச்சூ சக்ரவர்த்தி, "ஹஜாரி! இது உன் சொந்த ஓட்டல் என்று எண்ணிக் கொண்டாயா என்ன, உன் விருப்பம்போல் ஆட? இப்படியெல்லாம் செய்தால் இனிமேல் நடக்காது. சம்பளத்தில் அரை ரூபாய் கழித்துக் கொண்டு விடப்போகிறேன்!" என்றார்.

ஹஜாரி, "சரிங்க...உங்களுக்குச் சரி என்று பட்டால் அப்படியே செய்யுங்கள். ஆனால் ஜதீன்பாபு எனக்குக் கூட்டாளியும் இல்லை, ஒன்றுமில்லை. இந்த ஓட்டலிலேயேதான் அவர் எனக்குப் பழக்கமானார்... அவரை நான் பார்த்தே வெகு நாட்களாகின்றன. பத்மா என்மேல் அபாண்டமெல்லாம் சொல்லியிருக்கிறாள் உங்களிடம். வருகிற மாசத்திலிருந்து நான் இங்கே வேலை செய்யப் போவதில்லை!" என்றான்.

இதைக் கேட்டதும் பத்மாவுக்குக் கோபம் பொத்துக்கொண்டு வந்து விட்டது! கையையும் காலையும் ஆட்டிக்கொண்டு, "அபாண்டம் சொன்னேனா உன்மேல்... நீ ரொம்ப யோக்கியன் இல்லையா! அதனால் பத்மா உன் மேல் அபாண்டம் சொல்லித் திரிகிறாளாக்கும்? ஆளைப்பார் ஆளை! வாய்கிழியப் பேசுகிறான்! உன்னைப் போன்ற ஆசாமிகளைப் பத்மா எந்த விஷயத்திலும் மனுஷனாகவே மதிக்கமாட்டாள்; தெரிந்துகொள்; போயேன்! இன்றைக்கேகூடப் போ! வருகிற மாசம் என்ன? இப்போதே சம்பளப் பாக்கியைத் தீர்த்துக்கொண்டு கிளம்புவதுதானே? உன்னைப்போல் சமையல்காரர்கள் கடைவீதியில் இல்லையா என்ன? ஏராளமாகக் கிடைப்பார்கள்! தெரிந்துகொள்!" என்றாள்.

அப்போது பேச்சூ சக்ரவர்த்தி, "சும்மா இரு, பத்மா! சாப்பிட வந்து கொண்டிருக்கிறார்கள். அவங்களுடைய கட்டணச்சீட்டு, சில்லறைக் காரியம் இதையெல்லாம் கவனித்துக்கொள்கிற சமயம்! இந்தப் பேச்செல்லாம் இப்போது வேண்டாம்! அப்புறம் பார்த்துக்கொள்ளலாம்...சரி, ஹஜாரி, நீ உள்ளே போய் வேலையைக் கவனி!" என்றார்.

இரவு வெகுநேரமாயிற்று, ஓட்டல் அலுவல்கள் முடிய. படுக்கப் போகும் சமயம் ஹஜாரி வம்சீயிடம், "பார்த்தாயா, அப்பா! எப்படி என்னை அவமானப்படுத்தினாள் அவள்! நீயும் இந்த வேலையை விட்டுத் தொலை! நாம் இரண்டு பேருமாகக் கிளம்பி விடுவோம்! ஒன்று சொல்கிறேன், கேள் வம்சீ! இந்த ஓட்டலின்மேல் ஏதோ பாசம் இருந்தது இத்தனைநாள்; வேலையை விட்டுவிடுகிறேன், விட்டு விடுகிறேன் என்று வாயால் சொன்னாலும் இதைவிட்டுப் போக மனம் வரவில்லை...எத்தனை காலமாக நாம் இரண்டு பேரும் இந்தக் கடைவீதி ஓட்டல்களில் உழைக்கிறோம்! யோசித்துப் பார்! இவையே நமக்கு வீடும் வாசலும் ஆகிவிட்டன இல்லையா? ஆனால் இவர்கள் – அதிலும் இந்தப் பத்மா நம்மை இங்கே நிலைக்க விடவில்லை...! சரி; இந்த ஓட்டலை!" என்றான்.

வம்சீ, "அதிருக்கட்டும். ஜதீன்பாபுவை நீ கூப்பிட்டாயா, இல்லை, அவராகவே வந்தாரா?" என்று கேட்டான்.

"நான்தான் கூப்பிட்டேன்... பாவம், ரொம்பவும் சிரமம் போல! சாப்பாட்டுக்கே திண்டாடுகிறார் என்று புரிந்தது. அதனாலேதான் உள்ளே வரவழைத்தேன். இங்கே சாப்பிட்டுப் பழக்கப்பட்டவரில்லையா? ...எத்தனை பேர் வந்து

சாப்பிட்டுவிட்டுப் போகிறார்கள்! இவரும் கொஞ்சம் பிரசாதம் சாப்பிட்டுவிட்டுத்தான் போகட்டுமே என்று எண்ணினேன். இதுதான் நான் செய்த குற்றம்!" என்றான் ஹஜாரி.

நல்ல நாள் பார்த்து, அடுத்த மாதம் முதல் தேதியன்று ரயிலடிக் கடை வீதியில் கோபால்கோஷின் வெற்றிலை பாக்குக் கடைக்குப் பக்கத்து வீட்டில் புது ஓட்டலைத் திறந்து வைத்தான் ஹஜாரி. தகரப் பலகையில் இப்படி எழுதியிருந்தது:

இலட்சிய இந்து ஓட்டல்
ஹஜாரி ஐயா தம் கையால் சமைத்து அளிக்கும் சுவை உணவு!
சாதம், பருப்பு, மீன், மாமிசம் எல்லாம் உண்டு!
சுத்தமான தயாரிப்பு! அதே சமயம் மலிவான கட்டணம்!
வாருங்கள்! வந்து பாருங்கள்!
எங்கள் உணவுவகையின் தரம் எவ்வளவு உயர்வானது என்று
நேரில் காணுங்கள்! ! !

பேச்சூ சக்ரவர்த்தியின் ஓட்டலில் இருந்ததுபோலவே இதிலும் வெளிப் பக்க அறையில் நாற்காலியும் மேஜையும் இருந்தன. கல்லாப் பெட்டியின் மேல் குறிப்புப் புத்தகத்தை வைத்துக் கொண்டு, வருகிறவர்கள் போகிறவர்களிடம் கட்டணச்சீட்டுக் கொடுத்துக் கொண்டிருந்தான் வம்சீதரின் தங்கை மகன். உள்ளே வம்சீயும் ஹஜாரியும் சமையல் செய்துகொண்டிருந்தார்கள். பேச்சூ சக்ரவர்த்தியின் ஓட்டலில் இருந்ததுபோலவே இங்கேயும் மூன்றாந்தர உணவுக்கு ஏற்பாடு செய்திருந்தார்கள். உண்ண வருபவர்கள் அங்கே நடைபெறுவதுபோலவே இங்கும் சீட்டைப் பெற்றுக் கொண்ட பிறகுதான் உள்ளே நுழைய வேண்டும்.

இந்த ஓட்டல் மற்ற ஓட்டல்களுக்கு எந்தவிதத்திலும் குறைந்து விடவில்லை. திறந்த அன்று பகல்வேளை நிறையப்பேர் உண்ண வந்திருந்தார்கள். வம்சீ உணவுக்கூடத்தில் தட்டிலே உணவு பரிமாற வந்தவன், ஹஜாரியிடம், "மூன்றாம் ரகச் சாப்பாடு முப்பது" என்றான். "முதல் நாள் கணக்குப் பார்த்தால் நாம் எதிர்பார்த்ததற்கு மேலேயே போய்விட்டது! அடுத்தவேளைக்கு மாமிசம் தயார் பண்ணலாம்!" என்றான் மீண்டும் தொடர்ந்து.

ஹஜாரியின் வெகுநாளைய விருப்பத்தை பகவான் ராதா வல்லபர் நிறைவேற்றிவிட்டார்! அவன் இப்போது ஓட்டல்

முதலாளி. பேச்சு சக்ரவர்த்திக்குச் சமமாக நாலுபேர் மதிக்கக்கூடிய பெரியமனிதன் அவன்! தனக்குத் தெரிந்தவரிடமெல்லாம் இதைப் பற்றிப் பெருமையுடன் அவன் சொல்லிக் கொள்ளவேண்டும் என்று அவனுக்கு ஆவல்! உள்ளத்தில் பொங்கும் மகிழ்ச்சியை அடக்க முடியாமல் அன்று சாயந்தரம் குஸுமாவின் வீட்டுக்குப் போனான். குஸுமா, "எப்படி இருக்கிறது ஓட்டல் வியாபாரம், பெரியப்பா?" என்று கேட்டாள்.

"ஏராளமான பேர் சாப்பிட வந்திருந்தார்கள். நீ ஒருதரம் வந்து பார்த்துவிட்டுப் போக வேண்டுமென்றுதான் ஆவல். நீயும் இதில் ஒரு பங்குதாரர் இல்லையா?"

"இப்போதே வரவேண்டுமா? நாளை காலை வருகிறேன். உங்கள் பழைய எசமான் என்ன சொன்னார்?"

"எரிச்சல்பட்டு அழுகிறார். போனமாச பாக்கியைத் தரவில்லை. தராவிட்டால் தொலையட்டும்! உண்மையாகச் சொல்லுகிறேன், குஸுமா! என் வயசு நாற்பத்தெட்டு என்று யார் சொல்லுவார்கள்? உள்ளுக்குள்ளே இருக்கிற உற்சாகத்தைப் பார்த்தால் பதினைந்து வயசுப் பையன் மாதிரிதான் இருக்கிறது! கை காலில் எவ்வளவு வலிமை வந்துவிட்டது, தெரியுமா நீயும், என்னம்மா அதஸியும் - நீங்கள் முன்பிறவியில் எனக்கு என்ன உறவோ தெரியாது - உங்களுடைய..."

குஸுமா குறுக்கிட்டு, "மறுபடியும் மறுபடியும் இதைச் சொல்வானேன், பெரியப்பா? வட்டி கிடைக்கும் என்றுதானே உங்களுக்குப் பணம் கொடுத்திருக்கிறேன்? பால், தயிர் வியாபாரம் செய்து கிடைத்த பணம், மறுபடியும் இன்னொரு வியாபாரத்துக்குப் போடுகிற முதல். எங்கேயாவது என்னைப் போன்றவங்களுக்குச் சொர்க்கத்திலிருந்தோ பெரியவர்கள் சொத்தாகவோ கிடைத்ததா என்ன? நான் முன்னேயே சொல்லவில்லையா? ஆனால் நம் ஜமீன்தார் ஐயா மகள் கொடுத்தாளே அதைப் பற்றிப் பாராட்டிப் பேசுங்கள்! அது நியாயம்! அவள் எதையும் எதிர்பாராமல் உங்களுக்குக் கொடுத்து உதவியிருக்கிறாளே! அவற்றைப் பற்றி ஆயிரந்தடவை வேண்டுமானாலும் சொல்லுங்கள்! அவளுடைய கல்யாண விஷயம் என்ன ஆயிற்று?" என்றாள்.

"வருகிற திங்களன்று விவாகம். அழைப்புக்கடிதம் கிடைத்து விட்டது. அன்றைக்கு விடிகாலை அங்கே புறப்பட்டுப் போய்ச்சேருவேன்."

"அங்கே என் சிற்றப்பாவைப் பார்த்தீங்களானால் அவரிடம்

நான் உங்களுக்குப் பணம் கொடுத்தது பற்றி ஏதும் சொல்லி விடாதீங்க."

"நீ இதைச் சொல்லித்தான் ஆகவேண்டுமா? எனக்கே இது தெரிந்த சங்கதிதான். பலதரம் அவரைப் பார்த்து வந்திருக்கிறேன்; உன்னைப் பற்றி ஒரு பேச்சாவது எடுத்திருப்பேனா? ஊஹூம்... நானும் எண்டோசோலாவைச் சேர்ந்தவன்தான்; எனக்கே தெரியாதா? நீ வேறு சொல்லித்தரவேண்டுமா? அம்மா!"

தான் சொன்னபடியே குஸுமா மறுநாள் காலை, ஓட்டலைப் பார்க்க வந்தாள். அவள் பாலும் தயிரும் கூடையில் வைத்துக் கொண்டு தெருத்தெருவாகச் சுற்றி வருவது வழக்கம். எனவே, இப்படி இந்தப் பக்கம் வந்துவிட்டுப் போவதில் அதிசயமில்லை.

ஹஜாரி அவளைச் சமையலறைக்கு மிகவும் பரிவுடன் அழைத்து வந்து அமர வைத்தான். ஆனால் அவள் சமையலறை வாசற்படியருகே நின்றுவிட்டாள். "இதென்ன, நான் என்ன ரொம்பப் பெரிய சீமாட்டியா? எனக்குப் போய் இப்படி உபசாரமெல்லாம் எதற்கு?" என்றாள்.

ஹஜாரி, "இது உன் ஓட்டலுந்தான் - இதில் நீயும் பங்குதாரர், முதலாளி எல்லாம். உன்னுடைய சொத்து, அம்மா; நன்றாகப் பார்த்து விசாரித்துத் தெரிந்து கொள்ள வேண்டியதுதானே! எப்படி எப்படி நடக்கிறது என்று கவனிக்கக்கூடாதா என்ன? இதில் கூச்சம் என்ன வந்தது...? வம்சீ! தெரிந்துகொள்; இவளுக்கும் நம் ஓட்டல் வியாபாரத்தில் பங்கு உண்டு" என்றான்.

இதைக் கேட்டதும் குஸுமாவுக்குப் பெருமகிழ்ச்சி ஏற்பட்டது. முகத்தில் அது பிரதிபலித்தது. வாழ்வில் இந்த அனுபவம் அவளுக்குப் புதுமையானது - இந்த ஓட்டலின் பங்குதாரர், முதலாளி அவள்! இப்படி அவள் முன் எப்போதும் எண்ணிக்கூடப் பார்த்ததில்லை!

ஹஜாரி, "இன்றைக்கு நல்ல ஆற்றுமீன் கிடைத்தது. பிரமாதமாகச் சமைத்திருக்கிறேன். கொஞ்சநேரம் இருந்து அதன் தலைப்பாகத்தை வாங்கிக்கொண்டு போ!" என்றான்.

"ஊஹூம்... வேண்டாம், பெரியப்பா! அதெல்லாம் வேண்டாம் என்று முன்னேயே நான் சொல்லிவிடவில்லையா? மற்றவங்களுக்குப் போடாமல் மீன் தலையை எனக்குக் கொடுப்பதாவது! நான்தான் அப்படிச் சாப்பிட விரும்புவேனா?"

"நான் உன் தகப்பன்மாதிரி. உனக்குத் திருப்தியாக ஆக்கிப் போடுகிறேன். நீ ஏன் அதைச் சாப்பிடக்கூடாது? சொல்!"

அப்போது ஓட்டல் வேலையாள், "மூன்றாம் ரகச்சாப்பாடு மூன்று தட்டு" என்று கூவினான்.

ஹஜாரி, "சாப்பிட வந்துவிட்டார்கள்...நீ சற்று உட்கார்... இதோ வந்துவிட்டேன், வம்சீ அண்ணா! சோற்றுத்தவலையை இறக்கி வடி" என்றான்.

திரும்பி வரும்போது குஸுமா ஹஜாரி கொடுத்த மீன்கறியை மிகவும் கூச்சத்துடன் வாங்கிக் கொண்டாள்.

ஓர் ஆண்டு கழிந்தது. ஹஜாரி எண்டோசோலாவிலிருந்து மாட்டு வண்டியில் ராணாகாட்டுக்கு வந்துகொண்டிருந்தான்; தனியாக இல்லை; கூடவே டேம்பி, டேம்பியின் தாயும், குழந்தைகளும். அவனுடைய ஓட்டல் வியாபாரம் இப்போது பிரமாதமாக வளர்ந்து விட்டது! இனிமேலும் ராணாகாட்டில் வந்து குடும்பத்தோடு குடியேறாவிட்டால் சரிப்படாது என்ற நிலை?

டேம்பியின் தாய், "இன்னும் எவ்வளவு தூரம்?" என்று கேட்டாள்.

"அதோ அந்தச் சால மரத்தோப்புத் தெரிகிறதே, அங்கே போய்ச் சேர்ந்தால் ராணாகாட் வந்தமாதிரிதான்."

டேம்பி, "அப்பா! அங்கே எங்கே குளிப்பது? பின்னால் குளம், குட்டை உண்டா? ஆறு உண்டா?" என்றாள்.

"ஆறு இருக்கிறது, பூமியிலிருந்து நீண்ட குழாய் மூலம் நீரெடுக்கும் பம்பு இருக்கிறது!" என்றான் ஹஜாரி.

டேம்பியின் தாய், "அப்படியானால் கிணறு, குளத்திலிருந்து நீர் எடுத்து வரத்தேவையில்லை. அப்பாடா! பிழைத்தோம்!" என்றாள்.

இவர்கள் எப்போதும் பட்டணம் பக்கம் வந்ததில்லை. டேம்பியின் தாயினுடைய பிறந்தகம் எண்டோசோலாவுக்கு இரண்டு கல் தொலைவில் இருந்த மணிராம்புர் கிராமம். பிறந்தது அங்கே; மணமானது எண்டோசோலாவில். பல நாட்களுக்கு முன் ஒரே ஒரு முறைதான் பட்டணம் என்று சொல்லக்கூடிய இடத்துக்குப் போக வாய்ப்புக் கிட்டியது. மார்கழி–தை மாதம் கிராமத்துப் பெண்கள் எல்லாரும் நவத்வீபத்தில் நடக்கும் ராஸலீலை விழாவைப் பார்க்கப் போயிருந்த சமயம் அது. அப்போது அவளும் அங்கே போயிருந்தாள்; அவ்வளவுதான்!

ஓட்டலுக்கு அருகிலேயே ஒரு மொட்டைமாடி வீட்டை

இலட்சிய இந்து ஓட்டல்

வாடகைக்கு எடுத்துக்கொண்டிருந்தார்கள். டேம்பியின் தாய்க்கு ஒரே பூரிப்பு. வெகுகாலமாக ஓலை வேய்ந்த மண்சுவர் வைத்த வீட்டில் இருந்து பழக்கப்பட்டவள்; இப்போது பக்கா கல் கட்டடத்தில் முதல் தடவையாகக் குடி இருக்க வந்திருக்கிறாள்!

"எத்தனை அறைகள், அம்மா! சமையலறை எந்தப் பக்கம்? எங்கே அந்தக் குழாய்? தண்ணீர் நன்றாக வருகிறதா? அடி, டேம்பி! வண்டியில் இருக்கிற துணிகளைத் தனியாக எடுத்து வை, ஒரு பக்கமாக... களைகிற துணி, சேலைகளோடு சேர்த்துவிடாதே! உள்ளே போய் ஒரு குடம் தண்ணீர் கொண்டு வருகிறேன்" என்றாள்.

சற்று நேரத்துக்கெல்லாம் குஸுமா வந்து சேர்ந்தாள். "என்ன பெரியம்மா, எப்போது வந்தீங்க? வீடு பிடித்திருக்கிறதா?" என்றாள்.

டேம்பியின் தாய்க்கு குஸுமாவைத் தெரியும். குஸுமாவுக்கு மணமாவதற்கு முன் கிராமத்தில் பார்த்துப் பழக்கம். "வா, அம்மா குஸுமா! வா! வா! சௌக்கியமா? உனக்கு நூறு ஆயுசு!" என்றாள்.

ஓட்டல் வேலையாள் ராகால் அப்போது அங்கு வந்தான். அவனது முதுகில் ஒரு பெரிய கரிமூட்டை. "எங்கே இறக்குகிறது, ஐயா?" என்றான் ஹஜாரியிடம்.

ஹஜாரி, "ஏண்டா கரிமூட்டை கொண்டு வந்தாய்? விறகு தானே கொண்டுவரச்சொன்னேன் உன்னை? இவங்களுக்குக் கரியடுப்பு மூட்டிப் பழக்கமில்லையே?" என்றான்.

குஸுமா, "கரியடுப்பு உங்களிடம் இருக்கிறதில்லையா? சரி. நான் மூட்டித் தருகிறேன். பெரியம்மாவும் தெரிந்து கொள்ளட்டுமே அதை மூட்ட! பட்டணப்பக்கம் இல்லைங்களா, பெரியம்மா! இங்கெல்லாம் விறகைவிடக் கரி மலிவு! ஒரேநாளில் இதை மூட்டக் கற்றுக் கொண்டு விடலாம்!" என்றாள்.

ராகால் கரிமூட்டையை இறக்கியபிறகு, "இன்னும் என்ன வேணுங்க?" என்றான்.

ஹஜாரி, "இப்போது வெளிவேலை ஒன்றும் இல்லை. நீ தண்ணீர் எடுத்து வை. இந்தச் சாமானையெல்லாம் ஒழுங்காக அடுக்கி வை. கறிகாயெல்லாம் வந்துவிட்டதா?" என்றான்.

"வந்துவிட்டதுங்க!"

"இந்த வேளைக்கு நாலைந்து பேருக்கு ஆகிறாற்போல் பச்சைக் கறிகாயும் மீனும் வாங்கி வா! சாயங்காலத்துக்கு

வேண்டியதை அப்புறம் பார்த்துக்கொள்ளலாம். இப்போது முன்னால் தண்ணீர் அடித்து வை?"

டேம்பியின் தாய், "இது யார்?" என்றாள்.

"இவன் நம் ஓட்டல் வேலையாள். வீட்டு வேலையையும் செய்யவேண்டும் என்று சொல்லி வைத்திருக்கிறேன்."

டேம்பியின் தாய்க்கு ஒரே திகைப்பு! தங்களுக்கென்று வேலைக்காரன்! அதோடு ஹஜாரியை அவன் மரியாதையாக அழைக்கிறான்! இதெல்லாம் அவளுக்குப் புதுமையாக இருந்தது. அவளால் நம்பவே முடியவில்லை இதை. கிராமத்தில் அவர்கள் மிகவும் ஏழைக்குடும்பம். மணமானபின் தன்னந்தனியாக அவளே துணி துவைப்பது, பாத்திரம் துலக்குவது, நெல்லைக் கையாலேயே குற்றிப் புடைத்து அரிசியாக்குவது போன்ற எல்லா வேலையும் செய்துவந்திருக்கிறாள். நாலைந்து மாசமாகத்தான் நல்லபடியாக இரண்டு கவளம் சோறு சாப்பிட முடிந்திருக்கிறது. முன்னெல்லாம் வயிறாரச் சாப்பிடக்கூடக் கொடுத்து வைக்க வில்லை, பாவம், அவள்.

இன்றுதான் தன் கண்ணெதிரே திருமகளின் கோயில் வாசல் சட்டெனத் திறந்திருப்பதைக் கண்டாள். ஓலை வேய்ந்த மண் வீட்டுக்குப் பதிலாக, செங்கல்லினால் கட்டிக் காரை பூசிய ஒழுங்கான வீடு. வேலையாள், குழாய் நீர் இப்படி எல்லாவித வசதியும் இருந்தன! இது கனவா, நிஜமா?

ராகால் வந்தான்; "இந்தக் காய்கறியும் மீனும் போதுமா? இன்னும் வாங்கிவரட்டுமா?" என்று கேட்டான்.

பெரிய பெரிய 'போனா' மீன் பத்துப் பதினைந்து கொண்டு வந்திருந்தான். டேம்பியின் தாய், மிகவும் மகிழ்ச்சியுடன், "இதற்குமேல் வேண்டாம், அப்பா! போதும். அப்படி ஒரு பக்கமாக வை!" என்றாள்.

"நறுக்கித் தரட்டுங்களா? அம்மா?"

இவனே நறுக்கித் தருவதாகச் சொல்கிறானே; இவ்வளவு நல்ல காலமா வந்துவிட்டது தனக்கு, என்று தன் அதிர்ஷ்டத்தை எண்ணி வியந்தாள் அவள்!

ஹஜாரி, "முதலில் தண்ணீரைப் பிடித்துவை... அப்புறம் நறுக்கலாம்...உம்...சரி; எல்லாரும் குளிக்கலாம்" என்றான்.

குஸுமா கரியடுப்பை மூட்டிக்கொடுத்தாள். பிறகு, "பெரியப்பா நீங்களும் குளித்துவிட்டு வாருங்கள்! அதற்குள் நெருப்புப் பற்றி விடும். மணியோ பதினொன்றாகிறது,

சமையலுக்கு நேரமாகிறது, பாருங்கள்...! நான் வருகிறேன்" என்றாள்.

டேம்பியின் தாய், "இங்கேதானே இருக்கப்போகிறாய். சாப்பிட்டுவிட்டுப் போகலாம்!" என்றாள் குஸுமாவைப் பார்த்து.

குஸுமா பரபரப்புடன், "ஊஹூம்...நீங்கள் இப்போதுதான் இந்த வெயிலில் பொரிந்து வந்திருக்கிறீர்கள்? குழம்பு, ரசம் ஏதாவது சமைத்து இந்த வேளைக்குச் சாப்பிட்டு முடியுங்கள்... இந்த அவசரத்தில் எனக்கு வேறு சாப்பாடா? வீண்தொல்லைதான் உங்களுக்கு!" என்றாள்.

"ஒரு தொல்லையுமில்லை, அம்மா! சாப்பிடாமல் நீ போகக்கூடாது! நல்ல கத்தரிக்கயாக ஊரிலிருந்து கொண்டு வந்திருக்கிறோம். இங்கே உங்கள் பட்டணத்தில் அந்த மாதிரி கத்தரிக்காய் கிடைக்காது. கத்தரிக்காய்ப் பொரியல் பண்ணப் போகிறேன் இப்போது. உன் தகப்பனார் வீட்டில் சாப்பிடுவதாக எண்ணிக்கொண்டு திருப்தியாக அதைச் சாப்பிட்டுவிட்டுப்போ! நாளை வரை வைத்துக்கொண்டால் காய்ந்து சுருங்கிவிடும்" என்றாள்.

ஹஜாரி குளித்துவிட்டு, "நான் ஓட்டலுக்குப் போகவேண்டும். நீங்கள் சமையலுக்கு ஏற்பாடு செய்யுங்கள். நான் இதோ வந்து விடுகிறேன்" என்று சொல்லிவிட்டுப் புறப்பட்டான்.

அரைமணி நேரத்துக்கெல்லாம் ஹஜாரி திரும்பிவந்தான். அப்போது டேம்பியும் அவளுடைய தாயும் சேர்ந்து, அணைந்து போகாமல் இருக்கக் கரியடுப்பில் எஞ்சியிருந்த நெருப்பை ஊதிக் கொண்டிருந்தார்கள். கரி நீறுபூத்துவிட்டது...இன்னும் மீன்குழம்பு தயாராகவில்லை!

டேம்பியின் தாய், முகம் சோர்ந்து, "இதென்னடியம்மா! அடுப்பு அணைந்துவிட்டதே! நான் என்ன செய்ய?" என்று சலித்துக் கொண்டாள்.

குஸுமா, பின்பக்கம் குளிக்கப் போயிருந்தாள். ராகால் ஓட்டலுக்குப் போயிருந்தான். இப்போதுதான் ஓட்டலில் சாப்பிட வருபவர்கள் வருகிற சமயம். கும்பல் அதிகமாக இருக்கும். இந்த வேளைக்குக் குறைந்தபட்சம் நூறுபேராவது சாப்பிடுவார்கள். பேச்சூ சக்ரவர்த்தி, ஜது பாண்டுஜ்ஜே இவர்களுடைய ஓட்டல் வியாபாரம் படுத்துவிட்டது. ஆனால் இங்கோ ஹஜாரி தன் கையாலேயே சமைத்துப் பரிமாறினான். இதனால் ரயிலடிக் கடைவீதியில் வருகிறவர்கள் எல்லாருக்கும் இவனது ஓட்டல்

பக்கந்தான் நாட்டம்! மூன்று பரிசாரகர்கள், நாலு வேலையாட்கள் இருந்தாலும் சமாளிக்க முடியவில்லை; அவ்வளவு நெரிசல்!

இங்கே வீட்டில் டேம்பிக்கோ அவளுடைய தாய்க்கோ கரியடுப்பே பழக்கமில்லை. இதற்கு முன் அவர்கள் அதைப் பார்த்திருந்தால்தானே? தணல் அடங்கிப்போய் அடுப்பு அணையவே, என்ன செய்வதென்று தெரியாமல் திண்டாடினார்கள். இதைப் பார்த்து ஹஜாரிக்குச் சிரிப்பு வந்தது. அவன், "கரியடுப்பில் சமைக்க இனிமேலாவது பழகிக் கொள்ளுங்கள்...! பட்டிக்காட்டில் எத்தனை காலம் விழுந்துகிடப்பீர்கள்? நகருங்கள்! அடுப்பில் இன்னும் கரிபோட்டு விசிறவேண்டும். காட்டுகிறேன், பாருங்கள்." என்றான்.

டேம்பியின் தாய், "நீங்கள் ரொம்பப் பட்டணத்துப்பக்க ஆசாமிதான் போங்கள்...! அந்த எண்டோசோலா வீடு இல்லா விட்டால்..." என்று இழுத்தாள்.

"நானா? நான் ஏழு வருஷகாலமாக இந்த ராணாகாட் ரயிலடிக் கடை வீதியில் வேலை பார்க்கிறவன், தெரிந்துகொள். என்னைப் போய் பட்டிக்காட்டான் என்று யார் சொல்லுவார்கள்...? உம்... அந்தப் பேச்சையெல்லாம் விடு!" என்றான் பெருமையுடன்.

டேம்பி, "அப்பா! இங்கே டாக்கி இருக்கிறதா? நீ பார்த்திருக்கிறாயா?" என்றாள்.

ஹஜாரி பாடு திண்டாட்டமாகிவிட்டது! டாக்கி, பயாஸ்கோப் எல்லாம் இங்கே உண்டுதான். ஆனால் அவற்றைப் பார்க்க வேண்டும் என்ற எண்ணமே அவனுக்கு ஏற்பட்டதில்லை; ஈடுபாடு இல்லை என்பதே காரணம்! ஆனால் டேம்பி இந்தக் காலத்துப் பெண் இல்லையா? எண்டோசோலாவில் இருந்தால்தான் என்ன? வங்காளத்தில் எங்கேதான் நவநாகரிக அலை மோதவில்லை? அதிலும், அதஸி இவளுடைய சிநேகிதி. அதஸியிடமிருந்து எத்தனையோ சங்கதிகளை இவள் தெரிந்து கொண்டிருந்தாள்! இவளுடைய தந்தைக்கும் தாய்க்கும்தான் இது தெரியாது!

டேம்பியின் தாய், "டாக்கி என்றால் என்னடீ?" என்று கேட்டாள்.

"அதுதான் பேசும் படம். பலதடவை பார்த்திருக்கிறேன்... பார்க்காமல் என்ன...? உம்..." என்று 'இது ஒன்றும் பெரிய சங்கதி இல்லை' என்ற பாணியில் பேசலானான். ஆனால் டேம்பி மறுகணமே, "என்ன படம் பார்த்திருக்கிறாய், அப்பா?" என்று கேட்டுவிட்டாள்!

"என்ன படமா? இதெல்லாம் யாருக்கு நினைவிருக்கிறது...? லட்சுமணன் வீரம்... ஆமாம்...அதுதான்..."

என்றைக்கோ சிறுவயதில் கண்ட கூத்து ஒன்றின் பெயரை மிகவும் சிரமப்பட்டு நினைவுபடுத்திக்கொண்டுதான் ஹஜாரி இப்படிச் சொல்லிவைத்தான். டேம்பி, "இதென்ன லட்சுமணன் வீரமாவது! இந்த மாதிரியெல்லாம் டாக்கிக்குப் பெயர் வைப்பதில்லை...நான் கேள்விப்பட்டிருக்கிறேன்; இதைப் பற்றி அதஸி அக்கா சொல்லி! வேறு மாதிரி இருக்கும் இந்த டாக்கிப் பெயர்கள் எல்லாம்!" என்றாள்.

"ஆமாம்; ஆமாம்! உனக்கும் உன் அதஸி அக்காவுக்கும் ரொம்பத் தெரியுமாக்கும்... தள்ளிப்போ! அந்தக் கரிக்கூடையை இப்படிக் கொண்டுவா!"

அதேசமயம் வம்சீயின் தங்கை மகன் – அந்த அழகிய வாலிபன், "என்ன மாமா! சாப்பாடெல்லாம் ஆகிவிட்டதா?" என்று கேட்டுக் கொண்டே வீட்டுக்குள் வந்தான். டேம்பியின் தாய் – வங்காள நாட்டுப்புறத்துப் பெண் இல்லையா – அவர்கள் வழக்கப்படி பரபரவென்று தலையில் சேலைத் தலைப்பை இழுத்து விட்டுக் கொண்டு உட்பக்கம் போகலானாள். டேம்பியோ புதிதாக அங்கே வந்திருக்கும் அந்த வாலிபனையே ஆவலுடன் கவனிக்கலானாள்.

ஹஜாரி, "வா, தம்பி!" என்று தன் மனைவியிடம், "யாரைப் பார்த்து இந்த முக்காடெல்லாம்! இவன் நம் வம்சீயின் தங்கை மகன். நம் ஓட்டலில் கணக்குவழக்குகளைக் கவனித்துக் கொள்கிறான். சின்னப்பையன்! இவனைப் பார்த்துவிட்டு தலையை மூடிக்கொள்வானேன்?" என்றான். மகளிடம், "நரேன் அண்ணாவுக்கு நமஸ்காரம் பண்ணு!" என்றதும், "நரேன்! இவள்தான் என் மகள். இவளுக்கு எழுதப்படிக்க நன்றாக வரும். தையல் பின்னல் வேலை கற்றுக்கொண்டிருக்கிறாள். தன் சிநேகிதி ஜமீன்தார் ஐயா மகளிடமிருந்து!" என்றான்.

டேம்பிக்கு சட்டென்று நாணம் மேலிட்டது. இந்த மாதிரி செக்கச் சிவக்க லட்சணமான பிள்ளையை அவள் பார்த்ததில்லை. அதஸிக்குப் பார்த்திருக்கும் வரனோடு ஒப்பிடக்கூடியவன் இந்தப் பையன்! அவன் ஜாடையாகவும் இருந்தான் இவன்!

வம்சீயின் தங்கை மகனுக்கும் அங்கே நிற்கக் கூச்சமாக இருந்தது, தலைநிமிர்ந்து பார்க்க முடியவில்லை அவனால்!

ஹஜாரி, "இன்றைக்கு மூர்சிதாபாத் வண்டியிலிருந்து

எத்தனை பேர் இறங்கினார்களாம்?" என்று நரேனைக் கேட்டான்.

"பத்துப்பேர் இருப்பாங்க. அவர்களில் மூன்று பேரை பேச்சூ சக்ரவர்த்தியின் வேலையாள், கையைப் பிடித்துப் பரபரவென்று இட்டுக்கொண்டு போய்விட்டான். பாக்கி ஏழுபேரும் நம் ஓட்டலுக்கு வந்துவிட்டாங்க. அப்புறம் வனகாம் வண்டியிலிருந்து ஐந்து பேர் நம் ஓட்டலுக்கு வந்தாங்க..."

"ஸ்டேஷனுக்கு யார் போயிருந்தாங்க?"

"விரஜனும் ராகாலும் வனகாம் வண்டி வரும்போது அங்கே இருந்தாங்க. பேச்சூ சக்ரவர்த்தியின் ஆளுக்கும் விரஜனுக்கும் வந்தவங்களை இப்படி அழைத்துப்போகும் விஷயமாக இன்று சச்சரவு ஏற்பட்டுக் கைகலந்துவிட்டார்கள்!"

"ஊஹும்... அதெல்லாம் எதற்கு? ஆயிரம் இருந்தாலும் என் பழைய எசமானில்லையா? அவருடைய உப்பைத் தின்று விட்டுத்தானே இன்றைக்கு நானும் ஒரு மனுஷனாக இருக்கிறேன். ஓட்டல் நடத்துவது எப்படி என்றும் அவரிடமிருந்துதான் தெரிந்து கொண்டேன். வெறும் சமையல் மட்டும் தெரிந்திருந்தால் ஓட்டல் நடத்திவிட முடியாது, தம்பி! இது ஒரு தொழில்... கடையில் போய்ச் சாமான்கள் வாங்கும்போது எப்படியெல்லாம் பேரம் செய்வது, என்ன செய்தால் சாப்பிட வருகிறவர்களுக்குத் திருப்தி ஏற்படும், கணக்கு வழக்குகளை எப்படி வைத்துக் கொள்வது - இதெல்லாம்கூடத் தெரிந்தாக வேண்டும். நான் ஆறு வருஷகாலமாக அவர்களிடம் இருந்து கவனித்ததில், அவர்கள் என்ன என்ன செய்கிறார்கள் என்று புரிந்துகொண்டேன்; பார்த்துப் பார்த்து தெரிந்து கொண்டதுதான்; இப்போது எல்லாம் பழக்கப்பட்டுவிட்டது!"

வம்சீயின் தங்கை மகன், "சரி, மாமா...! மாமி! நீங்கள் சாப்பிட உட்காருங்கள். நான் போய் அப்புறம் வருகிறேன்" என்றான்.

ஹஜாரி, "நீ நாளைப் பகல் சாப்பாடு ஓட்டலில் சாப்பிட வேண்டாம். இங்கேயே வந்துவிடு, தெரிந்ததா?" என்றான்.

வம்சீயின் தங்கை மகன் அங்கிருந்து போனபின், டேம்பி அங்கே இராத சமயம் பார்த்து ஹஜாரி தன் மனைவியிடம், "பையன் எப்படி இருக்கிறான்?" என்றான்.

"நல்ல பிள்ளையாண்டான், லட்சணமாக இருக்கிறான், சூடிகையாகவும் இருக்கிறான்."

"இவனுக்கும் டேம்பிக்கும் பொருத்தந்தானே?"

"கேட்பானேன்! பேஷான பொருத்தம்...! ஆனால் அப்படியும் நடக்குமா? இந்த மாதிரி ஒரு பையன் நமக்குக் கிடைப்பானா? அவ்வளவு அதிர்ஷ்டம் இருக்குமா நமக்கு?"

"ஏன் இராமல்? எல்லாம் பொருந்தியாயிற்று. அவனை இங்கே ஓட்டலுக்கு அழைத்து வந்து அமர்த்தினது பின்னே எதற்காகவாம்? உங்களையெல்லாம் ராணாகாட்டுக்கு எதற்காக அழைத்து வந்தேனாம்? ஆனால் டேம்பியிடம் இதைப் பற்றித் துளிக்கூட...உம்... தெரிந்ததா? நாளைக்கு அவனை அழைத்து வந்து பரிவாக நடத்தவேண்டும். எனக்கு வெகுநாளாகவே ஆசை – இந்தப் பையனை நம் டேம்பிக்கு நிச்சயம் பண்ணிவிடவேண்டும் என்று. இப்போது அந்த நம்பிக்கை நிறைவேறும் என்று உறுதி ஏற்பட்டிருக்கிறது. அந்தப் பையனுடைய தகப்பன் நல்ல நிலையில் இருந்தவன். பையனும் மெட்ரிக் படித்தவன். கல்யாணம் பண்ணி நம் ஓட்டல் மேற்பார்வைக்கு அமர்த்தி விட்டால், தொழிலில் பங்குதாரனாகவும் இருப்பானில்லையா? முதலில் கணக்குவழக்குகளை வைத்துக்கொள்வது எப்படி என்று தெரிந்துகொள்ளட்டும். டேம்பியும் நம்முடனேயே இருப்பாள் – இதுதான் என் எண்ணம். இன்னும் எவ்வளவோ திட்டமிட்டிருக்கிறேன்."

டேம்பியின் தாய் ஏதும் அறியாதவள். திகைத்தபடி கணவனின் முகத்தையே பார்த்துக்கொண்டு அவன் சொல்வதைக் கேட்கலானாள்.

மாலை நேரத்துக்குப்பின், ஸ்டேஷனில் பேச்சூ சக்ரவர்த்தியின் ஆளுக்கும், ஹஜாரியின் ஆளுக்கும் ரயில் வண்டியிலிருந்து இறங்கிய பயணிகளை அழைத்துப்போவது குறித்து அடிதடி மூண்டது என்ற செய்தி வந்தது. ஹஜாரியின் வேலையாளான நாதனி, "பாபு! அவங்களின் ஆள், ரயிலிலிருந்து இறங்கிய ஒரு பிரயாணியின் கையைப் பிடித்து இழுத்தான். நம் ஓட்டலுக்குத் தவறாமல் வருபவர் அவர்; அவரைப் போய் இப்படி வலுக்கட்டாயமாக இழுப்பதா? அதோடு நம் ஓட்டலைப் பற்றிக் கண்டபடியெல்லாம் பேசினான். இதனால் எனக்கும் அவனுக்கும் கைகலப்பு..."

"பிரயாணி எங்கே சாப்பிட்டார்?"

"நம் ஓட்டலில்தான். அந்த ஓட்டல்காரங்களுக்கு நம்மேல் பொறாமையும் எரிச்சலும் சொல்லிமுடியாது. நம்மிடந்தான் எல்லாரும் வருகிறாங்க. அவங்களைத் தேடி யாரும் போவதில்லை

என்று பொறாமை! இதனால்தான் சண்டை மூண்டது, பாபு! அவங்க ஓட்டல் வழியாக வந்தேன். எந்த வண்டியில் இறங்குபவர்களும் அங்கே நுழைவதில்லை!"

இரவு எட்டு மணி இருக்கும். ஹஜாரி அப்போதுதான் மீன்குழம்புக் கற்சட்டியை அடுப்பில் வைத்திருந்தான். அப்போது வம்சீ, "ஹஜாரி அண்ணா! அவசரமான சேதி! உன் பழைய முதலாளி உன்னைப் பார்க்க வேண்டுமாம், அழைத்துவரச் சொல்லியிருக்கிறார்...அடிதடிச் சண்டை சம்பந்தமாகத்தான் இருக்கும் என்று படுகிறது!" என்றான்.

"சரி குழம்பை கவனித்துக்கொள். நான், அங்கே போய் வந்ததும் மாமிசத்தை வேக வைக்கிறேன். என்ன சங்கதி என்று பார்த்து வருகிறேன்" என்றான் ஹஜாரி.

பலநாளைக்குப்பின் ஹஜாரி பேச்சூ சக்ரவர்த்தியின் ஓட்டலுக்குப் போனான். அதன் முன்பக்க அறையில் பழைய எசமானின் மேஜை எதிரே வந்து நின்றான். அதில் நுழைந்ததுமே அங்கே வேலை செய்த பழைய மனப்போக்கு – மீண்டும் தான் அங்கே பரிசாரகத் தொழில் செய்பவன், அவர் இன்னும் தன் முதலாளி என்ற நினைப்பு – அவனுக்கு வந்துவிட்டது.

அவனைப் பார்த்ததும் பேச்சூ சக்ரவர்த்தி மிகவும் பரிவுடன், "வா அப்பா, ஹஜாரி! வா! இப்படி உட்கார்" என்று சொல்லி, அவசியம் இல்லாவிட்டாலும் அவனைப் பெரிய நாற்காலியில் வலிய அமர்த்தி வேண்டிக் கையைப் பிடித்து அருகில் இழுத்தார்.

ஆனால் ஹாஹாரி நின்றபடியேதான் இருந்தான். "வேண்டாம், ஐயா! நான் உட்காரவில்லை. எதற்காகக் கூப்பிட்டீங்க?" என்றான்.

"வா, அப்பா! வந்து முதலில் உட்கார்; சொல்லுகிறேன்."

ஹஜாரி மிகவும் பணிவாகவே, "வேண்டாமுங்க. நீங்கள் இத்தனை நாள் எனக்கு எசமானாக இருந்தவர். உங்கள் எதிரே உட்காருவதென்றால்...? ஏதாவது சொல்வதாயிருந்தால் சொல்லுங்கள். அப்படியே செய்தால் போகிறது!" என்றான்.

ஹஜாரியின் கண்கள் தம்மை அறியாமலே கூடத்துப்பக்கம் நோக்கின. ஓட்டலின் நிலைமை உண்மையிலேயே படு மோசமாகத்தான் இருந்தது. இரவு ஒன்பது மணி அடிக்கும் சமயம். முன்னெல்லாம் அங்கே சாப்பிட உள்ளே வருகிறவர்களுக்கு உட்காரவே இடம் இருக்காது; அவ்வளவு கும்பல் இருக்கும். அத்தனை பேரும் இப்போது எங்கே போய் விட்டார்கள்? ஓட்டலின் மவுசும் முன்னைவிட மிகவும் குறைந்துவிட்டது.

பேச்சூ சக்ரவர்த்தி, "உம்...ஒன்றும் இல்லை...நீ உட்கார்ந்து கொள், அப்பா...! டீ சாப்பிடு... அடேய்...! டீ கொண்டு வாடா எங்கள் இரண்டு பேருக்கும்" என்று உள்ளே பார்த்துக் குரல் கொடுத்தார்.

அப்படியும் ஹஜாரி அமர விரும்பவில்லை. வேலையாள் டீ கொடுத்துவிட்டுப் போனான். ஹஜாரி அதை மறைவில் போய்ப் பருகிவிட்டு வந்தான்.

பேச்சூ சக்ரவர்த்திக்கு இதைப் பார்த்ததும் மிக்க மகிழ்ச்சி ஏற்பட்டது. திடீரென்று முன்னுக்கு வந்துவிட்டதால் ஹஜாரிக்குத் தலைக்கனம் வந்துவிடவில்லை என்று தெரிந்துகொண்டார். அதோடு, இத்தனை நாளாக ஹஜாரி ஓட்டலைத் திறமையுடன் நடத்தும் விதத்திலிருந்தே அவன் நல்ல நிலைக்கு வந்திருக்கிறான் என்றும் அவருக்குப் புரிந்தது.

ஹஜாரி, "ஐயா! ஏதோ சொல்லவந்தீங்களே! என்னது?" என்றான்.

"ஆமாம், அப்பா! சங்கதி என்ன தெரியுமா! ஒரே இடத்தில் நாம் இரண்டு பேரும் ஒரு தொழிலில் ஈடுபட்டிருக்கிறோம் என்ற நிலையில் ஒருத்தருக்கு ஒருத்தர் பகைமை பாராட்டிக் கொள்ளக் கூடாது. உன்னுடைய வேலையாள் இன்று என் ஆளை ஸ்டேஷனில் அடித்துவிட்டான். இதெல்லாம் நன்றாக இருக்கிறதா? நீயே சொல்!"

அதேசமயம் பத்மா அங்கே அறை வாசற்படியண்டை வந்து நின்றாள். ஓட்டல் வேலையாளும் வந்தான்.

ஹஜாரி, "நானும் கேள்விப்பட்டேன்...ஆனால் உங்கள் ஆள்தான் முதலில் என் ஆளைத் தாக்கினான்...எங்கள் ஓட்டலுக்கு அந்தப் பிரயாணியை நாதனி அழைத்து வந்துகொண்டிருந்தான். அப்போது..." என்பதற்குள் பத்மா குறுக்கிட்டு, "நன்றாகத்தான் இருக்கிறது! உங்கள் ஆள்காரன் நாதனிதான் எங்களிடம் வழக்கமாக வருபவரை மடக்கி அழைத்துப்போனான்; நினைவிருக்கட்டும்... அவர் ஒன்றும் உங்கள் ஓட்டலுக்கு வரவில்லை!" என்றாள்.

அவள் இப்படிச் சொன்னதை பேச்சூ சக்ரவர்த்தியேகூட நம்பமாட்டார். அவருடைய ஓட்டலின் நிலைமை அப்படி இருந்தது! அவர், "அதெல்லாம் இருக்கட்டும்...நீ போ உள்ளே, பத்மா...! இதைப் பற்றி நம் ஹஜாரியோடு நான் பேசிக் கொள்வேன்...வீண் சச்சரவு எதற்கு? ஹஜாரி என்னவோ அங்கே இல்லை; நடந்ததைப் பார்க்கவில்லை...இருந்தாலும், இனிமேல்

இப்படி நேராதபடி பார்த்துக் கொள். அதற்கு மேல் நான் என்ன சொல்வது?" என்றார்.

ஹஜாரி, "ஐயா! நீங்கள் எப்படிச் சொல்கிறீங்களோ அப்படியே செய்கிறேன்; சொல்லுங்கள்! உங்கள் ஓட்டலோடு சச்சரவு வைத்துக் கொள்கிறவனில்லை நான். நீங்கள் என் பழைய எசமான்...நல்லது; நாம் ஒவ்வொருவரும் தலைக்கு ஒவ்வொரு ரயில் வண்டியைப் பகிர்ந்து கொள்வோம். நீங்கள் எந்த வண்டிக்கு உங்கள் ஆளை அனுப்புகிறீங்களோ அந்தச் சமயம் எங்கள் ஓட்டல் ஆள் அங்கே வரமாட்டான். அம்மாதிரி..." என்று இழுத்தான்.

பேச்சூ சக்ரவர்த்திக்கு வியப்பு ஏற்பட்டது. ஒரே தொழில் என்பதால் போட்டாபோட்டி இருந்தால்தான் அவரவர் வியாபாரம் ஓங்கும் என்பது அவருக்குத் தெரியும். இந்த ஓட்டல் தொழிலில் பழக்கப்பட்டு அவருடைய தலை நரைத்துவிட்டது. இந்த நிலையில்...ஹஜாரி இப்படிச் சொன்னதும் அவனுடைய தாராளப் போக்கு அவருக்கு உடனே புரிந்தது. அவர் அசட்டுச் சிரிப்புடன், தயங்கியபடி, "உம், அதெல்லாம் இல்லை. ரயில்வே ஸ்டேஷன் என் ஒருத்தனுக்கு மட்டுமே சொந்தமா? பொது இடந்தானே?"

"இல்லைங்க ஐயா... இனிமேல் இப்படியே ஏற்பாடு செய்துவிட்டால் போகிறது...உங்களுக்கு எந்த வண்டி வேண்டும்? மூர்சிதாபாத் வண்டியா? வனகாம் வண்டியா? – சொல்லுங்கள். நீங்கள் குறிப்பிடுகிற வண்டிக்கு நான் என் ஆளை ஸ்டேஷனுக்கு அனுப்பாமல் இருந்து விடுகிறேன்."

பத்மா வாசற்படியை விட்டு ஒருபுறமாகப் போய்விட்டாள்.

பேச்சூ சக்ரவர்த்தி, "சரி; நீ சொல்லுகிறபடியே செய்து விடலாம். மூர்சிதாபாத் வண்டியை நாங்கள் கவனித்துக் கொள்கிறோம். இன்னும் கொஞ்சம் டீ சாப்பிட்டுவிட்டுப் போயேன், அப்பா! நல்லது...வருகிறாயா?" என்றார்.

ஹஜாரி பழைய முதலாளிக்கு வணக்கம் செலுத்திவிட்டுக் கிளம்பினான், ஓட்டலுக்குத் திரும்பிச்செல்ல. அவன் அங்கிருந்து சென்றதும் பத்மா மீண்டும் வாசற்படியண்டை வந்து, "என்ன ஆயிற்று?" என்றாள்.

"ரயில் வண்டியை இரண்டுபேரும் பகிர்ந்துகொண்டோம். மூர்சிதாபாத் வண்டியை நமக்கு வைத்துக்கொண்டேன். வருகிற கொஞ்சம் பேரும் மூர்சிதாபாத்திலிருந்து இறங்குகிறவர்கள்தாம்... வனகாம் வண்டியிலே எத்தனை பேர் வந்துவிடப் போகிறார்கள்... என்னவோ என்று பார்த்தேன்... கடைசியில் ஹஜாரி வெறும்

அப்பாவிதான்...! ஆனாலும் உழைப்பாளி; கள்ளங்கபடில்லாதவன்; பாவம்!" என்றார் பேச்சூ சக்ரவர்த்தி

"நான் இந்த ஏழு வருஷமாகப் பார்த்துக்கொண்டுதானே இருக்கிறேன், அந்த ஆளை! கஞ்சா அடித்துவிட்டுக் குந்திக்கிடந்த ஆசாமி! ஓட்டல் அடுப்புச் சாம்பலைக் கவனித்துக் கொண்டிருந்த பேர்வழி! சமைத்துச் சமைத்து உடம்பு ஓடாகிப் போனவன்...! அவனுக்குச் சாமர்த்தியம் ஏது? எல்லாம் அந்த வம்சீயும் அவனுடைய தங்கச்சி மகனும் இருக்கிறதால்தான். அவங்க இவனுக்குப் பின்னால் இருந்துகொண்டு இவனை ஆட்டி வைத்து வேடிக்கை பார்க்கிறாங்க. அவங்க கையில் ரொக்கம் இருக்கிறது. நான் எல்லா விவரத்தையும் அங்கங்கே விசாரித்துத் தெரிந்துகொண்டுவிட்டேன். வம்சீயை எப்படியாவது இங்கே வரவழைத்துக் கொண்டுவிடுங்கள்! அப்போது அந்த ஓட்டல் ஒரே நாளில் அழிந்துவிடுகிறதா இல்லையா, பாருங்களேன்! வம்சீயை அங்கிருந்து பிரித்து அழைத்துவரக்கூடிய ஆசாமியாகப் பார்த்து ஏற்பாடு செய்யுங்கள்! அதோடு அவனுடைய தங்கச்சி மகனையும்..." என்று இழுத்தாள்.

மறுநாள் பகல், ஹஜாரியின் அழைப்பின்பேரில் வம்சீயின் தங்கை மகன் ஹஜாரியின் வீட்டுக்கு மிகவும் கூச்சத்தோடு வந்தான். ஹஜாரியேதான் ஓட்டலிலிருந்து அவனை இங்கே அனுப்பிவைத்தான். ஆனால் தான் மட்டும் வரமுடியவில்லை... அன்று சந்தை தினம் என்பதால் ஓட்டலில் சாப்பிட வருகிறவர்களின் கூட்டம் ஏராளமாக இருந்தது.

தாய் சொன்னபடி டேம்பிதான் விருந்தாளியை - வம்சீயின் தங்கை மகனை - உபசரித்தாள். இலை போடுவதும், மணை வைப்பதும், கோப்பையில் குடிநீர் வைக்க வருவதுமாக இப்படிப் பல அலுவல்கள் அவளுக்கு. டேம்பி சூடிகையான பெண்; அதஸியின் சிஷ்யை இல்லையா? ஆனால், இந்த அழகிய வாலிபனெதிரே அடிக்கடி இப்படி வந்துபோவது அவளுக்கேகூட சற்றுக் கூச்சமாகத்தான் இருந்தது.

வம்சீயின் தங்கை மகனும் இதைப் பார்த்து வியப்புற்றான். ஹஜாரி மாமாவின் குடும்பத்தார் நாட்டுப்புறத்தைச் சேர்ந்தவர்கள் என்பது அவனுக்குத் தெரியும். அவர்கள் இத்தனை நாள் சிரமதசையில் இருந்தவர்கள் என்பதும் தெரியும். இப்போதுதான்

இந்த ஓட்டலை நடத்துவதால் இரண்டு காசைப் பார்க்க முடிகிறது அவர்களால்...! ஆனால் ஹஜாரியின் மகள் பார்க்க லட்சணமாகத்தான் இருக்கிறாள். அவளுடைய நடை, உடை எல்லாம் இந்தக்காலத்துப் பெண்களின் - பள்ளிக்கூடப் பெண்களின் ரீதியில் இருந்தது. ஒழுங்காகச் சேலை உடுத்தத் தெரிந்து கொண்டிருந்தாள் டேம்பி; அலங்காரமும் பேசும் பாணியும் மிகவும் பிடித்திருந்தன அவனுக்கு.

அவன் உணவருந்தி முடிக்கும் சமயம் ஹஜாரி வந்து சேர்ந்தான். "என்ன, தம்பி, சாப்பிட்டாயிற்றா? நான் முன்னாலேயே வரமுடியவில்லை. அங்கே இன்றைக்கு கூட்டம் ஏராளம்!" என்றான். "...டேம்பி எனக்குக் கொஞ்சம் எண்ணெய் கொண்டு வா! தேய்த்துக்கொண்டு குளிக்கவேண்டும்...அப்புறம் நரேன் அண்ணா ஓய்வெடுத்துக் கொள்வான்...அதோ அந்தப் பக்கத்து அறையில் போய்ச் சற்றுப் படுத்துக் கொள் தம்பி!" என்றான்.

நரேன் அந்த அறையில் போய்த் தலை சாய்த்தான். அப்போது டேம்பி வெற்றிலை பாக்கு முதலியவற்றைத் தட்டிலே வைத்துக் கொண்டு வந்தாள். அதில் சுண்ணாம்பு இல்லை. நரேன் கூச்சத்துடன், "கொஞ்சம் சுண்ணாம்பு கொண்டு வருகிறீர்களா!" என்றான்.

டேம்பியின் உடல் அப்படியே நாணத்தால் வளைந்தது. அவளுக்கு உள்ளுக்குள்ளே ஒரே மகிழ்ச்சி. இதற்கு முதல் காரணம், அவன் அவளைப் பார்த்து, 'நீங்கள்' என்ற முறையில் மரியாதையாகக் குறிப்பிட்டது. இதுவரை சின்னவளான தன்னை இப்படி ஒருவரும் அழைத்து அவள் கேட்டதில்லை. இரண்டாவது காரணம், பழக்கமிராத எந்த வாலிபனும் அவளோடு இதுவரை பேசியதில்லை. கிராமத்தில் சிறுவயது முதல் அவளுக்குத் தெரிந்த ராமு அண்ணா, கோபால் அண்ணா, ஜஹர் அண்ணா இவர்களெல்லாரும் அவளோடு பேசிப் பழகியிருக்கிறார்கள். ஆனால் அதனால் இப்படி ஒரு மகிழ்ச்சி ஏற்பட்டதில்லை. சுண்ணாம்பைக் கொண்டு வந்து வைத்து, "இது போதுமா?" என்றாள்.

"தாராளம்... ஒரு கோப்பை தண்ணீர் மட்டும் இப்படி வைத்து விடுங்கள்."

டேம்பிக்கு அவனை மிகவும் பிடித்திருந்தது. பேசும் விதமும் நன்றாக இருந்தது. அவன் தன்னோடு இன்னும் கொஞ்சம் பேசமாட்டானா என்றும் இருந்தது. ஆனால் அதற்குப்பின் அவன்

ஏதும் பேசவில்லை. டேம்பி கோப்பையில் தண்ணீர் கொண்டு வந்து வைத்துவிட்டுப் போனாள்.

மணி ஐந்து இருக்கும். பொழுது சாய்ந்து வரலாயிற்று. டேம்பி ஒருதரம் உள்ளே எட்டிப் பார்த்தாள். வாலிபன் உறக்கத்தில் ஆழந்திருந்தான். திடீரென்று டேம்பிக்கு அவனிடம் ஒருவித அன்பு மூண்டது. 'பாவம், ஓட்டலில் இரவு எவ்வளவு நேரம்வரை விழித்துக் கொண்டிருக்கிறாரோ! இரவு சரியான தூக்கமில்லை போல் இருக்கிறது' என்று எண்ணினாள்.

டேம்பி வந்து தாயினிடம், "அம்மா! அவர் இன்னும் தூங்கிக் கொண்டிருக்கிறார்போல் இருக்கிறது...எழுப்பட்டுமா? இல்லை, அவர் தூங்கட்டுமா?" என்றாள். டேம்பியின் தாய், "தூங்கினால் தூங்கட்டுமேடி! ஏன் எழுப்புகிறாய்? வேலைக்காரன் எங்கே போனான்? அந்தப் பிள்ளையாண்டான் எழுந்ததும் ஏதாவது சாப்பிடக் கொடுக்க வேண்டும். நம்மவரோ வீட்டில் இல்லை..." என்றாள்.

டேம்பி, "இவர் டீ சாப்பிடுவாரோ என்னவோ, தெரியவில்லையே! எதற்கும் கொஞ்சம் போட்டுக் கொடுத்தால் நல்லதில்லையா?" என்றாள்.

டேம்பியின் தாய் தானும் டீ குடித்ததில்லை; டீ போட்டுக் கொடுத்தும் அவளுக்குப் பழக்கமில்லை. இந்தக் காலத்துப் பெண்ணான தன் மகள் சொல்வது சரி என்று பட்டது அவளுக்கு. மகளைப் பார்த்து, "நீயே டீ போடுவாயா?" என்றாள்.

மகள் 'பகபக'வென்று சிரித்துக்கொண்டே, "என்ன அம்மா நீ! எனக்குச் சிரிப்புத் தாங்கவில்லை!" என்றதும், ஒயிலுடன் கையை ஆட்டியபடி புன்முறுவல் தவழும் முகத்துடன், மோவாயைச் சற்று உயர்த்தியும் தாழ்த்தியும், "டீ எதோ? சர்க்கரை எதோ? கெட்டில் எங்கே? டீக்குத் தண்ணீர் காய்ச்சுவது எப்படி? பீங்கான், தட்டு கோப்பை எங்கே? ஏதாவது இருக்கிறதா இங்கே?" என்றாள்.

டேம்பியின் தாய்க்கு மகள் பேசும் பாணி மிகவும் அற்புதமாக இருந்தது. அன்பு பொங்க மகளையே கண் கொட்டாமல் பார்த்தாள். இப்படி அபூர்வ எழிலுடன் ஒயிலுடன் மகள் பேசி அவள் இதுவரை பார்த்ததில்லை!

அப்போது ஹஜாரி வீட்டினுள் நுழைந்தான். ஓட்டலில்தானே இத்தனை நேரம் இருந்தான்? "நரேன் எங்கே? தூங்குகிறானா என்ன?"

டேம்பியின் தாய், "இத்தனை நேரமாக உங்களை ஏன்

காணவில்லை? அந்தப் பிள்ளையாண்டானுக்குக் குடிக்க ஏதாவது கொடுக்க வேண்டாமா? டேம்பி டீ போட்டுத் தரலாம் என்கிறாள்" என்றாள்.

ஹஜாரிக்கு டேம்பியிடம் அன்பு மிகுந்தது. தான் இப்படிப் பரிவுடன் யாருக்காக டீ தயாரித்துத் தரவேண்டும் என்கிறாள் என்பதை - பெற்றோராகிய தாங்கள் அவளை அந்தப் பிள்ளையாண்டானுக்கு மணம் முடிக்கச் 'சதி' செய்கிறார்கள் என்பதை - அந்தப் பேதைப்பெண் எப்படி அறிவாள், பாவம்!

"சரி; நான் எல்லாவற்றையும் கொண்டுவந்து விடுகிறேன். ஓட்டலிலேயே இருக்கிறதே! அங்கே அலுவல் அதிகமாக இருந்தது. கல்கத்தாவிலிருந்து பத்துப் பன்னிரண்டு பாபுக்கள் இந்தப் பக்கத்துக் குறுங்காட்டில் வேட்டையாட வந்திருக்கிறார்கள். இவங்க வெகுநாளைக்கு முன் நான் மாமிசம் சமைத்துப் போட்டுச் சாப்பிட்டவங்க. என்னை மிகவும் பாராட்டிவிட்டுப் போனாங்க. நான் முன்னே இருந்த ஓட்டலில் போய்ப் பார்த்திருக்கிறாங்க. அங்கே நான் இல்லை என்றதும் இங்கே விசாரித்துக் கொண்டு வந்துவிட்டாங்க. அவர்கள் இன்று இராத்திரி மாமிசமும் புலாவும் சாப்பிடுவாங்க. நீங்க இந்த வேளை சமைக்கவேண்டாம்! நான் ஓட்டலிலிருந்து இதோ உங்களுக்குச் சாப்பாடு அனுப்பி வைக்கிறேன்... நரேன் அங்கே வர வேண்டியிருக்கிறது. பாபுக்களோடு அவன் இங்கிலீஷில் பேசுவான்... அது என்னால் முடியாதே...! அவனை எழுப்பு" என்றான்.

டேம்பியின் தாய், "தூக்கத்திலிருந்து எழுப்பி ஒன்றும் சாப்பிடாமல் அனுப்பினால் நன்றாக இராது... டேம்பிதான் டீ போடுவதாகச் சொன்னாளே...! நீங்கள் அதற்கு வேண்டியதை யெல்லாம் அனுப்பி வையுங்கள்...இப்போதே எழுப்பவேண்டாம்!" என்றாள்.

சாயங்காலம் தூக்கம் கலைந்து நரேன் எழுந்திருப்பதற்குள் வெகு நேரம் ஆகிவிட்டது. சுவரின் பக்கம் சாலமரத்தின் அடிப்பகுதியிலே மாலை நேர மஞ்சள் வெயில் அடித்துக் கொண்டிருந்தது. நரேனுக்கு ஒரே கூச்சம்! 'பிறத்தியார் வீட்டில் போய் இப்படி ஒரேயடியாகத் தூங்கிப் போய்விட்டோமே! என்ன தூக்கம் இது..? யார் - அதிலும் ஹஜாரியின் மகள் - என்ன நினைத்துக் கொள்ளமாட்டார்கள்...! நல்ல பெண் அவள்!' ஹஜாரி மாமாவின் மகள் இவ்வளவு சாமர்த்தியமும் சுறுசுறுப்பும் கொண்டு இந்தக் காலத்துக்கேற்றபடி ஒழுங்காக உடுத்திருப்பாள் என்று அவன்

நினைத்ததே இல்லை. சற்றுப் பரபரப்புடன் சட்டையை எடுத்துப் போட்டுக்கொண்டு வெளியே கிளம்பிப்போனான். அந்தச் சமயம் டேம்பி அங்கே வந்து, "எழுந்தாயிற்றா? இதோ கைகால் முகம் கழுவத் தண்ணீர் கொண்டு வருகிறேன்!" என்றாள்.

நரேன் தயக்கத்துடன், "ஊஹூம்...வேண்டாம். நான் ஓட்டலிலேயே..." என்று இழுத்தான்.

"அம்மா உங்களை இங்கேயே டீ சாப்பிட்டுவிட்டுப் போகச் சொன்னாள். நான் இதோ அம்மாவிடம் சொல்லிவிட்டு வருகிறேன்" என்றாள் டேம்பி.

இதற்குள் ஹஜாரி, வேலையாள் மூலம் ஓட்டலிலிருந்து கெட்டில் உட்பட, டீ செட் எல்லாம் அனுப்பி வைத்திருந்தான். கூடவே சில பழங்களை நறுக்கி தட்டில் வைத்தாள், அவளுடைய தாய்.

டேம்பி, "அம்மா! அதெல்லாம் வேண்டாம். இதோ இந்த உப்புமாவையும் ரசகுல்லாவையும் பீங்கான் தட்டில் எடுத்துவை!" என்றாள்.

"வேண்டாமா? இளநீர் ஒன்று உடைத்து வைக்கட்டுமா? நம் வீட்டு இளநீர்தான் இருக்கிறதே!"

அப்படியே கீழே விழுந்து விடுவது போல் குலுங்கிக் குலுங்கி சிரிக்கலானாள் டேம்பி. சேலைத் தலைப்பால் வாயை மூடிக்கொண்டு, "ஹிஹ்ஹி! என்ன அம்மா இப்படி! டீயோடு யாராவது இளநீர் சாப்பிடுவாங்களா?" என்றாள்.

டேம்பியின் தாய் முகத்தில் அசடு வழிய, "எனக்கு என்னடியம்மா தெரியும், இந்தக் காலத்துப் பழக்கமெல்லாம்? உனக்கு எப்படிப் படுகிறதோ அப்படியே செய்! தூக்கத்திலிருந்து எழுந்ததும் புது மாப்பிள்ளைக்கு இளநீர் உடைத்துக் கொடுப்பது நம் பக்கத்தில் ரொம்ப நாளாக..." என்று ஆரம்பித்தவள் உடனே நாக்கைக் கடித்துக் கொண்டு வாயை மூடிக்கொண்டுவிட்டாள். உலகப்போக்கு அறியாதவள், பாவம்! எந்தச் சமயத்தில் என்ன சொல்வதென்று அவளுக்குத் தெரியவில்லை.

டேம்பி வியப்புற்று, "புது மாப்பிள்ளையா? யார் அது?" என்றாள்.

"உம்...ம்....அது ஒன்றுமில்லை. நம் பக்கத்தில் பார்த்ததை ஏதோ சொன்னேன்...சரி; நீ போய் டீ தயார் பண்ணு!"

டேம்பியின் மனத்தில் சட்டென்று ஏதோ பட்டது. அவள் மிகவும் புத்திசாலி. அதோடு அப்படி ஒன்றும் தெரியாத

பெண்ணுமில்லை அவள். டீயையும் சிற்றுண்டியையும் எடுத்துக் கொண்டு அந்தப் பிள்ளையாண்டான் முன் வந்ததும் அவளுக்கு ஏனோ மிகுந்த நாணம் ஏற்பட்டது. இது அவளுக்கே புரியாத புதிராக இருந்தது.

வாலிபன் அவளைப் பார்த்ததும், "இதென்ன, இந்த வேளையில் மறுபடியும் இவ்வளவு தின்பண்டம் எதற்கு? டீ மட்டும் இருந்தாலே போதுமே!" என்றான்.

டேம்பி எப்படியோ ஒருவிதமாகத் தட்டை அவனெதிரே வைத்துவிட்டுப் 'பிழைத்தோம்' என்பதுபோல் அங்கிருந்து ஓட்டம் பிடித்தாள்.

அப்போது வாலிபன், "கொஞ்சம் வெற்றிலை பாக்கு இருந்தால்..." என்று இழுத்தான்.

வெற்றிலைபாக்கை மடித்துத் தயாரித்தபடி டேம்பி, "அப்பா என்னைச் சும்மா விடமாட்டார் போல் இருக்கிறது. 'டீ கொண்டு போய்க் கொடு; வெற்றிலை தயாரித்து வை' என்றெல்லாம் ஏவி விட்டுவிட்டார்! எனக்கு என்ன வந்தது இப்படி அக்கறைப்பட? அப்பாவின் ஓட்டலில் வேலை செய்யும் ஆசாமிக்கும் எனக்கும் என்ன சம்பந்தம்?" என்று எண்ணலானாள்.

டேம்பி பீங்கான் தட்டில் இப்படி மடித்த வெற்றிலையைக் கொண்டு வந்து வைத்தாள். வாலிபன் உண்மையிலேயே கண்ணுக்கு லட்சணமாகத்தான் இருந்தான்; பேசும் தோரணையும் நன்றாகவே இருந்தது. எப்போதும் சிரித்த முகம். என்ன வேலை இருக்கும் ஓட்டலில் இந்த ஆளுக்கு?

மடித்த வெற்றிலையை எடுத்துப் போட்டுக்கொண்டதும், அந்த வாலிபன் வெளியே சென்றான். போகும்போது டேம்பியின் தாயைப் பார்த்து, "மாமி, வருகிறேன். உங்களுக்கெல்லாம் வீண் சிரமம் கொடுத்துவிட்டேன்; மன்னியுங்கள்...வெகுநேரம் தூங்கிவிட்டேன். இதோ போயாக வேண்டும்" என்றான்.

'நல்ல பிள்ளையாண்டான்தான்...புது மாப்பிள்ளையாம்... யார் புது மாப்பிள்ளை?' - டேம்பி நினைத்துக் கொண்டாள்.

டேம்பியின் தாய் இவ்வளவு பெரிய நகரத்தைப் பார்த்ததே இல்லை. இங்கே நடப்பதையெல்லாம் பார்க்கப் பார்க்க, அவளுக்கு ஒரே திகைப்பு! மோட்டார் கார், குதிரை வண்டி, ரயில் நிலையங்களில் மின்விளக்கு; எவ்வளவு ஜனநடமாட்டம்! எண்டோசோலாவில் பகலிலேயே அவர்கள் வீட்டுப் புழைக் கடைப்பக்கம் மூங்கில் தோப்பில் நரி ஊளையிடும்...இப்படி

ஒருநாள் பட்டப்பகலிலேயே வலைஞர் வாழும் பேட்டையில் கிருஷ்ணன் என்பவனின் மூன்றுமாதக் குழந்தையை நரி தூக்கிக் கொண்டுபோய்விட்டது...!

இதற்கிடையே ஒருநாள் குஸுமா இவர்களைப் பார்க்க வந்தாள். வெளியே பல இடங்களுக்கு அழைத்துப்போனாள். குஸுமாவுடன் இவர்கள் ராதாவல்லபர் சந்நிதி, சித்தேசுவரி கோயில், சூர்ணி ஆற்றுப் படித்துறை, பால் சவுதுரி குடும்பத்தாரின் மாளிகை – இப்படிப் பல இடங்களைப் போய்ப் பார்த்தார்கள். பால் சவுதுரியின் விசாலமான மாளிகையைப் பார்த்ததும் டேம்பியின் தாயும் டேம்பியும் அப்படியே திகைத்து நின்றுவிட்டார்கள்! அரண்மனை மாதிரி இவ்வளவு பெரிய கட்டடத்தை இவர்கள் தங்கள் வாழ்வில் இதுவரை பார்த்ததில்லை. அதஸியின் வீட்டைத்தான் பெரிய மனிதர் வாழும் மாளிகை என்று இவர்கள் எண்ணி வந்திருக்கிறார்கள்! எனவே, இவர்கள் இப்படி நின்றது சகஜந்தான்!

டேம்பியின் தாய், “பின்னே பட்டணம் இல்லயா! அம்மா குஸுமா! நெருங்கினாற்போல் பக்கத்திலே வீடு. எல்லாம் பக்காச் செங்கல் கட்டடம். பெரிய மனுஷர்கள் வாழ்கிற இடமாயிற்றே! ஒவ்வொரு பிள்ளையையும் பாரேன்! – ஆண், பெண் இரண்டு பேருமே என்னமாக இருக்கிறார்கள், செக்கச் செவேலென்று! வைத்த கண்ணை வாங்க முடியவில்லை. அவ்வளவு கவர்ச்சியாக இருக்கிறார்கள்...! அடியம்மா! இவர்கள் வீட்டில் பூஜை, கீஜை தடபுடலாக நடக்காதா? தசராவின்போது ஒருதரம் இங்கே அழைத்து வந்து காட்டடியம்மா! ஸ்வாமி தரிசனம் செய்துவிட்டுப் போகலாம்!” என்றாள்.

இதற்குமேல் அவளுக்கு ஒன்றும் தெரியாது. ஒரு வீட்டின் முன்புறம் பெரிய பெரிய படங்கள் தொங்கவிடப்பட்டிருந்தன. பல பேர் உள்ளே போய்க் கொண்டிருந்தார்கள். சில ஆட்கள் சாலையோரம் நின்று கொண்டு துண்டுப் பிரசுரங்களை விநியோகித்துக் கொண்டிருந்தார்கள். இதுதான் ‘டாக்கி’ காட்டுகிற இடமாக இருக்கும் என்று பட்டது டேம்பிக்கு. குஸுமாவைப் பார்த்து, “அக்கா! இதுதானே டாக்கி?” என்றாள்.

“ஆமாம், அம்மா! ஒருநாள் போய்ப் பார்க்கலாமா?”

“உம்... எங்களை ஒருநாள் அழைத்துக் கொண்டுபோ அக்கா! அம்மா எப்போதுமே பார்த்ததில்லை...எல்லாரும் வருகிறோம்.”

வேகமாகச் செல்லும் மோட்டார்கார் ஒன்றைப் பார்த்து

டேம்பியின் தாய் 'ஆ' என்று வாயைத் திறந்துகொண்டு நின்றாள்! அதற்குள் கார் அந்தத் தெருத்திருப்பத்தின் பக்கம் சென்று மறைந்துவிட்டது.

குஸுமா, "என் வீட்டில் உங்கள் கால்தூசு படக்கூடாதா, பெரியம்மா? சற்றே வந்துவிட்டுப் போங்களேன்..." என்றாள்.

எல்லாரும் குஸுமாவின் வீட்டுப்பக்கம் திரும்பினார்கள். இடைவழியில் ரயில் பாதையைத் தாண்டவேண்டியிருந்தது. டேம்பியின் தாய், "குஸுமா! சற்று இரு! ஏதோ ரயில்வண்டி வருகிறது பார்!" என்றாள். அவள் இப்படிச் சொல்லிக் கொண்டிருக்கும்போதே ஒரு கூட்ஸ் வண்டித்தொடர் வந்தது... டேம்பி, அவளுடைய தாய் இருவரும் அது போவதையே கண் கொட்டாமல் பார்த்துக்கொண்டிருந்தார்கள். அந்த வண்டிக்கு முடிவேயில்லை என்றுதான் பட்டது அவர்களுக்கு. பெட்டிகள் போய்க்கொண்டே இருந்தன. அப்பாடா! எவ்வளவு நீளம் இந்த ரயில்வண்டி!

குஸுமா, "பெரியம்மா! ராணாகாட் பிடித்திருக்கிறதா?" என்றாள்.

"பிடிக்காமல் என்ன? பிடித்துத்தான் இருக்கிறது. நல்ல இடம்!"

ஆனால் உள்ளுக்குள் தங்கள் எண்டோசோலாவை எண்ணி ஏங்கியது அவளுடைய மனம். இன்னும் பட்டணவாசம் அவளுக்கு நிலைகொள்ளவில்லை. எண்டோசோலாவில் அந்தப் புளிய மரத்தின் அருகில் உள்ள குளத்துப் படித்துறை, சதா போஷ்டமின் வீட்டுப் பக்கமாக அந்தத் தன்னந்தனியான ஒற்றையடிப்பாதை, மூங்கில் புதர் வழியாகப் பாண்டுஜ்ஜேயின் வீட்டுக்குப் போவது, நடுப்பகலில் தங்கள் வீட்டுக்கருகில் உள்ள பெரிய மரத்தருகில் இத்தனை நேரத்துக்குக் காய்கள் உலர்ந்து சுருங்கிச் சலசல என்று சத்தம் கேட்பது, தங்கள் வீட்டு முற்றத்தில் பெரிய எலுமிச்சமரம் இத்தனை நாளைக்கு எவ்வளவு காய்த்திருக்கும், பப்பாளி மரத்தில் எவ்வளவு பழமும் பிஞ்சும் குலுங்கித் தொங்கும்? இப்படி எல்லாவற்றைப் பற்றியும் எண்ணும்போது அவற்றை மீண்டும் காணவேண்டும் என்ற ஏக்கம் மூண்டது அவளுக்கு.

ஆனால் இங்கே இவள் அனுபவிக்கும் இன்பம் அவளுடைய வாழ்நாளில் காணாதது! வேலைக்காரர்களுக்கு உத்தரவிட்டு அவர்களிடம் வேலை வாங்க முடிகிறது; எல்லாரும் மரியாதையோடு நடந்துகொள்கிறார்கள்; அன்போடு

விசாரிக்கிறார்கள்; அவ்வளவு லட்சணமான பிள்ளையாண்டான் தங்கள் ஓட்டலில் வேலை பார்க்கிறான்... தனது கற்பனையில்கூட இப்படிக் காணமுடியும் என்று அவள் எண்ணியதில்லை!

எல்லாரும் குஸுமாவின் வீட்டுக்குப் போய்ச் சேர்ந்தார்கள். தன் பிறந்த வீட்டுக்குப் பழக்கமான உயர்குலத்தைச் சேர்ந்தவர்கள் இங்கே வந்திருக்கிறார்கள் என்ற மகிழ்ச்சி குஸுமாவுக்கு. அவளுடைய மாமியார் வந்து டேம்பியின் தாயை வணங்கினாள்; "இங்கே உங்கள் கால் பட நாங்கள் கொடுத்து வைத்தோம், அம்மா!" என்றாள் மாமியார்க்கிழவி.

டேம்பியின் தாயை இப்படிப் பரிவுடன் அழைத்து யாரும் உபசரித்ததில்லை. இந்தமாதிரி நல்ல காலமும் வரும் என்று யார் கண்டார்கள்? எண்டோசோலா காட்டுக்கோயில் அம்பிகையே! நீ கண்கண்ட தெய்வந்தானடியம்மா! காட்டுக்கோயில் அம்பிகைக்குத் திருப்தியாக அந்த அம்மன் சந்நிதியில் சித்திரை மாதம் ஓர் அஞ்சு அணாவுக்குக் கற்கண்டும் வெல்லமும் வாங்கிக் 'கணவனும் குழந்தைகளும் சுகமாக இருக்கவேண்டும்' என்று வேண்டிக்கொண்டாள்; அப்படிச் செய்து இன்னும் ஓர் ஆண்டுகூட ஆகவில்லை. என்ன அற்புதம்...! அப்படி இருந்தும் இந்தக்காலத்தில் சிலர் கடவுளை மதிக்கமாட்டோம் என்கிறார்களே!

குஸுமா எல்லாருக்கும் சிற்றுண்டி கொடுத்து வெற்றிலை பாக்கு வழங்கினாள். அவளுடைய மாமியார் வெகுநேரம் இவர்களோடு பேசிக்கொண்டிருந்தாள். குஸுமாவுக்கோ தன் கிராமத்தைப் பற்றிக் கேட்க ஆவல். அவள் பிறந்த வீடு சென்று எத்தனையோ நாட்களாகிவிட்டன! தாய் தந்தையர் இறந்தபின், பெரியப்பா, சிற்றப்பாமார்கள் இருக்கத்தான் இருந்தார்கள்; ஆனாலும் அவர்கள் இவளைப் பற்றி அப்படி ஒன்றும் விசாரிப்ப தில்லை. அவர்களுடைய நிலை அதற்கு இடங்கொடுத்தால்தானே? அவர்களுக்கும் சிரமதசை! ஏழைகளை யார் கவனிக்கப் போகிறார்கள்? இப்படிப் பல துன்பங்கள்! இன்னும் சற்று நேரம் அங்கே தங்கியபிறகு டேம்பியையும் அவளுடைய தாயையும் குழந்தைகளையும் வீட்டில் கொண்டுவந்து விட்டுவிட்டுப் போனாள் குஸுமா.

அன்று ஹஜாரியின் ஓட்டலில் ஒரு சம்பவம் நடந்தது.

பத்துப் பன்னிரண்டு பேர் ஒன்றாகச் சாப்பிட்டுக் கொண்டிருந்தார்கள். அந்தச் சமயம் பார்த்து ஓர் ஆசாமி, "என்ன

ஐயா, இப்போது பரிமாறினாயே, இது காலையில் வடித்த சோறுதானே, சொல்லு?" என்று அதட்டலாகக் கேட்டான்.

வம்சீதான் பரிமாறிக்கொண்டிருந்தான். அவன் திகைத்து, "என்னங்க இது! எங்கள் ஓட்டலிலே அந்த மாதிரி வழக்கமெல்லாம் இல்லைங்களே! ஒரு மணங்கு அரிசி உலையில் போட்டாலே ஒரு வேளைக்குக் காணுவதில்லை! இந்த நிலையில் சோறு எங்கிருந்து மீந்து போகும்?" என்றான்.

"நான் சொல்கிறேன்... நிச்சயமாக இது பழஞ்சோறுதான்!" என்றான் அந்த ஆசாமி.

இந்தக் கூச்சலைக் கேட்டு ஹஜாரி அங்கே வந்தான். "என்னங்க, பழஞ்சோறா? ஒருகாலும் இல்லை! நீங்கள் இந்த இடத்துக்குப் புதுசு போல் இருக்கிறது! இதோ இத்தனை பேரும் இருக்கிறாங்களே! இவங்க எல்லாருக்கும் என்னைப் பற்றி நன்றாகத் தெரியும்! என் ஓட்டல் நடந்தால் நடக்கட்டும், நடக்கா விட்டால் போகட்டும்; அதைப்பற்றி எனக்கு அக்கறை இல்லை...! இந்த மாதிரி கெட்ட பெயர் எனக்கு ஏற்படக்கூடாது என்றுதான் ஆண்டவனை வேண்டிக்கொள்கிறேன்" என்றான்.

அந்த ஆசாமியோ இன்னும் உரக்கப் பேச்செடுத்தான். அவன் சண்டை போடுவதற்கென்றே வரிந்து கட்டிக்கொண்டு வந்திருந்தான். இலையிலிருந்து கையை எடுத்துக் கண்கள் சிவக்க, "என்ன, அப்படியானால் நான் சொன்னது பொய் என்றா நீ சொல்கிறாய்?" என்று கூவினான்.

ஹஜாரி பணிவாகவே, "நான் அப்படிச் சொல்லவில்லை ஐயா! புரியாமல் ஏதோ பேசுகிறீர்கள்? நிச்சயமாகச் சொல்கிறேன். என் ஓட்டலில் பழஞ்சோறு மீந்ததில்லை" என்றான்.

"என்ன, மீந்ததில்லையா? பேசுகிறதைப் பார், பெரிய நவாபு கணக்காக! இப்போது பழைய சோற்றை நீ தவலையில் போட்டு வைத்திருக்கவில்லை?"

"இல்லையே ஐயா!"

"நன்றாகத் தெரிகிறது! பொய் சொல்லுகிறாய்...! பார்க்கலாமே வேடிக்கையை!"

அப்போது நரேனும் ஓட்டலைச் சேர்ந்த இன்னும் இரண்டு பேரும் அங்கே வந்தார்கள். நரேனுக்குச் சூடேறியது, "என்ன, வேடிக்கை பார்க்கப் போகிறோம்?" என்று பேச்செடுத்தான்.

"பார்க்கலாம் ஒருகை! இதோ இப்போ காட்டுகிறேன்... அயோக்கியர்களே! திருட்டுப் பசங்களே!"

இப்படி அந்த ஆசாமி சொன்னதும் ஒரே குழப்பம் மூண்டது. வெகு நாளாக அங்கே சாப்பிட வருபவர்கள் எல்லாரும் ஹஜாரியின் பக்கம் சேர்ந்துகொண்டார்கள். அந்த ஆசாமி வெளியில் சாலையில் போய் நின்றுகொண்டு, போவோர் வருவோரைப் பார்த்துக்கொண்டே உரக்கக் கூவினான், "கேளுங்கள், ஐயா! இவங்க ஓட்டலிலே மீந்த பழஞ்சோற்றைப் பரிமாறுகிறார்கள். நான் இதைக் கண்டுபிடித்துவிட்டேன்... ஏனிப்படி என்று கேட்கவே, என்னை அடிக்க வருகிறார்கள், இப்போதே போலீஸைக் கூப்பிடப் போகிறேன்; சுகாதார இன்ஸ்பெக்டருக்குத் தெரிவிக்காமல் விடப்போவதில்லை...! திருட்டுப் பசங்கள்! என்ன, என்னை அடிக்க அவ்வளவு துணிச்சலாடா உங்களுக்கு?"

அப்போது ஓட்டல் ஆள் ஒருவன் ஹஜாரியிடம், "ஐயா! இந்த ஆசாமியை பேச்சூ சக்ரவர்த்தியின் ஓட்டலில் அடிக்கடி பார்த்திருக்கிறேன். அங்கே இருக்கிறாளே ஒரு வேலைக்காரி, அவளோடு இவன் கடைவீதியில் சுற்றுவான்; பார்த்திருக்கிறேன்" என்றான்.

நரேனுக்குத் துணிச்சல் அதிகம். அவன் ஓட்டலின் வாசற்படியருகில் வந்து, "என்ன ஐயா சொன்னாய்? நீ சக்ரவர்த்தி ஓட்டல் பத்மாவுக்கு என்ன ஆகவேண்டும்? எனக்குத் தெரியாது என்று எண்ணிவிட்டாயா?" என்று கேட்டான்.

அப்படியும் அந்த ஆசாமி சும்மா இல்லை. கையை ஆட்டி அவள் யாரென்று தனக்குத் தெரியாது; அவளைப் பற்றிக் கேள்விப்பட்டது கூட இல்லை என்று ஏதோ உளறிக் கொட்டினான். ஆனால் பேச்சில் பழைய விறுவிறுப்பு இல்லை. குரல் அடங்கிவிட்டது.

அப்போது அங்கிருந்தவர்களில் ஒருவன், "சரி; சரி; போயேன், அப்பா! ஏன் வீணாக உதை வாங்கப்போகிறாய்? போ! போ!" என்றான்.

சற்று நேரத்துக்கெல்லாம் அந்த முரடனை அங்கே காணவில்லை!

அன்று இரவு வெகுநேரமான பிறகு ஹஜாரி பேச்சூ சக்ரவர்த்தியின் ஓட்டலுக்குப் போனான். பேச்சூ சக்ரவர்த்தி கணக்கைச் சரிபார்த்துக் கொண்டிருந்தார். ஹஜாரியைப் பார்த்ததும் வியப்புற்று, "என்ன, ஹஜாரியா...? வா, அப்பா, வா! இந்நேரத்துக்கு எங்கே இவ்வளவு தூரம் வந்தாய்?" என்று கேட்டார்.

ஹஜாரி பணிவாகவே, "பாபு! ஒன்று சொல்லவேண்டும். அதற்காகத்தான் வந்தேன்" என்றான்.

"என்ன, அப்பா சங்கதி? சொல்லு!"

"பாபு! நீங்கள் எனக்குச் சோறு போட்டு வேலை கொடுத்து என்னை முன்னுக்குக் கொண்டுவந்தவர். இன்றைக்கும் அப்படியேதான் எண்ணி வருகிறேன்; அதை மறக்கவில்லை! இங்கே வேலை கற்காவிட்டால், நான் பிழைத்துத்தான் இருக்க முடியாது. உங்களிடம் எனக்கு எந்தவிதமான பகையோ வெறுப்போ இல்லை!"

"ஏன், ஏன்? என்ன நடந்தது? ஏன் இப்படியெல்லாம் பேசுகிறாய்?"

ஹஜாரி நடந்ததை அப்படியே தெரிவித்தான். பிறகு கைகுவித்து, "பாபு! நீங்கள் நல்குலத்தைச் சேர்ந்தவர். என் பழைய எசமான். என்னை இப்படியெல்லாம் வீண் விவாதத்தில் மாட்டிவிடாதீர்கள்! உங்கள் வாயால், 'ஹஜாரி! உன் ஓட்டலை மூடிவிடு!' என்று சொல்லி உத்தரவிடுங்கள்...! அப்படியே செய்து விடுகிறேன்...நீங்கள் உத்தரவிட்டால் போதும்..." என்றான்.

பேச்சூ சக்ரவர்த்தி வியப்புற்றவர்போல், "அப்பா! எனக்கு இந்த விவகாரம் பற்றியே ஒன்றும் தெரியாது...! சரி; நீ போய்வா! நான் தீர விசாரித்து நாளைக்கு உனக்குத் தெரிவிக்கிறேன்...என் ஓட்டலைச் சேர்ந்த யாரும் உன் ஓட்டலுக்கு வரவில்லை; அது நிச்சயம்...! நாளைக்குப் பார்க்கலாம்...! அப்புறம் வியாபாரம் எப்படி? நன்றாக நடக்கிறதா?" என்றார்.

"ஏதோ உங்கள் ஆசீர்வாதத்தால்..."

"ஒருநாளைக்கு வசூல் எவ்வளவு? கணக்கு வழக்கெல்லாம் எப்படி நடத்துகிறாய்? ஒன்றும் எண்ணிக்கொள்ளாதே! நம்மவன் என்ற ரீதியில் அந்நியோந்நியமாய்த்தான் கேட்கிறேன்!"

"பாபு! 35 ரூபாயிலிருந்து 40 ரூபாய் வரை கிடைக்கும். இதோ இன்று ராத்திரி முடிய 36 ரூபாய் 12 அணா...பார்த்துவிட்டுத்தான் வந்தேன்."

பேச்சூ சக்ரவர்த்திக்கு உள்ளுக்குள் ஆச்சரியம்! வெளிப் படையாக, "பேஷ்! பேஷ்! நல்லதுதான்! மிகவும் சந்தோஷம்...! சரி; வருகிறாயா? நாளைக்குச் சொல்லியனுப்புகிறேன்" என்றார்.

ஹஜாரி போனதும் பேச்சூ சக்ரவர்த்தி பத்மாவைக் கூப்பிட்டார். பத்மா வந்து, "ஹஜாரி வந்திருந்தாற்போல் இருக்கிறதே! என்ன சங்கதியாம்?" என்றாள்.

பேச்சூ சக்ரவர்த்தி, "பத்மா! ஹஜாரி சொன்னதைக் கேட்டு அப்படியே அசந்துபோய்விட்டேன். ராணாகாட் கடைவீதியில் நடத்தும் ஓட்டலில் ஒருநாளைக்கு 35 ரூபாயிலிருந்து 40 ரூபாய் வரைக்கும் வரும்படி கிடைக்கிறது என்று கேள்விப் பட்டிருக்கிறாயா? அப்படியென்றால் என்னவென்று புரிந்ததா? மொத்தம் 30 ரூபாய் வந்தாலே எச்செலவும் போக ஆறு ஏழு ரூபாய் லாபம் தினமும் கிடைக்கும் என்றுதான் அர்த்தம். மாசம் 150 ரூபாய், ஏன் 250 ரூபாய்கூடத் தேறும். என்ன பத்மா?" என்றார்.

பத்மா முகத்தை ஒரு திருப்புத் திருப்பி, "என்ன சங்கதி? வசிய மாத்திரை கொடுத்துவிட்டுப் போயிருக்கிறாற்போல் இருக்கிறது ஆசாமி!" என்றாள்.

"வசிய மாத்திரையாவது? அந்த மாதிரி ஆசாமி இல்லை ஹஜாரி. நல்ல சுபாவம். என்னிடம் இன்னும் மரியாதையோடு தான் நடந்து கொள்கிறான். என்னை வசியம் பண்ணமுடியாது யாராலும்! அவனும் அப்படிப்பட்டவன் இல்லை... அது மட்டுமா? தெரியவில்லையா? ரயிலடிக்கடைவீதியில் எல்லா ஓட்டலிலும் விற்பனையே படுத்துவிட்டது; எல்லாவற்றையும் அவன் ஒருத்தனாகவே உறிஞ்சி எடுத்துவிடுகிறான்" என்றார் பேச்சூ சக்ரவர்த்தி.

"இன்றைக்கு நம் நரசிம்மன் அவர்கள் ஓட்டலுக்குப் போயிருந்தான். அங்கே ஓரளவு ரகளையும் பண்ணிவிட்டு வந்தான், தெரியுமா? 'மீந்து போன பழஞ்சோறு, அழுகின மீன் எல்லாம் போடுகிறீங்களா?' என்று கூவிக் கலாட்டா பண்ணியிருக்கிறான்! போகிற வருகிற ஜனங்கள் இதைக் கொஞ்சமாவது கவனித்திருக்க மாட்டாங்களா?" என்றாள் பத்மா.

"ஜது பாண்டுஜ்ஜேயின் ஓட்டலைச் சேர்ந்தவர்கள் என்னிடம் வந்து, 'ஹஜாரியின் ஓட்டல் வியாபாரத்தை முடக்கியாக வேண்டும். இல்லாவிட்டால் ரயிலடியில் நம்மைப் போல் ஓட்டல்காரர்கள் பிழைக்கவே முடியாது' என்றார்கள். ஏன், ஜது பாண்டுஜ்ஜேயே சொன்னார்...! ஆனால் அப்படியெல்லாம் சொல்லிப் பயனில்லை...அவனுக்கு இப்போ நல்ல தசை...! சரி...நரசிம்மன் எங்கே?"

"அவன் இங்கே இல்லை. வெளியிலே போயிருக்கிறான். போலீஸில் புகார் கொடுக்கிற சங்கதி என்ன ஆயிற்று?"

"இதோ பார், பத்மா! அந்த மாதிரி புகார் செய்து தகவல் சொல்லிப் போலீஸில் மாட்டிவிடத் தேவையில்லை. ஹஜாரி,

பாவம். நல்லவன். இன்று அவன் இங்கே வந்து கைகுவித்து எவ்வளவு பணிவுடன் இருந்தான், தெரியுமா? அவன் மேல் ஆத்திரம் எப்படி வரும், சொல்?"

"நல்லவனுமாயிற்று! அவன் மூஞ்சியுமாயிற்று! நனைந்து நடுங்கும் பூனையானாலும் மீன் தின்னுவதில் குறியாக இருக்கிற மாதிரிதான்! எல்லாம் வேஷம்! போலீஸில் புகார் செய்யப் போவதாக ஐது பாபு சொன்னாரே, நீங்கள் அதைச் செய்துவிடுங்கள்! அவனுடைய ஓட்டலை அக்கு வேறு ஆணி வேறாக உடைத்துக் கிளப்பாவிட்டால் இனிமேல் நடக்காது. இல்லையேோ, நம் பாடு அதோகதிதான்! இதோ சொல்லிவிட்டேன்... சரி; இன்றைக்கு இராத்திரி நம் வருமானம் எவ்வளவு?"

பேச்சு சக்ரவர்த்தி அசடு வழிய, "மொத்தம் இரண்டு ரூபாய் மூன்றரை அணா!" என்றார்.

பத்மா சிறிது நேரம் சும்மா இருந்தாள்; பிறகு "ஆறுமாச வாடகை பாக்கி வேறே இருக்கிறது... நேற்று வீட்டுக்காரன் வந்திருந்தான். ஒரு மாசத்து பாக்கியையாவது தராவிட்டால் சும்மா இருக்கமாட்டேன் என்று சொல்லிவிட்டுப்போனான். வாடகை எங்கிருந்து கொடுப்பது?" என்றாள்.

"பார்க்கலாம்."

"அதுதவிர கானாயி டாகுருக்குச் சமையல் சம்பளப்பாக்கி அஞ்சு மாசமாகக் கொடுக்கவில்லை. இனியும் சம்பளம் தராவிட்டால் தான் வேலை செய்ய முடியாது என்கிறான். என்ன செய்யலாம் சொல்லுங்கள்?"

"இந்த மாசம் ஏதாவது சொல்லி அவனைத் தாஜா செய்து வை. வருகிற மாசம் நிலைமை எப்படி இருக்கும் என்று..."

பத்மா சமையலறையில் போய்க் கானாயியிடம், "என் சோற்றை இப்படிக் கொடு. இராத்திரி வெகுநேரம் ஆகிறதே! நான் வீட்டுக்குப் போகிறேன்" என்றாள்.

பிறகு நாலுபக்கமும் கவனித்தாள். ஓட்டல் வெறிச்சென்று கிடக்க, அநாதைபோல் பெரிய சோற்றுத்தவலை, மூன்று நாலு மாசமாக ஒரு மூலையில் கிடந்தது. அதற்கு அவசியம் இருந்தால்தானே? முன்னெல்லாம் பித்தளை பக்கெட்டில் கடுகெண்ணெய் வரும். இப்போது சிறிய பாத்திரம் ஒன்றில் எண்ணெய் வாங்கி வரலானாள். பழைய பித்தளை பக்கெட் இனித் தேவையில்லை. இந்த மாதிரி படுமோசமான ஒரு நிலை ஓட்டலுக்கு ஏற்பட்டு அவள் பார்த்ததில்லை. அவளது

மனம் படாதபாடு பட்டது! பலவகையில் முயற்சி எடுத்து அந்த ஓட்டலை அவளும் எசமானும் உருவாக்கினார்கள். இந்த ஓட்டலின் செல்வநிலை எப்படி இருந்தது! எவ்வளவு வருவாய் வந்தது! புலேன்பலா கிராமத்தில் உள்ள பேட்டை ஒன்றில் அவள் பிறந்த பழைய வீடு ஒன்று இருக்கிறது. அங்கே அவளுடைய தம்பி இன்னும் இருந்தான். அவன் பயிர்த்தொழில் செய்து வயிறு பிழைத்து வந்தான். இவளோ ராணாகாட் பட்டணவாசியாகி நகைநட்டுக்களைப் போட்டுக்கொண்டு முன்னெல்லாம் சுற்றுவாள். இவளுக்கு இந்த ஓட்டலே உயிர்நாடியாக இருந்தது. ஆனால் இன்று அது மிகவும் சிரமதசையில் இருந்தது. எங்கிருந்தோ வந்த கஞ்சா அடிக்கும் இந்தப் பேர்வழி ஓட்டலுக்குள் புகுந்துவிட்டான்; ஓட்டல் நடத்தும் நெளிவு சுளிவுகளையெல்லாங்கூட நன்றாக அறிந்துகொண்டு தங்கள் ரீதியிலேயே தங்கள் வியாபாரத்தை முறிக்கிறான் பார்! எவ்வளவோ முயற்சி எடுத்து அவள் அருமையாக நடத்திவந்த ஓட்டல் இன்று எந்த நிலைக்கு வந்துவிட்டது! 'சந்தர்ப்பம் கிட்டினால், யாரால் இந்த ஓட்டலுக்கு இந்த அவலநிலை ஏற்பட்டிருக்கிறதோ அவனை – அந்த ஹஜாரி நாயை – அவனது மென்னியைப் பிடித்துக்கொல்லவேண்டும்; அவன் விஷயத்தில் ஐயோ பாவம் என்று பார்க்கக்கூடாது! நம் எசமான் இப்படியெல்லாம் அவனை நல்லவன் நல்லவன் என்று சொல்லித் தான் அந்தத் தெருப்பொறுக்கி நாய் இந்தமாதிரி தன் வாலைத் தூக்கி நிமிர்த்திக்கொண்டு கிளம்பிவிட்டது. அந்த நாய்க்காக இரக்கப்படுவதாம்!' – பத்மா இப்படி உள்ளூறப் பொருமினாள்.

ஒருநாள் ராணாகாட் ஸ்டேஷன் மாஸ்டர் ஹஜாரிக்கு ஆள் அனுப்பி அவனைத் தம்மைக் காண வரும்படி அழைத்தார்.

ஹஜாரி தான் அங்கே செல்ல விரும்பவில்லை. காரணம், 'ஸ்டேஷன் மாஸ்டர் வெள்ளைக்காரத் துரை. நரேன் போவதுதான் நல்லது' என்று அவனுக்குப் பட்டது. ஆனால் கடைசியில் அவனேதான் போயாக வேண்டியிருந்தது. கூடவே நரேனும் சென்றான்.

துரை, "உன் பேர்தானே ஹஜாரி? பஜாரில் ஹிண்டு ஹோட்டல் நடத்துகிறது நீதானே?" என்றார்.

"ஆமாங்க."

"நீ நம்ம ஸ்டேஷன் பிளாட்பாரத்திலே 'கேட்டர்' பண்ணுவாயா? – ஹிண்டு சாப்பாடு, மீன், தயிர் எல்லாம்!"

ஹஜாரி நரேனின் முகத்தைப் பார்த்தான். துரையின் பேச்சு அவனுக்குச் சரிவர விளங்காததுதான் காரணம்! நரேன் துரையிடம் பேசி விஷயத்தைத் தெரிந்துகொண்டு ஹஜாரியிடம் சொன்னான். "ரயில் பிரயாணிகளின் சௌகரியத்தைக் கருதி ரயில்வே கம்பெனி ஸ்டேஷன் பிளாட்பாரத்தில் இந்து ஓட்டல் ஒன்றைத் திறக்க முடிவு செய்திருக்கிறது" என்ற செய்திதான் அது. ஹஜாரியைப் பற்றிக் கேள்விப்பட்டிருந்த துரை அதற்காகத்தான் அவனை அங்கே வரவழைத்திருந்தார் என்று தெரிந்தது. நூற்றைம்பது ரூபாய் முன்பணம் கட்டினால் ரயில்வே ஸ்டேஷனில் ஓட்டல் நடத்த அனுமதி வழங்குவதாகவும், ரயில்வே கம்பெனியே அதற்கு இடவசதி செய்து தருவதாகவும் அவர் தெரிவித்தார்.

துரையின் யோசனைப்படி செய்ய இசைந்தான் ஹஜாரி. ஸ்டேஷன் மாஸ்டர் 'டெண்டர்' விதிகள் அச்சிட்ட தாள் ஒன்றை நரேனிடம் கொடுத்து, ஹஜாரியின் கையெழுத்தைப் பெற்று முறையாக எல்லாவற்றையும் பூர்த்தி செய்து தரும்படி சொன்னார்.

இது நடந்தபிறகு இந்த ஸ்டேஷன் ஓட்டல் சம்பந்தமாக ஒரு பெரிய போட்டியே மூண்டுவிட்டது. நைஹாட்டி, கிருஷ்ணாநகர் என்ற ஊர்களைச் சேர்ந்த இரண்டு பெரிய ஓட்டல்கார சேட்களும் இதற்கு மனுப் போட்டிருந்தார்கள். மேலதிகாரிகளைப் பார்த்து அவர்கள் செய்ய வேண்டிய முன்னேற்பாடுகளையும் செய்ய முயற்சி எடுக்கலானார்கள்.

ராணாகாட் கடைவீதியில் இந்தத் தகவல்கள் யாருக்கும் இன்னும் எட்டியிருக்கவில்லை. 'டெண்டர்' மூலம் அனுமதி கேட்க இன்னும் இரண்டு மூன்று நாட்களே இருந்த கடைசி நேரத்தில்தான் சங்கதி ஜது பாண்டுஜ்ஜேயின் காதுக்கு எட்டியது. ஸ்டேஷனைச் சேர்ந்த ஒரு குமாஸ்தா அவருடைய ஓட்டலில் சாப்பிடுபவன். அவன் எப்படியோ இந்தச் செய்தியைத் தெரிந்துகொண்டு ஜதுவிடம், "முயற்சி செய்து பாருங்களேன் நீங்களும்; கிடைக்கலாம்!" என்று சொல்லிவைத்தான்.

ஜதுவும் இதை யாருக்கும் தெரிவிக்காமல் ஐந்து ரூபாய் கொடுத்து 'டெண்டர்' அச்சிட்ட தாளை வாங்கி வந்தார்.

அன்று காலை பேச்சூ சக்ரவர்த்தி தம் நாற்காலியில் அமர்ந்ததும், பத்மா பரபரப்புடன் அங்கே வந்து, "தெரியுங்களா, சங்கதி? ஒரு சேதி கேள்விப்பட்டேன்" என்றாள்.

"என்னது?"

"ஸ்டேஷனிலே ஓட்டல் திறக்கப் போறாங்களாம், ரயில்வே கம்பெனிக்காரர்கள். நீங்கள் அதற்கு மனுபோடுவதுதானே?"

"ஸ்டேஷனிலா...? த்ஸூ... அங்கே அப்படி யார் சாப்பிட வரப் போகிறாங்க. தொலைதூரம் போகிற பிரயாணிகள் அங்கே ஏன் சாப்பிடப் போகிறாங்க? எல்லாரும் கல்கத்தா போய்த்தான் சாப்பிடுவாங்க."

"போதும், போதும்! நீங்கள் இங்கே குந்திக்கொண்டு நீங்களே ராஜா, நீங்களே மந்திரி என்று எண்ணிக்கொண்டுவிட்டால் தீர்ந்ததா? எல்லாருமே அப்படித் தொலைதூரம் போகிறவங்களாக இருந்துவிட மாட்டாங்க. குல்னா பக்கம் போகிறவங்க வண்டி மாறினால் இங்கே சாப்பிடக்கூடும். பகலில் கல்கத்தா போகிற வண்டியில் உள்ள பிரயாணிகள் இங்கே சாப்பாடு உண்டு என்று தெரிந்தால் நிச்சயமாகச் சாப்பிட்டுவிட்டுத்தான் போவாங்க. பாண்டுஜ்ஜே ஐயாகூட அஞ்சு ரூபாய் கட்டி மனு போட்டிருக்கிறாராம்!"

பேச்சு சக்கரவர்த்திக்குத் தூக்கிவாரிப்போட்டது. 'ஐது பாண்டுஜ்ஜே அப்படி மனு போடுவதாக இருந்தால் உள்விஷயம் ஏதோ இருக்கத்தான் வேண்டும்; ஏனென்றால், அவர் மிகவும் சிக்கனக்காரர்; மேலே நாலு காசு கிடைக்கும் என்று நிச்சயமாகத் தெரிந்தாலொழிய முன்பணம் செலுத்தி மனு போட்டிருக்க மாட்டார்!' என்று சக்ரவர்த்திக்குப் பட்டது. அவர், "சரி, அப்படியானால் நானும் மனு போட்டுவைக்கிறேன்" என்றார்.

"ஸ்டேஷன் மாஸ்டருக்கு ஏதாவது கொடுத்துக் காரியத்தை முடிக்கப் பாருங்கள்! இல்லாவிட்டால் பலிக்காது. நம் ஒட்டலில் சஷாதர் பாபு சாப்பிடுகிறார் இல்லையா? அவருடைய மச்சான் ஸ்டேஷனில் சாமான் எடை போடும் இடத்தில் வேலை பார்க்கிறார். அவரிடம் நெளிவுசுளிவுகளைக் கேட்டுத் தெரிந்து கொள்ளுங்கள். இல்லாவிட்டால் நடக்காது. நம் ஓட்டலின் நிலை நாளுக்கு நாள் மோசமாகி வருகிறதே, தெரியவில்லையா?" என்றாள் பத்மா.

"நேற்றுத் தேவலையே!"

பத்மா சலித்த குரலில், "இதைப் போய்த் தேவலை என்கிறீங்களா? பதினேழு பேர் மூன்றாம் ரகச் சாப்பாட்டுச் சீட்டு வாங்கினாங்க; ஒன்பது பேர் ஏற்கனவே முன்பணம் கட்டியிருக்கிறவங்க... இப்படி ஏதோ நடக்கிறது நம் ஓட்டல்...

இல்லாவிட்டால் கடையைக் கட்ட வேண்டியதுதானே! மளிகைக் கடைக்காரன் இனிமேல் கடனுக்கு சாமான் எதுவும் தரமுடியாது என்று சொல்லிவிட்டான். அவனைச் சொல்லியும் குற்றமில்லை. நூறு ரூபாய்க்குமேல் பாக்கி இருக்கிறதே!" என்றாள்.

பேச்சு, "ரயில்வே ஓட்டலுக்கு மனு போடுவதாக இருந்தால் இப்போது அஞ்சு ரூபாய் தேவைப்படுகிறது. இங்கே கைவசம் ஒரு ரூபாய் மூன்றரையணாதான் இருக்கிறது. பழைய காசில் மிச்சம்! அதற்குள் கரி மூட்டைக்காரனுக்கு பாக்கி தருவதாக நேற்றுச் சொல்லியிருந்தேன்...கையில் பணமில்லையே! என்ன செய்வது?" என்றார்.

பத்மா சற்று யோசித்து, "சரி; அதிலிருந்து ஒரு ரூபாய் கொடுங்கள். நான் எங்கிருந்தாவது இன்னும் நாலு ரூபாய் கேட்டுச் சமாளித்துக் கொண்டு வருகிறேன். எனக்குத் தெரிந்தவள் ஒருத்தி இந்தத் தெருவில் இருக்கிறாள். அவளிடம் கேட்டு வாங்கிவருகிறேன். கரிக்காரனுக்குச் சமாதானம் சொல்லிவிட்டும் வருகிறேன்" என்றாள்.

"அதெப்படி, அவன் சும்மா இருப்பானா? இனிமேல் கரிமூட்டையே கொண்டு வரமாட்டானே...! நீ எங்கேயாவது அஞ்சு ரூபாய் திரட்டி வரப்பார்!"

சாயங்காலம் பொழுது சாய்வதற்குள் பேச்சு ரயில்வே ஓட்டலுக்கு 'டெண்டர்' மனு கொடுத்துவிட்டு வந்தார். பத்மா ஆவலுடன் அவரது வரவை எதிர்பார்த்தபடி இருந்தாள், வாயில் பக்க அறையில். இன்னும் சாப்பாட்டு நேரம் ஆகவில்லை "முடிந்து விட்டதா? என்ன சொன்னாங்க?" என்றாள்.

"உடனே ஆகிவிடுமா? குழந்தை கேட்டதும் தின்பண்டம் கிடைக்கிற மாதிரியா இது? ஆனால் நல்ல லாபம் உண்டு என்று தெரிகிறது. ஐது பெரிய ஆள்தான்! இல்லாவிட்டால் 'டெண்டர்' போட்டிருப்பாரா? எனக்கு இது முன்னமே தெரியாது போயிற்றே! கொழுத்த லாபம் கிடைக்கும். ஸ்டேஷனில் க்ஷேத்ரபாபு தெரியுமா? இங்கே சாப்பிட வருவாரே, நினைவிருக்கிறதா? அவர் மறுபடியும் இங்கே மாற்றலாகி வந்திருக்கிறார். அவர்தான் சொன்னார்: பிரயாணிகள் எல்லாம் பெரிய ஆபீசுக்கு எழுதிக் கேட்டுக்கொண்டாங்களாம், நடுவழியில் உணவு கிடைக்காமல் திண்டாடுகிறோம் என்று எழுதினாங்களாம். அதோடு ரயில்வே கம்பெனியாயிற்றே! மின்சார விளக்கு, விசிறி, ஓட்டலுக்கு வேண்டிய வசதி எல்லாம் அதுவே செய்து தருகிறது!

மொத்தத்தில் இதெல்லாம் பிரயாணிகளுக்கு அவசியம்தானே? ரயில்வே போர்டு உத்தரவு போட்டு விட்டது. பிரயாணிகளுக்கு வேண்டிய சௌகரியம் செய்து தரவேண்டுமென்று. ஏராளமான பேர் வந்து சாப்பிடுவாங்க பத்மா! மொத்தத்தில் நல்ல வரும்படி கிடைக்குமென்று தெரிகிறது.''

பத்மா, ''சரி; சித்தேஸ்வரி கோயிலுக்கு இரண்டு ஆடு பலியிடுவதாக வேண்டிக்கொள்ளுங்கள்; எல்லாம் நிறைவேறி விடும். நீங்கள் காலையில் போய் அது சம்பந்தமான குமாஸ்தாக் களுக்கு இரண்டு காசு வாய்க்கு இரையாகப் போட்டுவிட்டு வாருங்கள்'' என்றாள்.

''ஜது பாண்டுஜ்ஜேக்கு அதற்குள் விஷயம் தெரிந்து விட்டால்...?''

''அவர் காசை இழுத்துப்பிடிக்கிற ஆசாமி... துணிந்து முதல் போட முந்திக்கொள்ளாமல் தொழில் நடத்துபவர். அவரைப் பற்றிக் கவலைப்படாதீங்க...''

நாளாக ஆக, ரயில்வே ஓட்டல் சம்பந்தமாக இன்னும் பல செய்திகள் இவர்கள் காதில் விழுந்தன. 'ஸ்டேஷன் பிளாட்பாரத்தில் கம்பெனியாரே அழகான கட்டடம் ஒன்று கட்டப்போகிறார்கள்; வேலை இதோ தொடங்கிவிட்டது. பீங்கான் கோப்பை, பீரோ, மேஜை, நாற்காலி இப்படி எல்லாவற்றையும் ரயில்வே கம்பெனியே கொடுக்கிறது' என்பதுதான் அது.

இப்படி இருக்கும்போது ஒருநாள் ஜது பாண்டுஜ்ஜே திடீரென்று இவர்களுடைய ஓட்டலுக்கு வந்துவிட்டார். வாயிற்படியைத் தாண்டி அவர் உள்ளே நுழைந்ததைப் பார்த்ததும், பேச்சூ, பத்மா இருவரும் வியப்புற்றார்கள். ஜது, ஓட்டல் நடத்துபவர்களுக்குள்ளேயே பெரிய புள்ளி; உயர்குலத்தவர். பிரபல பாண்டுஜ்ஜே குடும்பம். இது வரை வேறு எங்கும், எந்த நாளிலும் பிறருடைய கடையிலோ, ஓட்டலிலோ போய் வீண்பேச்சுப் பேசியவரில்லை. சிந்தனையில் ஆழ்ந்திருக்கும் ஆசாமி.

பேச்சூ சக்ரவர்த்தி அவரைப் பரிவுடன் வரவேற்று நாற்காலியில் அமரச் செய்தார். ஹுக்காவில் புகையிலைத் தூள் போட்டு அவரிடம் கொடுத்தார். ஜது பாண்டுஜ்ஜே சிறிது நேரம் ஹுக்காவிலிருந்து புகை இழுத்தார். ஒருதரம் புகையை வெளியே விட்டபிறகு, ''ஒரு காரியமாகத்தான் வந்தேன். ஓட்டல் எப்படி நடக்கிறது?'' என்றார்.

பேச்சூ, "முன்போல இல்லை, பாண்டுஜ்ஜே மஷாய்*! வேறு எங்கேயாவது டேராவைத் தூக்கிவிடலாமா என்றுதான் பார்க்கிறேன். சாப்பிட வருகிறவர்களின் எண்ணிக்கை குறைந்து விட்டது" என்றார்.

"உங்களிடம் எதற்காக வந்தேன் தெரியுமா? ஸ்டேஷனில் ஓட்டல் வைக்க ஏற்பாடுகள் நடக்கின்றன; தெரியுமில்லையா? நான் ஒரு மனு போட்டிருந்தேன்...நீங்களும் போட்டிருப்பதாகக் கேள்விப்பட்டேன்..."

"உம்...ஆமாம்... நானும்..."

"நல்லது. இதைக் கேளுங்களேன்... நைஹாடியைச் சேர்ந்த ஒரு சேட் இதற்காக ரொம்ப ரொம்ப முயற்சி எடுத்துக் கொண்டிருப்பதாகத் தெரிகிறது... அவனுக்குத்தான் கிடைத்துவிடும் போல் இருக்கிறது. பிரமாதமாக வியாபாரம் நடக்குமே... அசாம் மெயில், சாந்திபுர், வனகாம், டவுன் சட்டகாம் மெயில் எல்லாமே இப்படித்தானே வருகின்றன? அவற்றில் வருகிற பிரயாணிகள் எல்லாரும் இங்கேதான் சாப்பிடுவாங்க. அதுதவிர, சில தனிப்பட்ட ஆசாமிகளும் சாப்பிடுவாங்க. நல்ல வரும்படி இருக்கும். நீங்களும் நானும் சேர்ந்து ஒரு மனு எழுதிப் போடலாம்... 'ராணாகாட்டில் நாங்கள்தானே ஓட்டல் நடத்துகிறவங்க... உள்ளூர்க்காரர்களான எங்களை விட்டு வெளியூர் வியாபாரிகளுக்குச் சலுகை காட்டக்கூடாது' என்று எழுதிவிட வேண்டும். இப்படி உள்ளூர்க்காரர்களான நாம் இதில் முனைவதுதான் நல்லது" என்றார்.

ஐது பாண்டுஜ்ஜே வந்த சங்கதி தெரிந்ததும், அதாவது அவர் சும்மா வருகிறவரில்லை; கும்மென்று யாரோடும் கலக்காமல் இருப்பவர்தான்; அவரே இப்போது லாபத்தில் பாதிப் பாதி பங்கு தருவதாகச் சொல்லக்கூடிய அளவுக்கு இறங்கி வந்து விட்டாரென்றால், சக்ரவர்த்திக்கு ஏன் புத்துணர்ச்சி வராது? அவர், "சரி, எழுதிக்கொடுங்கள்! இதோ கையெழுத்துப் போடத்தயார்!" என்றார்.

ஐது பாண்டுஜ்ஜே சட்டை ஜேபியிலிருந்து ஒரு காகிதத்தை வெளியில் எடுத்து, "அதையும் தயாராகத்தான் எடுத்து வந்திருக்கிறேன். வக்கீல் அஸ்வினைக் கொண்டு ஒரு மனு

---

* ஐயா என்பதற்கான வங்கச்சொல்.

தயாரித்து டைப் செய்து கொண்டுவந்து விட்டேன்; பாருங்கள்! இதோ கையெழுத்திடுங்கள்" என்றார்.

அந்த மனுவில் பேசுவின் கையெழுத்தை வாங்கிக் கொண்டபின் ஜது வெளியேறினார்.

பத்மா, "என்ன சங்கதிங்க?" என்றாள்.

பேச்சூ சிரித்துக்கொண்டே, "வேலை இல்லாமல் ஜது பாண்டுஜ்ஜே இங்கே வந்திருப்பாரா? எல்லாம் அந்த ஓட்டல் சம்பந்தமாகத்தான் வந்திருந்தார். சொல்கிறேன் சங்கதியை" என்று எல்லா விவரத்தையும் தெரிவித்தார்.

பத்மா எல்லாவற்றையும் கேட்டு, "அதுவும் நல்லதுதான். சரியானபடி விற்பனையானால் பாதி பாதியாகப் பங்கிட்டுக் கொள்வது நல்லதுதான். இங்கே உங்களால் ஒன்றும் செய்ய முடியாது இனிமேல். இருக்கிற நிலையைப் பார்த்தாலே தெரியவில்லையா? ஸ்டேஷனிலே கிடைக்கிற பாதி வருமானமே போதும்!" என்றாள்.

இருபது இருபத்தைந்து நாள் கழித்து ஒருநாள் ஜது பாண்டுஜ்ஜே பேச்சூ சக்ரவர்த்தியின் ஓட்டல் வாயில்பக்க அறையில் நுழைந்து, பொத்தென்று அங்கிருந்த சோபாவின் ஒரு மூலையில் உட்கார்ந்ததைப் பார்த்ததும், ரயில்வே ஓட்டல் சங்கதி கையை மீறிப்போய் விட்டது என்று புரிந்துகொண்டாள் பத்மா. ஆனால் அதற்கு அடுத்தபடி அவர் சொன்ன சேதியை அவள் எதிர்பார்க்கவேயில்லை.

ஜது, "கேட்டீங்களா சக்ரவர்த்தி மஷாய்! அந்தக் கண்ணறாவியை எப்படிச் சொல்வேன்...?" என்றார்.

பாண்டுஜ்ஜே இப்படிப் பொத்தென்று வந்து உட்கார்ந்ததுமே நல்ல சேதியாக இராது என்று சக்ரவர்த்தி ஊகித்து விட்டார். இருந்தாலும் பரபரப்புடன், "என்ன, என்ன சங்கதி?" என்றார்.

"ஸ்டேஷனிலிருந்துதான் வர்றேன். அவங்களுடைய தலைமை ஆபீஸிலிருந்து டெண்டர் முடிந்து நோட்டீஸ் வந்திருக்கிறது..."

பேச்சூ சக்ரவர்த்தி இதற்கு ஏதும் பதில் கூறாமல் கவலையுடன் ஜது பாண்டுஜ்ஜேயின் முகத்தையே கவனித்தார்.

"யாருக்குக் கிடைத்திருக்கிறது தெரியுமா?"

"தெரியவில்லையே! அந்த சேட் பயலுக்குத்தானே?"

"அவனுக்குக் கிடைத்தால்கூட மேலாக இருந்திருக்குமே...! ஹஜாரிக்கு – உங்கள் ஹஜாரிக்குத்தான் கிடைத்திருக்கிறது!"

பேச்சூவும் பத்மாவும் ஒருவரையொருவர் திகைப்பும்

வியப்பும் கலந்த பார்வையில் பார்த்துக் கொண்டார்கள். அவள் 'ஐயோ!' என்று பொருமுவது மெலிதாகக் கேட்டது.

பேச்சூ, "நேரில் பார்த்தீங்களா? நிச்சயமாகவா?" என்றார்.

"என் கண்ணால் பார்த்துவிட்டுத்தான் சொல்லுகிறேன். அச்சடித்து வந்திருக்கிறது; நோட்டீஸ் போர்டில்தான் பார்த்தேன்!"

பத்மாவுக்கு வாய் அடைத்துவிட்டது. அவள் ஐது பாண்டுஜ்ஜேயை நோக்கியபடி இருந்தாள். இன்னும் இதில் அவளுக்கு நம்பிக்கை ஏற்படவில்லைபோல் இருந்தது அவள் நின்ற நிலை.

பேச்சூ, "அப்படியானால் அவனுக்குத்தான் கொடுத்து விட்டார்களா?" என்றார்.

இது வெறும் அர்த்தமற்ற பேச்சு என்பதை ஐதுவும் சரி, பத்மாவும் சரி, புரிந்துகொண்டார்கள். பேச்சூ சக்ரவர்த்திக்கு ஏற்பட்ட ஏமாற்றம், பொறாமை காரணமாக எழுந்த கேள்விதான் இது!

ஐது பாண்டுஜ்ஜே, "அப்பப்பா! ஆசாமி பாடு நல்ல யோகந்தான். தொட்டதெல்லாம் பொன்னாகிறது! அவன் அதிர்ஷ்டம் அப்படி! நானும் இருபத்தொரு வருஷகாலமாக இந்த ரயிலடிக் கடைவீதியில் ஓட்டல் நடத்துகிறேன். திண்டாடித் தவிக்கிறேன். ஆனால் இதோ... கரண்டியும் கையுமாக வந்தவன், உங்கள் ஓட்டலில் உண்டு வயிறு வளர்த்த பயல், அவனுக்குத்தான் என்ன பவிசு வந்துவிட்டது!" என்றார்.

பேச்சூ, "எப்படி இது அவனுக்குக் கிடைத்தது என்று தெரிந்ததா? நிச்சயமாக அதிகாரிகளுக்கு லஞ்சம் கொடுத்திருப்பான்!" என்றார்.

"அதெல்லாம் இல்லை! தலைமை ஆபீஸ், அதாவது ரயில்வே போர்டிலிருந்தே வந்திருக்கிறது இந்த நோட்டீஸ். இங்கே இருக்கும் ஸ்டேஷன் மாஸ்டர் துரைதான் இவனுக்கு இதைக் கொடுக்க வேண்டுமென்று வற்புறுத்தி எழுதியிருக்கிறார். அதோடு சில பிரயாணிகளும் இவன் பெயரைச் சிபாரிசு செய்திருக்கிறார்கள் தலைமை ஆபீசுக்கு. இவன் சமையல் பிரமாதம், அது இது என்று பாராட்டி எழுதியிருக்கிறார்கள்."

இன்னும் சிறிது நேரம் இருந்தபிறகு ஐது கிளம்பிவிட்டார். அவர் போனதும், பத்மா, "ஏன் இப்படி ஆயிற்று?" என்று கேட்டாள்.

"அப்படித்தான் ஆகியிருக்கிறது. நாம் என்ன செய்யமுடியும்?"

"அடுப்பங்கரை நெருப்பில் வெந்துகொண்டிருந்த பரிசாரகப்

பயல் எப்படிப் பெரிய மனுஷனாகிவிட்டான் பார்த்தீங்களா? எனக்கென்னவோ சகிக்கவில்லை!"

"என்ன செய்வது? எனக்கு ஒன்று தோன்றுகிறது!"

"என்ன தோன்றுகிறது?"

"நாளைக்கு நான் ஹஜாரியின் ஓட்டலுக்குப் போகிறேன்..."

"ஏன், என்ன கேடு வந்துவிட்டது?"

"அவனிடம் போய், 'என் ஓட்டலில் பங்குதாரனாகச் சேர்ந்துவிடு. ரயில் வரும்படியில் எனக்கு அதே மாதிரி பங்கு கொடு' என்று கேட்கப் போகிறேன்."

பத்மா சற்று யோசித்ததும், "நீங்கள் சொல்வதும் சரிதான். ஆனால் அவன் அப்படிக் கொடுக்கச் சம்மதப்படவில்லை என்றால்...?" என்றாள்.

"என்னிடத்தில் அவனுக்கு மதிப்பு உண்டு. அதனால்தான் சொல்கிறேன். இப்படிச் செய்யாவிட்டால் நமக்கு வழியே இல்லை! பத்மா! இனியும் நம் ஓட்டலை நடத்துவதென்றால் முடியாது! கொடுக்க வேண்டிய கடன் தலைக்கு மேலே இருக்கிறது. செலவோ அளவுக்கு மீறி ஆகிறது. நாம் இப்படி ஏதாவது ஒன்று செய்துதான் ஆகவேண்டும்!"

பத்மாவின் முகத்தில் வேதனையின் குறி தெளிவாகத் தெரிந்தது. அவள், "உங்களுக்கு நல்லது என்று பட்டால் அப்படியே செய்யுங்கள். நான் என்ன சொல்ல இருக்கிறது?" என்றாள்.

சற்று நேரத்துக்கெல்லாம் ஐது பாண்டுஜ்ஜே மறுபடியும் பேச்சூவின் ஓட்டலுக்கு வந்து நாற்காலியில் அமர்ந்தார். பேச்சூ சக்ரவர்த்தி பரிவுடன் அவரை அழைத்து ஒரு கோப்பை டீ கொடுத்தார். பிறகு புகையிலைத் தூள் போட்டு ஹுக்காவையும் அவருடைய கையில் தந்தார்.

புகை இழுத்துக்கொண்டே ஐது, "ஒரு யோசனை என் மனசில் பட்டது. அப்படிச் செய்து முடித்துவிட்டேன். அதைச்சொல்லத்தான் வந்தேன்" என்றார்.

பேச்சூ ஆவலுடன் "என்ன சங்கதி?" என்றார்.

"பால் சவுதுரி குடும்பத்துக் காரியஸ்தர் மகேந்திரபாபுவைப் பிடித்து விட்டேன். அவர்கள் ஜமீன்தார்கள் இல்லையா? ரயில்வே கம்பெனியாருக்கு அவர்களிடம் மதிப்பு உண்டு. மகேந்திரபாபுவின் சிபாரிசுக் கடிதத்தை வாங்கிக்கொண்டு நாளைக் காலை நீங்களும் நானும் கல்கத்தாவுக்குப் போய்த் தலைமை ஆபீஸரிடம் அப்பீல் செய்யலாம்!"

பத்மா வாயிற்படி பக்கம்தான் இருந்தாள். அவள், "அப்படியே செய்யுங்களேன். நானும் அதைத்தான் சொல்லிக்கொண்டே இருக்கிறேன். எப்படியாவது அந்தப் பயலுக்கு ரயில்வே ஓட்டல் கிடைக்காதபடி செய்தாகவேண்டும். நீங்க இரண்டுபேரும் அவசியம் போய்ப் பாருங்கள்!" என்றாள்.

பேச்சூ சக்ரவர்த்தி, "நாளைக்கு எப்போது போகவேண்டும், ஜது பாபு?" என்றார்.

ஜது, "காலங்கார்த்தாலையே கிளம்பினால்தான் நல்லது. பெரிய பாபுவைப் பிடித்தாக வேண்டும் முதலிலே. அவர் அவ்வப்போது அவர்கள் குளத்தில் மீன் பிடிக்க வருவார்... மாளிகையாட்டம் வீடு. ரொம்ப நல்லவர்...மகேந்திரபாபுவின் கடிதத்தை வாங்கிக்கொண்டு எப்படியாவது பெரியவரைப் போய்ப் பிடித்தால்தான் காரியம் நடக்கும்" என்றார்.

ஜது சிறிது நேரம் பேசிவிட்டுப் போனதும் பேச்சூ சக்ரவர்த்தி பத்மாவிடம், "அப்படியானால் ஹஜாரியிடம் போகத்தேவை யில்லையே? எப்படியும் நாங்கள் அப்பீல் செய்வோம் என்று அவனுக்குத் தெரியாமல் போய்விடுமா? அவனுக்கும் நோட்டீஸ் கொடுப்பாங்களில்லையா கம்பெனியார்? அப்பீல் விசாரணை நிச்சயம் நடக்கும். அவனிடம் போய் ஆகவேண்டியதில்லை, இல்லையா?" என்றார்.

"ஊஹூம்...போகவேண்டாம! அதற்கு அவசியமே இராது... அவனைத் தீர்த்துக் கட்டியாகவேண்டும்."

"சரி; நீ சொல்கிறபடியே செய்யலாம்!"

மறுநாள் ஜது பாண்டுஜ்ஜேயுடன் பேச்சூ சக்ரவர்த்தி கயலா காட்டிலுள்ள பெரிய ஆபீஸுக்குப் போவது என்று முடிவு செய்து கிளம்பியும் சென்றார். சாயங்காலம் அவர்கள் ராணாகாட்டுக்குத் திரும்பி வந்தார்கள்...பேச்சூ தம் ஓட்டலில் நுழையும்போது உள்ளே சாப்பாடு போடத் தொடங்கிவிட்டார்கள் பரிசாரகர்கள். பத்மா கவலையும் ஆவலும் தோன்ற, "என்ன ஆயிற்று?" என்று கேட்டாள்.

பேச்சூ, "சும்மா அலைந்ததுதான் மிச்சம்! இரண்டு ரூபாய் தண்டமாகப் போயிற்று! அங்கே என்ன சொன்னார்கள் தெரியுமா? 'நாங்கள் ஒன்றும் செய்வதற்கில்லை. ரயில்வே போர்டு நிர்வாகம் அனுமதி கொடுத்துக் காரியமும் முடிந்தாயிற்று. இதற்குமேல் அப்பீல் செல்லாது' என்கிறார்கள்" என்றார்.

"அப்படியானால் ஹஜாரியைப் போய்ப் பாருங்கள்."

“அதற்கு அவசியம் இல்லை. நாங்கள் திரும்பும்போது பாண்டுஜ்ஜே அவருடைய ஓட்டலுடனேயே நம் ஓட்டலையும் இணைத்து நடத்தலாம் என்கிறார். வருகிற மாசம் அங்கேயே போய்விடவேண்டியதுதான்.”

பத்மா, “இது நல்ல யோசனைதான். அந்த மட்டமான பரிசாரகப் பயலிடம் போய்க் கேட்பதைவிடப் பாண்டுஜ்ஜே ஐயாவுடன் சேர்ந்து தொழில் நடத்துவது நல்லது!” என்றாள்.

அடுத்த பதினைந்து நாளைக்குள் ராணாகாட் ரயிலடிக் கடைத் தெருவருகே முக்கியமான இரண்டு நிகழ்ச்சிகள் நேர்ந்தன.

ரயில் நிலையத்தின் மேல் பக்க பிளாட்பாரத்தில் இந்து ஓட்டல் திறப்புவிழா நடந்தேறியது. வெள்ளைக்கல் பாவிய மேஜை, நல்ல நாற்காலிகள், மின்சார விளக்கு, மின்விசிறி என எல்லா வசதிகளுடன் நவீன முறையில் அமைந்த சுத்தமான உயர்தர ஓட்டல் அது. ‘ஓட்டல் நிர்வாகி ஹஜாரி’ என்று போட்டிருப்பதைப் பார்த்ததும் எல்லாருக்கும் வியப்பாக இருந்தது.

மற்றொரு முக்கியமான செய்தி, பேச்சூ சக்ரவர்த்தியின் ஓட்டலை மூடப் போகிறார்கள் என்பதுதான். அந்தப் பக்கம் முழுவதும் இதுவே பேச்சாக இருந்தது.

அன்று சாயங்காலம் ஹஜாரி தன் பழைய வழக்கப்படி சூர்ணி ஆற்றங்கரையில் உலாவிவிட்டுத் திரும்பி வந்து கொண்டிருந்தான். அப்போது பத்மாவை வழியில் காண நேர்ந்தது. ஹஜாரியே முதலில் அவளைக்கூப்பிட்டான். “என்ன பத்மா? எங்கே இந்தப்பக்கம்”

பத்மா நின்றாள். அவளுடைய கையில் ஒரு சிறு கற்சட்டி இருந்தது. பக்கத்தில் எங்கேயோதான் அவளது வீடு இருக்க வேண்டும்போல் இருக்கிறது.

ஹஜாரி, “கற்சட்டியில் என்ன, அம்மா?” என்றான்.

“கொஞ்சம் புரைமோர் தயிருக்காகக் கோனார் வீட்டிலிருந்து வாங்கிப் போகிறேன்.”

“சௌக்கியந்தானே?”

“இருக்கிறேன்...நீ நல்லா இருக்கியா, ஐயா?”

“உம்...இங்கே கிட்டத்தான் இருக்கிறாயா?”

“வாயேன், ஐயா, நம் வீட்டுக்கு...ஒருதரம் வந்து போகக்கூடாதா?” என்றாள் அவள்.

“ஓ! அப்படியா? இதோ வருகிறேனே, அம்மா!”

பத்மாவின் வீடு மிகச்சிறியது. ஒருபக்கம் இடிந்த ஒரு கிணறு. மறுபுறம் தகரக் கூரை போட்ட சமையலறையும் மாட்டுத் தொழுவமும் இருந்தன. பத்மா தாழ்வாரத்தில் ஹஜாரி அமருவதற்காக ஒரு பாயை விரித்துப் போட்டாள். ஹஜாரி சற்றே கூச்சமும் திகைப்பும் கலந்த நிலையில் இருந்தான். பத்மா தன்மேல் அதிகாரம் செலுத்தி வந்ததையும், அந்த ஓட்டலில் அவளது உத்தரவுக்கு அடங்கி ஏழு ஆண்டுகள் வேலை செய்து வந்ததையும் அவ்வளவு விரைவில் மறந்துவிட முடிகிறதா? அவன் நெடுங்காலமாகப் பத்மாவுக்கு அஞ்சி நடுங்கிக் கொண்டிருந்தவனில்லையா? அதனால் இன்றும் பணிவான போக்கு மீண்டும் அவனிடம் தலைகாட்டியது.

பத்மா, "வெற்றிலை பாக்கு வேண்டுமா, ஐயா?" என்றாள்.

ஹஜாரி திக்கித் தயங்கியபடி, "உம்...ஆமாம்...இருந்தால் கொஞ்சம்..." என்று இழுத்தான்.

ஒரு தட்டில் வெற்றிலையும் பாக்கும் எடுத்துவந்து பத்மா அவன்முன் வைத்தாள். பிறகு, "ரயில்வே ஸ்டேஷன் ஓட்டல் நடத்த உத்தரவு வந்திருக்கிறது என்று கேள்விப்பட்டேன். அங்கே மேல்பார்வைக்கு யாரை வைப்பதாக யோசனை?" என்றாள்.

"வம்சீயின் தங்கச்சி மகன் நரேனை நினைவிருக்கிறதா... அவனைத்தான்."

"எவ்வளவு சம்பளம்?"

"அதெல்லாம் இன்னும் முடிவாகவில்லை. அவன்தான் என் ஓட்டலில் கணக்கு வழக்குகளையெல்லாம் கவனித்துக் கொள்கிறான். ரொம்ப நல்ல பையன்."

"ஆமாம், ஆமாம்."

"சக்ரவர்த்தி ஐயா சௌக்கியமா? சிலநாளாக அவரை இந்தப் பக்கம் காணவில்லையே? எப்படி நடக்கிறது ஓட்டல்?"

"அப்படி ஒன்றும் மோசமில்லை...ஆனால் நான் ஒன்று சொல்கிறேன்; கேளேன் ஐயா! எங்கள் எசமானை ரயில்வே ஓட்டலிலே அமர்த்தி அவருக்கும் ஒரு பங்கு கொடேன்! உனக்கும் ஒத்தாசையாக இருக்கும்."

ஹஜாரி இதை எதிர்பார்க்கவில்லை. அவன் வியப்புக் கலந்த குரலில், "எசமான் எப்படி வரமுடியும்? அவருடைய ஓட்டல் என்ன ஆகிறது?" என்றான்.

"அதைப்பற்றிக் கவலைப்படவேண்டாம், ஐயா! நான் அதைப் பார்த்துக்கொள்கிறேன்...என்ன சொல்கிறாய்?"

“இப்போது ஒன்றும் சொல்வதற்கில்லை, அம்மா! ஆனால் ஒரு விஷயம் சொல்லியாக வேண்டும். ரயில்வேக் கம்பெனி ‘டெண்டர்’ விட்டபோது யார் பேருக்கு அனுமதித்ததோ அவர்கள்தான் நடத்த வேண்டும், வேறு யாரையும் கூட்டுச்சேர்க்கக் கூடாது என்று சொல்லியிருக்கிறது. என் சொந்த ஓட்டல் இல்லையே இது; ரயில்வே கம்பெனியாருடையதாயிற்றே! அதைக் கவனித்துக்கொள்ளும் பொறுப்புத்தான் என்னுடையது.”

“ஒன்று சொல்கிறேன்; கேளேன் ஐயா! நீ இப்போது பெரிய ஓட்டல் முதலாளி; பணமும் சேர்ந்திருக்கிறது. இருந்தாலும், பழையபடி எளிமையாக இருக்கிறாய். அதே ஹஜாரி ஐயாவாகத் தான் தெரிகிறாய்! எங்கள் ஓட்டலுக்கு வந்துவிடேன்.”

ஹஜாரி வியப்புற்ற குரலில், “சக்ரவர்த்தி ஐயாவின் ஓட்டலுக்கா...? சமையல் செய்யவா?” என்றான். ‘பத்மாவுக்கு மூளைக் கோளாறா!’ என்றுதான் பட்டது அவனுக்கு.

ஆனால் பத்மாவோ உறுதியான குரலில் மீண்டும் சொன்னாள், “உண்மையாகத்தான் ஐயா சொல்கிறேன். எங்களுடைய ஓட்டலுக்கு வந்துவிடு மறுபடியும்!” என்றாள்.

“ஏன் அம்மா, என் ஓட்டலை விட்டுவிட்டு எதற்காக வரவேண்டும்? ஏன் இந்தப் பேச்செடுத்தாய்?”

பத்மா போய் இப்படித் தன் வாயால் அவனை வரச்சொல்லி அழைப்பாள் என்று அவன் எதிர்பார்க்கவில்லை. ‘அவளா இப்படிப் பேசுகிறாள்!’ என்று வியப்புற்றான்.

ஹஜாரியின் மனம் இளகிவிட்டது. அவன், தான் ஒரு பெரிய ஓட்டலின் முதலாளி என்பதையே மறந்துவிட்டான். தனக்கு எசமானி போல் ஒரு காலத்தில் இருந்து தன்மேல் அதிகாரம் செலுத்திய பத்மாவைப் போன்ற ஒருத்தி வாயால் இப்படி அவனுடைய சமையலைக் குறித்த பாராட்டுதலை – அவனுடைய சமையல் நன்றாக இருப்பதால்தானே அவள் இப்படி அவனை மறுபடியும் கூப்பிடுகிறாள்? – தன் வாழ்வில் கிடைத்த பெருநிதியாகவே எண்ணினான். இத்தனை காலம் கஷ்டப்பட்டது வீண்போகவில்லை என்றுதான் பட்டது அவனுக்கு. ராணாகாட் ரயிலடிக் கடைவீதியில் உழைத்தது வீண்போகவில்லையல்லவா?

மற்றவர்கள் ஹஜாரியை நல்லவன் என்று சொல்வது பெரிதில்லை. பத்மா இப்படித் தன் சமையலைப் பாராட்டும் முறையில் பேசியதுதான் சிறப்பானது என்று உள்ளூற மகிழ்ந்தான்.

ஆனால் பத்மா சொல்கிறபடி செய்யமுடியாதே! சமையல்

காரனாக மீண்டும் அவர்கள் ஓட்டலுக்கு இனி அவன் வர முடியாது என்பதை அவளுக்கு எப்படித் தெரிவிப்பது என்றுதான் விளங்கவில்லை. கோபால் நகர் வேலையை விட்டுவிட்டு மீண்டும் சக்ரவர்த்தி ஐயாவின் ஓட்டலில் வேலைக்கு அமர்ந்தபோது இவர்கள் தன்னை விரட்டியிராவிட்டால் தானே ஓட்டல் நடத்துவது என்ற தீர்மானம் இப்படி உறுதிப்பட்டிராது. இவர்களுடைய ஓட்டலில் மறுபடியும் வேலை கிடைத்ததும் தன்னைப் பாக்கியசாலி என்றே அவன் எண்ணினான். அத்தகையவனை இவர்கள் ஏன் விரட்டினார்கள்?

இனி அதெல்லாம் நடக்காது.

இப்போது அவன் தன் விருப்பம் போல் பழையபடி மாறுவதற்கில்லை. குஸுமா கொடுத்தது, அதஸி கொடுத்தது எல்லாவற்றையும் மூலதனமாக வைத்துத்தான் அவன் ஓட்டலை நடத்துகிறான். இப்படிப் பலபேருடைய நல்வாழ்வுக்கு அவன் பொறுப்பேற்றிருக்கும்போது மனம் போனபடி நடக்கமுடியுமா? டேம்பியின் எதிர்காலத்தை அவன் கவனித்தாகவேண்டும். டேம்பி - நரேன் இவர்களை இணைக்க வழிசெய்தாக வேண்டும். அவன் பழைய நிலையிலிருந்து வெகுதூரம் முன்னேறிவிட்டான்; இனிப் பின்வாங்குவது என்பது நடக்காது.

இரக்கமும் அனுதாபமும் பொங்க அவன் பத்மாவை நோக்கியபடி இருந்தான். பிறகு, "நானே விரும்பினாலும், இனிமேல் இது எப்படி நடக்கும்? நீயே சொல்!" என்றான்.

பத்மாவுக்கு இது தெரியாமல் இல்லை. அவள் மனம் ஒடிந்து போய்த்தான் இப்படிப் பேச்செடுத்தாள். ஹஜாரி சொன்னதற்கு பதில் ஏதும் கூறாமல், துணியால் கட்டிய ஏதோ ஒரு மூட்டையை எடுத்து வந்து ஹஜாரியின் முன் வைத்து, "படிக்கத்தான் தெரியுமே, ஐயா உனக்கு. இதைச் சற்றுப் பாரேன்" என்றாள்.

ஹஜாரிக்கு எழுதப் படிக்கத் தெரியாதென்பதில்லை. ஆனால் அப்படிப் படிப்பில் தேர்ச்சி பெற்றவன் என்று சொல்வதற்குமில்லை. இருந்தாலும் பத்மாவின் முன்னால், 'அவ்வளவாக ஒன்றும் தெரியாது' என்று சொல்லிவிடமுடியுமா... அந்தத் துணி மூட்டையைப் பிரித்துப் பார்த்தான். அதில் சில காகிதங்கள் இருந்தன, அவ்வளவுதான்

பத்மா தானே பேச்சை எடுத்தாள். "மொத்தம் எழுநூறு ரூபாய்க்கு கடன் பத்திரம் - புரோநோட்டுத்தான். எசமானுக்கு அவ்வப்போது தேவைக்கேற்றபடி நான் கடனாகக் கொடுத்த

தொகை! என் கை வளையலை விற்றும், காது ஓலையை விற்றும் கொடுத்தேன். இந்த உடம்பில் இரண்டு நகை நட்டு இருந்தது இங்கே வந்து சேர்ந்த போது... இப்போதோ...''

ஹஜாரி வியப்புற்று, "நீயா இவ்வளவு கொடுத்தாய்?'' என்றான்.

"பின்னே நான் கொடுக்காவிட்டால் எப்படி இத்தனை நாள் இந்த ஓட்டல் நடக்க முடியும்? கையில் இருந்ததையெல்லாம் இதில்தானே கொட்டினேன்?

"அதனால் ஒரு வரும்படியும் உனக்குக் கிட்டவில்லையா?''

"எனக்கும், என் தங்கச்சி, அவள் புருஷன் இவங்களுக்கும் வயிற்றுக்குக் கிடைத்தது...ஒரேயடியாக வரும்படி இல்லை என்று நான் சொல்லவில்லை. ஆனால் அது எந்த மூலைக்கு? தங்கச்சியின் திருமணத்தின்போது ஐயா நூறு ரூபாய் கொடுத்தார்... அது ஏழு வருஷத்துக்கு முந்தி. ஆனால் இதோ எழுநூற்றுக்கு எவ்வளவு வட்டியாகியிருக்க வேண்டும்?''

"கடன் கொடுத்து எத்தனை வருஷகாலம் ஆகிறது?''

"ஒன்பது வருஷத்துக்கு மேலே ஆகிறது. ஏழு வருஷத்துக்கு முந்தி கொடுத்தாரே, அந்த நூறே ரூபாய்தான் நான் கண்டது. அப்புறம் ஒரு பைசா ஏது? அவரோ, 'ஓட்டல் நிலைமை சீராகட்டும்; அப்பாலே தருகிறேன்' என்று சொல்லிக் கொண்டேயிருக்கிறார்!''

"அவரை அதற்கு முன்னாலேயே உனக்குத் தெரியுமா? ராணாகாட்டுக்கு வந்த பிற்பாடுதான் தெரியுமா?''

"சொல்வதாயிருந்தால் எவ்வளவோ சொல்ல வேண்டியிருக்கிறது. எங்கள் புலேநப்லா கிராமத்துச் சக்ரவர்த்தி - பெரியவருக்கு ஊரில் நல்ல செல்வாக்கு உண்டு. நன்றாகத்தான் இருந்தாங்க. நம்மவர் பெரியவருடைய மூத்த பிள்ளை. அவ்வளவாகப் படிப்பு இல்லை. 'ராணாகாட்டுக்குப் போய் ஓட்டல் நடத்துகிறேன், பத்மா கொஞ்சம் பணம் உதவு' என்றார். 'சரி' என்று கொடுத்தேன். இதுதான் சங்கதி!''

ஹஜாரிக்கு அவள் ஏன் இப்படிச் செய்யவேண்டும் என்று கேட்க ஆவலாக இருந்தாலும், அப்படிக் கேட்டால் நன்றாக இராது என்று அவன் சும்மா இருந்தான். 'கிராமத்தில் அத்தனை பேர் இருக்க, தாராசந்தின் மூத்த பிள்ளை பேச்சூ சக்ரவர்த்தி, இவளிடம் கடன் கேட்பானேன்? இவளும் கொடுப்பானேன்? ராணாகாட்டில் ஓட்டலிலே வந்து இவளும் வேலை செய்வானேன்? எல்லாம் தற்செயலாக நேர்ந்த சங்கதியா அல்லது ஏற்கெனவே இருந்த

உறவின் விளைவா? – இப்படி அவன் கேட்டிருந்தால் இதைத் தவறு என்று நிச்சயமாகச் சொல்லமுடியாது! ஆனால் அவன் கேட்கவில்லை. அவனுக்கு நல்ல உலக அனுபவம் உண்டு. அந்த அளவுக்கு வயதாகிறது. ஆகவே இதைப் பற்றி ஒன்றும் கேட்காமல், "இந்தப் புரோநோட்டுகளைப் பத்திரமாக எடுத்துவை, பத்மா! எல்லாம் சரியாகிவிடும். உனக்குச் சேரவேண்டியது கிடைக்காமல் போகாது…" என்று ஆறுதலாகச் சொன்னான்.

பத்மா ஒருமாதிரி அசட்டுச் சிரிப்புச் சிரித்தபடி, "இந்தக் காகிதக் கற்றையை எடுத்து வைத்து நான் என்ன செய்வது? எல்லாம் காலாவதி ஆகிவிட்டன! நீயேதான் படித்துப்பாரேன்…!" என்றாள்.

ஹஜாரி என்ன பதில் சொல்வதென்று புரியாமல், "ஓ!" என்றான்.

"இருந்ததையெல்லாம் அந்த ஓட்டலுக்காகவே செலவழித்து விட்டேன்! இனிமேல் என்ன இருக்கும்… அடுப்புச்சாம்பல் கட்டிக்கூட மிஞ்சாது!" அவள் கடைசியில் சொன்னது தனக்குள்ளேயேதான். அவன் கேட்க வேண்டும் என்பதற்காக அப்படிச் சொல்லவில்லை… இருந்தாலும் இதைக் கேட்டதும் ஹஜாரிக்கு மிகவும் வேதனையாகத்தான் இருந்தது. பத்மா இப்படி ஒரு திண்டாட்டத்தில் இருந்து அவன் பார்த்ததில்லை. உள் விஷயம் இதுவரை அவனுக்குத் தெரியாது. அதனால்தான் அவள் மேல் அவனுக்கு முன்னே ஆத்திரம் ஆத்திரமாக வரும்!

சற்று நேரம் இருந்துவிட்டு ஹஜாரி அங்கிருந்து புறப்பட்டபோது அவனது மனசில் ஒருவிதத் திருப்தியும் மகிழ்ச்சியும் மூண்டன – பத்மாவே தன்னைப் பாராட்டித் தன் உதவியை நாடினாளே என்ற திருப்திதான்!

வீட்டில் வெளிப்பக்கத்துச் சிறு அறை. அங்கே டேம்பியின் குரல் கேட்டது. "நரேன் அண்ணா! டீ சாப்பிடாமல் போகக் கூடாது…உட்காருங்கள்!"

அதற்குள் நரேன், "வேண்டாம், ஆஷா! நம் ஓட்டல் பக்கம் போயாக வேண்டும்…ஸ்டேஷன் ஓட்டல் இப்போது மூடியிருக்கிறது… ஆனால் மாமா வருவதற்குள் ஓட்டல் கணக்கு வழக்குகளைக் கவனித்தாக வேண்டும்… அங்கே வேலை இருக்கிறது ஓட்டலில்!" என்றான்.

டேம்பிக்கு வைத்த பெயர் ஆஷாலதா. அதை ஹஜாரியேகூட மறந்துவிட்டான் என்றுதான் சொல்லவேண்டும். நரேன் எப்படி

இதைத் தெரிந்துகொண்டுவிட்டான் இதற்குள்? ஹஜாரிக்கு இது ஆச்சரியமாக இருந்தது.

டேம்பி குரலில் கொஞ்சலும் அடமும் தொனிக்க மறுபடியும், "உம்...அந்த ஜோலியெல்லாம் கிடக்கட்டும். என்னையும் அம்மாவையும் டாக்கி பார்க்க அழைத்துப் போவதாகச் சொன்னீங்களே; இன்றைக்குக் கட்டாயம் அழைத்துப் போயாக வேண்டும்" என்றாள்.

"இன்றைக்கு என்ன படம் அங்கே?"

"இதோ கொண்டு வரட்டுமா? ஒரு நோட்டீஸ் இருக்கிறது உள்ளே! பாண்டு வாத்தியம் வாசித்துக் கொண்டே காலையில் இதைத் தெருவிலே கொடுத்துக்கொண்டே போனார்கள்...தம்பிப் பாப்பா இதை வாங்கி வந்தான்..."

"சரி, உடனே போய் அதை எடுத்துவா!"

ஹஜாரிக்கு அவர்களுடைய பேச்சில் குறுக்கிட விருப்பமில்லை. சந்தடி செய்யாமல் இடைகழியைத் தாண்டி வடக்குப்பக்க அறையில் நுழைந்துவிட்டான். அப்போது டேம்பியும் அந்த நோட்டீஸை எடுத்து வர அந்த அறைக்குள் நுழைந்தாள். எதிரே தகப்பனார் இருப்பதைக் கவனித்துவிட்டாள். அவள் கூச்சப்படலாம் என்று எண்ணி ஹஜாரி வேறுபக்கம் கவனிப்பதுபோல், "ஓ டேம்பியா? அம்மா எங்கே?" என்றான்.

சட்டென்று என்ன சொல்வதென்று டேம்பிக்குப் புரிய வில்லை. திகைத்து நின்றாள். பிறகு, "என்ன அப்பா, எப்போது வந்தாய் நீ? வந்ததே தெரியவில்லையே?"

தான் அந்தச் சமயத்தில் வந்து சேர்ந்தது டேம்பிக்கு என்னவோ போல் இருந்திருக்கும் என்றுதான் அவனுக்குப் பட்டது. 'இன்னும் சற்று நேரங்கழித்து அப்பா வந்திருந்தால்தான் என்ன?' என்று அவள் எண்ணக்கூடுமில்லையா?

ஹஜாரிக்கு உள்ளுக்குள் வேதனை மூண்டது. 'பாவம் பெண் குழந்தை இல்லயா? வெளிப்படையாக எல்லாவற்றையும் சொல்லிவிட முடியுமா? தாங்களாகவேதான் தெரிந்துகொள்ள வேண்டியிருக்கிறது ஊகிப்பதன் மூலம்! அப்படியானால் டேம்பிக்கு நம் விருப்பத்தைப் பற்றித் தெரியுமா?' என்று எண்ணமிடலானான்.

ஹஜாரி, "நான் இதோ ஓட்டல் பக்கம் கிளம்பிக் கொண்டிருக்கிறேன். மணி அஞ்சு அடித்துவிட்டது...இன்னும் இங்கே இருந்தால் நடக்காது...குடிக்க ஒரு கோப்பைத் தண்ணீர் எடுத்து வா!" என்றான்.

எதிர்ப்பக்க அறையிலிருந்து நரேன் "மாமா எப்போது வந்தார்?" என்றான்.

முன்னே நரேனும் தன் மகளும் பேசிக்கொண்டிருந்ததோ, நரேன் அங்கே வந்திருப்பதோ தனக்குத் தெரியாததுபோல் ஹஜாரி, "யார் நரேனா? எப்போதடா அப்பா வந்தாய்?" என்றான்.

"நான் வந்து நேரமாகிறது, மாமா! வாருங்கள்! நானும் ஓட்டலுக்குத்தான் கிளம்புகிறேன்" என்று சொல்லிக்கொண்டே நரேன் ஹஜாரியின் எதிரே வந்தான். ஹஜாரி, "டீயாவது அல்லது வேறு ஏதாவது சாப்பிட்டுவிட்டுப் போயேன், அப்பா; இதற்குள் இந்த ஓட்டல் புகையிலே போய் என்ன செய்யப்போகிறாய்? இரு; இரு,.....டேம்பி! நரேன் அண்ணாவுக்கு டீ போட்டுக் கொண்டுவா!" என்றான்.

"வேண்டாம், மாமா! ஓட்டலிலேயே இத்தனை நேரத்துக்கு டீ போட்டிருப்பார்கள்."

"அதிருக்கட்டும்...எப்போது வீட்டுக்கு வந்திருக்கிறாயோ இங்கே டீ சாப்பிட்டுவிட்டுத்தான் போகவேண்டும்..." என்றதும் ஹஜாரி பின்கட்டு அறைக்குப் போய்விட்டான்.

டேம்பியின் தாய் சமையற்கட்டுத் தாழ்வாரத்தில் ஒரு பாயைப் பிரித்துப் போட்டுப் படுத்தவள், இன்னும் சக்கைப் போடாகத் தூங்கிக் கொண்டிருந்தாள். பாவம், இத்தனை காலமாக எண்டோசோலா கிராமத்தில் உழன்றவள். இப்போது வேலைக்காரன் எல்லா வேலையும் செய்துவிடுகிறான். இனியாவது சற்று நிம்மதியாக ஓய்வெடுத்துக் கொள்ளட்டுமே!

ஆகவே, ஹஜாரி அவளை எழுப்பவில்லை. 'எல்லாருமே இத்தனை காலமாகச் சிரமப்பட்டவர்கள்தாம். இப்போதுதான் சுகத்தைக் கண்ணால் காண முடிகிறது. அதற்குத் தடையாக நாம் இருப்பானேன்? டேம்பியின் அம்மா தூங்கட்டும்' என்றுதான் பட்டது அவனுக்கு.

வீட்டை விட்டு ஹஜாரி புறப்படும்போது நரேன் தலையைச் சற்றே தடவியபடி, "மாமா! ஆஷா, தன்னையும் மாமியையும் டாக்கிக்கு அழைத்துப் போகச் சொன்னாள்... நீங்க என்ன சொல்கிறீங்க?" என்றான்.

டேம்பி தானேதான் நரேனிடம் இதைச் சொல்லியிருக்கிறாள் என்று ஹஜாரிக்கே தெரியும்...அவனுக்கு உள்ளூற ஆவலும் மகிழ்ச்சியும் மூண்டன. 'சிறிசுகள்! தங்கள் மனப்போக்கு

பெரியவர்களுக்குத் தெரியாதாக்கும் என்று எண்ணிக் கொள்வது சகஜம்தான்!' – ஹஜாரி இப்படித்தான் எண்ணினான்.

உடனே அவன், "சரி; போய் வாயேன் அவர்களோடு. இன்றைய ஆட்டந்தானே? மாமியிடம் பணம் கொடுத்திருக்கிறேன். கேட்டு வாங்கிக்கொள்ளேன்...எப்போது திரும்புவீங்க?" என்றான்

"இரவு எட்டுமணியாவது ஆகும், மாமா! நீங்கள் ஸ்டேஷனுக்குப் போய்க் கவனித்துக்கொண்டால்..."

"சரி; அப்படியே செய்கிறேன். நீ இவர்களை அழைத்துக் கொண்டு போ...! டேம்பி! உன் அம்மாவை எழுப்பு! இரண்டுங்கெட்டான் வேளையில் தூங்குகிறாள்... இப்போதே புறப்பட்டால்தானே உண்டு! முன்னாலேயே தயாராக இருக்க வேண்டாமா... எழுப்பு அவளை!"

இளம்பிள்ளைகளின் இன்பத்துக்குத் தடையாக இருக்க அவன் விரும்பவில்லை. முதலில் கடைவீதியிலுள்ள தன் ஓட்டலுக்கு வந்து, அன்று இரவுச் சமையலுக்கு வேண்டிய ஏற்பாடுகளைச் செய்துவிட்டு ரயில் நிலையப் பிளாட்பாரத்து ஓட்டலுக்கு வந்தான். இங்கே அப்படி அதிக நேரம் உட்கார்ந்திருப்பது வழக்கமில்லை. நரேன்தான் இங்கே எல்லாவற்றையும் கவனித்து வந்தான். மேல்நாட்டு ரீதியில் மேற்பார்வையிடுவது ஹஜாரியின் இயல்புக்குப் பொருந்தவில்லை.

இரவு மணி ஏழரை. சட்டகாம் மெயில் வருகிற நேரந்தான். வனகாம் வண்டி இதோ புறப்படப்போகின்றது. இப்போதிலிருந்து இரவு பதினொன்று வரை ஸிராஜ்கஞ்ச், டாக்கா மெயில், வடக்கு வங்காள எக்ஸ்பிரஸ் முதலிய நெடுந்தூரப் பயணி வண்டிகள் வந்து போனபடி இருக்கும். ஏராளமான பேர் வந்து போவார்கள். முக்கால்வாசிப் பேர் இங்கேதான் சாப்பிடுவது வழக்கம். ஹஜாரி எதிர்பார்த்ததையும் மிஞ்சிவிட்டது இங்கே சாப்பிட வருகிறவர்களின் எண்ணிக்கை!

ரயில் நிலைய ஓட்டலில் புதிய சமையற்காரர்கள் வேலை பார்த்தார்கள். இங்கே வருபவர்களில் பெரும்பாலோர் சோறும் மாமிசமுந்தான் சாப்பிடுவார்கள். ஆகவே, நன்றாக மாமிசம் சமைக்கும் ஆட்களாகப் பார்த்து அமர்த்தியிருந்தான் ஹஜாரி. பரிமாறுவதற்கு மூன்று பேர். சிலநாள் கும்பல் ஏராளமாக இருக்கும். அப்போது கடைத்தெருவிலே உள்ள தன் ஓட்டலிலிருந்து ஆட்களை வரவழைத்துக் கொள்வான்.

ஹஜாரியைப் பார்த்ததும் சமையல்காரனும் வேலையாட்

களும் சற்றுச் சுறுசுறுப்பாக நடந்துகொள்வார்கள். அதோடு மற்றொரு சங்கதியும் அவர்களுக்குத் தெரியும். ஹஜாரியின் மேற்பார்வையில் ஒரு பத்து ஆண்டுகள் இருந்தால், சமையல் வேலையில் பயிற்சி பெறமுடியும் என்பதுதான் அது. ஓட்டல் நிர்வாகி என்ற நிலையில் மட்டுமின்றிச் சமையற்கலையில் கைதேர்ந்தவன் என்ற முறையிலும் அவனிடத்தில் அவர்களுக்கு மதிப்பு உண்டு.

ஒரு சமையற்காரனின் பெயர் ஸதீஷ் தீக்டி. அவனது சொந்த ஊர் ஹுக்லி மாவட்டத்தில் ஏதோ ஒரு கிராமம். ராடதேசத்துக் குலீனர் பரம்பரையைச் சேர்ந்தவன் அவன். சமையலில் நல்ல பயிற்சி உண்டு. முன்பு நல்ல நல்ல ஓட்டல்களில் நிறையச் சம்பளத்துக்கு வேலை பார்த்தவன். ஒருசமயம் கப்பலில் சிங்கப்பூர் வரை போய்வந்தவன். அங்கே சீக்கியரின் ஓட்டல் ஒன்றில் சிலநாள் வேலை பார்த்திருக்கிறான். ஸதீஷ் இப்படிக் கைதேர்ந்த கலைஞன் என்ற முறையில் ஹஜாரி அவனிடம் பரிவும் மதிப்பும் காட்டிவந்தான்.

ஹஜாரி, "என்ன ஐயா! சமையல் ஆகிவிட்டதா?" என்றான்.

ஸதீஷ் பணிவாகவே, "ஒருதரம் இப்படி வந்துவிட்டுப் போங்களேன்! மாமிசம் எப்படிப் பக்குவம் ஆகியிருக்கிறது என்று பார்த்துச் சொல்லுங்கள்!" என்றான்.

"நான் வந்து பார்ப்பதாவது! நீங்கள் இருக்கும்போது ஒரு கவலையும் இல்லை..."

"அப்படிச் சொல்லக்கூடாது! மற்றவங்களுக்கு உங்களைப் பற்றித் தெரியுமோ தெரியாதோ, எனக்கு நிச்சயமாகத் தெரியும், உங்கள் மதிப்பு! உள்ளே ஒருதரம் பார்த்துவிட்டுப் போங்கள்!"

ஹஜாரி சமையல் அறையில் போய் வாணலியில் மாமிசம் வெந்திருப்பதைப் பார்த்தான். "நிறம் ஏன் இப்படி இருக்கிறது?" என்றான்.

ஸதீஷ் முகத்தில் பெருமிதம் தோன்ற மற்றச் சமையல் காரனைப் பார்த்து "கார்த்திக்! நான் சொன்னேனில்லையா? எசமான் பார்த்ததுமே தெரிந்துகொண்டுவிடுவார்! கோடாலி எங்காவது கோணலாக இருக்குமா சொல்லு...! தெரிந்துகொள்...! எசமான் ஐயா! மன்னிக்கவேண்டும். நீங்களே சொல்லுங்கள்; இதில் என்ன தவறு நேர்ந்திருக்கிறது?" என்றான்.

ஹஜாரி சிரித்துவிட்டு, "உங்களுக்குத் தெரியாததா? நான் சொல்ல வேண்டுமா என்ன...? மிளகாய்க் கலப்பு சரியில்லை.

நனைந்திருந்தது. முழங்கால் வரைக்கும் மண் படிந்து கிடந்தது. சற்றே காற்றாட இருந்து, வேர்வை உலர்ந்ததும் எதிரே இருந்த சிறு குட்டையில் கால், கை கழுவிக்கொண்டு ஊரில் நுழைவதுதான் பொருத்தம் என்று அவனுக்குப் பட்டது.

அப்போது நடுவயதுப் பயணி ஒருவன் – யாசோஹர் பக்கமாகப் போகிறவன் – அங்கே வந்தான். அவன் ஹஜாரியைப் பார்த்ததும் அருகில் வந்து, "ஏங்க, தீப்பெட்டி இருக்கிறதா?" என்றான்.

"இருக்கிறது...உட்காருங்கள்."

"நீங்கள் என்ன குலம்?"

"குலீனர்கள்."

"வணக்கம், பெரியவரே!" என்று ஹஜாரியின் காலைத் தொட்டு வணங்கினான் அந்தப் பயணி.

அவனது பெயர் கிருஷ்ணலால். சங்கறுக்கும் குலம்; கிழக்கு வங்காளத்து ஆள்; நீட்டி நீட்டிப் பேசுவதிலிருந்து இது தெரிந்தது. வனக்கிராமத்தில் இச்சாமதி ஆற்றின் படித்துறையில் அவன் பெரிய படகுகளில் கிளிஞ்சல் கொண்டு சேர்த்து வியாபாரம் செய்து வந்தான். இந்தப் பக்கத்துக் கிராமங்கள் எத்தனை, அங்கே கிளிஞ்சல் விற்பனை செய்வோர் எத்தனைபேர் என்று பார்த்துப் போக நடந்தே வந்திருந்தான்.

காரியத்தில் கருத்துள்ளவன் ஆகையால், வெகுநேரம் உட்கார்ந்திருக்கவில்லை. பீடியைப் பற்றவைத்துக் கொண்டதும் அவன் கிளம்பலானான். ஹஜாரிதான் பேச்சுக்கொடுத்து அவனைச் சற்று நேரம் உட்காரவைத்தான். வனக்கிராமத்திலிருந்து பதினேழு மைல் நடந்து தொழில் நிமித்தம் வந்தவன்; அவனிடம் ஹஜாரிக்கு மிகுந்த மதிப்பு ஏற்பட்டது. எப்படித் தொழில் நடத்தவேண்டும் என்று தெரிந்தவன் என்பது புரிந்தது.

ஹஜாரி, "கஞ்சா கிஞ்சா ஏதாவது வேண்டுமா? என்னிடம் இருக்கிறது" என்றான்.

கிருஷ்ணலால் சிரித்தபடி, "இருந்தால் கொடுங்கள், பெரியவரே! தங்கள் சித்தம் என் பாக்கியம்!" என்றான்.

"சரி உட்கார், அப்பா! இதோ கஞ்சாத்தூள் போட்டுத் தருகிறேன்."

ஹஜாரி அப்படி அதிகமாகக் கஞ்சா குடிப்பவனில்லை. இருந்தாலும் கூட்டாளி எவனாவது கிடைத்து விட்டால் உற்சாகம் மூண்டு பின்னும் கொஞ்சம் உட்கொள்வது வழக்கம்.

இப்போதெல்லாம் ராணாகாட்டில் கஞ்சா குடிக்க வாய்ப்பு இல்லை. ஓட்டலில் எல்லாரும் அவனை மதித்து நடப்பவர்கள். நரேன் வேறு இருக்கிறான். இப்படிப் பல காரணங்களால் ஓட்டலில் அப்படிக் கஞ்சா குடிப்பது சாத்தியமில்லை. வீட்டிலும் முடியாது. அங்கே டேம்பி இருக்கிறாளே! அதோடு கண்டவர்களுடனும் சேர்ந்து கஞ்சா குடிப்பதும் சரியில்லை! மட்டு மரியாதை இல்லாது போய்விடுமே!

இன்று தனக்கேற்ற கூட்டாளி கிடைக்கவே, ஹஜாரி மகிழ்வுடன் கஞ்சாத் தூளைத் திணித்துப் புகைகுடிக்க ஆயத்தமானான். தயாரானதும் கஞ்சாக்குழாயை மிகவும் பரிவுடன் கிருஷ்ணலாலின் கையில் கொடுக்க வந்தான். அப்போது கிருஷ்ணலால் நாக்கைக் கடித்துக் கொள்வதுபோல் பாவனை செய்து அடக்க ஒடுக்கமாகக் கைகுவித்தபடி, “இது என்ன? நீங்கள் பெரியவர்; நீங்கள் உண்ட பிரசாதத்தைக் கொடுத்தால் போதும்” என்றான்.

பேச்சுவாக்கில் ஹஜாரி தன்னைப் பற்றிய தகவல்களைத் தெரிவித்தான். இதைக் கேட்டதும் கிருஷ்ணலாலுக்கு மிகவும் மகிழ்ச்சி. மட்டமான ஆசாமிகளோடு பழகுகிறவன் இல்லை அவன். ராணாகாட்டில் சுய முயற்சியால் இரண்டு பெரிய ஓட்டல்களை நடத்தும் ஒரு பெரியவரோடு கஞ்சா குடிப்பது தனக்கு ஒன்றும் இழுக்கில்லை என்றுதான் பட்டது அவனுக்கு.

ஹஜாரி, “ராணாகாட் பக்கம் வந்தால் என் ஓட்டலிலேயே தங்கவேண்டும், தெரிந்ததா? ரயிலடிக் கடைவீதியில் என் பெயரைச் சொன்னால் இடத்தைக் காட்டுவார்கள். காசு ஒன்றும் தரவேண்டாம். நான் கையெழுத்துப் போட்டுத் தருகிறேன்... உன்னோடு பல சங்கதி பேசவேண்டும்” என்றான்.

கிருஷ்ணலால் மீண்டும் கைகுவித்து, “மன்னிக்கவேண்டும், பெரியவரே! உங்கள் ஓட்டலில் தங்குகிறேன்; ஆனால் சும்மா சாப்பிட முடியாது. தொழில் முறை என்றால் அதன்படி நடக்க வேண்டும்; அதை மீறக்கூடாது. உரியதைக் கொடுக்கத்தான் கொடுப்பேன். வாங்கிக்கொள்ளும் விஷயத்திலும் அப்படித்தான். வியாபாரம் என்றால் அப்படி நடந்துகொள்வதுதான் பொருத்தம். தயைசெய்து கட்டாயப்படுத்தாதீர்கள் பெரியவரே!” என்றான்.

“சரி; உனக்கு நல்லது என்று பட்டதைச் செய்!”

கிருஷ்ணலால் மீண்டும் ஹஜாரியின் கால்களைத் தொட்டுக் கண்களில் ஒற்றிக்கொண்டு விடைபெற்றான்.

ஹஜாரி நதூன்பாடா கிராமத்தில் நுழைந்து ஸ்ரீசரண் கோஷின் வீட்டுக்கு வந்தான். ஸ்ரீசரண் வீட்டிலேதான் இருந்தார்.

ஹஜாரியைப் பார்த்ததும் இன்னார் என்று உடனே தெரிந்து கொண்டார். இந்தப் பக்கங்களில் ஆடிக்கு ஒருதரம் அமாவாசைக்கு ஒருதரம் வெளியூரார் வந்துபோவார்கள்! அதனால் வருபவர்களின் முகம் இங்கிருப்பவர்களுக்கு வெகுநாள் வரையில் நன்றாக நினைவில் இருக்கும்.

வீட்டு மருமகள், ஹஜாரி வந்த செய்தி கேட்டதும் அங்கே விரைந்து வந்தாள். கழுத்தில் சேலைத் தலைப்பை இழுத்து விட்டுக்கொண்டு ஹஜாரியை வணங்கினாள். "என்ன பெரியப்பா! இரண்டு மாசத்தில் வருவதாகச் சொல்லிப் போனவரில்லையா? இரண்டரை வருஷத்துக்கு மேல் ஆகிறதே! இத்தனை நாள் கழித்துத்தான் மகளைப்பற்றிய நினைவு வந்ததா?" என்றாள்.

"உம்...என்ன செய்கிறது, அம்மா... வேலைகள் அப்படி. சதி சாவித்திரி மாதிரி நீ நிம்மதியாக வாழவேண்டும்...நலந்தானே?"

"உங்கள் ஆசீர்வாதத்தால் நலந்தான். உங்கள் வீட்டில் எல்லாரும் நலந்தானே?"

"இப்போது ஒருவிதமாக நிம்மதியாகத்தான் வாழ்கிறோம்!"

"குஸுமா அக்காவைப் பார்த்தீங்களா அப்புறம்? அவளும் நலந்தானே?"

"உம், நலந்தான், அம்மா!"

"என்னைப் பற்றிச் சொன்னீங்களா?"

ஹஜாரி சங்கடத்தில் ஆழ்ந்தான். இவர்கள் வீட்டிலிருந்து முன்பு புறப்பட்டுப்போன பிறகு கோபால் நகரில் பலநாள் வீட்டு வேலையில் அமர்ந்தான்; அதன்பிறகு எத்தனையோ நாட்களுக்குப் பின் ராணாகாட்டுக்குப் போக நேர்ந்தது; குஸுமாவைப் பார்த்தான். அப்போது இந்த யாதவகுல மருமகளைப் பற்றி அவன் எண்ணியதுண்டா...? அவனுக்கே அது நினைவில்லை.

"உம்...நன்றாக நினைவு வரவில்லை. பல அலுவல்களில் ஈடுபட்டிருந்ததால் பல சங்கதி நினைவிராமல் போய்விடுகிறது. வயசும் ஆகிவிட்டதில்லையா?"

"ஆகா! நன்றாகச் சொன்னீர்கள்! ரொம்பத்தான் ஆகி விட்டது வயசு! என் பெரியப்பாவை விட நீங்கள் மிகவும் சின்னவராயிற்றே!"

"யாரை விட... கங்காதரை விடவா...? ஆமாம்! கங்காதரர் என்னை விடப் பதினாறு பதினேழு வயசு பெரியவர்தான்!"

"சற்றே உட்காருங்கள். இதோ நான் உங்களுக்குக் கை கால் கழுவ நீர் கொண்டு வருகிறேன்..."

அப்போது ஸ்ரீசரண் கோஷ் புகையிலைத்தூளை ஹுக்காவில் போட்டுக் கொண்டுவந்து ஹஜாரியிடம் கொடுத்தார். "என் மருமகளுடைய ஊரைச் சேர்ந்த பெரியவரில்லையா நீங்கள்! இங்கிருந்து நீங்கள் போனதும் உங்களைப் பற்றி எங்கள் மருமகள் விவரமாகச் சொன்னாள்!"

ஹஜாரி, தான் அவர்களுடைய மருமகளின் பிறந்த ஊரைச் சேர்ந்தவனாக இராவிட்டாலும் அவளுடைய சிற்றன்னையின் புகுந்தவீட்டு ஊரைச் சேர்ந்தவன்தான். அதோடு அவளுடைய தந்தையுடன் நெடுநாளாகப் பழகியிருப்பவன் என்பதைத் தெரிவித்தான்.

ஸ்ரீசரண், "அண்ணா, உங்களைவிடத் தாழ்ந்த குலத்தவர் நாங்கள். அதனால்தான் துணிந்து சொல்ல வாய் வரவில்லை. எப்போது இங்கே உங்கள் பாதம் படிந்ததோ நாலுநாள் இங்கே இருந்து விட்டுத்தான் போகவேண்டும்... நீங்கள் தங்கியிருந்தால் எங்கள் மருமகளுக்கு மிகவும் பிடிக்கும். அவள், 'இருக்கத்தான் சொல்லுங்களேன் அவரை!' என்று கேட்டுக்கொண்டாள்" என்றார்.

ஹஜாரி இங்கே குடும்ப உறவினன் என்ற முறையிலா வந்திருந்தான்? இப்போதே அவன் புறப்பட வேண்டியிருந்தது; இரண்டு பெரிய ஓட்டல் வேலையைக் கவனித்தாக வேண்டுமே! பல அலுவல்களைக் குறித்துத் தெரிந்திருந்தாலும் நரேன் இன்னும் இளம்பிள்ளைதானே? அவன் மேல் இரண்டு ஓட்டல் கணக்கு வழக்குப் பொறுப்பையும் சுமத்துவது சரியில்லை...

அந்த யாதவர்களின் வீட்டில் அவனே சமையல் செய்து கொள்ள ஹஜாரிக்கு வசதி செய்து கொடுத்தார்கள். அப்போதும் அந்த வீட்டு மருமகள், "இரண்டுநாள் தங்கி விட்டுத்தான் போக வேண்டும்; அப்படி என்ன அவசரம்? போனதடவை உங்களை நாங்கள் நன்றாக உபசரிக்க முடியவில்லை. இதனால் எங்கள் வீட்டாருக்கு வருத்தம். இந்தத் தரம் அப்படிப் போக விடமாட்டோம்!" என்றாள். ஹஜாரி சிரித்துக்கொண்டே, "அப்போது தங்கியிருந்தால் ஒன்றும் முழுகியிராது; உண்மைதான்! ஆனால் இப்போது நான் தங்க விரும்பினாலும் முடியாதே அம்மா!"

ஹஜாரி பேசும் தோரணை அந்த மருமகளுக்குத் திகைப்பூட்டியது. அவனது முகத்தையே நோக்கியபடி, "ஏன் பெரியப்பா, இந்தத் தடவை ஏன் தங்கக்கூடாது? என்ன சங்கதி?" என்றாள்.

"அந்தத் தடவை எனக்கு ஒரு வேலையும் இல்லை. சொல்லியிருந்தேனே நினைவில்லையா?"

"அப்படியானால் இப்போது வேலை இருக்கிறது என்று தெரிகிறது. நல்லது...அதுவும் ஆண்டவன் அருள்தான்...எங்கே வேலை?"

"கோபால நகரில்."

"அதனால்தான் இந்தப் பக்கமாக நடந்தே வந்து விட்டீங்களா?"

"ஆமாம்; அம்மா! நீ மிகவும் புத்திசாலி. புரிந்துகொண்டு விட்டாயே! பேஷ்!"

மருமகள் சற்றே நாணத்துடன், புன்முறுவல் செய்தபடி, "ஆகா! இதில் என்ன புத்திசாலித்தனம், பெரியப்பா?'

"அதுசரி; நீ இப்போது அரிவாள் மணையைக் கவனித்துக் கறிகாயை நறுக்கு. விரலை வெட்டிக்கொள்ளப் போகிறாய்? இளசு மீன்களைக் கழுவி அலசி வாணலியில் போடு."

"கோபால் நகரில் எங்கே வேலை பார்க்கிறீர்கள், பெரியப்பா?"

"குன்ட்டு குடும்பத்தாரிடம்."

"ரொம்பப் பெரிய இடம் போல் இருக்கிறது!"

"ஆமாம்; இல்லாவிட்டால் பட்டிக்காட்டில் போய்ச் சமையலுக்கென்று ஆள் வைப்பாங்களா? பெரிய இடந்தான்!"

"அவங்க வீட்டில் பூஜை, கீஜை உண்டா? பெரியப்பா!"

"தடபுடலாக நடக்கிறது, பெரிய விக்கிரகம்! ஜாத்ரா*, கூத்து எல்லாம் உண்டு."

"இந்தத் தடவை தசராவின்போது என்னையும் அங்கே அழைத்துப் போய்க் காட்டுங்களேன்! உங்களுக்குச் சிரமம் ஏதும் இராதபடி பார்த்துக்கொள்கிறேன். எங்கள் வீட்டில் மாட்டுவண்டி இருக்கிறது. அதில் எல்லாருமாகப் புறப்பட்டுப் போகலாம். மறுநாளே எல்லாவற்றையும் பார்த்துவிட்டுத் திரும்பிவிடலாம்... என்ன சொல்றீங்க?"

"நல்ல யோசனைதான்!"

"அப்படியானால் அழைத்துப் போகிறீங்களா? சரிதானே...? நான் எங்கேயும் போய்ப் பார்த்ததில்லை, பெரியப்பா! பிறந்த வீட்டுக்கும் புகுந்த வீட்டுக்கும் போய்வருகிறேனே,

---

★ ஊர்வலம்.

மாட்டுவண்டியில் அதுதான்! இன்னும் பெரிய ஊராகப் போய்ப் பார்க்க வேண்டுமென்று எனக்கு ஆசையாக இருக்கிறது. ஆனால் யார் அழைத்துப் போகிறாங்க?"

ஹஜாரிக்கு இதைக் கேட்க மிகவும் வருத்தமாக இருந்தது. இந்தப் பெண்ணைப் பட்டணம் கடைவீதி, இப்படி, எங்காவது அழைத்துப் போய்க் காட்டித்தான் ஆகவேண்டும் என்று அவனுக்குப் பட்டது. தன்னால் முடிந்ததைச் செய்வதாக அவன் வாக்களித்தான்.

ஒருதரம் ஹுக்காவில் புகை இழுத்ததும், "அந்தப் பண விஷயம் நினைவிருக்கிறதா?" என்று கேட்டான்.

"உம்...பணம் தேவையா, பெரியப்பா?"

"எவ்வளவு தரமுடியும்?"

"முன்னே எண்பது ரூபாய் இருந்தது. இப்போது இந்த இரண்டு வருஷத்தில் அதோடு இருபது ரூபாய் கூடியிருக்கிறது."

"அதெப்படி?"

அந்த மருமகள் நாணத்துடன் முகம் குவிந்தபடி, "மருமகப் பிள்ளை நல்லவர். போன வருஷம் புகையிலை வியாபாரத்தில் இரண்டு துட்டு மேலே கிடைத்தது. அதிலிருந்து இருபது ரூபாய் கொண்டு வந்து கொடுத்து 'இதை உன்னிடம் வைத்துக்கொள்' என்றார். அதுவும் சேர்ந்து இதோ இருக்கிறது மொத்தம் நூறு ரூபாய்" என்றாள்.

"நல்லது. மொத்தத்தையும் கொடுக்கிறாயா?"

"எடுத்துக்கொள்ளுங்களேன்! நான்தான் அந்தத் தடவையே சொன்னேனே!"

"மனப்பூர்வமாகத்தானே தருகிறாய், அம்மா!"

அந்த மருமகள் நாக்கைக் கடித்துக்கொண்டே, "இப்படி யெல்லாம் கேட்காதீர்கள், பெரியப்பா! நீங்கள் என் அப்பாவுக்குச் சமம். அதோடு மேல்குலத்தைச் சேர்ந்தவர். இந்த இரண்டு காசு பணத்தை உங்களுக்குத் தரக்கூடவா எனக்கு நம்பிக்கை இராது? அந்த மாதிரி தவறாக எண்ணாதிருக்க ஆண்டவன்தான் எனக்கு நீடித்து நல்ல புத்தி கொடுக்கவேண்டும்" என்றாள்.

அந்தப் பெண்ணின் கள்ளங்கபடற்ற உள்ளத்தைப் புரிந்து கொண்டதும் ஹஜாரியின் கண்களில் நீர் வந்தது. "நல்லது. அம்மா! அப்படியானால் தா! வட்டி எவ்வளவு?" என்றான்.

"நீங்கள் கொடுப்பதை வாங்கிக்கொள்கிறேன். எங்கள் கிராமத்தில் ரூபாய்க்கு இரண்டு பைசா விகிதம்..."

“அதையே நானும் தருகிறேன்.”

ஹஜாரி சாப்பிட அமர்ந்தபோது, இந்த நூறு ரூபாய் மூலதனத்தைக் கொண்டு, தான் அப்படி என்ன அவளுக்கு அதிகமாகக் கொடுத்துவிடமுடியும்? பங்குதாரராக ஏற்றுக் கொள்ள வேண்டியதுதான் என்று முடிவு செய்தான். அப்படி இருந்தாலும் இந்த நூறு ரூபாய் லாபத்தில் என்ன பங்கு அவளுக்குக் கிடைத்துவிடப் போகிறது என்றுதான் பட்டது அவனுக்கு. இந்தப் பெண்ணுக்கு அதற்கும் மேலேயே போட்டுத்தரவேண்டும் என்று இருந்தது. ரயில்வே ஓட்டலில் இதைப்போட்டு அதில் பங்கு தரலாம் என்றால், வேறு மனிதரின் பேரில் அதில் போடமுடியாது. இது சாத்தியமாகியிருந்தால் கடைத்தெரு ஓட்டலைவிட அதில் இவளுக்கு நிறையக் கிடைக்கும்!

சாப்பிட்டானதும் சிறிது நேரம் அவன் இளைப்பாறினான். பிறகு புறப்பட்டான். அதற்குமுன் அந்த மருமகள் அவன் கையில் நூறு ரூபாய்களைக் கொண்டுவந்து கொடுத்தாள். அவன் ராணாகாட்டிலிருந்து ரெவின்யூ வில்லை ஒட்டிய ஒரு தாளைக் கொண்டு வந்திருந்தான். அதில் அந்தத் தொகையைக் குறிப்பிட்டுத் தன் கையெழுத்தைப் போட்டு அவளிடம் கொடுத்தான். ஏனோ அந்தப் பெண்ணிடம் அவனுக்கு அவ்வளவு பாசம் மூண்டது! புறப்பட்டுப் போகும்போது அவன் திரும்பத் திரும்ப, “மறுபடி இந்தப் பக்கம் வரும்போது பட்டணம் அழைத்துப் போய்க் காட்டுகிறேன், அம்மா!” என்றான்.

“கோபால் நகருக்கா?”

“நீ எங்கே அழைத்துப் போகச் சொன்னாலும் போகத்தயார்!”

“மறுபடியும் எப்பது வருவீங்க?”

“வரப்பார்க்கிறேன்...ஆனால் இந்தத் தடவை அதிக நாள் ஆகாது!”

இங்கிருந்து அருகேதான் பாலு பஜார் இருந்தது. ஒரு நாலு மைல் தூரந்தான் இருக்கும். ஹஜாரி முன்பு ஒரு மளிகைக் கடைக்காரன் வீட்டில் தங்கியிருந்தானில்லையா? அவனைப் பார்க்கவேண்டும் என்று தோன்றியது. இரவு நிலா இருக்கிறது... பின் இரவிலே பாலு பஜாரிலிருந்து கிளம்பினால் கூட எட்டு மணிக்கெல்லாம் ராணாகாட் போய்ச்சேர்ந்துவிடலாம்.

பாலு பஜாரில் அந்த மளிகைக் கடைக்காரன், ஹஜாரியைப் பார்த்ததுமே தெரிந்துகொண்டுவிட்டான். மிகவும் பரிவுடன் அங்கே ஹஜாரியை உபசரித்து, தங்கவும் ஏற்பாடு செய்து

கொடுத்தான். ஹஜாரி மேல்குலத்தவனாயிற்றே; அதனால் புகையிலைத் தூளைப் போட்டுப் புதிய நீர் விட்டு ஹுக்காவைத் தயாரித்துக் கொடுத்தான், ஹஜாரியிடம்.

“தயை செய்து இதை வாங்கிக்கொள்ளுங்கள்...இப்போது என்ன செய்து கொண்டிருக்கிறீர்கள்? அந்தத்தடவை வேலை தேடி அங்கங்கே போய்க் கொண்டிருந்ததாகச் சொன்னீங்களே!” என்றான்.

“ஆமாம். அப்போதே வேலை கிடைத்தது – கோபால் நகரில் குன்ட்டு குடும்பத்தார் வீட்டிலேதான்!”

“ஓ! நல்லது! கோபால் நகரில் குன்ட்டு குடும்பத்தார் என்றால் பிரபலமாயிற்றே! நல்லவங்க என்று கேள்விப்பட்டிருக்கிறேன். எவ்வளவு சம்பளம் கொடுக்கிறாங்க, பெரியவரே!”

“பத்து ரூபாயும் இரண்டு வேளைச் சாப்பாடும். அப்புறம்...”

“லீவு கேட்டுக்கொண்டு வந்திருக்கிறீங்க போல் இருக்கிறது? இப்போது அங்கேதானே கிளம்பிப் போகிறீங்க?”

“இல்லை...இப்போது நான் அங்கே இல்லை.”

மளிகைக்காரன், வருத்தமுற்ற குரலில், “அடாடா! இப்போது அந்த வேலையில் இல்லையா...? பின்னே என்ன செய்கிறீங்க?” என்று கேட்டான்.

ஹஜாரி நிதானமாகத் தான் ஓட்டல் நடத்தத் தொடங்கிய வரலாற்றை முதலிலிருந்து இறுதிவரை சொல்லிமுடித்தான். கடைக்காரன் வியாபாரத்தில் அநுபவம் உள்ளவன். அவனிடம் இப்படி விரிவாகச் சொல்லுவதில் ஹஜாரிக்கு ஓர் இன்பம் மூண்டது.

இரவு மணி சுமார் எட்டரை இருக்கும். ஹஜாரி சொன்னதை யெல்லாம் கேட்டதும் மளிகைக்கடைக்காரனுக்கு முன்னைவிட அவனிடம் பெருமதிப்பு ஏற்பட்டது. “பெரியவரே! இரவு நேரம் ஏறிக்கொண்டே போகிறது. நீங்கள் இங்கே தங்கிச் சாப்பிட ஏற்பாடு செய்கிறேன். ஆனால் ஒரு சங்கதி...என் கடையிலிருந்து தருகிற சாமான்களுக்கு நீங்கள் பைசாகூடத்தரக்கூடாது. நான் வாங்கிக் கொள்ளவே மாட்டேன்!” என்றான்.

“இதேன்ன வேடிக்கையாக இருக்கிறதே!”

“ஊஹூம்... பெரியவரே! இனிமேலும் நீங்கள் வழிப்போக்கர் இல்லை. என்னைப்போல் ஒரு தொழிலில் ஈடுபட்டிருப்பவர். எப்போது என் கடையில் காலெடுத்து வைத்தீர்களோ, இந்த ஏழை விதுரனின் உபசரணையை ஏற்றுக்கொண்டுதான் ஆகவேண்டும்.

அதேமாதிரி நானும் ராணாகாட்டுக்கு வந்து விருந்தாளியாகத் தங்குவேன். தெரிகிறதா?"

'இந்த நாட்டுப்புற வியாபாரிகள் இப்படித்தான்; ஒருவருக் கொருவர் அன்பும் பரிவும் காட்டிக் கலந்து பழகுவார்கள்' என்று தெரியும் ஹஜாரிக்கு. ராணாகாட் போன்ற பட்டணவாசத்தில், போட்டி, பொறாமை காரணமாகச் சூழ்நிலை கெட்டுக்கிடந்தது!

அன்று இரவு கடைக்காரன் ஹஜாரிக்குத் தேவையான உணவுப் பொருள்களைக் கொடுத்து உதவினான். நெய்யும் மைதாவும் கொண்டு வந்தான் - ஹஜாரி தன் கையாலேயே பூரி தயாரித்துச் சாப்பிடத் தந்தான்! ஹஜாரி என்னதான் தடுத்தும் கடைக்காரன் கேட்கவில்லை. எங்கிருந்தோ சின்னஞ்சிறு ஆற்றுமீன் (ருயி), இளஇளவென்று இருக்கும் புடலங்காய், கிட்டத்தட்ட அரைசேர் பால், அரைசேர் கட்டித்தயிர், பாலு பஜாரில் அப்போதுதான் போட்டுச் சூடாக எடுத்த ரசகுல்லா, சந்தேஷ் என்ற இனிப்புப் பண்டமெல்லாம் கொண்டுவந்து கொடுத்தான்.

ஹஜாரிக்குக் கூச்சமாகவும் திகைப்பாகவும் இருந்தது. இப்படி இருக்கும் என்று தெரிந்திருந்தால் அவன் அங்கே வந்திருக்கவே மாட்டான்! 'இந்த ஏழைக் கடைக்காரன், பாவம் நமக்காக இப்படிச் செலவழிக்கிறான்; வேண்டாமென்றாலோ இவனுக்கு வருத்தமாக இருக்கும், பாவம்!' என்றுதான் எண்ணினான். இந்தமாதிரி தன்னலமற்ற ஓர் உபசாரத்தைப் பட்டணவாசத்துக் கடைவீதியில் காணமுடியுமா?

கிராமங்களில்தான் இதைக் காண முடியும்! இந்த வழக்கம் இன்னும் பத்து இருபது ஆண்டுகளுக்குள் இங்கேயேகூட மறைந்து விடக்கூடும்!

மறுநாள் காலை ஹஜாரி அந்தக் கடைக்காரனிடம் விடை பெற்றுக் கொண்டான். ஆனால் ராணாகாட்டுக்குப் போகாமல், நடந்தே கோபால் நகருக்குக் கிளம்பினான். அங்கே தன்னுடைய பழைய எசமானின் வீட்டில் அவன் வைத்துவிட்டுப் போன துணி மூட்டை இன்னும் அப்படியே இருக்குமே, அதைக் கொண்டுவரத்தான்! இப்படி வெகு நாளாக அதைக் கொண்டு வரவேண்டும், வரவேண்டும் என்று எண்ணம்! ஆனால் இதுவரை இங்கே வரமுடியவில்லை.

வழியில் பொழுது சாய்ந்துவிட்டது. பாதையோரம் காட்டுப் புதர்களுக்கு அருகில் சிறு குளம் ஒன்று இருந்தது அவனுக்கு நினைவு வந்தது. இதன் அருகில்தான் ஸ்ரீநகர் சிம்லே கிராமம்.

ஹஜாரி கிராமத்தில் நுழைந்தான். முந்தைய முறை தங்கிய கனவானின் வீட்டுக்குப் போய் அவரைக் காணவேண்டுமென்று தோன்றியது. வெகுநாள் கழித்து இந்தப் பக்கம் வந்திருக்கிறான்; அவரைப் பற்றி விசாரிக்காமல் இருக்கமுடியுமா? பிஹாரி பாண்டுஜ்ஜே தம் வீட்டிலேதான் இருந்தார். இந்த இரண்டு ஆண்டுகளில் அவருடைய உடம்பு மலேரியாக் காய்ச்சலால் இளைத்துத் துரும்பாகிவிட்டது, பாவம்! தலைமயிர் முழுவதும் நரைத்துவிட்டது; முன்பல் இரண்டொன்று விழுந்துவிட்டது. ஹஜாரியைப் பார்த்ததும் அவர் உடனே அவனை அடையாளம் கண்டு கொண்டார். கிராமாந்தரத்தில் விருந்தாளியை உபசரிக்கும் முறைமை எதுவும் குறையாதபடி கவனித்துக்கொண்டார். உடனே கை கால் கழுவ நீர் கொண்டுவரச் சொன்னார், ஆள் மூலம். ஹஜாரியை அங்கேயே தங்கிச் சாப்பிட்டுவிட்டுத்தான் போகவேண்டும் என்று கண்டிப்பாகச் சொல்லி நிறுத்திவிட்டார். வீட்டெதிரே இருந்த தென்னைமரத்திலிருந்து இளநீர் பறித்து எடுத்து வரும்படி ஆளுக்கு உத்தரவிட்டார்.

முன்னமேயே அந்தக் கிராமத்தில் அவ்வளவாக மக்கள் வசிக்கவில்லை. இந்த இரண்டு ஆண்டுகளில் மனித நடமாட்டம் இன்னும் குறைந்துவிட்டது. பாண்டுஜ்ஜேயின் வீட்டுக்கு வடக்குப்புறம் மூங்கில் தோப்பின் மறுபக்கம், முன்பு ஒரு கிராமவாசி குடியிருந்தது ஹஜாரிக்கு நினைவிருந்தது. இந்தத் தடவை அவர்கள் குடிசை இருந்த இடம் வெறிச்சென்று கிடந்தது. பிஹாரி பாண்டுஜ்ஜே, ஹஜாரி என்ன கேட்பான் என்று ஊகித்து, "துலாலைப் பற்றித்தானே கேட்க நினைத்தீர்கள்? அவர்கள் குடும்பம் இப்போது இங்கே இல்லை. துலாலும் அவனுடைய தம்பி நேபாலும் போன கார்த்திகை மாசம் இறந்து விட்டார்கள், பாவம்! துலாலின் பெண்டாட்டி தன் மகளையும் மகனையும் இட்டுக்கொண்டு அவளுடைய தகப்பன் வீட்டுக்குப் போய்விட்டாள்... நேபால்தான் கல்யாணமே செய்து கொள்ளவில்லையே...! அப்புறம் அந்தக் குடிசை பிய்ந்து போய்த் தரைமட்டமாகிவிட்டது. கிராமம் முழுவதும் இப்படி வெறிச்சோடிக்கிடக்கிறது... அதிருக்கட்டும். நீங்கள் இங்கே வந்து இருப்பதாகச் சொன்னீர்களே! வந்து இருக்கக்கூடாதா? துலால் இருந்த இடத்தில் இல்லாவிட்டாலும் எங்கள் தெருவோரமாக இடந்தருகிறேன். வீடு கட்டிக்கொள்ளுங்களேன். எங்கள் கிராமத்தில் ஆள் இல்லாத குறைதான். நீங்கள் வந்துவிட்டால்

பயிரிட நிலம் தருகிறேன்... அதோடு மா, பலாத்தோப்பும் உண்டு. எவ்வளவு வேண்டும், சொல்லுங்கள்! எத்தனையோ பெரிய பெரிய மாந்தோப்புகளும் பலாத்தோப்புகளும் வீணாகக் கிடக்கின்றன. இங்கே ஊர், புதரும் காடும் பரவிப் பாழாகிக்கொண்டிருக்கிறது! மனுஷர்களே இல்லை. இவ்வளவு மாந்தோப்பையும் பலாத்தோப்பையும் யார் அனுபவிக்க இருக்கிறார்கள்! நாலு பெரிய பெரிய தோப்புகளை உங்கள் பேருக்கு எழுதிவைத்து விடுகிறேன். எங்கள் கிராமத்தில் சாப்பாட்டுக்கு ஒரு குறையுமில்லை. நிம்மதியாக இருக்கலாம். எது வேண்டுமோ கிடைக்கும்...பழம், மீன் எல்லாம் மலிவு!'' என்றார்.

'பின்னே மலிவில்லாமல் வேறு வழி? வாங்க மனுஷர்கள் இருந்தால்தானே?' என்றுதான் பட்டது ஹஜாரிக்கு. ஒரு சங்கதி நினைவுக்கு வரவே, அவன் பிஹாரி பாண்டுஜ்ஜேயைப் பார்த்து, ''ஊரிலேயே மனுஷங்க இல்லையென்றால் இந்தப் பண்டங்கள், காய்கறி, பால் எல்லாவற்றையும் யார் தயாரிப்பாங்க?'' என்றான்.

அதற்குப் பாண்டுஜ்ஜே, ''ஒரு விஷயம் உங்களுக்குப் புரியவில்லை. மேட்டுக்குடிகள் ஊரைவிட்டுப் போய் விட்டாலும் குடியானவ மக்கள் நிறையப்பேர் இருக்கத்தான் இருக்கிறார்கள். சிம்லேகாமுக்கு வெளியே பரந்த வெளியில் நூறு குடும்பத்திற்கு மேல் குடியானவர்கள் வாழ்ந்து தான் வருகிறார்கள். அங்கே மலேரியாவும் இல்லை...பெரிய மனுஷங்களைத்தான் அது வாட்டுகிறது. எங்கும் இப்படித்தான்!'' என்றார்.

பிஹாரி பாபுவுக்கு நாலு பிள்ளைகள். சில ஆண்டுகளுக்கு முன் பெரியவனுக்குத் திருமணம் செய்துவைத்தார். அவனது உடல்நிலையைப் பார்த்ததும் ஹஜாரிக்கு, 'இந்தப் பட்டிக்காட்டில் இன்னும் இரண்டு மூன்று ஆண்டுகள் இந்தப் பிள்ளையாண்டான் இருந்தால் பாண்டுஜ்ஜே ஐயாவின் மருமகள், நெற்றியிலுள்ள குங்குமம், திருமங்கலியம், வளையல் எல்லாவற்றையும் இழக்க வேண்டியதுதான்!' என்று பட்டது.

ஆனால் அந்தப் பிள்ளையாண்டானோ வீட்டை விட்டு வெளியே போகவும் முடியாத நிலை...நிலம், நீச்சு, உழவு, அறுவடை இவற்றையெல்லாம் கிழவர் தன்னந்தனியாகக் கவனித்துக்கொள்ள முடியாதே! அதோடு அவனுக்குப் படிப்பும் போதாது. ஆகவே, வெளியிடத்துக்குப் போய்ச் சம்பாதிக்கவும் வழி இல்லை. கிராமத்து ஆரம்பப்பள்ளியோடு அவனுடைய படிப்பு

முடிந்து விட்டது. அவன் மட்டும் என்ன? மற்ற பிள்ளைகளும் அதே நிலையில்தான் இருந்தார்கள்.

ஹஜாரி, பிஹாரி பாபுவிடம், "நான் ஒன்று சொல்கிறேன், ஐயா! நீங்கள் தவறாக எண்ணிக்கொள்ளக்கூடாது. உங்கள் பிள்ளைகளில் ஒருத்தரை என்னோடு ராணாகாட்டுக்கு அழைத்துப் போகிறேன். ஓட்டல் வேலையில் பழக்கம் ஏற்பட்டால் அப்புறம் முன்னுக்கு வரமுடியும்!" என்றார்.

அவர், "சாப்பாட்டுக்கடை நடத்துவதா... மன்னியுங்கள்! நாங்கள் அந்தத் தொழிலில் ஈடுபடமாட்டோம். எங்கள் வம்சத்தில் அப்படி இருந்ததில்லை. அது எங்களுக்கு ஒத்துவராது" என்றார்.

ஹஜாரிக்கு அதற்குமேல் பேசத் துணிவு வரவில்லை. விடைபெற்று ஸ்ரீநகர் சிம்லேயிலிருந்து கிளம்பி அவன் மீண்டும் பிரதான சாலைக்கு வந்து சேர்ந்தான். முன்தடவை போலவே இப்போதும், 'அப்பாடா! தப்பினோம்!' என்று நிம்மதியாகப் பெருமூச்சு விட்டான். இந்த மாதிரி இடத்தில் உப்புச்சப்பற்ற வாழ்க்கை வாழ்ந்து உயிரை விடுவது அவனுக்குப் பிடிக்கவில்லை!

கோபால் நகர் போய்ச் சேரும்போது மணி ஐந்து. அங்கே குன்ட்டு குடும்பத்தாரின் வீட்டுக்கு வந்ததும் ஹஜாரியை அவர்கள் மிகவும் பரிவுடன் உபசரித்தார்கள். குடும்பத்துப் பெரியவர் மிகவும் மகிழ்ச்சியுடன், "என்ன ஹஜாரி ஐயா! இத்தனை நாளாக எங்கே இருந்தீங்க? வாருங்கள்! வாருங்கள்!" என்று வரவேற்றார்.

அவ்வீட்டுப் பெண்களுக்கும் ஒரே மகிழ்ச்சி! ஹஜாரி ஐயாவின் சமையலைப் பற்றி இன்னும் அவர்கள் அடிக்கடி பேசிப் பாராட்டிக் கொண்டிருந்தார்கள். 'சமையற்கலையில் நிபுணர் அவர்' என்ற கருத்தில் அவர்களிடையே வேற்றுமையில்லை!

ஹஜாரி முன்பு தன் எசமான்களாக இருந்தவர்களுக்குரிய மரியாதையைச் செலுத்தத் தவறவில்லை. பெரியவரின் மனைவி, "இரண்டு நாள் என்று சொல்லிவிட்டுப் போனீங்க. இரண்டு வருஷமாகக் கண்ணிலேயே படவில்லையே! என்ன விசேஷம்...? சம்பளப் பாக்கியையும் வாங்கிக் கொள்ளவில்லை! சங்கதி என்ன?" என்றாள்.

மேல்குலத்தவரிடம் இவர்களுக்கு மரியாதை உண்டு. ஹஜாரி தங்கள் வீட்டுச் சமையற்காரனாக ஒருசமயம் இருந்திருந்தாலும் தங்களை விட உயர்குலம் என்ற முறையில் கௌரவமாகவே நடத்தினார்கள். அவர் மகள் நிர்மலாவுக்கு, ஹஜாரி முன்னே அங்கே இருந்தபோதே திருமணம் ஆகிவிட்டது. அவள் புக்ககம்

போயிருந்தபோதுதான் ஹஜாரி அந்த வேலையை விட்டு ராணாகாட்டுக்கு வந்தான். நிர்மலா அப்போது அங்கே இருந்தாள். அவனுடைய காலைத் தொட்டு வணங்கினாள். "நான் மாமனார் வீட்டிலிருந்து வந்தபோது பார்த்தால் உங்களைக் காணவில்லை. அதற்கு முன் திருமணத்துக்கு மறுநாள் உங்கள் சமையலைச் சாப்பிட்டாரில்லையா எங்களவர்? என்னிடம், 'உங்கள் வீட்டுச் சமையற்கார ஐயா கை பட்டால் எல்லாம் பிரமாதமாக இருக்கும் என்று தெரிகிறது. இன்னொரு நாள் அதைச் சாப்பிடாமல் விடப் போவதில்லை' என்றார். ஆனால் இங்கே வந்து பார்த்தால் உங்களைக் காணவேயில்லை. இத்தனை நாளாக எங்கே இருந்தீங்க? அந்தமாதிரி மாமிசம் பண்ணிப் போடுங்களேன்! இனிமேல் இங்கேதானே இருப்பீங்க?" என்றாள்.

ஹஜாரிக்கு இவர்களிடம் உண்மையை எப்படி வெளியிடுவது என்று சங்கடமாக இருந்தது. ஆனாலும் சொல்லித்தானே ஆகவேண்டும்? அப்படியே சொல்லவும் செய்தான். பிறகு நிர்மலாவிடம், "உன் விருப்பப்படியே அதைச் சமைத்துக் கொடுத்துவிட்டுப் போகிறேன், அம்மா! இரண்டுநாள் உங்களோடு இருந்து இங்கே எல்லாருக்கும் என் கையால் சமைத்துப் பரிமாறி விட்டு, அப்புறம் போகிறேனே" என்றார்.

முழுவிவரம் தெரிந்ததும் பெரியவர் உற்சாகத்துடன், "என்ன, ராணாகாட் பிளாட்பாரத்து ஓட்டல் உங்களுடையதுதானா? பேஷ்! பேஷ்! நாங்களும் வியாபாரிகள்தான்; ஆனால் இந்த மாதிரி ஒரு வீட்டில் சமையற்காரராக இருந்து முன்னுக்கு வரமுடியாது என்று எங்களுக்கும் தெரியும்! வியாபாரம் என்று இறங்கினால்தான் இப்படி முன்னுக்கு வரமுடியும் – அது எந்த வியாபாரமாக இருந்தாலும் சரி...! நீங்களோ பிரமாதமாகச் சமைக்கிறீங்க. இந்த ஓட்டல் வியாபாரம்தான் உங்களுக்குக் கைவந்தது! விஷயம் தெரிந்தவங்களுக்குத்தான் இது புரியும். நீங்கள் வாழ்வில் முன்னேறிச் சுகமாக இருக்க வேண்டும்" என்றார்.

அங்கிருந்து புறப்படும்போது ஹஜாரிக்கு அவர் ஒரு ஜோடி வேஷ்டியும் அங்கவஸ்திரமும் சம்பளப்பாக்கியும் கொடுத்து அனுப்பினார். ஹஜாரி சம்பளப் பாக்கிக்காக வராவிட்டாலும் அவர்கள் விருப்பப்படியே அதையும் ஏற்றுக்கொண்டான்; மறுக்கவில்லை. அவனை மதிப்பாகத்தான் நடத்தினார்கள். எனவே, அவர்கள் கொடுத்த காசையும் துணிமணிகளையும் பெற்றுக்கொண்டு கோபால் நகரிலிருந்து கிளம்பினான்.

ராணாகாட் ரயில் நிலையத்தில் இறங்கியதும் நரேனைத்தான் பார்த்தான். அவன், "எங்கே போயிருந்தீங்க மாமா? வீட்டில் எல்லாரும் என்னவோ ஏதோ என்று கவலைப்பட்டுக்கொண்டு இருந்தோம். நேற்று ரயில்வே இன்ஸ்பெக்டர் வந்திருந்தார். நம் ஓட்டலைப் பார்த்ததும் மிகவும் திருப்தி அவருக்கு. 'ரிப்போர்ட்' நோட்டில் பிரமாதமாகப் பாராட்டிக் கையெழுத்துப் போட்டுவிட்டுப் போனார்!" என்றான்.

"டேம்பி சௌக்கியமா?"

"உம்...மாமா! நேற்று நாங்கள் எல்லாரும் டாக்கி பார்க்கப் போயிருந்தோம் – மாமி, நான், ஆஷா லதா எல்லாரும். டாக்கியைப் பார்த்ததும் மாமிக்கு ஒரே மகிழ்ச்சி!"

டேம்பி மகிழ்ந்ததைத்தான் மாமி மகிழ்ந்ததாக அவன் சொன்னான்!

"இன்னொரு சங்கதி, மாமா!"

"என்ன, அப்பா?"

"நேற்றுப் பத்மா உங்கள் வீட்டுக்கு வந்து மாமியோடு வெகுநேரம் பேசிக்கொண்டிருந்தாள். அப்புறம் குஸுமா அக்காவும் உங்களைப் பார்க்க வேண்டுமென்று வந்திருந்தாள்."

ஹஜாரி வீட்டில் நுழைந்ததும் டேம்பி என்னும் ஆஷாலதாவும் அவருடைய தாயும் தாங்கள் பார்த்த டாக்கியைப் பற்றிப் பேச ஆரம்பித்து விட்டார்கள். வாழ்வில் முதல் தடவையாக அவர்கள் அதுவரை கற்பனையிலும் எண்ணியிராததைக் கண்டு விட்டார்களில்லையா? – மறுபடியும் ஒருநாள் போய்ப் பார்க்க வேண்டும் என்று டேம்பிக்கு ஆசை! வேலை எப்போதும்தான் இருக்கிறது! ஒருநாள் டாக்கி பார்ப்பதற்குக்கூடவா நேரம் இல்லாமற்போய்விடும்?

"எவ்வளவு அற்புதமாகப் பாடினார்கள், தெரியுமா, அப்பா! நான் இரண்டு பாட்டுகளைக் கூடக் கற்றுக்கொண்டுவிட்டேன், அப்பா!"

"என்ன பாட்டு?"

"ஒரு பாட்டு: 'என்றும் பார்த்துக்கொண்டேயிருப்பேன் நீ வரும் வழியை' – அற்புதமான மெட்டு...! கேட்கிறாயா? இதை நான் ரொம்ப நன்றாகப் பாடுவேனே."

"இருக்கட்டும் இருக்கட்டும்... இப்போது வேண்டாம். அப்புறம் பாடலாம்... கொஞ்சம் வேலை இருக்கிறது."

இதைக் கேட்டதும் டேம்பியின் உற்சாகம் குன்றிவிட்டது.

இந்த மாதிரிப் பாட்டை அப்பாவுக்குப் பாடிக் காட்டியிருந்தால் அவளுக்கு மிகவும் மகிழ்ச்சியாக இருந்திருக்கும், பாவம்! 'அப்படி இல்லாமல் அப்பா எப்போதும் வேலை, வேலை என்று சொல்லிக் கொண்டிருக்கிறாரே!' என்று அவளுக்கு வருத்தம்.

டேம்பியின் தாய், "ஏங்க...நேற்றுப் பத்மா என்ற பெண் என்னைப் பார்க்க வந்திருந்தாள்...நல்லவள்! அவள் இருந்த ஓட்டலிலேதான் நீங்கள் வேலை பார்த்தீங்களாமே?" என்றாள்.

ஹஜாரி ஆவலுடன், "அப்புறம் பத்மா என்ன சொன்னாள்?" என்று கேட்டான்.

"பேசிக்கொண்டிருந்தாள். வெற்றிலை பாக்கு எல்லாம் கொடுத்தேன். அதை வாங்கிப் போட்டுக்கொண்டாள். அவங்க ஓட்டல் படுத்துக்கொள்ளும்போல் இருக்கிறதாம்! அதிக நாள் நடக்காதாம்...! சொன்னாள்."

இப்போதும் பத்மாவிடம் ஹஜாரிக்கு மதிப்பு இருந்தது. பத்மா – ஜகம் முழுவதையும் ஆட்டிப் படைக்கும் பத்மா – அவனுடைய வீட்டுக்கு வந்திருந்தாள். அவனுடைய மனைவியோடு வலிந்து பேசிக் கொண்டிருந்தாள் என்ற செய்தியைக் கேட்டு அவனது உச்சி குளிர்ந்துவிட்டது. 'பத்மாவே நம்மை இவ்வளவு மதிக்கத் தொடங்கி விட்டாள் என்றால், அதற்கு மேல் கேட்பானேன்?' அவள் பாதம் தன் வீட்டில் படிந்ததால் ஏதோ தன் பிறவிப் பயனே கிட்டி விட்டதாக அவன் கருதினான்!

அப்போது டேம்பி, "அப்பா, நரேன் அண்ணாவை வரச் சொல்லியிருக்கிறோம்...விருந்துச்சாப்பாடு மாதிரி இருக்க வேண்டும்... நீ அதற்கு வேண்டியதையெல்லாம் கொண்டு வருகிறாயா?"

ஹஜாரி மகிழ்வுடன் தலையசைத்தான். அவன் தன் அலுவல்களையெல்லாம் முடித்துக்கொண்டு குஸுமாவின் வீட்டுக்குப் போய் வரக் கிளம்பினான். வழியில் திடீரென்று பத்மா எதிர்ப்பட்டாள். அவள் உடுத்திருந்த சேலை மிகவும் அழுக்கடைந்திருந்தது. இப்படி அவள் இருந்து அவன் பார்த்ததில்லை.

ஹஜாரி, "கையில் என்ன, பத்மா? எங்கே போய்க் கொண்டிருக்கிறாய்?" என்றான்.

பத்மா அவனைப் பார்த்ததுமே நின்றுவிட்டாள். "ஐயா எப்போது வந்தாற்போலே? கையில் இருப்பது புளி. ஓட்டலிலிருந்து கொஞ்சம் எடுத்துவந்தேன்" என்றாள்.

ஹஜாரி தனக்குள்ளேயே சிரித்துக்கொண்டான். ஓட்டலிலிருந்து ஒரு பண்டத்தை ஒளித்து எடுத்துப்போகும் பழக்கம் இன்னும் அவளை விட்டுப் போகவில்லை!

ஹஜாரி அவளைத் தாண்டிப் போகக் கிளம்பினதுமே, "ஐயா! ஒன்று சொல்லவேண்டும்...இருங்களேன். நேற்று உங்கள் வீட்டுக்கு வந்திருந்தேன்....அம்மா சொல்லவில்லையா?" என்றாள்.

"ஆமாம், ஆமாம்...சொன்னாள்."

"நல்ல குணம் அம்மாளுக்கு... என்னோடு ரொம்ப நேரம் பேசிக் கொண்டிருந்தாங்க... இன்னொருநாள் போய்ப் பார்க்க வேண்டும்."

"அதற்கென்ன, தாராளமாக வாயேன், அம்மா! உன் வீடு மாதிரி என்று நினைத்துக்கொள். எப்போது வேண்டுமானாலும் வந்து போகலாம்...அது சரி; ஓட்டல் எப்படி இருக்கிறது?"

"அப்படி மோசமில்லை...ஏதோ ஒருவிதமாக நடக்கிறது!"

"நல்லது, நான் வரட்டுமா?"

ஹஜாரி புறப்பட்டுவிட்டான். 'மோசமில்லை; ஏதோ நடக்கிறது' என்கிறாளே; நேற்று வந்து நம் சம்சாரத்தோடு பேசுகிறபோது 'ஓட்டல் இனி நடத்த முடியாது; மூடவேண்டியதுதான்' என்றாளே இவள்! இடுப்பு முறிந்தாலும் ஒப்புக்கொள்ளமாட்டாள்! பெரிய கைகாரிதான்' என்று எண்ணலானான்.

குஸுமாவின் வீட்டில் ஹஜாரி வெகுநேரம் பேசிக் கொண்டிருந்தான். பேச்சுவாக்கில் நதூன்பாடா கிராமத்து யாதவ குல மருமகளைப் பற்றிய நினைவு வரவே, ஹஜாரி, "இன்னும் ஒரு நல்ல சேதி; எண்டோசோலா வனமாலியின் சம்சாரத்துக்குத் தங்கை முறையாக வேண்டுமே, அந்தப் பெண்ணைப் பார்த்தேன். உன்னை அக்கா என்று கூப்பிடுவாளே, அவளுக்கு நதூன்பாடாவில் கல்யாணமாகி அங்கே இருக்கிறாள்" என்றான்.

குஸுமா, "ஓ! நன்றாகத் தெரியுமே! அவள் பெயர் சுவாஸினி. அவளை எப்படி அடையாளம் கண்டுகொண்டீங்க, பெரியப்பா?" என்றாள்.

ஹஜாரி அந்த மருமகளைப் பற்றிய முழு விவரத்தையும் கூறினான். அம்மருமகள் கொடுத்த தொகையை வாங்கி வந்தது; ஓட்டலில் அவளையும் ஒரு பங்குதாரராகச் சேர்த்துக்கொள்ள முடிவு செய்திருப்பது - இப்படி எல்லாவற்றையும் தெரிவித்தான்.

குஸுமா, "மிகவும் நல்ல சேதிதான். உங்கள் ஓட்டலில் பணம் போட்டால் வருங்காலத்தில் அது பத்திரமாகத்தான் இருக்கும்" என்றாள்.

"ஆனால் ஒன்று; நான் இன்று கண்ணை மூடிவிடுகிறேன் என்று வைத்துக்கொள். அப்போது ஓட்டலின் கதி என்ன ஆகுமோ யார் கண்டாங்க?"

"சீச்சீ! இப்படியெல்லாம் நீங்கள் பேசவே கூடாது, பெரியப்பா!"

குஸுமா இப்போது நல்ல நிலையில் இருந்தாள். ஹஜாரி அவளை, ஏதோ கடன் கொடுத்தவள் என்ற ரீதியில் பாராமல் தன் ஓட்டலில் ஒரு பங்குதாரர் என்ற மதிப்புடன் நடத்தினான். மாதந்தோறும் லாபத்தில் பங்காக, 30, 32 ரூபாய் அவளுக்குக் கொடுத்து வந்தான்.

குஸுமாமீண்டும், "இப்படியெல்லாம்பேசாதீங்க, பெரியப்பா! மனசுக்கு வேதனையாக இருக்கிறது. நீங்கள் இருப்பதாலேதான் நான் இந்த ராணாகாட் நகரில் தலைநிமிர்ந்து நடமாடுகிறேன். உங்களால்தான் என் குழந்தை குட்டிகளுக்கு இரண்டு வேளையும் இரண்டு பிடி சோறு குறைவில்லாமல் கிடைக்கிறது! இந்த வீட்டை என் மாமனார் அடைமானம் வைத்துவிட்டுப் போனதை உங்களிடம் இதுவரை நான் சொல்லவில்லை. நீங்கள் உங்கள் ஓட்டலிலிருந்து மாதம் மாதம் கிடைத்த பங்கைக் கொடுத்து உதவியிராவிட்டால் இத்தனை நாளைக்கு வீட்டையே விற்றுக் கடனை அடைக்க வேண்டியிருந்திருக்கும். நீங்கள் கொடுத்த பணத்தைக்கொண்டு அந்தக் கடன் பாக்கியை அடைத்து வீட்டை மீட்டுவிட்டேன். இப்போது என் பேரில்தான் இருக்கிறது வீடு... பெரியப்பா, எல்லாம் உங்கள் தயையினால்தான். என்னைப் பொறுத்தவரை நீங்கள் தெய்வந்தான்" என்றாள்.

ஹஜாரி, "சரி; நான் கிளம்புகிறேன், அம்மா! ஸ்டேஷன் ஓட்டல் பக்கம் போய் எட்டிப் பார்த்துவிட்டு வரவேண்டும்... கல்கத்தாவிலிருந்து சில பெரிய மனிதர்கள் தார்ஜிலிங் மெயிலில் வருவதாகத் தந்தி கொடுத்திருக்கிறாங்க. நம் ரயில்வே ஓட்டலில்தான் சாப்பிடப் போகிறாங்களாம். என் கையாலேயே மாமிச உணவு தயார் செய்து போடவேண்டுமாம்; அதையும் தெரிவித்திருக்கிறாங்க" என்று சொல்லி, அவளிடம் விடைபெற்றான்.

தார்ஜிலிங் மெயிலில் வந்தவர்கள் ரயில்வே பிளாட்பாரத்தில் ஹஜாரி நடத்தும் ஓட்டலில் சாப்பிட வந்தார்கள். ஹஜாரி தன் கையாலேயே மாமிசம் தயாரித்திருந்தான்.

அவர்கள் அதை உண்டு மிகவும் திருப்தியடைந்தார்கள்.

ஹஜாரியைப் பாராட்டிப் பேசினார்கள். அவர்களில் ஒருவர், "ஹஜாரி பாபு! உங்கள் பெயரும் புகழும் கல்கத்தா வரை எட்டி விட்டன. பெரிய மனுஷர்கள் வீட்டில் ஐம்பது ரூபாய் சம்பளம் கொடுத்துச் சமையல்காரர் வைத்திருக்கிறாங்களே, அவங்களுக்கு ராணாகாட் இந்து ஓட்டல் ஹஜாரி பாபுவின் சமையலைப் பற்றிய தகவல் எட்டிவிட்டது என்றால் பாருங்களேன்! அதை நேரில் கண்டு ருசி பார்க்கத்தான் இதோ வந்தோம். நீங்களே இங்கே சமைப்பதாகவும் கேள்விப்பட்டோம். உங்கள் சமையல் பிரமாதம்!" என்றார்கள்

இதற்குச் சில நாட்களுக்கெல்லாம் கல்கத்தாவிலிருந்து ஒரு கடிதம் வந்தது. முன் தடவை இங்கே சாப்பிட்டுவிட்டுப் போன அந்தக் கனவான்களே மீண்டும், "இன்று மாலை வருகிறோம். முக்கியமான அலுவல் ஒன்று இருக்கிறது" என்று எழுதியிருந்தார்கள். பிற்பகல் மூன்று மணிக்குக் கிருஷ்ணநகர் லோக்கல் வண்டியில் இரண்டு கனவான்கள் வந்து இறங்கினார்கள். அவர்களில் ஒருவர் முன் தடவை ஹஜாரியைப் பாராட்டியவர். மற்றவர் வங்காளி இல்லை; எந்தப் பிரதேசத்தைச் சேர்ந்தவர் என்று ஹஜாரிக்குப் புரியவில்லை.

பழக்கமான கனவான், புதியவரை ஹஜாரிக்கு அறிமுகப் படுத்தி வைத்ததும், "இவரைப் பற்றித்தான் உங்களிடம் சொன்னேன். இவர்தான் ஹஜாரி பாபு!" என்றார்.

வங்காளியல்லாத கனவான் சிரித்த முகத்துடன் இந்தியில் ஏதோ சொன்னார். ஹஜாரிக்கு அது தெளிவாக விளங்கவில்லை. பணிவாகவே வங்காளி பாபுவிடம் தனக்கு இந்தி புரியவில்லை என்றான்.

வங்காளி பாபு விளக்கினார்: "சங்கதி இதுதான், ஹஜாரி பாபு! இதோ இவர் என் நண்பர்; குஜராத்திக்காரர். பெரிய வியாபாரி. காட்டே கம்பெனியில் முக்கியப் பங்குதாரர். ஜி.ஐ.பி. ரயில்வே கம்பெனியில் எல்லா இந்து சிற்றுண்டிச் சாலைகளையும் கான்டிராக்ட் எடுத்திருக்கிறாங்க காட்டே கம்பெனியார். இவர் எதற்காக வந்திருக்கிறார் தெரியுமா? இவர்களுடைய ஓட்டல்களிலெல்லாம் சமையலை மேற்பார்வை பார்க்க உங்களை அமர்த்திக் கொள்ளத்தான். சம்பளம் மாதம் நூற்றைம்பது ரூபாய். மூன்று வருஷ ஒப்பந்தம். உங்களுக்குக் கைச்செலவு, ரயில் பயணத்துக்கான செலவு எல்லாவற்றையும் இவர்களே ஏற்றுக்கொள்கிறாங்க. கூடவே ஒரு வேலையாளும்

துணைக்கு வருவான். பம்பாயில் நீங்கள் தங்கினால் இவர்களே அந்தச் செலவையும் ஏற்கிறாங்க. உங்களால் இவங்களுக்குப் பெயரும் புகழும் அதிகமானால் சமையல் மேற்பார்வை பார்க்கும் உங்கள் திறமைக்காக உங்களைப் பங்குதாரராகவும் சேர்த்துக் கொள்வாங்க. உங்களுக்குச் சம்மதமா?"

ஹஜாரி நரேனை ஒரு பக்கமாக அழைத்து அவனுடன் கலந்து ஆலோசித்தான். "நல்ல யோசனைதான்! இங்கே உள்ள அலுவல்களை நானே கவனித்துக்கொள்கிறேன். எச்செலவும் போகக் கைமேல் நூற்றைம்பது என்றால் கேட்கவேண்டுமா? அதோடு ஓட்டல் நிர்வாகம் பற்றி மேலும் அறிந்துகொள்ளவும் தேர்ச்சி பெறவும் வாய்ப்பு உண்டு. இதை நழுவ விடக்கூடாது" என்று நரேன் சொன்னான்.

ஹஜாரி திரும்ப வந்து, "எனக்குச் சம்மதந்தான். எப்போது வேலையில் சேரவேண்டும்...? ஆனால் ஒரு சங்கதி; எனக்கு இந்தி அவ்வளவாகத் தெரியாதே! எப்படி மேற்பார்வை செய்வது?" என்றான்.

வங்காளி பாபு, "அதைப்பற்றிக் கவலைப்படவேண்டாம். இரண்டுநாள் அந்தப் பக்கத்தில் தங்கினால்போதும். நீங்களாகவே இந்தி கற்றுக் கொண்டு நன்றாகப் பேச ஆரம்பித்துவிடுவீர்கள்... இந்தத் தாளில் கையெழுத்துப் போட்டுத்தாருங்கள். இது ஒப்பந்த பாரம்... இதோ உங்களை வேலையில் நியமனம் செய்ததற்குக் கடிதம். இரண்டு பேரைச் சாட்சிக் கையெழுத்துப் போடச்சொல்லுங்கள்" என்றார்.

ஐது பாண்டுஜ்ஜேயை சாட்சிக் கையெழுத்துப் போட அழைத்து வந்தார்கள். மற்றொரு சாட்சி நரேன். இப்படி இந்த விவகாரத்தை முடித்துக்கொண்டதும் வந்தவர்களுக்கு டீ வழங்கப்பட்டது. அவர்கள் ரயிலேறிப் புறப்பட்டார்கள். போகும்போது வங்காளி பாபு, "மே மாசம் முதல் தேதி நீங்கள் பம்பாயில் வேலையில் போய்ச்சேரவேண்டும். உங்களுக்கு இன்டர் வகுப்பு ரயில்வே 'பாஸ்' உண்டு. எங்கள் ஆசாமியே வந்து உங்களை பம்பாய்க்கு அழைத்துப்போவார். தயாராக இருங்கள். இன்னும் பதினைந்து நாள் இருக்கிறது" என்றார்.

ஹஜாரி ரயில்வே நிலையத்திலிருந்து கிளம்பினான். குஸுமாவைப் பார்த்துவரவேண்டும் என்று ஆவல். இது பெரிய செய்தியாயிற்றே! இதைக் குஸுமாவுக்குச் சொல்லித்தான் ஆக வேண்டும். எல்லாச்செலவும் போக நூற்றைம்பது ரூபாய்

கிடைக்கிறதே! அவனாலேயே இதை நம்பமுடியவில்லை. எல்லாம் ஏதோ கதை போல் இருந்தது. பணவிஷயம் பெரிதில்லை. இங்கேயே மாசத்துக்கு நூற்றைம்பது ரூபாய்க்கு வரும்படி கிடைக்கிறது! ஆனாலும் ஒரு மனிதனுடைய வாழ்வில் சம்பளம்தானா முக்கியம்? நாலு இடத்தைச் சுற்றிப் பார்த்து, நாலு பேரோடு பழகி அவர்களுடைய மதிப்புக்கும் பாராட்டுக்கும் உரியவனாவது வாழ்வில் புதுமணம் நுகர்வது போன்றதில்லையா? இதுதான் அவனுக்கு முக்கியமாகப் பட்டது.

பின்னாலிருந்து ஐது பாண்டுஜ்ஜே கூப்பிட்டார்.

"ஹஜாரி ஐயா! ஹஜாரி ஐயா! இதைக் கேளுமே!"

ஹஜாரி அவரருகில் சென்றான். ராணாகாட் ஓட்டல் முதலாளிகளுக்குள்ளேயே மதிப்பும் கவுரவமும் மிகுந்த அதே ஐது பாண்டுஜ்ஜேதான்! சட்டென்று ஹஜாரியின் காலைத் தொட்டு ஏற்கக் குனிந்தார்.

ஹஜாரி திகைத்துப் பின்வாங்கினான். பாண்டுஜ்ஜே, "புண்ணியவான் ஐயா நீர்! அதிர்ஷ்டம் என்றால் இப்படித்தான் வரவேண்டும். கொடுத்து வைத்தவர்! சாமான்யமானவரில்லை நீர்...! நாங்களுந்தான் இருக்கிறோம்...முன்னுக்கு வந்தோமா?" என்று பாராட்டாலானார்.

திகைத்து நின்ற ஹஜாரி, "இதென்ன பாண்டுஜ்ஜே ஐயா! எனக்குத் தமையனார் வயசாகிறது உங்களுக்கு! உங்கள் தாய் தகப்பனார் ஆசீர்வாதத்தாலும், உங்கள் ஆசீர்வாதத்தாலுந்தான் நான் இன்று ஒரு விதமாகப் பிழைத்திருக்கிறேன்" என்றான் குரல் தழுதழுக்க.

ஐது பாண்டுஜ்ஜே, "ஒருதரம் இந்த ஏழையின் ஓட்டலுக்கு வரமாட்டீங்களா? புகையிலைத்தூள் போட்டுத் தருகிறேன்; சற்றே ஹுக்கா குடித்துவிட்டுப் போகலாமே!" என்றார்.

அவருடைய வேண்டுகோளுக்கு மறுப்புக்கூற முடியவில்லை ஹஜாரியினால்! ஐது பாண்டுஜ்ஜே அவனுக்கு டீ போட்டுத் தந்தார். தம் கையாலேயே புகையிலைத்தூள் போட்டு ஹுக்காவைத் தயாரித்துக் கொடுத்தார். இதென்ன கனவா நனவா? இந்த ஐது பாண்டுஜ்ஜே முன் ஒருநாள் தம் ஓட்டலில் வேலைக்கு அமரும்படி அவனைக் கேட்டவராயிற்றே! மூன்று ஆண்டுகளுக்குமுன் ஹஜாரிக்கு எசமானர் என்று சொல்லக்கூடிய நிலையில் இருந்தவரில்லையா?

வாழ்வில் அவன் நிறைவு கண்டுவிட்டான்! இதற்கு மேலே

எதையும் விரும்பவில்லை. பகவான் ராதாவல்லபர் அவனுக்குப் பூரணமாக அருள் புரிந்துவிட்டார். அவன் நினைத்ததற்கு அதிகமாகவே அள்ளித் தந்துவிட்டார்.

குஸுமாவுக்கு, தன் புது உத்தியோகம் பற்றி அவன் தெரிவித்ததும் அவள் முதலில் அதை ஒப்புக்கொள்ளக் கூடாது என்றுதான் தடுத்தாள். 'இதென்ன, இந்த வயசில் போய் அவ்வளவு தொலைவுக்கு வெளியூர்ப் பயணம் போய் வருவதாவது! கூடவே கூடாது! பெரியம்மாவிடம் சொல்லி இதைத் தடுத்தாகவேண்டும். இனிமேல் இவர் பணத்துக்காக அலைவானேன்? அப்படி என்ன முடை வந்துவிட்டது? திரைகடல் ஏழையும் கடந்து பதின்மூன்று நதிகளையும் தாண்டி இந்த வயதில் திரவியம் தேடப் போவதாவது!' என்றுதான் அவள் எண்ணினாள்.

ஹஜாரி, "அதெல்லாம் ஒன்றுமில்லை; கவலைப்படவே தேவையில்லை! அதிக நாள் அங்கேயே இருந்துவிடமாட்டேன். ஏற்கனவே ஒப்பந்தத்தில் கையெழுத்துப் போட்டாயிற்று! போகாவிட்டால், அவர்கள் என்மேல் அதை மீறியதாக வழக்குத் தொடருவாங்க...! இதற்கு இன்னொரு காரணமும் உண்டு... அதென்ன தெரியுமா? அம்மா! பெரிய பெரிய ஓட்டல்களை எப்படி நடத்துகிறார்கள் என்பதை என் கண்ணால் பார்த்துவிட்டு வரமுடியும். எனக்கு எப்போதுமே ஒரு பிடிவாதம் உண்டு. ஒரு தொழிலில் இறங்கினால் அதில் உள்ள நெளிவு சுழிவுகளையெல்லாம் தெரிந்துகொள்ளாமல் விடமாட்டேன்... உனக்குப் பிடிக்கவில்லையா? சொல்; எனக்கு அதை விடுவதற்கு மனசு இல்லாவிட்டாலும் உன் வார்த்தையை மீறவில்லை... ஆனாலும் தடை செய்யாதே, அம்மா! உன்னைக் கேட்டுக்கொள்கிறேன், மிகவும் கெஞ்சி... தடுக்காதே" என்றான்.

டேம்பியின் தாயும் டேம்பியும் அழத்தொடங்கிவிட்டார்கள். இவர்கள் இருவருக்கும் நரேன், விளக்கமாகச் சொன்னான்: "மாமா என்ன கண்காணாத தேசத்துக்கா போகிறார்? இதற்குப்போய் இப்படி அழுது ஆர்ப்பாட்டம் செய்வானேன்? பம்பாய் இதோ கிட்ட இருக்கிற ஊர்தான். வேலைக்காக எத்தனையோ பேர் வெளியூர் போவதில்லையா?" என்றான்.

அன்றிரவு ஹஜாரி நரேனின் மாமனான வம்சீயை அழைத்து, "ஒரு சங்கதி! நான் பதினைந்து நாளில் இங்கிருந்து புறப்படப் போகிறேன். அதற்கு முன் டேம்பிக்கும் நரேனுக்கும் கல்யாணம் நடத்தி முடிக்க வேண்டும் என்று எனக்கு ஆவலாக இருக்கிறது.

இங்கே நரேன் எல்லாவற்றையும் கவனித்துக்கொள்வான். அவன் தான் ரயில்வே ஓட்டலை கவனிக்க வேண்டியிருக்கும். அதில் நமக்கு நல்ல லாபம் கிட்டுகிறது... நீ என்ன சொல்லுகிறாய்?" என்றான்.

வம்சீதரன் வெகுநாளாகவே இப்படி ஏதாவது சங்கதி நேரும் என்று ஊகித்துத்தான் இருந்தான். அவன், "ஹஜாரி அண்ணா! நான் என்ன சொல்ல இருக்கிறது? உன்னோடு சேர்ந்து ஓட்டல் வேலை செய்தவன் நான். நாம் இரண்டு பேரும் சமமாக இன்ப துன்பங்களை நெடுநாளாக அனுபவித்தவங்க. நரேனும் உன்னோடு சொந்த உறவுக்காரனைப் போல் நெருங்கிப் பழகியிருக்கிறான். நீ சொன்னபடி செய்யத் தயாராக இருக்கிறேன். உனக்குக் குறுக்காகச் சொல்வேனா? அவனுக்கும் இது நல்லதுதானே? என்னைத் தவிர வேறு உறவு இல்லை அவனுக்கு; உனக்கே இது தெரியும். சுபகாரியத்தை உடனே முடித்துவை!" என்றான்.

கொடுக்கல்-வாங்கல் பற்றித் தடங்கல் இல்லாமல் எல்லாம் சுமுகமாகவே முடிந்தன. ஹஜாரி ரயில்வே ஓட்டல் நிர்வாகத்தை டேம்பி பெயரில் நடத்த முடிவு செய்தான். தான் இல்லாத சமயத்தில் நரேன் இரண்டு ஓட்டலின் நிர்வாகத்தையும் கவனித்துக் கொள்ளும்படி ஏற்பாடாயிற்று. கடைவீதியில் உள்ள ஓட்டலின் வருமானத்தில் ஒரு பங்கை குஸுமாவுக்கும், மற்றொரு பங்கை டேம்பியின் தாய்க்குமாக எழுதிவைத்தான்.

திருமண நாள் நிச்சயமாயிற்று. டேம்பியின் தாய், "ஏங்க, அதஸிக்கு அழைப்பு அனுப்பச் சொன்னாள் உங்கள் மகள். இவளுடன் நெருங்கிப் பழகினவளில்லயா அவள்! கல்யாணத்துக்கு அவளை இங்கே வரச் சொல்லி உடனே கடிதம் போடுங்கள்" என்றாள்.

ஹஜாரியும் யோசித்துக்கொண்டுதான் இருந்தான். அதஸியைப் பார்த்து வெகுநாட்கள் ஆகிவிட்டன. அவன் கேட்காமலே, இரக்க மிகுதியால் அவள் கொடுத்து உதவியதால்தானே இன்று அவனும் அவனுடைய குடும்பமும் நாலு பேர் கண் முன் மதிப்போடு விளங்க முடிகிறது? அதஸியின் புக்ககம் எங்கே என்று ஹஜாரிக்கு நினைவில்லை. அதஸியின் மாமனார் வர்த்தமான் மாவட்டத்தில் மூலகர் ஜமீன்தார் என்ற ஒரு விவரம் மட்டுந்தான் அவனுக்குத் தெரியும். எனவே, ஹஜாரி தன் கிராமத்தில் அதஸியின் தகப்பனாருடைய முகவரிக்கே திருமண அழைப்பிதழை அனுப்பி வைத்தான். காரணம், முகூர்த்தநாள் நெருங்கிவிட்டதுதான்.

அதற்குள் அதஸியின் புக்ககத்துத் தெளிவான முகவரியை அறிந்துகொண்டு, திருமண அழைப்பை அனுப்ப நேரமில்லை!

திருமண நாளுக்குச் சில தினங்களுக்கு முன் ஹஜாரி, ஸ்ரீமந்த கான்ஸாரியின் கடைக்குப் போய்ப் பாத்திரம் பண்டங்கள் வாங்கப் போனான்.

ஸ்ரீமந்த, "வாருங்கள், ஹஜாரி பாபு! உட்காருங்கள்!" என்றதும், "அடே! ஐயாவுக்குப் புகையிலை தயார் பண்ணி ஹுக்காவை எடுத்துக் கொடு!" என்றான் ஆட்களைப் பார்த்து.

ஹஜாரி தனக்கு வேண்டியவற்றை வாங்கிக்கொண்டு எழுந்திருக்கும் சமயம் அங்கே பல பழைய பாத்திரம், பித்தளை பக்கெட் முதலிவையும் இருக்கவே, "இதெல்லாம் என்ன அப்பா! – பழைய சரக்குப் போல் இருக்கிறதே! விற்கப் போகிறாயா என்ன?" என்றான்.

ஸ்ரீமந்த், "அந்தச் சங்கதியைச் சொல்லவேண்டுமென்று தான் இருந்தேன். நீங்கள் இருந்தீர்களே, அந்தப் பழைய ஓட்டலைச் சேர்ந்த வேலைக்காரி பத்மா அடகு வைத்ததுதான் இதெல்லாம்... உங்களுக்குச் சேதி தெரியாதா என்ன? சக்ரவர்த்தி ஐயாவின் ஓட்டலை இன்று மூடி, 'சீல்' போடப் போகிறாங்க. கடன்காரங்களுக்கும் வீட்டுச் சொந்தக்காரனுக்கும் ஏராளமாக பாக்கி. அவங்க கோர்ட்டாரிடம் உத்தரவு பெற்று இப்படி நடவடிக்கை எடுத்திருக்கிறாங்க. பழைய பாத்திரம் உங்கள் ஓட்டலுக்கு வேண்டியிருக்குமே! பெரிய தவலை, பித்தளை பக்கெட், போகிணி போன்ற பாத்திரம் இப்படி எல்லாம் சல்லிசாகக் கிடைக்கும். அடைமானத் தொல்லையெல்லாம் வைத்துக்கொண்டு யார் அவதிப்படுவாங்க... அதைவிட விற்று விடுவது மேல்" என்றான்.

ஹஜாரிக்கு விவகாரம் இவ்வளவு தூரத்துக்கு முற்றிப்போய் விட்டது என்பது தெரியாது. அவன், "பத்மா தானாகவே இவற்றை எடுத்துவந்தாளா?" என்றான்.

ஸ்ரீமந்த், "ஆமாம். அவள் வேலை பார்க்கிற ஓட்டலின் ஆள்காரன் ஒருத்தனையும் கூடவே இட்டுவந்தாள். நாளைக்கு ஓட்டலை மூடி 'சீல்' போட்டுவிட்டால் அப்புறம் ஒரு பண்டங்கூட வெளியேற முடியாது. அதனால்தான் என்னிடம் அடகு வைத்து விட்டுப் போனாள். கொஞ்சமாவது தொகை கொடுத்தாகவேண்டும் என்று கெஞ்சிக் கூத்தாடினாள். சக்ரவர்த்தி ஐயா ஒரு முயற்சியும் எடுத்துக் கொள்வதாகத் தெரியவில்லையாம்!" என்றான்.

பாத்திரக்கடையிலிருந்து வெளியேறி இன்னும் ஐந்தாறு அலுவல்களை முடித்துக்கொண்டு ஓட்டலுக்குத் திரும்ப ஹஜாரிக்கு வெகு நேரமாகி விட்டது. ஒருதரம் பேச்சூ சக்ரவர்த்தி ஓட்டலுக்குப் போய்ப் பார்க்கலாம் என்று பட்டது. ஆனாலும் அங்கே அவன் போக நேரம் இல்லை. குஸுமா இந்தச் சில தினங்களாக ஹஜாரியின் வீட்டிலேயே திருமணத்துக்குரிய பெரியதும் சிறியதுமான பல ஏற்பாடுகளுக்கு உதவுவதில் முழு நேரமும் ஈடுபட்டு வந்தாள். ஹஜாரி அவளை வீடு திரும்ப விட்டால்தானே? “அம்மா! நீ என் மகள் மாதிரி! நீ இருந்தால் பொறுப்பாக எல்லாவற்றையும் கவனித்துக் கொள்வாய் என்றுதான் சொல்கிறேன். இந்தக் கொஞ்சநாளுக்கு இங்கேயே இரு” என்று கேட்டுக்கொண்டான்.

திருமணத்துக்கு முந்தியநாள் ஹஜாரிக்கு அதஸியிடமிருந்து கடிதம் கிடைத்தது. அவள் கிருஷ்ணநகர் லோகலில் வருவதாகவும் ரயில் நிலையத்துக்கு ஆள் அனுப்பும்படியும் எழுதியிருந்தாள்.

யாருக்கும் அதஸியை அடையாளம் கண்டுகொள்ளத் தெரியாது. எப்படி அவளை அழைத்து வருவது? ஆகவே, ஹஜாரி தானே பிற்பகல் ஐந்து மணிவாக்கில் ரயில் நிலையத்துக்குப் போய்க் காத்திருந்தான். இன்டர் வகுப்புப் பெட்டியிலிருந்து அதஸி ஒரு பதினாறு வயசு வாலிபனுடன் இறங்கினாள். அவளை வரவேற்க ஹஜாரி நெருங்கிவந்தபோது அவன் கண்ட காட்சி! உலகமே ஒரே கணத்தில் ஒளியற்று இருண்டு விட்டதுபோல் அவனுக்குப் பட்டது! – அதஸியின் விதவைக்கோலந்தான் அது! அதஸி ஹஜாரியின் காலைத் தொட்டு வணங்கினாள். “சிற்றப்பா! சௌக்கியமா...? சுரேன், இவர்தான் எங்கள் ஹஜாரி சிற்றப்பா! சிற்றப்பா, இவன் என் பெரிய மைத்துனர் மகன்! கல்கத்தாவில் படிக்கிறான்... ஏன் இப்படித் திகைத்துப் போய் நிற்கிறீர்கள்?” என்றாள்.

“இல்லை, அம்மா! இதென்ன...? சரி; வா!”

“இதென்னடா விபரீதம் என்றுதானே எண்ணுகிறீர்கள்? ‘மறுபடி பாரமாக வந்து சேர்ந்துவிட்டாளே இந்தப் பெண்! இவளுக்கு ஒருவிதமாக விடை கொடுத்து அனுப்பினோமே நாம்! இதென்னடா இழவு’ என்றுதானே யோசிக்கிறீங்க? என்ன, அப்பா சிற்றப்பா எல்லாருமே என்னை ‘வீட்டை விட்டுப் போனால் போதும்’ என்று விரட்டினீங்க இல்லையா? என்னைக் கல்யாணம் செய்து கொடுத்துப் புக்ககம் அனுப்பினீங்களே, உங்களை விட்டு

எப்படியாவது தொலையட்டும் பீடை என்று! இப்போது என்ன ஆயிற்று பார்த்தீர்களா?" என்றாள்.

ஹஜாரி திடீரென்று குலுங்கிக் குலுங்கி அழலானான்! பிளாட்பாரத்தில் அத்தனை மக்களுக்கும் நடுவில் தான் படும் வேதனையை வாய் திறந்து சொல்ல முடியாமல் தவித்தான்... அப்படியே குன்றி உள்ளம் உடைந்துபோனான். அதஸிதான் அவனுக்கு ஆறுதல் கூறித் தன் சேலைத்தலைப்பால் அவனுடைய கண்களைத் துடைத்துப் பிளாட்பாரத்திலிருந்து வெளிப்பக்கம் அவனை அழைத்துவந்தாள். ரயில்வே ஓட்டலருகில் நரேன் அவர்களுக்காகக் காத்தபடி நின்றிருந்தான். அவன் ஹஜாரியைக் கவனித்தான். ஹஜாரியின் கண்கள் சிவந்து கிடந்தன. முகத்தில் ஒருவித ஏக்கம். அதஸி விதவைக் கோலத்தில் வந்திருப்பதைப் பார்த்ததும் நரேனால் திகைக்காமல் இருக்க முடியவில்லை. காரணம், டேம்பி அதஸியைப் பற்றிய பழைய விவரம் முழுவதையும் அவனுக்குச் சொல்லியிருக்கிறாள்; மூன்று ஆண்டு களுக்கு முன்புதான் அதஸிக்குத் திருமணமாயிற்று என்றும் தெரிவித்திருந்தாள். ஆனால் அவள் விதவையான சங்கதி யாருக்கும் தெரியாது!

வீட்டுக்கு வந்ததும் அதஸி டேம்பியை மாடிக்கு அழைத்துப் போனாள். வெகுநேரம் வரை இருவரும் அங்கேயே இருந்தார்கள். நெடுநாட்களுக்குப்பின் ஒருவரை ஒருவர் பார்க்க நேர்ந்தது. எண்டோசோலாவில் கடைசியாக சந்தித்து மூன்று ஆண்டுகளுக்கு முன்பு. ஆகவே, எவ்வளவோ சங்கதி பேச வேண்டியிருந்தது.

தன் இளவயதுத் தோழியின் நிலையைக்கண்டு டேம்பி கண்ணீர் வடித்தாள். அதஸியோ, "நீங்கள் எல்லாரும் இப்படி ஒரே மொத்தமாக அழுது ஆர்ப்பாட்டம் செய்தீங்களோ, நான் இப்போதே புறப்பட்டுப் போய்விடுவேன்; சொல்லிவிட்டேன்! அப்பா, அம்மா, தங்கையைப் பார்க்க வருவதாக எண்ணித்தான் இங்கே வந்தேன். இந்தச் சமயத்திலும் அழுது அழுது மாய்ந்து போகவேண்டுமா? இப்படி வா! இதோ இந்த லோலாக்கைப் போட்டுக்காட்டு, பார்க்கிறேன் எப்படி இருக்கிறதென்று! அப்புறம் இந்தப் பொன் வளையலையும் போட்டுக்கொள்! கையைக் காட்டு!" என்றாள்.

டேம்பி தன் கையை இழுத்துக்கொண்டு, "இது உன்னுடைய தாயிற்றே, அக்கா...! நான் எப்படிப் போட்டுக் கொள்வேன்...? ஊஹும்...வேண்டாம், அக்கா!" என்றாள்.

"நீ போட்டுக்கொள்ளாவிட்டால் நான் சுவரில் மண்டையை உடைத்துக் கொள்வேன்... நிஜமாகத்தான் சொல்கிறேன்...என் ஆசையை ஏன் நிறைவேற்ற மாட்டேன் என்கிறாய்?"

டேம்பி அதற்கு மேல் தடை ஏதும் சொல்லவில்லை. அவளுடைய கண்களிலிருந்து நீர் ததும்பியது. அதேசமயம் டேம்பியின் வலது கையைப் பிடித்துக்கொண்டு அழுத்திச் சுழற்றுச் சுழற்றி அந்தத் தங்க வளையல்கள் இரண்டையும் டேம்பியின் கையில் போட்டாள் அதஸி.

இரவு வெகுநேரமாகி இருக்கும். ஹஜாரி ஹுக்கா குடித்துக் கொண்டிருந்தான். அதஸி அங்கே சந்தடி செய்யாமல் அவனருகில் வந்து நின்றாள். அவன் திடுக்கிட்டு நிமிர்ந்தான். "அதஸியம்மா! தூங்கவில்லையா இன்னும்?" என்றான்.

"இல்லை, சிற்றப்பா! இன்றைக்கு முழுவதும் உங்களோடு ஒன்றுமே பேசவில்லை என்றுதான் வந்தேன்."

ஹஜாரி பெருமூச்சு விட்டு, "இப்படி ஆகியிருக்கும் என்று தெரிந்திருந்தால் உன்னை வரவழைக்க மனசே வந்திராது! எனக்கு எதுவுமே தெரியாது. கிராமப்பக்கம் போய் எத்தனையோ நாளாகிறது! இந்தக் கோலத்தில் உன்னைப் பார்க்கவா இங்கே அழைத்தேன்? ஐயோ...!" என்றான்.

அதஸி கம்மென்றிருந்தாள். அன்பும் பாசமும் நிறைந்து தந்தையுள்ளம் படைத்த ஹஜாரியுடன் தனிமையில் அமர்ந்த அவள் தன் வேதனையை ஆற்றிக்கொள்ள விரும்பினாள். ஹஜாரி மிகுந்த பாசத்துடன் அவளருகில் அமர்ந்தான். சில கணநேரம் இருவரும் ஒன்றுமே பேசவில்லை. பிறகு அதஸி, "சிற்றப்பா! முன் ஒருநாள் நான் சொன்னது நினைவிருக்கிறதா? இந்த ஓட்டல் தொழிலில் நீங்கள் முன்னுக்கு வருவீங்க என்றேனே!" என்றாள்.

"எல்லாம் நினைவிருக்கிறது, அதஸியம்மா! எதையும் நான் மறக்கவில்லை! இதோ இங்கே இருக்கிற எல்லாமே உன் தயையினால் வந்ததுதான் அம்மா! நீ என்மேல் இரக்கப்பட்டு அள்ளிக் கொடுக்க முன்வந்திராவிட்டால்..."

அதஸி சற்றுக் கண்டிப்புடன், "அப்படியெல்லாம் ஒன்றுமில்லை, சிற்றப்பா! நான் பணம் கொடுத்திராவிட்டாலும் உங்கள் திறமை எங்கே போய்விடும்? இல்லாவிட்டால் இப்படிச் செல்வம் பெருகுமா? மூன்றே வருஷத்துக்குள் இவ்வளவு பெரிய காரியத்தைச் சாதிக்க மற்ற சாமானிய மனுஷங்களால் முடியுமா? எனக்கு இதெல்லாம் தெரியவே தெரியாது, சிற்றப்பா! இங்கே

வந்து நேரில் பார்த்து மற்றவர்கள் சொல்வதைக் கேட்டதும், அப்படியே திகைத்து விட்டேன்! நீங்கள் ஒரு காரியத்தில் முனைந்தால் அதைச் செய்து முடிக்கக்கூடிய ஆற்றல் படைத்த ஆண்பிள்ளைதான், சிற்றப்பா!" என்றாள்.

"அப்புறம் எண்டோசோலாவுக்குப் போகப் போகிறாயா, புக்ககத்துக்குப் போகிறாயா?"

"எண்டோசோலாவுக்குத்தான் போகிறேன். அப்பா அம்மா இரண்டு பேருமே வேதனை தாங்காமல் தவித்துக் கொண்டிருக் கிறாங்களே! அவர்களிடம் போய் சிலநாள் இருப்பேன்... எனக்கு என்ன விருப்பம், தெரியுமா, சிற்றப்பா? நம் நாட்டிலுள்ள ஏழை எளிய மக்களுக்கு உதவி செய்யவேண்டும் என்பதுதான். அப்பா சொத்து முழுவதையும் எனக்குத்தான் வைக்கப்போகிறார். புக்ககத்திலிருந்தும் பணம் கிடைக்கும். இத்தனையும் எனக்கு எதற்கு? நாலு பேருக்கு உதவியாக இந்தப் பணம் இருந்தால்தான் என் மனசுக்கு நிம்மதி!"

"உனக்கு எது நல்லது என்று படுகிறதோ அப்படியே செய், அம்மா!"

"சிற்றப்பா, நீங்கள் பம்பாய் போகிறீங்களாமே?"

"ஆமாம், அம்மா!"

அதஸி குழந்தைபோல் கெஞ்சும் பாவனையில், "என்னையும் உங்களோடு அழைத்துப் போங்களேன். அப்பாவுக்கு ஏற்ற மகளாக இருந்து பணிவிடையெல்லாம் செய்வேன். உங்களுக்குச் சமைத்துப் போடுவேன். எனக்கு இப்படி ஊர் ஊராகப் பிரயாணம் பண்ண வேண்டுமென்று ஆசையாக இருக்கிறது!" என்றாள்.

"போகலாம், அம்மா! ஆனால் இப்போது வேண்டாம்! நான் மூன்று வருஷம் அங்கே இருப்பேன். இந்தத் தொழிலில் என்ன சௌகரியம், அசௌகரியம் உண்டு என்று தெரிந்து கொள்ள வேண்டும்...அதற்கு அப்புறம் போகலாம்."

"நிஜந்தானே? நினைவிருக்குமில்லையா?"

"நிச்சயமாக நினைவிருக்கும்..இப்போது நீ போய்ப் படுத்துக்கொள், அம்மா! ரயில் வண்டியில் வெகுநேரம் வந்ததால் உனக்கு அலுப்பாக இருக்கும்...போய் ஓய்வெடுத்துக்கொள், அம்மா!"

மறுநாள் திருமணம். டேம்பியின் மென்மலர்க்கரத்தை நரேனின் உறுதியான கைகளில் வைக்கும்போது ஹஜாரியின் கண்களில் நீர் வந்தது. எத்தனை நாளைய கோரிக்கை அது!

இப்போது பகவான் ராதாவல்லபர் அதை நிறைவேற்றிவிட்டார்!

வம்சீதரன் மணமகனுடைய முக்கிய உறவுக்காரனாகப் பிள்ளை வீட்டுச் சம்பந்தி என்ற முறையில் பிள்ளை வீட்டின் முக்கியப் பிரமுகனாக திருமண மண்டபத்தில் அமர்ந்திருந்தான். அவனும் அப்போது மிகவும் உணர்ச்சியோடு, "ஹஜாரி அண்ணா!" என்றான்.

அருகிலுள்ள ஓட்டல் ஊழியர்கள் முதலியோர் தங்கள் உறவினர்களுடன், நன்றாக உடுத்து, மண மண்டபத்துக்கு வந்தார்கள். இந்தத் திருமணம் ஓட்டல் தொழிலில் ஈடுபட்டவர்களுடையது; பிற துறையைச் சேர்ந்தவர்களுக்கு அழைப்பு இல்லை. எங்கும் ஒரே களிப்பும் கொண்டாட்டமுமாக, கலகலப்பாக இருந்தது.

திருமணத்துக்கு மறுநாள் மணமகனும் மணமகளும் மறு வீட்டுக்காக விடைபெற்றுக்கொண்டு சென்றார்கள். அந்த வீடும் அப்படி ஒன்றும் அதிகத் தொலைவில் இல்லை. இந்த ராணாகாட்டிலேயே சூர்ணி ஆற்றங்கரையில் வம்சீதரன் ஐந்து நாளுக்கு ஒரு வீட்டை வாடகைக்கு ஏற்பாடு செய்திருந்தான். அங்கே ஊரிலிருந்து வம்சீதரனின் தூரத்து உறவினளான விதவைச் சித்தி – திருமணத்துக்கு வந்திருந்தவள் – தங்கியிருந்தாள். (வம்சீதரனின் மனைவி இறந்து வெகுநாட்கள் ஆகிவிட்டது.) அங்கே பெண் வீட்டார் வந்து விழாவில் கலந்துகொண்டார்கள்.

அன்று சற்று ஓய்வு இருக்கவே, ஹஜாரி ரயில் நிலைய ஓட்டலில் அலுவல்களைக் கவனிக்கப் புறப்பட்டான். அப்போது பகல் சுமார் பத்துமணி இருக்கும். பேச்சூ சக்ரவர்த்தியின் ஓட்டல் எதிரில் ஒரே கூட்டம். அதைப் பார்த்ததும் அவன் அங்கே நின்று விட்டான். கோர்ட்டுச் சேவகர்கள், அமீனா, இன்னும் ராமரத்தன் பால் சவுதுரியின் வீட்டுப் பாராக்காரர் இப்படிப் பலர் இருந்தார்கள். என்ன சேதி என்று கேட்டபோது, கடன்காரர்களுக்குக் கொடுக்கவேண்டிய பாக்கிக்காக ஓட்டலை மூடி 'சீல்' போடுகிறார்கள் என்று தெரிந்தது.

ஹஜாரி சிறிது நேரம் அசைவற்று நின்றிருந்தான். அவனுடைய பழைய எசமானின் ஓட்டல் இல்லையா அது? அங்கேதானே ஏழாண்டு காலம் அவன் பல இன்ப துன்பங்களை அனுபவித்தான்! இத்தனை நாள் நடந்த அந்த ஓட்டலை இப்போது மூடப் போகிறார்கள்! சற்று நேரத்துக்கெல்லாம் பத்மா இரண்டு கையிலும் இரண்டு பித்தளை பக்கெட்டுகளை எடுத்துக்கொண்டு ஓட்டலின் புழக்கடைப்பக்க வழியாக வெளியேறுவதைக் கோர்ட்டு

சேவகன் ஒருவன் கவனித்தான். உடனே இதை அமீனாவுக்குச் சுட்டிக் காட்டினான். அமீனா இரண்டு சாட்சிகளைக் கூப்பிட்டார். "அதோ பாருங்கள், ஐயா! ஓட்டலிலிருந்து அந்தப் பெண்பிள்ளை சாமானை எடுத்துக்கொண்டு போகிறாள்! இது சட்ட விரோதம்! இதோ உங்கள் எதிரே கோர்ட்டுச் சேவகர்களை விட்டு நிறுத்தப் போகிறேன்" என்றார்.

கோர்ட்டு சேவகர்கள் அவளைத் தடுத்து நிறுத்தி, "கீழே வை பக்கெட்டை!" என்றார்கள். பிறகு இன்னும் நெருங்கிப் போய்ப் பார்த்ததும், "வெறும் பக்கெட் மட்டும் இல்லை. உள்ளே பித்தளைப் பாத்திரங்களும் இருக்கின்றன" என்றார்கள்.

பத்மாவோ பக்கெட்டுகள் இரண்டையும் விடாமல் உடும்புப் பிடியாகத் தன்னிடமே வைத்துக்கொண்டிருந்தாள். "இதெல்லாம் என் சாமான். ஓட்டல் முதலாளி சக்ரவர்த்தி ஐயா என்னுடைய பாத்திரங்களைத்தான் பயன்படுத்தி வந்தார். நான் எடுத்துக் கொண்டுதான் போவேன்" என்றாள்.

சேவகர்கள் விடுபவர்களாக இல்லை! பத்மாவும் அந்தப் பக்கெட்டைக் கெட்டியாகப் பிடித்துக்கொண்டு விடாமல்தான் இருந்தாள். இரண்டு தரப்பிலும் காச்சு மூச்சென்று கூவிக் கொண்டிருந்தார்கள். கடைசியில் அவளுடைய கையிலிருந்து பிடுங்கிக்கொள்ளும் நிலைக்கு வந்துவிட்டது விவகாரம். இதை வேடிக்கை பார்க்கக் கும்பல் கூடிவிட்டது.

கடன்காரர்களில் ஒருவன் பத்மாவைப் பார்த்து, "இதோ இத்தனை பேர் எதிரிலும் சொல்லுகிறேன், இந்தப் பாத்திரங்களைக் கீழே வைக்காமல் போனால் கோர்ட்டு உத்தரவை அவமதித்த குற்றத்துக்காக உன்னைப் போலீஸில் ஒப்படைப்பேன்" என்றான்.

சாட்சிகளில் ஒருவன், "அதெப்படி முடியுமுங்க; அவள் பெயரில் 'டிக்ரி' வாங்கவில்லையே கோர்ட்டில்! கோர்ட்டார் உத்தரவு அவளை என்ன பண்ணும்?" என்றான்.

அப்போது அமீனா, "அப்படி இல்லை. இவளைத் திருட்டுக் குற்றத்துக்காகப் போலீஸில் ஒப்படைக்கலாம், தெரிந்துகொள்! இந்த ஓட்டல் இப்போது கடன் கொடுத்தவங்களுடைய சொத்தாகி விட்டது, தெரியுமா? தங்கள் வீட்டிலிருந்து வேறு யாரோ அத்து மீறி ஏதாவது எடுத்துப்போகும்படி விட்டுவிடுவாங்களா என்ன? சாமான்களை மரியாதையாக வைத்துவிட்டுப் போகச் சொல்லுங்கள்! இல்லாவிட்டால்...!" என்று அதட்டும் குரலில் சொன்னார்.

பத்மா இதற்கு உடன்பட்டால்தானே! அவள் பக்கெட்டை மேலும் இறுக்கிப் பிடித்துக்கொண்டிருந்தாள். அமீனா, ஆட்களைப் பார்த்து, "இவள் கையிலிருந்து பிடுங்கிக்கொள், அப்பா, அந்தப் பக்கெட்டை...! திருட்டுக்கழுதை! நல்லபடியாகச் சொன்னால் கேட்க மாட்டாய் நீ...! ஹூம்..." என்றார்.

இப்போது சேவகர்கள் வீறு நடைபோட்டு முன்வந்து அந்த பக்கெட்டைக் கைப்பற்ற முற்பட்டார்கள். மறுபடியும் குஸ்தி ஆரம்பமாகும் போல் இருக்கவே, ஹஜாரி அங்கே வந்து, "பத்மா! அந்தப் பாத்திரத்தை அவங்களிடம் கொடு, அம்மா!" என்றான்.

வெட்கமும் அவமானமும் பிடுங்கித் தின்ன, பத்மாவின் கண்களிலிருந்து பொலபொலவென்று நீர் வந்துவிட்டது. இத்தனை பேருக்கு முன் இப்படி அவமானப்பட்டதில்லை. இப்போது ஹஜாரியைக் கண்டதும் கேவிக் கேவி அழலானாள்.

"இதோ பாருங்க, சாமி! நீங்கள் எங்கள் ஓட்டலிலே இருந்தவரில்லையா... இது என்னுடைய சாமான்தானே, சொல்லுங்கள். இந்த பக்கெட் என்னுடையதுதானே?" என்றாள்.

ஹஜாரி அவளுக்கு ஆறுதல் கூறலானான்: "அழாதே, அம்மா பத்மா! இது கோர்ட்டு விவகாரமாயிற்றே! பாத்திரங்களை, இருந்த இடத்திலேயே வைத்துவிடு; அப்புறம் நடக்க வேண்டியதை நான் கவனித்துக்கொள்கிறேன்" என்று சொன்னான்.

அப்போது வேறு என்ன செய்யமுடியும்? அதனால் ஹஜாரி அமீனாவைப் பார்த்து, "அது சரி; என்ன செய்தால் ஓட்டல் ஏலம் போகாதபடி பார்த்துக்கொள்ள முடியும்? ஒரு வழி சொல்லுங்கள்" என்றான்.

"பாக்கிப் பணத்தைத் திருப்பிக் கொடுத்துவிட்டால் தீர்ந்தது; எல்லாம் சகஜமாக முடிந்துவிடும். 750 ரூபாய் வசூலாகவேண்டும். இருக்கிற சாமான்களையாவது மூடிப் பத்திரப்படுத்தி 'சீல்' வைக்காவிட்டால் சாமான் கைமாறி விடுமே! விஷயம் இதுதான்!"

கோர்ட்டுச் சேவகர்கள் தங்கள் கடமையைச் செய்துவிட்டு வெளியேறினார்கள். பிறகு ஹஜாரி, தொலைவில் நின்றிருந்த பேச்சூ சக்ரவர்த்தியை ஒரு பக்கம் அழைத்துப்போய், "என்னோடு வாருங்கள், எசமான்! ரயில்வே ஸ்டேஷன் பக்கம் போகலாம். சில விஷயம் சொல்லவேண்டும்!" என்றான்.

ரயில்வே ஓட்டலில் தன் அறையில் பேச்சூ சக்ரவர்த்தியை ஹஜாரி, நாற்காலியில் அமர வைத்து, "கொஞ்சம் டீ சாப்பிடுகிறீங்களா?" என்றான்.

பேச்சூ சக்ரவர்த்தியின் மனம் வேதனையுற்றுக் கிடந்தது. முதலில் அவர் வேண்டாமென்றார். ஆனால் ஹஜாரி அவரைச் சும்மா விட்டால் தானே? டீயும் சிற்றுண்டியும் அருந்தியதும் அவர், "ஹஜாரி! நீ ஏழெட்டு வருஷம் என்னோடு இருந்தாயே! உனக்கு எல்லாம் தெரியுமே! அந்த ஓட்டலை என் உயிர்போலப் பாதுகாத்து வந்தேன். இந்த இருபத்திரண்டு வருஷகாலமாக ஓட்டல் நடத்திவந்தேன். இனி எங்கே போய் என்ன செய்வது? புலேன்பலாவில் இருந்ததே, பெரியவங்க விட்டுப்போன சொத்து, அது எப்போதோ போய்விட்டது. இந்த ஓட்டல் ஒன்றுதான் எனக்கு ஆஸ்தியாக இருந்தது. வயசான காலத்திலே இப்படி ஒரு கஷ்டம் நேர்ந்திருக்கிறதே; இனி எங்கே போய் இருப்பேன்? எப்படித்தான் வாழப் போகிறேனோ?" என்றார்.

"அதெப்படி இந்த மாதிரி கஷ்டதசை ஏற்பட்டது? கடன் தொகை எப்படி ஏறியது?"

"வரவுக்கு ஏற்றபடி செலவை ஈடுகட்ட முடியாமல் போயிற்று, ஹஜாரி! இரண்டு தடவை பாத்திரங்கள் திருட்டுப் போய்விட்டன. அதுவே எனக்குப் பேரிடியாகிவிட்டது. அப்படியே குன்றிவிட்டேன். அப்புறம் சாப்பிட வருகிறவர்களின் தொகை குறைந்துவிட்டது. இப்படிப் பல சங்கடங்கள்..."

ஹஜாரி பேச்சூ சக்ரவர்த்திக்குப் புகையிலைத்தூள் போட்டு ஹுக்காவை நீட்டினான். "எசமான்! ஒரு விஷயம் சொல்ல வேண்டும், உங்களிடம். நீங்கள் என் பழைய முதலாளி. கையில் இப்போது பணம் இருந்திருந்தால் கடன்காரர்களிடம் கொடுத்து உங்கள் ஓட்டலுக்கு 'சீல்' போடாதபடி செய்திருப்பேன். நேற்று தான் என் மகளுக்குக் கல்யாணம் செய்து கொடுத்தேன். கைவசம் அவ்வளவு தொகை இல்லை. அதனால் ஒன்று சொல்கிறேன்; நான் பம்பாய் போய்த் திரும்பி வருகிறவரை நீங்கள் கடைவீதியில் உள்ள என் ஓட்டலின் மானேஜராக இருந்து வாருங்கள். மாசம் இருபத்தைந்து ரூபாய் உங்கள் செலவுக்கு எடுத்துக் கொள்ளுங்கள் (சம்பளம் என்று எசமானிடம் சொல்ல அவன் நாக் கூசியதால் இப்படிச்சொன்னான்). ஓட்டலிலேயே இரண்டு வேளைச் சாப்பாடு, சிற்றுண்டி எல்லாம் வைத்துக் கொள்ளுங்கள். பத்மாவும் ஓட்டலில் இருக்கட்டும். அவளுக்குச் சம்பளமும் சாப்பாடும் கிடைக்கும்...என்ன சொல்கிறீர்கள்?" என்றான்.

பேச்சூ சக்ரவர்த்திக்கு 'இதென்ன கனவா, நனவா?' என்று ஒரே திகைப்பும் வியப்பும் மூண்டன. இதை அவர்

எதிர்பார்க்கவில்லை. 'ரயிலடிக் கடைவீதியில் அவ்வளவு பெரிய ஓட்டலுக்குத் தாம் மானேஜராம்!'

பிறகு பத்மாவுக்கும் தகவல் எட்டிவிட்டதுபோல் இருக்கிறது... பேச்சூதான் சொல்லியிருப்பார். குஸுமாவின் வீட்டுக்குப் பத்மா அன்று போனாள். பத்மாவைப் பார்த்ததும் குஸுமா பெரிதும் வியப்புற்றாள். காரணம், பத்மா எப்போதுமே குஸுமாவின் வீட்டுப்பக்கங்கூட வந்ததில்லை; கதவைத் தட்டியதும் இல்லை!

"வா, பத்மா அக்கா! நான் கொடுத்து வைத்தவள்தான். இந்த முக்காலியில் குந்து. வெற்றிலைபாக்குக் கொண்டு வருகிறேன், இரு" என்றாள் குஸுமா.

பிறகு பத்மா அவள் கொண்டுவந்து வைத்த வெற்றிலை பாக்கைப் போட்டுக்கொண்டு, வெகுநேரம் பேசிக் கொண்டிருந்தாள். குஸுமாவும் அந்த ஓட்டலில் பங்குதாரர் என்பது பத்மாவுக்குத் தெரியும். இவர்களையெல்லாம் திருப்திப் படுத்தி வைத்திருந்தால்தானே வேலை நிலையாக இருக்கும்? அப்படி அதிகநாள் வேலை செய்யவேண்டியும் இராது. காரணம், தானே மறுபடியும் ஓர் ஓட்டலை நடத்தும் ஆற்றல் அவளுக்கு உண்டு. இருந்தாலும் கஷ்டகாலத்தில் கொஞ்ச நாளாவது தலையை நுழைத்துக்கொள்ள ஒரு நிழல் வேண்டாமா?

மறுநாள் முதல் பத்மா, ஹஜாரியின் ஓட்டலில் வேலைக்குச் சேர்ந்தாள். பேச்சூ சக்ரவர்த்தியும் பழையபடி மேஜையினருகில் அமர்ந்திருந்தார். இவர்களெல்லாம் நம்பத் தகுந்தவர்கள் இல்லை என்பது ஹஜாரிக்கு நன்றாகத் தெரியும். எப்படி இருந்தாலும் கல்லாப் பெட்டி நரேனிடந்தான் இருந்தது. பேச்சூ சக்ரவர்த்தி மேல்பார்வை பார்த்துக்கொண்டார். அதோடு அவர் பொறுப்புத் தீர்ந்தது.

ஹஜாரிக்குத் தான் பழைய ஓட்டலில் வேலை செய்வது போன்ற நினைவு வந்தது. இன்னும் பேச்சூ சக்ரவர்த்தி தன் எசமான் போலவும், பத்மா எசமானி போலவும் ஒரு நினைப்பு!

பத்மா, காலையில் வந்து, "சாமி! ஆற்றுமீன் வாங்கி வரட்டுமா? வேறு ஏதாவது மீன் தேவையா?" என்று கேட்டாள். அப்போது ஹஜாரி பழைய வழக்கப்படி மிகவும் மரியாதையாக, "உனக்கு எது நல்லது என்று படுகிறதோ அப்படி வாங்கி வா, அம்மா! கெட்டுப் போகாமல் இருந்தால் ஆற்றுமீன் வாங்கி வாயேன்!" என்றான்.

பேச்சூ சக்ரவர்த்தி தொழிலில் தேர்ச்சி பெற்றவர்.

ஓட்டல் நடத்தி நல்ல அனுபவப்பட்டவர். அவர் ஹஜாரியைக் கூப்பிட்டு, "ஹஜாரி! ஒன்று சொல்கிறேன், அப்பா! நீ இங்கே முதல் ரகச் சாப்பாட்டுக்கும் இரண்டாம் ரகச் சாப்பாட்டுக்கும் நாலு பைசாதான் வித்தியாசம் வைத்திருக்கிறாய்! இது சரி என்று எனக்குப் படவில்லை. இதனால் இரண்டாம் ரகச் சாப்பாட்டுக்காரர் தொகை குறைந்துவிட்டது. நிறையப்பேர் முதல் ரகச் சாப்பாடு சாப்பிட்டு விட்டுப் போய்விடுகிறார்கள். இதனால் லாபம் இருப்பதாகத் தெரியவில்லை. போன மாச வரவுச் செலவுக்கணக்கைப் பார்த்தேன். அப்போது கண்ணில் பட்டது இது. நரேன் சிறுபிள்ளை பார்! அவனுக்கு இதெல்லாம் புரியாது!" என்றார்.

ஹஜாரி அவர் சொல்வதில் உண்மை இருப்பதை உணர்ந்தான். "அப்படியானால் என்ன செய்யவேண்டும்? சொல்லுங்கள்!" என்றான்.

"எனக்கு என்ன படுகிறது என்றால், முதல் ரகச் சாப்பாட்டின் கட்டணத்தை கொஞ்சம் உயர்த்து; இல்லாவிட்டால் நம் பழைய ஓட்டலில் செய்தபடி இரண்டு ரகத்துக்கும் இரண்டணாவாவது வித்தியாசம் இருக்கும்படி பார்த்துக்கொள். குளிர் காலத்தில் பொருள்கள் மலிவாகக் கிடைக்கும்போது கிட்டுகிற லாபம் மழைக்காலத்திலோ மற்றச் சமயத்திலோ முதல் ரகச் சாப்பாட்டுக் கட்டணத்தினால் ஏற்படும் நஷ்டத்தைச் சரிக் கட்டிக்கொள்ளும். அப்படிச் செய்வதுதான் பொருத்தம், தெரிகிறதா?"

"அப்படியே செய்துவிடுங்கள், எசமான்! உங்களுக்குச் சரி என்று பட்டதைச் செய்யுங்கள்! எனக்கு இதெல்லாம் அவ்வளவாகத் தெரியாது."

ஹஜாரி இப்படி வளைந்து கொடுத்துப் போவதைப் பார்த்து, பேச்சூ சக்ரவர்த்தி மிகவும் மகிழ்வுற்றார். முன்னெல்லாம் இருந்தது போலவே ஹஜாரி பணிவுடன் பேசிப் பழகுவதோடு அவர்தான் எசமான், தான் ஊழியன் என்பதுபோல் நடந்து கொள்கிறான் இல்லையா? பத்மாவும் பேச்சூ சக்ரவர்த்தியும் 'அறிவு ஏது ஹஜாரிக்கு!' என்று எண்ணி வந்தார்கள்...ஆனால் அவர்களுக்கு இப்போது ஒன்று புரிந்துவிட்டது; 'மனுஷன் என்ற முறையில் ஹஜாரி நல்லவன்' என்பதுதான் அது!

காலையில் எழுந்ததும் ஹஜாரி கஞ்சாவை உருட்டிக் கசக்கிக் கொண்டிருந்தான். அப்போதுதான் யாருக்கும் தெரியாமல் கஞ்சா உட்கொள்ள முடியும். ஓட்டலில் அதற்குச் சந்தர்ப்பம்

கிடைப்பதில்லை. அதேசமயம் அறையில் அதஸி நுழைவதைப் பார்த்ததும் அவன் பரபரவென்று கஞ்சாக்குழலை ஒளித்து வைத்துவிட்டான்.

அதஸியைப் பார்த்து, "என்ன அம்மா?" என்றான்.

"சிற்றப்பா! நீங்கள் எப்போது பம்பாய்க்குப் புறப்பட இருக்கிறீர்கள்?"

"வருகிற செவ்வாய்க்கிழமை...இன்னும் நாலு நாள் இருக்கிறது..."

"உங்களை எண்டோசோலாவுக்கு அழைத்துக்கொண்டு போய் எங்கள் வீட்டு வரவேற்பு அறையில் அப்பாவோடு உங்களுக்கு டீ, சிற்றுண்டி எல்லாம் கொடுத்து உபசரிக்க வேண்டுமென்று எனக்கு மிகவும் ஆசையாக இருக்கிறது. வருகிறீர்களா, சிற்றப்பா?"

ஹஜாரியின் கண்களில் நீர் வந்துவிட்டது. பாவம், மிகவும் எளிமையான வேண்டுகோள்தான். இருந்தாலும், இப்படிப் பெண்கள் விரும்புவதெல்லாம் நிறைவேற்ற வாய்ப்பு இருக்கிறதா? இந்தச் சமயத்தில் அவன் எப்படி எண்டோசோலா போகமுடியும்? - குழந்தைத்தனமாக அவள் கேட்டுவிட்டாள். முடியாது என்று சொல்லிவிட்டால் தீர்ந்தது!

ஆனாலும் ஹஜாரி நிதானமாக, "அம்மா! இங்கே பல அலுவல்களைக் கவனித்தாக வேண்டுமே, நான்! எப்படி அம்மா வரமுடியும், சொல்லு. நரேன் சிறுபிள்ளை. இதற்குள் அவனுக்குச் சில விஷயங்களைச் சொல்லித் தக்க ஏற்பாடுகள் செய்தாக வேண்டும்" என்றான்.

"இன்றைக்குப் புறப்பட்டுப் போனால் என்ன? எல்லாருமாகக் கிளம்புவோம். நாளைச் சாயங்காலத்துக்குள் நீங்கள் திரும்பி வந்துவிடலாம். அதோடு டேம்பியும் ஒருதரம் ஊரைப் போய்ப் பார்க்கவேண்டுமென்று ஆசையாக இருக்கிறது என்றாள்... வாருங்கள், சிற்றப்பா!"

"நீ வற்புறுத்துவதால் ஒன்று செய்யலாம். நாளன்றைக்குக் காலை புறப்பட்டுச் சாயங்காலமே திரும்பிவிடுகிறேன். தங்குவது முடியாது. காரணம், மறுநாளே நான் ரயிலேறியாக வேண்டும். பம்பாய் மெயில் இரவு எட்டு மணிக்கு இந்த இடத்தை விட்டுப் புறப்படுகிறது."

சாயங்காலம் சூர்ணி ஆற்றங்கரையோரம் பழைய வேப்ப மரத்தினடியில் போய்த் தன்னந்தனியாக அமர்ந்தான் ஹஜாரி. அருகே சுண்ணாம்பு, கரிக்கிடங்கில் வேலை செய்யும்

இந்துஸ்தானிக் கூலிகள் ஒரே சுரத்தில் கொச்சை இந்தியில் ‘கஜல்’ பாடிக்கொண்டிருந்தார்கள். சூர்ணியின் படித்துறையில் மறு கரையில் இருக்கும் புலேநப்லாச் சந்தையை நாடி மக்கள் படகேறிக் கொண்டிருந்தார்கள். முன்போலவேதான் எல்லாம் இருந்தன.

அவன் இன்னும் சக்ரவர்த்தி ஓட்டலில் வேலை செய்து கொண்டிருக்கிறானா? பத்மாவின் வசைகளையும் திட்டுகளையும் கேட்டுக்கொண்டு இன்னும் கரியடுப்பின் புகை நடுவில் அமர்ந்து அந்த வேளைக்கு வேண்டிய சமையல் தினுசு என்ன என்று கேட்டறிந்துகொண்டு செய்ய வேண்டியிருக்கிறதா என்ன...? இல்லையே!

அதே பத்மாவுடனும் பேச்சூ சக்ரவர்த்தியுடனும்தான் காலையில்கூடப் பேசிக்கொண்டிருந்தான். இப்போது பல்லக்குச் சுமந்தவன் பல்லக்கு ஏற, பல்லக்கில் ஏறியிருந்தவர்கள் பல்லக்கைத் தூக்கும் நிலை ஏற்பட்டுவிட்டது! பழைய சங்கதிகள் எல்லாம் ஏதோ நிழல் போல் மங்கி மறைந்து விட்டன!

பம்பாய்...! பம்பாய் எவ்வளவு தொலைவில் இருக்கிறதோ, யார் கண்டார்கள்! டேம்பியையோ அதஸியையோ அழைத்துக்கொண்டு அங்கே போனால் – இவர்களில் யாரேனும் ஒருவர் அவனோடு இருந்தால் போதும்; அவன் சீமை வரைக்குங்கூட ஏன் இந்த உலகத்தின் எந்த மூலை முடுக்குக்கும் – கவலை இல்லாமல் புறப்பட்டுப் போகத்தயார்!

முன்னேயெல்லாம் தான் இன்றுள்ள நிலைமைக்கு வர முடியும் என்று எண்ணியாவது இருப்பானா? நரேனைப் பார்த்த முதல் நாளே அந்த வாலிபனுடைய அழகிய உருவம் அவனைக் கவர்ந்து விட்டது. நரேனோடு டேம்பி கூரைப்புடவை உடுத்து, முகத்தில் நாணமும் கண்களில் அடக்கமான மகிழ்ச்சியும், சிரிப்பும் தோன்றிட நிற்பதுபோல் அவனது மனசில் கற்பனை செய்த காட்சி! அப்படியும் நடக்குமா என்று ஒரு காலத்தில் நினைந்து ஏங்கவில்லையா? இப்படி ஓர் அற்புத மாறுதல் நிகழுமா?

எல்லாம் பகவான் ராதாவல்லபருடைய அருள்! இல்லா விட்டால், மாதம் நூற்றைம்பது ரூபாய் சம்பளத்துக்கு நாம் பம்பாய் போவோம் என்று எண்ணியாவது இருப்பானா?

மறுநாள் அதஸி மீண்டும் வந்து, “எப்போது எண்டோ சோலாவுக்குப் புறப்படலாம், சிற்றப்பா?” என்று கேட்டாள். “டேம்பியும் வருவதாகச் சொல்கிறாள். சித்தியும் ‘ஊரை விட்டு

வந்து இரண்டு இரண்டரை வருஷகாலமாகிறது. நடுவில் போயே பார்க்கவில்லை!' என்கிறாள். சித்திக்கும் வரவேண்டும் என்று இருக்கிறது. ஒருநாள் வந்து அங்கே தங்கினால் போதும்!" என்று சொன்னாள் அதஸி.

பலநாட்களுக்குப் பின் மீண்டும் அவர்களது கிராமத்தில் அவர்கள் வண்டி நுழைந்தது. ஹஜாரியின் வீடு அவர்கள் தங்கும்படியான நிலையில் இல்லை. இத்தனை நாளாகக் கவனிப்பு இல்லாமல் அது சீரழிந்து கிடந்தது. மண்சுவர், காற்று மழையிலே அறுபட்டுப் பிளவுண்டு, பல இடங்களில் வானம் பளிச்செ ன்று தெரியும்படி கூரையில் பொத்தல் கண்டு இருந்தது.

அதஸியோ எல்லாரையும் தன் வீட்டுக்கு அழைத்துப் போய்விடத் துடித்தாள். என்ன இருந்தாலும் சொந்த வீட்டின் மேல் உள்ள அபிமானம் போகுமா? எனவே, டேம்பியின் தாய் அந்தப் பொத்தல் கூரை வீட்டின் முற்றப் பகுதியில் முளைத்திருந்த செடி, புதர்களையெல்லாம் தன் கையாலேயே எடுத்தெறிந்து, டேம்பியைக் கூடமாட வைத்துக்கொண்டு எல்லா இடத்தையும் சுத்தமாக மெழுகி உள்ளே நுழைந்தாள். டேம்பியிடம், "நீ சற்றே உட்கார். நான் இதோ போய்க் குளத்தில் ஒரு முழுக்குப் போட்டுவிட்டு வருகிறேன். வெகுநாளாகிறது படித்துறைக்குப் போய்!" என்றாள்.

படித்துறைக்குப் போனதும், ராது சாட்டுஜ்ஜேயின் மருமகளைத்தான் பார்த்தாள். அந்தப் பெண்ணுக்கும் டேம்பியின் வயசுதான். இரண்டு பேரும் நன்றாகப் பழகியவர்கள். டேம்பியின் தாயைப் பார்த்ததும் அந்தப் பெண் அப்படியே திகைத்து நின்றாள். பற்றுப் பாத்திரம் துலக்கிக் கொண்டிருந்தவள் உடனே முகம் மலர ஓடிவந்து, "அக்காவா! எப்போது வந்தீங்க? எங்களையெல்லாம் இன்னும் நினைவில் வைத்துக் கொண்டிருக்கிறீங்களா? இப்போது நீங்கள் செல்வாக்காக ஓட்டல் நடத்திவருகிறீங்க; நல்ல வரும்படி என்று எல்லாரும் சொல்லிக்கொண்டாங்க... இந்த ஏழைகளை நினைவு இருக்கிறதா?" என்றாள்.

இருவரும் ஒருவரை ஒருவர் அணைத்துக்கொண்டு மனமுருகி நின்றார்கள்.

சிறிது நேரத்துக்குப்பின் ராது சாட்டுஜ்ஜேயின் மருமகளையும் அழைத்துக்கொண்டு டேம்பியின் தாய் படித்துறையிலிருந்து திரும்பினாள். அந்தப் பெண் இவர்கள் வீட்டில் நுழைந்ததும் டேம்பியிடம், "யார் என்று தெரிகிறதா, அம்மா?" என்றாள்.

"ஓ! சித்தியம்மாவா? வாருங்கள், வாருங்கள்!"

"தீர்க்க சுமங்கலியாக இருக்கவேண்டும், அம்மா நீ! சாவித்திரி மாதிரி வாழவேண்டும்...அதுசரி; இதென்ன, ரொம்ப நல்லாத்தான் இருக்கிறது! மகளை அழைத்து வந்திருக்கிறீங்க; மருமகப் பிள்ளையை அழைத்து வரவில்லையே! கண்ணுக்கு லட்சணமாக இருக்கிறாராமே, மாப்பிள்ளை...! இந்தப் பொன்வளையல் யார் போட்டது? காட்டு அம்மா! இதை என்ன என்பாங்க? எவ்வளவு விலை? ...இப்படிக்காட்டு, பார்க்கிறேன். இந்த மாதிரிப் பெயர்களையேகூட நான் கேட்டதில்லை! அதிருக்கட்டும்; ஒன்று சொல்கிறேன். நீங்கள் இந்த வேளை இங்கே சமைப்பதென்றால் நடக்காது. எல்லாரும் எங்கள் வீட்டுக்கு வந்து சாப்பிடலாம்" என்றாள் அந்த மருமகள்.

டேம்பி, "அதெப்படி சித்தி, முடியும்? எங்களோடு கூட அதஸி அக்கா வந்திருக்கிறாளே...! அவளுடைய வீட்டிலே சாப்பிடக் கூப்பிட்டிருக்கிறாள். அங்கேதான் அழைத்துப் போக இருந்தாள். ஆனால் அம்மா போகவில்லை. காரணம், அம்மாவுக்கு இந்த வீடு என்றால் உயிர்! ராணாகாட்டில் அவ்வளவு பெரிய வீடு; குழாய் நீர். பட்டணவாசம் வேறே! இவ்வளவு இருந்தும் அங்கேகூட எப்போது பார்த்தாலும் இந்த வீட்டைப் பற்றியே பேசிக் கொண்டிருப்பாள் அம்மா...! ஆகா! வீடு என்ன லட்சணமாக இருக்கிறது! மண்சுவர் பிளந்து கிடக்கிறது. இதை வீடு என்று சொல்வதா, மாட்டுக்கொட்டில் என்பதா?" என்றாள்.

"உங்கள் தாத்தா, முத்தாத்தா இப்படிப் பெரியவங்க கட்டின வீட்டை மட்டமாகப் பேசாதே...! போடீ போ! இப்போதுதானே பணக்காரர், மாமனார் என்ற அந்தஸ்தெல்லாம் வந்தது உன் அப்பாவுக்கு. இந்த மண்சுவர் பிளந்து கிடக்கும் வீட்டில் தானேடியம்மா நீ பிறந்த வளர்ந்த பெரியவள் ஆனாய்?"

இப்படிச் சிரிப்பும் கும்மாளமுமாகச் சுமார் அரைமணி நேரம் கழிந்தது. இவர்கள் வந்திருப்பதைக் கேட்டு, இந்தத்தெரு, அந்தத்தெருப் பெண்டுகளெல்லாரும் இவர்களைக் காண வந்தார்கள். மருமகனையும் கூடவே அழைத்து வந்திருக்கக் கூடாதா என்றுதான் எல்லாரும் கேட்டார்கள்.

டேம்பியின் தாய், "மருமகப்பிள்ளைக்கு ஓய்ச்சல் ஒழிவு ஏது? ரயில்வே ஓட்டலைக் கவனித்தாகவேண்டுமே! அங்கே ஒருநாள் இராவிட்டால் எல்லாம் திருட்டுப் போய்விடும்... முடிந்திருந்தால் அழைத்து வந்திருக்கமாட்டேனா?" என்றாள்.

அதஸி கணவனை இழந்த செய்தி எல்லாருக்கும் தெரிந்ததுதான். ஊர் முழுவதும் மிகவும் அனுதாபப்பட்டார்கள். எல்லாரும் ஒரேமாதிரி, "சாட்சாத் ஈசுவரி என்றுதான் சொல்ல வேண்டும்; அப்பேர்ப்பட்ட லட்சணமான பெண்... அவள் தலையில் இப்படி எழுதிவைத்திருக்க வேண்டுமா? அதுவும் இத்தனை இளவயசிலே!" என்றுதான் சொன்னார்கள்.

அந்தி நேரம் நெருங்கியது. அதஸி வீட்டின் வரவேற்பறையில் அமர்ந்து அவளுடைய தந்தையுடன் பேசிக்கொண்டிருந்தான் ஹஜாரி. தம் மகள் இப்படி எதிர்பாராமல் விதவையானது அவருக்குப் பெருத்த அதிர்ச்சியாகிவிட்டது. ஹஜாரிக்கு, இந்த இரண்டரை ஆண்டுக்குள் அவர் பத்து ஆண்டுகள் மூப்பு அடைந்து விட்டதுபோல் பட்டது. மகளாவது இருக்கிறாளே என்ற ஒரே காரணத்துக்காக அவர் மனந்தேறியது என்றுதான் சொல்லவேண்டும்.

ஹரிசரண் பாபு, "இதோ பார், உன் வயசுக்கும் என் வயசுக்கும் அப்படி ஒன்றும் அதிக வித்தியாசம் இல்லை. உனக்கு ஐம்பதாகியிருக்கும்; இல்லாவிட்டால் இரண்டொரு வருஷம் குறைவாக இருக்கும். ஆனால் உன் வாழ்க்கையில் முயற்சி என்று ஒன்று இருக்கிறது; நம்பிக்கையும் உனக்கு இருக்கிறது; அதனால் இளமையோடு வாழ முடிகிறது. இன்னுங்கூட அலுவல்களில் ஈடுபட்டு உழைக்கும் ஆர்வம் உனக்கு உண்டு. இந்த வயசில் நீ பம்பாய் புறப்பட்டு வேலைக்குப் போகிறாய் என்றதும் எனக்கு எவ்வளவு பொறாமையாக இருக்கிறது தெரியுமா? வங்காளி களுக்குள் உன்னைப்போல் பலபேர் இப்படிச் சுறுசுறுப்பாக இருந்தால் போதும்; உறங்கிக்கிடக்கும் இந்த இனம், விழித்து முன்னேறும். இங்கே முப்பத்தைந்து வயசுக்குள் அவனவன் கழுத்தில் துளசிமணி மாலையைப் போட்டுக் கொண்டு இந்த உலகத்தை மறந்து பரலோக சிந்தனையில் ஈடுபடுகிறான். நம் கிராமம் இருக்கிற நிலையைப் பார்த்தாயில்லையா? வாழவேண்டிய நாளெல்லாம் வாழத் தெரியாமல், அங்கங்கே போய் நாலு விஷயங்களைப் பார்க்காமல், அநுபவிக்கவும் தெரியாமல் கிடக்கிறாங்களே; இவர்கள் பரலோகத்தில் போய் என்ன சாதித்துவிடப் போகிறார்கள், சொல்! அங்கேயும் பேய் பிசாசுக்கு பயந்து நடுங்குவார்கள்போல் இருக்கிறது. ஏன், நரகந்தான் கிட்டும், இந்த மாதிரி ஆசாமிகளுக்கு! நீயே சொல்; இப்படி வேலைவெட்டியின்றிச் சோம்பித்திரியும் பயங்கொள்ளிகளுக்குச்

சொர்க்கத்தில் இடங்கிடைக்குமா? ஆண்டவன் அப்படி அனுக்கிரகம் செய்வாரா?" என்றார்.

அப்போது முன்போலவே அதஸி அவர்களுடைய மேஜை மேல் தட்டில் பலகாரம் கொண்டுவந்து வைத்தாள். "சாப்பிடுங்கள், சிற்றப்பா; இதோ டீயும் கொண்டுவருகிறேன்... அப்பா! நீயும் சாப்பிடு. உஹூம்; சாப்பிட்டுத்தான் ஆகவேண்டும். இன்னும் பொழுது சாயவில்லை..." என்றாள் உள்பக்கம் புறப்பட்டபடி.

சற்று நேரத்துக்கெல்லாம் அவள் டீயை எடுத்துக்கொண்டு மீண்டும் வந்தாள். அவள் பின்னே டேம்பி வந்தாள், முன்பு போலவே. ஆனால் அன்றைக்கும் இன்றைக்குந்தான் எவ்வளவு வேறுபாடு! அதஸியின் முகத்தைப் பார்க்கும்போது ஹஜாரியின் உள்ளத்தில் வேதனை மூண்டது. இத்தனைக்கும் தாய் தந்தையரெதிரே அதஸி முகம் மலர்ந்துதான் விளங்கினாள். கூடியவரை விதவைக் கோலத்தை மிகுதியாக்கிக் கொள்ளாமல் பழைய இயல்பான தோற்றத்துடனேதான் இருந்தாள். அவர்கள் முன் அழுது வடிந்துகொண்டு அவள் திரியவில்லை. இப்படி முகம் மலர்ந்திருப்பது பாவம் என்று யார் வேண்டுமானாலும் சொல்லிக்கொள்ளட்டும் என மனவுறுதி குன்றாமல்தான் அவள் இருந்தாள்.

ஹரிசரண் பாபு சந்திக் கடன் செய்யப் பின்கட்டுக்குப் புறப்பட்டார்.

அப்போது ஹஜாரி அதஸியைப் பார்த்து, "என்ன அம்மா, உனக்கு இப்போது திருப்திதானே நாங்கள் வந்தது?" என்றான்.

"பரமதிருப்தி, சிற்றப்பா...! டேம்பி, என்ன சொல்கிறாய்? எத்தனை நாளாக 'நம் பிறந்தகம் போகலாம், போகலாம்' என்று எண்ணுவேன் தெரியுமா? ஆனால் வந்து பார்த்தால், டேம்பி உன்னையும் காணோம், சிற்றப்பாவையும் காணோம்! நாலு பேரோடு பேசலாம் என்றால் உங்களைப் போல் யார் இருக்கிறாங்க, இந்தப் பட்டிக்காட்டில்!"

"நாளைக்கு நீயும் என்னோடு ராணாகாட்டுக்கு வரவேண்டும் தெரியுமா?"

"அதற்கென்ன, சிற்றப்பா! நான் அப்பா-அம்மாவிடம் முன்னேயே சொல்லியாயிற்று. உங்களை பம்பாய்க்கு ரயில் ஏற்றாமல் இருக்க முடியுமா? அதிருக்கட்டும், சிற்றப்பா; டேம்பி சிலநாள் இங்கே என்னோடு இருக்கட்டும். அப்போது, உங்களை ரயிலேற்றி அனுப்புகிற சமயம் அவளையும் கூட்டிக்கொண்டு வந்து

இங்கே இரண்டுபேரும் திரும்பிவிடுவோம்... நரேன்பாபுவும் இங்கே வந்துபோக வாய்ப்பாக இருக்குமில்லையா!"

நரேனைப்பற்றி அதஸி இப்படிச் சொன்னதும், தகப்பனுக்குத் தெரியாதபடி அதஸியை ஒரு கிள்ளுக் கிள்ளிவிட்டாள் டேம்பி!

"அது சரி; தசரா பூஜையின்போது வருவீங்களில்லையா? இந்தத் தடவை ஊரில் பூஜை விமரிசையாக நடக்கும்..."

"தசராவுக்கு இன்னும் நிறைய நாள் இருக்கிறதே! முடிந்தால் நிச்சயமாக வருகிறேன். நீயே பூஜைக்கு ஏற்பாடு செய்து, பண்ணுகிறாய் என்றால் ஆனமட்டும் வரப்பார்க்கிறேன்."

டேம்பி, "அதெல்லாம் இல்லை. நீ கட்டாயம் வந்துதான் ஆகவேண்டும், அப்பா! அம்மா சொல்லியிருக்கிறாள், இந்தத் தடவை லட்சுமி பொம்மை பண்ணிக் கோஜாகரி விரதம் அனுஷ்டிக்கப் போகிறதாக! வரலட்சுமி பூஜை விசேஷமான தில்லையா? இன்னும் மூன்று நாலு மாசம் இருக்கிறது. அப்போது லீவு கேட்டுக்கொண்டு வந்துவிடு...என்ன?"

ராது முகுஜ்ஜேயின் மருமகள் இவர்களை விடுவதாக இல்லை! இரவு தங்கள் வீட்டில்தான் இவர்கள் சாப்பிட்டாக வேண்டும் என்று கண்டிப்பாகச் சொல்லிவிட்டாள். டேம்பியின் தாய் அன்று மாலை ராது முகுஜ்ஜேயின் வீட்டுக்கு வந்து சேர்ந்தாள். காய்கறி நறுக்கிக் கொடுப்பது போன்ற வேலைகளில் அந்த வீட்டாருக்கு ஒத்தாசையாக இருந்தாள்.

டேம்பியின் தாய் கிராமத்தில் எளிமையாக வாழ்ந்தவள். பட்டண வாசத்தைவிட நாட்டுப்புற வாழ்வு அவளுக்கு மிகவும் பிடித்திருந்தது. அவள், "பட்டணத்திலே இதெல்லாம் அவ்வளவு மலிவாக எங்கே கிடைக்கிறது? இதோ இந்தப் பூசணிக்காய் பத்தை ஒரு பைசா! இவ்வளவூண்டு பண்டத்துக்குப் போய் இப்படி ஒரு பைசா! இப்படி ஒரு பைசா என்றால் என்னவென்பது? இதை நறுக்குவதற்குள், சனியன்கள், கையை நறுக்கிக் கொண்டு விடுகிறதைப் பார்த்தால் சகிக்கமாட்டேன் என்கிறது. எனக்கு என்ன தோன்றுகிறது, தெரியுமா? இவர் வெளியூர் கிளம்பி மூன்று நாலு நாளைக்கெல்லாம் நான் மறுபடியும் இங்கே வந்து தசரா பூஜை மட்டும் இங்கே இருக்க வேண்டுமென்றுதான். மகளும் மருமகனும் ராணாகாட்டில் இருக்கட்டும். அவர்கள் எல்லாவற்றையும் கவனித்துக் கொள்வார்கள். அவர்கள் சொத்து தானே; அக்கரை இராதா... எனக்கு என்னவோ பட்டண வாசம் பிடிக்கவில்லையடி, அம்மா!" என்றாள்.

இதைத் தன் கணவனிடம் அவள் சொன்னபோது, அவன், "உன் இஷ்டம்! ஆனால் அதற்கு முன்னால் வீட்டைப் பழுது பார்த்தாக வேண்டியிருக்குமே! கூரையெல்லாம் ஒரே பொத்தல். ஒழுகுகிறதே. மழை பெய்ய ஆரம்பித்ததும் தெப்பமாக நனைய வேண்டியிருக்கும்...எப்படி இங்கே தங்குவாய்?"

டேம்பியின் தாய், "அதைப்பற்றி உங்களுக்கு எந்தக் கவலையும் வேண்டாம். நான் அதஸியின் வீட்டிலேயோ இதோ முகுஜ்ஜே வீட்டிலேயோ இருந்துகொண்டு வீட்டைப் பழுதுபார்க்க ஏற்பாடு செய்கிறேன். நீங்கள் மருமகப்பிள்ளையிடம் சொல்லி அதற்காகும் செலவைக்கொடுக்கச் சொல்லுங்கள், போதும்!" என்றாள்.

ராது முகுஜ்ஜேயின் வீட்டில் அன்று சிறப்பாக விருந்துக்கு ஏற்பாடு செய்திருந்தார்கள். கிச்சடி, பஜ்ஜி, மீன்கறி, சாம்பார், புளிப்புத் தயிர், அடை, மாம்பழம், ஸந்தேஷ் எல்லாம் இருந்தன. அதஸியையும் சாப்பிட அழைத்திருந்தார்கள். ஆனால் அவள் வரவில்லை. டேம்பி அதஸியைப் போய்ப் பார்த்துவந்துபோது, அதஸி, "எனக்குத் தலைவலியாக இருக்கிறது...நான் வரவில்லை, அம்மா! மன்னித்துக்கொள்" என்று சொல்லிவிட்டாள்.

இரவு முடிந்து விடியும் நேரம். இரண்டு மாட்டுவண்டிகளை ஏற்பாடு செய்துகொண்டு எல்லாரும் ராணாகாட்டுக்குக் கிளம்பினார்கள்.

பிற்பகல் ஹஜாரி சற்றே கண்ணயர்ந்தான். இரவு முழுவதும் ரயிலில் பயணம் செய்யவேண்டியிருக்கும். இதுவரை அவன் அவ்வளவு தொலைவு சென்றதில்லை; ரயிலிலும் அதிக நேரம் இருந்ததில்லை. இந்த நிலையில் சரியாக எப்படித் தூக்கம் வரும்?

அவன் வீட்டை விட்டுக் கிளம்புகிறபோது டேம்பியின் தாயும் டேம்பியும் குலுங்கிக் குலுங்கி அழலானார்கள். குஸுமாவும் கண்கலங்கினாள்.

அப்போது அதஸி அவர்கள் எல்லாரையும் சமாதானப்படுத்தி, "சீ! அழுவானேன்... நல்ல காரியமாகக் கிளம்பிப் போகிறார் வெளியூருக்கு... டேம்பி, இதென்ன...அழாதே!" என்றாள்.

ஹஜாரி வீட்டை விட்டு வெளியேறிக்கொண்டிருந்தான். அப்போது பத்மா வந்தாள்.

பத்மா, "ரயிலுக்குக் கிளம்புகிறீங்களா, சாமி?" என்றாள்.

"ஆமாம், அம்மா...! இன்று பகல் எத்தனை பேர் சாப்பிட வந்தாங்க?"

"நாற்பது பேருக்குமேல் இருப்பாங்க. இரண்டாம் ரகச் சாப்பாட்டுக்கு நிறைய கிராக்கிங்க."

"ஆற்றுமீன் வாங்கிவந்தாயா?"

பத்மா சிரித்துக்கொண்டே, "ஆமாங்க...கிடைக்கிற மட்டும் வாங்கி வரத்தானே வேண்டும்? - ஆடி முதல் ஐப்பசி வரையில் அந்த ஓட்டலில் பார்த்திருப்பீங்களே..." என்றாள்.

"ஆமாம்; நான் உனக்குச் சொல்லித்தர வேண்டுமா என்ன? பழைய ஆசாமியாயிற்றே! அனுபவப்பட்டவள் இல்லையா... உன் சொந்த ஓட்டலாக எண்ணி கவனித்துக்கொள், அம்மா! அவ்வளவுதான் சொல்லமுடியும்!"

அப்போது ஒரு எதிர்பாராத நிகழ்ச்சி நேர்ந்தது. சட்டென்று பத்மா குனிந்து, "அப்படியே நில்லுங்கள், சாமி! உங்கள் காலைத் தொட்டுக் கும்பிடுகிறேன்" என்றாள்.

ஹஜாரி திகைத்து நின்றான். கண்ணால் பார்த்தும் நம்ப முடியாத சங்கதியாக இருக்கிறதே இது! என்ன நேர்ந்துவிட்டது இப்போது, இந்த மாதிரி இவள் மனம் அடியோடு மாறியதற்கு! கீழே தரையில் தலை படும்படி பத்மா அவனை வணங்கி அவனது காலைத் தொட்டுக்கண்களில் ஒற்றிக்கொள்கிறாளே! இப்படி ஒரு காட்சியை அவன் கற்பனை கூடச் செய்ததில்லை! - அவ்வளவுக்குத் துணிச்சலும் அவனுக்கு இல்லை! அவனுக்கு இனி என்ன குறைச்சல்!

இரண்டு ஓட்டல்களைச் சேர்ந்த ஊழியர்களும் அவனை ரயிலேற்றக் கூடியிருந்தார்கள். இவர்களைத் தவிர, அதஸி, டேம்பி, நரேன்... வெளியார்களில் ஐது பாண்டுஜ்ஜே. இப்போதெல்லாம் ஐது பாண்டுஜ்ஜே உண்மையிலேயே ஹஜாரியைப் பெரிதும் மதித்து மரியாதையுடன் நடந்துகொண்டார். ஹஜாரி மேலும் மேலும் ஓட்டல் தொழிலில் பயிற்சி பெற்று முன்னேறுவான் என்று புரிந்து கொண்டார். இது முன்னேற்றத்தின் ஆரம்ப தசை என்று அவருக்கு உறுதியாகப் பட்டது.

அதஸி ஹஜாரியின் பாதத்தைத் தொட்டுக் கண்களில் ஒற்றிக் கொண்டாள். "கட்டாயம் தசரா பூஜைக்கு வந்துவிடவேண்டும், சிற்றப்பா...! பெண்கள் சார்பில் கூப்பிட்டுவிட்டேன். வந்தாக வேண்டும்" என்றாள்.

டேம்பி கண்களைத் துடைத்துக்கொண்டே, "சாப்பாட்டுப்

பொட்டலத்தை மேல்தட்டிலிருந்து இறக்கி வைத்துக்கொள், அப்பா! அப்புறம் மறந்துவிடுவாய். உனக்குச் சாப்பாட்டில் அக்கறையில்லை; எச்சரிக்கையாகவும் இருக்க மாட்டாய்! இன்று இராத்திரிப் பொழுதுக்கே சாப்பிட்டுவிடு! மறக்காதே! நாளைக் காலை கெட்டுவிடும். வழியிலும் ஜாக்கிரதையாக இரு. நல்ல பண்டமாகச் சாப்பிடு. என்ன, நான் சொல்கிறது நினைவிருக்குமா! நீ கடிதம் போட்டதும் அம்மா ராதா வல்லபருக்கு நைவேத்தியம் செய்து வழிபடுவதாகச் சொன்னாள்!" என்றாள்.

புறப்பட்டுச் செல்லும் ரயில் வண்டியின் ஜன்னல் பக்கம் அமர்ந்து ஹஜாரி தன் மனசுக்குள்ளேயே, பத்மா அன்று தன் காலைத்தொட்டுக் கண்களில் ஒற்றிக்கொண்டு வணங்கியதை எண்ணி, அதையே தன் வாழ்நாளில் பெற்ற பெரும்பேறாகக் கருதிப் பெருமிதம் கொண்டான்.

அந்தப் பத்மாவா இவள்!

'பகவான் ராதாவல்லபன் நிச்சயமாகக் கண்கண்ட தெய்வந்தான்! அவனுடைய சரணகமலங்களுக்கு கோடிகோடி நமஸ்காரம்! அப்பனே! நீ ஒருத்தன்தான் இந்த உலகத்தில் உண்மை, எனக்கு உன்னைத்தவிரப் புகல் யாருமில்லை...!' என்று பக்தியுடன் எண்ணினான் ஹஜாரி.